A

MALAYALAM AND ENGLISH

DICTIONARY

A

MALAYALAM AND ENGLISH

DICTIONARY

BY

H. GUNDERT

GYAN

Published by

Gyan Publishing House
5, Ansari Road
Daryaganj, New Delhi-110002
Phone: 011-47034999, 9811692060
E-mail: books@gyanbooks.com

Distribution Network
gyanbooks.com
India, USA, Canada, UK, Australia

ISBN: 978-93-6433-090-9 (PB)
First Published, 1871

2nd Impression 2024

Printed at: Gyan Press, Delhi.

A MALAYALAM AND ENGLISH DICTIONARY
AUTHOR: H. GUNDERT

A

MALAYALAM AND ENGLISH

DICTIONARY

BY

Rev. H. GUNDERT, D. Ph.

MANGALORE

PUBLISHED BY C. STOLZ

BASEL MISSION BOOK & TRACT DEPOSITORY

1871

LONDON
TRÜBNER & Co.

BASEL
MISSIONSHAUS.

A

MALAYALAM AND ENGLISH

DICTIONARY

BY

Rev. H. GUNDERT, D. Ph.

Notice.

The Dictionary of the Malayalam Language by Dr. H. Gundert which will be issued in parts, will consist of about 1000 pp. Royal 8°.

It is calculated that the work will be complete in five parts, and be finished by the end of 1872.

Price to subscribers, registering their names for the entire work— Rs. 12. 8. 0, or per each part Rs. 2. 8. 0. Single parts will not be sold.

A higher rate will be charged to non-subscribers.

Thirteen copies will be given to parties subscribing for twelve.

Subscriptions will be registered by the Publisher at Mangalore and at the Stations of the Basel German Mission in Malabar, viz: Cannanore, Tellicherry, Chombala, Calicut, Codacal, Palghat.

Mangalore,
March 1871.

C. Stolz,
Publisher.

Introductory Remarks.

The *materials* for this work have been collected during more than twenty-five years' study of the language. The words have been taken from all available sources, from the lips of speakers of all ranks, castes and occupations, from the letters and records of many different districts, and from the writers in prose and poetry of every age. A list necessarily imperfect of the literature which has been ransacked for contributions, will be subjoined under the head of Abbreviations.

2. It has been found difficult to draw the line of demarcation between *Malayalam* and *Tamil* words. These two languages of old differed rather as dialects of the same member of the Dravidian family, than as separate languages; in consequence many Tamil words occur still in local usage (e. g. അച്ചം, അട in some of its senses) or in time-honored phrases and formulas (e. g. അറ്റപ്പുക, അമെയ്യുക പുരാൻ), which have long ceased to be used in colloquial speech. A considerable number of such have been received and marked as aM. (ancient Malayalam). They cannot be dispensed with, if the Dictionary is to give a true representation of the history of the language. This history commences for us (if we except a few inscriptions on copper and stone) with the Rāma Charitam, in which we probably have the oldest Malayalam poem still in existence, composed as it was before the introduction of the Sanscrit alphabet and deserving of the particular attention of the scholar, as it exhibits the earliest phase of the language, perhaps centuries before the arrival of the Portuguese. For several antiquated words (such as അഴുക, അറം, II. അങ്കി) this poem is the only authority. The bulk of the other great poems, the Bhāratam, Rāmāya-

ṇam, and the versions of the Purāṇas were composed within the two or three last centuries. As these constitute the popular literature of all Malayalam readers, no Dravidian word found in them has been excluded. On the other hand there are many Malayalam compositions of later date, especially such as are current among the Vedāntists, which evidently affect Tamil modes of expression. These have been excluded if not supported by other evidence.

3. To determine the amount of *Sanscrit* words to be received into a Malayalam Dictionary has been a task of even greater difficulty. As this Dictionary is not intended for the use of Sanscrit students, the rule followed in compiling it has been to include only those words and meanings that were found in *bona fide* Malayalam productions; to sift and reduce the enormous mass of mythological and botanical names and synonyms, many of which are confessedly very doubtful; to record merely the principal signification of words confined to poetical usage; and to devote particular attention only to those terms which are generally accepted as fairly "domiciled" in Malayalam and which have in the course of naturalization received various applications not to be met with in pure Sanscrit (e. g. അന്യായം, അവസരം).

4. The idioms and significations peculiar to Southern Kērala or *Travancore*, have been carefully collected both from the productions of the Cottayam press, and from the very valuable Dictionaries compiled by the Portuguese and Italian Missionaries of Virapoli; works which, although completed in 1746, rest upon materials accumulated in the 17th, perhaps even 16th century, and rank as the oldest monument extant of the study of Indian languages by Europeans. (They are marked in the Dictionary V1. & V2). Still greater care has been bestowed upon the language of Northern Kērala or *Malabar proper* (with the Békal Talook of Canara); and explanations of the historical names, castes and dynasties (comp. അകത്തൂട്ടു, അടിയോടി, അമ്മാമൻ, അല്ലൂർ, അവരോധം, അസ്ഥിക്കുറെച്ചി) and of the institutions, usages and traditions, by which this province differs so singularly from the surrounding countries (see for instance, അങ്കം, അടിമ, അനുഭവം, അപരാധം) have been drawn from every trustworthy source. Amongst

the sources for this kind of information I would particularly point out the old Tellicherry Records (TR.) as conveying a mass of instruction in the best prose of the language.

5. The object being to present a faithful picture of the whole Malayalam tongue, the writer has not felt at liberty to exclude the *foreign words* which have of necessity crept into the language. The Arabic, Persian, Hindustani, Portuguese and even English terms, which the commerce of centuries and the conquest of foreign creeds and arms with new laws and arts have introduced along this coast, cannot be proscribed, whatever regret their prevalence may excite in the purist. They do not, of course, claim the same minute investigation and treatment, which belong to words, whose birthright and position in the language are indisputable. (See for A. അള്ള, അമാനം, അമീർ, അമ്പർ, അല്വ; for P. അഞ്ജാമി, അജ്ജിമാശി; for H. അമാർ, അമൽ, അമ്പാരി; for Port. അനനാസ്; for E. അപ്പീൽ).

6. It is for the same reason, that *provincialisms* and *vulgarisms* have not been rejected, though they are pointed out as such (f.i. അംസരം, അനുവാസം under അനുവാദം, അസൌഖ്യം). To discard coarse and even obscene modes of speech, has not been thought advisable, however much their existence and currency may be regretted. They are marked "obsc.", as was done by the fathers of Verapoli in their day, that they may be avoided. Under all these heads (§ 2—6) the student will of course have room for candid allowance concerning omissions and superfluities.

7. The writer has throughout endeavoured to trace the *origin* of each word; and particular attention has been paid to the *comparison* of the cognate *Dravidian languages*. He has not been successful in every instance (f.i. അത്താറ്); sometimes the unimportance of the word, as in the case of provincialisms, prevented him from prosecuting his search to the end.

8. The *arrangement* chosen has been, to point out as far as possible the root and origin of each word, to give first its primitive sense and to add the figurative and free senses in a rational order; lastly to illustrate them by examples taken from reliable authorities. The

different constructions in which the same word occurs (e. g. അലങ്കരിക്ക), its various applications (e. g. അടങ്ങുക), allusions to the traditions and superstitions of the people (അട്ട, അരണ), standing phrases (അടക്കം, അവസ്ഥ) and proverbial expressions (അട്ടം, അതിബുദ്ധി, അത്യാശ, അൻപു, അമ്പാഴം, അശനി, അള്ള), these points have been especially considered in selecting the illustrations. The Compounds and Derivatives are arranged under each leading word in alphabetical order, but are not treated at the length that appeared necessary in the case of the parent words.

9. The *orthography* of each word is fixed at the head of the article which treats of it, but in the illustrations deviations are allowed, when they exhibit a current pronunciation (f.i. അടെച്ചു, അടച്ചു), or are borne out by the constant usage of some locality or caste (അള്ളു, അമരേത്തു), or when, as in the case of the numerous Tadbhavams, it is caused by the inequalities of the Sanscrit and Dravidian alphabets (f.i. അത്തം, അത്തി).

10. It cannot be expected that the work should be compressed within the same compass as the Rev. Mr. Bailey's Dictionary. Not that the latter will always be found the more concise of the two. It is one of the chief defects of that, otherwise valuable, work, that it does not discriminate between Malayalam and Sanscrit terms and leaves the student completely in the dark, both as regards the etymology and the proportional importance of words. For it concedes to unknown and useless words (f.i. അജശൃംഗി, അമ്ളനൊളം) as well as to those that are comparatively unimportant (as ഇതി, ച) more space, than to words of the genuine native stock that occur frequently in idioms of daily current use (f.i. അടുക്കനം, അല്ല). In consequence it will be found, that the Sanscrit part of the present work (see for instance the compounds with അന— അപ— അഭി—) occupies less space than was the case in the former Dictionary and this without any detriment to the subject matter. For the progress made in the study of Sanscrit subsequent to the appearance of Dr. Wilson's Dictionary (on which the Sanscrit portion of Mr. Bailey's work is based) has enabled the writer to throw new light even on this part of his task.

On the other hand he has endeavored to condense the matter presented into the *shortest possible space.* What is obvious has been omitted, many secondary words are but slightly noticed and a liberal use has been made of abbreviations. By these means it is possible to publish the whole work in one portable volume; smaller than Rottler's Tamil or Reeve's Canarese Dictionary.

11. The student may at the beginning be embarassed by some of the *abbreviations* adopted (for instance √ for root; + plus as in അവൻ, which is composed of അ+അൻ; the figures (2) (3) which point to that signification of the parent word from which the derivative is deducible, as അകക്കരൾ (3) to അകം 3., the mind). Also the absence of the common signs s., adj. may startle him at first sight. They have been deliberately abandoned. What, for instance, is the use of calling അച-രം an adj., which indeed it is in Sanscrit, when the example subjoined ചരാചരങ്ങൾ shows that in Malayalam it is used as a noun? Or why should അകൃതം be called an adj. and അകൃത്യം a subst., whilst in S. both are equally adjectives and in Malayalam strictly speaking both are nouns, though poetical usage may treat them more or less as adjectives. Can the indefinite Numerals, such as അനേകം, അസാരം be called adjectives, or have composition-cases like അകത്തെ a claim to that name? It seems to be of more moment to show by examples, how the words are applied, than to pretend to classify them by the utterly incongruous nomenclature of the grammar of European languages. Where doubts might arise, the gender, which in most cases is recognizable by the termination, will be found marked, as അമ്പലവാസി m.—സിനി f. അഴകൻ m. അഴകി f. But since Malayalam grammar acknowledges only the distinctions of Nouns, Verbs and Indeclinables, the Verb seems to be the only part of speech which requires specifying marks. This has been amply done by the abbreviations a. v.=active verb, n. v.=neuter verb, CV.=Causal Verb, den V.= denominative Verb, def V.=defective Verb, (for instance ഉള്ളു), adj. V.= adjectival Verb (as അരു, ഉള്ള), aux V.=auxiliary Verb (f.i. ഉടുക), as also by marking its parts (past, 1st and 2nd fut., inf., conditional, adj. and adv. participle, VN.=Verbal Noun, etc.)

12. An undertaking of this magnitude cannot lay claim to anything like perfection as regards either completeness or correctness. But the writer conceives, that a publication of the kind is a desideratum in Malabar, and that this attempt at supplying it will be found serviceable to the cause of education in that province. Should it one day be superseded by a work approaching nearer to the standard he has had in view, he hopes that he will be found to have at least furnished a stock of valuable materials, that will under all circumstances render to his successors a not unwelcome assistance in *their* toilsome task, in the same way that he in *his* has received aid from the accumulated labours of his predecessors.

ABBREVIATIONS.

Abl.	Ablative.
abstr N.	abstract Noun.
aC.	ancient Canarese.
Acc.	Accusative.
adj.	adjective.
adv., advl.	adverb, adverbial.
Adw.	Adwaitam.
a M.	ancient Malayāḷam.
a Med.	ancient Medical Treatises in prose.
Anach.	Anācharam.
Anj.	Anjaḍi.
a N. pr.	Nomen proprium, a proper name.
AR.	Adhyātma Rāmāyaṇam.
Ar.	Arabic.
Arb.	Arbuthnot, Selections.
Asht.	Ashṭānga Hr̥dayam.
astrol.	astrology.
a T.	ancient Tamil.
auxV.	auxiliary Verb.
B.	Bailey's Mal.-Engl. Dictionary (also his Scripture Translation).
bef.	before.
Beng.	Bengali.
BhadrD.	Bhadra Dīpam, or Bhadra Dīpa-pratisṭha.
BhgV.	Bhāgavata Vyākhyānam.
Bhr.	Mahābhāratam.
BR.	Bāla Rāmāyaṇam.
Brhm P.	Brahmāṇḍa Purāṇam.
C.	Canarese.
Cal.	Calicut.
Cal KU.	Calicut Kēraḷa Utpatti.
Can.	Cannanore.
CartV.	Cārtavīryārjuna Catha.
CC., (CCh.)	Cr̥shṇa Charitam.
CG.	Do. Gātha.
Chin.	Chinese.
ChR.	Chintāmaṇi Ratnam.
ChVr.	Chaturdaśa Vr̥ttam.
Coch KM.	Cochi Kēraḷa Māhātmyam.
comp.	compare.
Compr.	Comparative.
Cond.	Conditional.
contr.	contracted.
correl.	correlative.
Cpds.	Compounds.
CrArj.	Cr̥shṇārjuna Yuddham.
CS.	Caṇacku Sāram.
CV.	Causal Verb.
cfr.	confer = compare.
Chir. doc.	Chiracal documents.
Dakh.	Dakhani.
Dat.	Dative.
denV.	denominative Verb.
der.	derivative.
dict.	dictionary.
DM.	Dēvi Māhātmyam.
DN.	Damayanti Nāṭakam.
doc.	document, documental.
def V.	defective Verb.
Drav.	Dravidian.
E.	English.
EM.	Ēkadeśi Māhātmayam.
emph.	emphatic, emphatically.
esp.	especially.
euph.	euphemistic.
f.	feminine gender.
fig.	figuratively.
foll.	following.
finV.	finite Verb.
freq V.	frequentative Verb.
fut.	future tense.

f. i.	for instance.
G.	Greek.
Gan.	Gaṇita Shāstram.
Gen.	Genitive.
Ge.	German.
gen.	generally.
Genov.	Genovefa (Rom. Cath. poem).
GnP.	Gnāna pāna.
GP.	Guṇapāṭham, Cottayam.
gram.	grammar, grammatical term.
H.	Hindustāni.
Heb.	Hebrew.
HNK. (HK.)	Harināma Kīrtanam.
hon.	honorary, honorific.
Hor. (HV.)	Hōrā Vyākhyānam.
huntg.	hunting.
id.	idem = the same.
imp.	impersonal.
Imper.	Imperative.
indef.	indefinite.
Inf.	Infinitive.
Interj.	Interjection.
instr.	instrumental (case).
intr.	intransitive.
i. q.	id quod = the same as.
Jew. Doc.	Jewish Documents.
jud.	judicial papers.
KeiN.	Keivalya Navanītam.
KM.	Kēraḷa Māhātmayam.
KN.	Kēraḷa Nāṭakam.
KR.	Kēraḷa Varma Rāmāyaṇam (Vālmīki's Rām.)
KU.	Kēraḷa Utpatti.
KumK.	Kumāraharaṇa Katha.
L.	Latin.
Loc.	Locative.
lit.	literally.
loc.	local usage.
LPS.	Laxmī Pārvatī Samwādam.
M.	Malayāḷam.
m.	masculine gender.
Mahr.	Mahrathi.
Malay.	Malayan.
Mantr.	A collection of Mantrams.
MC.	Mṛga Charitam (Cottayam).
med.	medical, medicinal.
met.	metaphorically.
MM.	Old treatise on Marmaṇy.
mod.	modern.
Mpl.	Mappiḷḷās, Malabar Mohammedans.
MP.	Matsya Purāṇam.
MR.	Collet's Malayāḷam Reader.
Mud.	Mudrarāxasam (Chāṇakya Sūtram).
Nal.	Naḷa Charitam.
Nasr.	Nasrānis.
N., N. N.	Name; Name and surname.
n.	neuter gender.
Neg V.	Negative Verb.
Nid.	Nidānam, Cottayam.
No.	North Malabar.
NS.	Nyāya Shāstram.
obj.	objective.
obl.	oblique case.
obs.	obsolete.
obsc.	obscene.
Onomatop.	Onomatopoeia. (Imitation of sound).
Onap.	Ōṇapāṭṭu.
opp.	opposite.
orig.	originally.
P.	Persian.
Pay.	Payanūr Pāṭṭu.
Palg.	Palghaut.
Pat R.	Pātāḷa Rāmāyaṇam.
part.	participle.
phil	philosophy.
Plin.	Pliny.
pl.	plural.
po.	poetic usage.
Port.	Portuguese.
pos.	positive.
PP.	Putten Pāna, Cottayam 1844 (extracted from Nasr. Syr. original).
PR.	Praśna Rīti.
prec.	preceding.

pres.	present tense.
PrC.	Prahlāda Charitam.
pct., $^0/_0$	per cent.
prh.	perhaps.
prob.	probably.
pron.	pronoun.
prov.	proverbs, proverbial.
PT.	Panchatantram, in 2 versions.
q. v.	quod vide = which see.
RC.	Rāma Charitam.
Rh.	Rheede's hortus malabaricus, 1689.
Rom. Cath.	Roman Catholic.
Rel. Part.	Relative Participle.
RS.	Rāmāyaṇa Sankīrtanam.
rev.	revenue papers.
S.	Sanscrit.
Sah.	Sahadēva Vākyam.
SG.	Santāna Gōpālam (2 versions).
ShV.	Shabari Vākyam.
simpl.	simple, i. e. the Verb or Noun without prefixes.
sing.	singular.
sic.	= thus.
SiPu. (SP.)	Siva Purāṇam.
SidD.	Siddhānta Dīpika.
Sil.	Sīlāvati pāṭṭu.
SitVij.	Sītā Vijayam.
Sk.	Skāndam Purāṇam.
soc.	social (case).
So M.	South Malabar.
Som.	Sōmavārapāṭṭu.
SSh.	Shilātāmra Shāsanangaḷ.
Stuti.	different Stutis of Gods.
Superl.	Superlative.
superst.	superstition.
Swarg.	some Swargārōhaṇam.
Syr.	Syrian.
T.	Tamil.
Talip.	Taḷiparambu.
Tantr.	Tantrasangraham.
Tatw.	Tattwagnānam.
Tdbh.	Tadbhavam.
Te.	Telugu.
Ti.	Tīppu katha.
TP.	Tachōḷi pāṭṭu.
tr.	transitive.
TR.	Tellicherry Records (chiefly a. d. 1796-1799).
Trav.	Travancore.
TrP.	Tiruwanantapura Panchāngam.
Tu.	Tulu.
Turk.	Turkish.
UmV.	Umēsāna Vṛttam.
UR.	Uttara Rāmāyaṇam.
v.	verb.
v. a.	active verb.
v. int.	intensive verb.
v. i.	intransitive verb.
v. n.	neuter verb.
v. t.	transitive verb.
V.	Verapoly dictionaries.
V1.	the 1st part, Mal. & Port.
V2.	the 2nd part, Port. & Mal.
VCh.	Veirāgya Chandrōdayam.
Ved.	the Vedic language.
Vednt.	Vēdānta treatise.
V. part.	Verbal participle.
VetC. (VC.)	Vētāḷa Charitam.
VeY.	Vēḍāyuddham, a poem about hunters.
VilvP.	Vilva Purāṇam.
VivR.	Vivāda Ratnākaram.
VN.	Verbal Noun.
Voc.	Vocative.
vu.	vulgar.
VyM.	Vyavahāra Māla.
VyP.	Vyākaraṇa Pravēsam.
W.	Wilson's Vocabulary of Indian terms.
Winsl.	Dr. Winslow's Tamil-English dictionary (1862).
5.	the five Dravidian languages: Tamil, Telugu, Canarese, Tulu and Malayāḷam.
√	Root.

TRANSLITERATION

following Lepsius' Standard Alphabet, 2nd Edition 1863, 2nd postscript.

A complete Transliteration of the Malayalam Alphabet drawn up by the Author (now in Germany) will be published with the last Part; meantime the Publisher trusts his subscribers will accept his attempt at assisting them in their perusal of the Dictionary.

a. Vowels.

അ	a	as a in about	എ	e	as e in get
ആ	ā	„ a „ far	ഏ	ē	„ e „ prey
ഇ	i	„ i „ pin	ഐ	ei M.	as ei in height
ഈ	ī	„ i „ police		ai S.	as ai in kaiser
ഉ	u*	„ u „ full	ഒ	o	as o in collect
ഊ	ū	„ u „ rule	ഓ	ō	„ o „ vote
ഋ	r̥	vocalized r	ഔ	au	„ ow „ fowl
ൠ	r̥̄	do. lengthened	അം	am	„ um „ fulerum
ഌ	ḷi	vocalized l	അഃ	aḥ	vocalized h
ൡ	ḷī	do. l lengthened			

b Consonants.

a. Initial.

ക	ka	as ka in kalendar	ട	ṭa	the cerebral ta
ഖ	kha	the same aspirated	ഠ	ṭha	the same aspirated
ഗ	ġa	as ga in gallon	ഡ	ḍa	the cerebral da
ഘ	gha	the same aspirated	ഢ	ḍha	the same aspirated
ങ	ṅa	as gna in magnate	ണ	ṇa	the cerebral na
ച	ča	as cha in chapter	ത	ta	the true dental ta
ഛ	čha	the same aspirated	ഥ	tha	the same aspirated
ജ	ǰa	as ja in Japan	ദ	da, d'a	the true dental da
ഝ	ǰha	the same aspirated	ധ	dha	the same aspirated
ഞ	ńa	as nya in banyan	ന	na	the true dental na

(*u̥ final half u in Dravidian words.)

പ	pa	as pa in paternal		ല	la	as la in laborious
ഫ	pha	the same aspirated		വ	va	„ va „ variety
ബ	b̄a	as ba in balloon		ശ	śa	a palatal sh
ഭ	bha	the same aspirated		ഷ	ša	a cerebral sh
മ	ma	as ma in maternal		സ	sa	as sa in salute
യ	ya	as ya in yahoo (German j)		ഹ	ha	„ ha „ harangue
ര	ra	a palatal r		ള	ḷa	a cerebral l
റ	ṙa	a cerebral r (German r)		ഴ	l̤a	a cerebro-palatal l

b. Doubled or before other consonants.

ക്ക	kka,	ക്ത	kta,	etc.	ത്ത	tta,	ത്ന	tna; (Exception ത്മ ltma,	
ച്ച	čča,	ച്യ	čya,	etc.			ത്ഭു	lbhu, etc.)	
ട്ട	ṭṭa				പ്പ	ppa,	പ്ര	pra	
					റ്റ	ṫṙa			

c. Between two vowels.

ക	γ,	ക്ര	γr	പ	b	
ച	ǰ			ന	ṅ	as n in nature
ട	ḍ			(ന്റെ ṅḋē; ൻ ṅ as n in hyphen)		
ത	δ,	ത്ര	δr			

Errata.

(A complete list of mistakes that may creep into the print will be given out with the last Part.)

Page 4, II, line 2, fr. b. Read: അക്രോത്തു akrōttu̥.

14, II, line 1, fr. a. Read: അടാ, m., aḍā, അടീ.

37, I, line 5, fr. a. Read: ap, appu̥.

A

MALAYALAM AND ENGLISH

DICTIONARY.

അ

A

അ a. Found in Tdbh's before initial ര, ല, as അരക്കർ, അരഞ്ഞ;—passes easily into the sound of എ, as ചെടയൻ from ജട, തെചമി = ശമി. The final അ has often the character of a palatal vowel and corresponds with T. ഐ, C. എ. f. i. തല, തലയിൽ, തലൈക്ക; പറ, പറെഞ്ഞു.

I. അ a 5. pron. That, yonder. (The corresponding pron. signifies this, as in ഇതഃ, ഇത്ര.) Hence: അവൻ, അതു; അക്കര, അപ്പുറം, അപ്പോലെ (and അതുപോലെ). Before vowels അയ്യാൾ that man, അവ്വിടം that place. It is also used for the second person as അദ്ദേഹം that person, you (comp. അങ്ങ).

II. അ a S. negative particle, before vowels അൻ (G. an—L. in—E. un—) as അഫലം fruitless, അനുത്തമം than which there is no better.

അം am 5. (obs.) = അ, അതു; hence അങ്ങ.

അംശം amšam S. 1. Share, part. മൂന്നിൽ ഒർ അംശം $\frac{1}{3}$ TR. അംശപത്രം deed of partition. 2. part of a Talook, formerly called ഹൊബിളി, greater than a തറ, hence അംശം അധികാരി, അംശം മേനോൻ MR. 3. emanation or incarnation of a god. തന്നുടെ അംശങ്ങളാൽ അവതാരങ്ങൾ ചെയ്യു Bhg. 1. ദേവന്റെ അംശം = മൂർത്തി. King Udaya Varma is called ആദിത്യാംശം KM. അംശാവതാരങ്ങൾ Bhr. 1. 4. hence glory. നരപതി അംശത്തോടു വാണാകൊൾക KU. അംശമുള്ളോൻ, അംശക്കാരൻ person of noble descent V1. അംശം കെട്ടവൻ fallen from his rank V1. അംശക്കുറു dignity V1.

അംശകം amšaγam S. (അംശം) The fourth part of a day. ഒരു രാശി = $2\frac{1}{4}$ നാഴിക = ൻ അംശകം TP. Hence a denom. V. അംശകിക്ക f. i. ഗ്രഹം ഒമ്പതു രാശിയിലും അംശകിക്കും TP.

അംശിക്ക amšikka (അംശം) To divide, portion.

അംശു amšu S. (അംശം) Ray (po.) അംശുജാലം പരന്നു CG. അംശുമാൻ sun (po.)

അംസം amsam S. 1. Shoulder; അംസളം strong (po.)

അംസരം amsaram Vu. = അവസരം TR.

അംഹസ്സ് amhassu S. (L. ango) Anxiety, (throttler) sin = അഘം.

അക aγa (C. Tu. അഗെ) and അവ Germ, bud, shoot; അകെക്ക to bud (T. to burst) f. i. a grafted tree V1. കാട്ട വെട്ടിയാൽ അകെച്ചീടും—വാചാ വെട്ടി മുറിച്ചാൽ അകച്ചീടാ PT. അടവി വെട്ടിയാൽ അകെച്ചീടും Bhr. 3. will bud again.

I. അകം aγam S. (അ + കം joy) Pain, sin (po.)

II. അകം aγam T. M. Te. (Tu. അം.) 1. Inside; often adv. കാടകം, നെഞ്ചകം in the jungle, heart (po.)—ആയിരത്തിൽ അകം പണം TR. within 1000 fanam, less than.—അകവും പുറവും നോക്കുക examine closely. 2. abode, house, room; hence കെട്ടകം, കോയിലകം, etc. — അവിടത്തെ അകവും പുരയും എല്ലാം കണ്ടാൽ vu. 3. the mind = ഉൾ. 4. holding (in names of trees, as ഇരിമ്പകം, ചെമ്പകം, പൊന്നകം).

Cpds: അകക്കരൾ, അകക്കാമ്പ്, അകക്കുരുന്നു (3) heart, mind. അകക്കുരുന്നേററം തെളിഞ്ഞു Mud.

അകക്കോട്ട citadel; ഭടസങ്കലമകക്കോട്ട KR. 1.

അകങ്കാൽ sole of foot.

അകങ്കൈ palm of hand.

അകതണ്ട്, അകതളിർ, അകതാർ (3) heart, mind (po.) അകതണ്ടിൽ ഏറുംതോറും RC. അകതണ്ടിൽ ആനന്ദം Bhg.

അകത്ത് (= അകം 1.) a. within, in the house. പുരെക്കകത്തുനിന്നു TR. from within.

b. measure of time മൂന്നു നാഴികകത്തു AR. esp. before noon (opp. തിരിഞ്ഞു) അകത്ത് ഒരടി, അയ്യടി MR.

c. whilst വീഴുന്നതിന്റെ അകത്തു കൊത്തി vu.

അകത്തമ്മമാർ, അകത്തവർ, അകത്താർ, Brahminichis as keeping within their houses (2).

അകത്താൻ, ൾ master, mistress of the house V1.

അകത്തഴി providing food (2). B. അകത്തഴി നടത്തുക.

അകത്തു ചാന്നവർ kindred (2). V1. lower Sūdras, serving in Brahmin houses.

അകത്തൂട്ട. 1. innermost. 2. house surrounded with hedge or wall. 3. palace or mansion, as of the 4 branches of the Samuri family V1. മൂസ്സതിന്റെ അകത്തൂട് അടെച്ചു കെട്ടി ചുട്ടു TR.

അകത്തൂട്ടുപരിഷ (or ഉള്ളകത്തുനായർ) a class of Nāyer, considered as descendants of Samuri, also called കച്ചേരിനമ്പി.

അകത്തൂട്ടു പിറന്നവർ sons of slaves, as in Nasrāṇi houses V1.

അകത്തോട്ടു (പട്ടു) inwards.

അകത്തോൻ, ത്തോൾ 1. indoor servant V1. 2. അകത്തമ്മമാർ.

അകനിന്ദ (3) scorn.

അകപ്പുറങ്കി venereal disease (med.)

അകപ്പാട V. N. getting into, what is enclosed, f. i. in an account. — inside V1.

അകപ്പെടുക 1. to get into, be caught, f. i. കണ്ണിയിൽ അ. in a trap. കണ്ണിൽ അകപ്പെട ശത്രുക്കൾ Bhr. and ദൃഷ്ടിക്ക് അകപ്പെട്ടു PT. offered itself to the eye; വനേ വന്ന ഞാൻ അകപ്പെട്ടു Nal. 3. തന്റെ ജാതിക്കകപ്പെട്ടു PT. returned to her caste; കല്പനെക്കകപ്പെട്ട ഭൂമി TR. (= ഉൾപ്പെട്ട) കളവും കയ്യുമായി അകപ്പെടുക KR. be seized in the very act. 2. to befall അതിൽ വിഘ്നം അകപ്പെടും evil will befall it; അതിന്നു നിണക്ക് അകപ്പെട്ടുതേ CG. this was a punishment for that.

C. V1. അകപ്പെടുക്ക (old) വാരിയകപ്പെട്ടതാരകൻ RC. 34. 2. vu. അകപ്പെടുത്തുക cause to be taken, catch, as കണിയിൽ. 3. അകപ്പെടുവിക്ക inflict. പരിഭവം ഞങ്ങൾക്ക് അകപ്പെടിച്ചതും Bhr. 8. വ്യമൃഗികൾ അകപ്പെടുവിച്ചു jud.

അകമടങ്ങുക (2) dwell retired മാനമര്യാദയോടെ അകമടങ്ങി ഇരിക്കുന്ന സ്ത്രീ MR. (of a Mussulman woman).

അകമല valley, ground surrounded by hills.

അകമലർ (= അകതാർ) heart (po.)

അകമേ (= അകത്തു) അമ്പാടിക്കകമേ കടന്നു CC. chiefly temporal ൩ നാളകമേ മരിക്കും a. med. നാഴികെക്കകമേ vu.

അകമ്പടി (2) palace service, body-guard. ൪ കൂട്ടവും ൪ മൂർത്തികൾക്ക് അകമ്പടി Nal. 3. satellites. അകമ്പടിക്കൂടുക, നടക്ക the office of body-guards, to run with the king, attend on him.

അകമ്പടിജനം hon. title of Nāyers, especially at Calicut. അകമ്പടിജനത്തിൽ ഇളക്കരുതാതവർ എഴുത്തു TR. letter of the faithful followers (of the Pychi Raja).

അകമ്പടികാര്യക്കാരൻ general of body-guard, head of Raja's household.

അകമ്പുകുക, ക്കു to enter.

അകമ്പുറം outside and inside, അകമ്പുറം തിരിയാത്തവൻ V1. clownish, illbred, ഇടത്തും വലത്തും അകമ്പുറം തിരിയാത്തവൻ V2. a complete fool. ഇതിൽ ഒരു അകമ്പുറം ചെയ്കിട്ടും ഇല്ല TR. no underhand dealings, no shuffling.

അകവില T. regulated price of grain — highest price (So. and Palg.)

അകടു aγaḍu (T. inside, deceit അകം) In അകടു വികടു C. Te. M. topsyturvy സകലവും അകടു വികടാക്കി vu. spoiled it all, also അകിടുപകിടു.

അകണ്ടകം aγaṇḍaγam S. Free from thorns and vexations; രാജ്യം അകണ്ടകമാക്കുന്നിതു Brhmd. ഭരതൻ രാജ്യം അകണ്ടകമായി പരിപാലിക്കുന്നു KR. without opposition.

അകത്തി aγatti PM. (അഗസ്തി) Sesbania grandiflora Rh. with edible leaves. ചിററകത്തി a med. Cassia.

അകത്തുക aγattuγa (=അകററുക) To distend. കാൽ അകത്തി വെച്ചു stretch asunder.

അകത്ഥ്യം aγathyam S. (കഥ) Not to be spoken (po.)

അകന്ത aγanda T. = അഹന്ത Pride.

അകപ്പം aγappam (അക) Stalk of grass, rice V1.

അകപ്പാൻ aγappāṅ (T. C. അകപ്പ from അകം) Ladle V1.

അകരം aγaram (Tdbh. അഗാരം.) A Brahmin house, So.

അകരുണൻ aγaruṇaṅ S. Unmerciful (po.)

അകർത്തവ്യം aγartavyam S. Impracticable, want of energy.

അകർമ്മകം aγarmaγam S. Without object, intransitive; അകർമ്മക്രിയ intr. verb (gr.)

അകററുക aγaṭṭuγa T. M. (trans. of അകലു) 1. To extend, open. 2. gen. to remove, put away (as പാപം, ഐയം). സംബന്ധം അകററുക dissolve a connection.

അകററിക്ക C. V. cause to remove.

അകലം aγalam 1. Breadth, width. 2. distance. ൨ കുടി തമ്മിൽ ഒരു വിളിപ്പാട് അകലമേ ഉള്ളു.

അകലുക, ന്നു aγaluγa TM. (Tu. C. Te. അഗൽ) 1. To become extended, distant. 2. to part, retire; വീരരും മണ്ടി അതിഭയത്തോട് അകന്നാർ UR. വിവശത അകലുതിന്നു തുണെക്കേണം help me of my distress; ധർമ്മകന്ന വാക്കുകൾ KR. (= ഇല്ലാത്ത).

അകല, അകലേ Inf. far off, aside അകലേ നില്ക്ക, അകല പോയി തിരിഞ്ഞു withdrew. രാഗാദികളെ അകലേ കളക Ch. R. അകലേ പോന്നവനെ അരികേ വിളിച്ചാൽ prov.

അകലിച്ച in regular distances.

അകല്ച V. N. separation, distance, reserve. അകല്ച, മൊയ്യ്മനോടു ചാണക്യന്നു പെരികേ ഉണ്ടു Mud. much estranged.

അകൽ aγal T. M. 1. Round earthen lamp. 2. (?) anger V1.

അകസ്മാൽ aγasmāl S. (കസ്മാൽ whence) Without cause, unexpectedly, suddenly (po.)

അകാ, അകായി aγā, aγāyi (അകം 2.) = അകവായി Inside of house, room; അകായി കടന്നു, ഭക്ഷണം വെക്കുന്നതിന്റെ അകായിൽ കടന്നു TR.

അകായിലുള്ളവർ = അകത്തവർ.

അകായുള്ളതു (Coch.) = അകത്തമ്മ a Nambutiri woman.

അകാമ്യം aγāmyam S. (കാമ) Undesirable (po.)

അകാരം aγāram S. The sound or letter അ. അകാരാദി alphabetical, a dictionary.

അകാരണം aγāraṇam S. What is without cause; അകാരണമായിട്ടു തളച്ച Asht. (= അകസ്മാൽ) അകാരണമായി മേപ്പെട്ടു unprovokedly.

അകാൎയ്യം S. not to be done.

അകാലം aγālam S. Untimely, out of season. അകാലമരണം, അകാലത്തിങ്കൽ ജനിച്ചു — അകാലമല്ല it is now too late, നേരം അകാലമായി പോയി MR.

അകിഞ്ചനൻ aγiñjanaṅ S. Having nothing at all (po.)

അകിട്ട aɣiḍu 1.=അകട്ട. 2. Udder (V1. also അകട്ട) എരുമയുടെ അകിട് അറുത്തു Arb. അകിട്ടിൽ മുല നാലുണ്ടു. MC.

അകിറുക aɣiṙuɣa (C. aguru=C. അവിഴ്) To roar, bellow, children to cry V. N. അകിച്ചു Palg. B.

അകിൽ aɣil TM. Tu. 1. (hence S. അഗരു Hebr. ahalim) aloe wood, "aguila" P. Aquilaria Agallocha GP. 76. ചന്ദനം അകിൽ തുടങ്ങിയുള്ള സുഗന്ധങ്ങളെ കൊണ്ടു ധൂപിക്ക Vy. M. മണം കിളൎന്നകിൽത്തടികൾ RC. 50. അകിലണിവാർ മുലയാൾ, അകിൽ ആരം വാൎകൊങ്കകൾ RC. 147. 102. വെള്ള അകിൽ white cedarwood കാരകിൽ GP. 75. black agallocha. ചുവന്ന അകിൽ a cedrelacea. 2.=അകിൾ trench, Palg.

അകിഴ്, അകിൾ aɣil̤, aɣiḷ So. M. (T. C. ditch, from അകഴ് to dig.) Dam, earth-wall, fence V1. 2. അകിഴ് കോരുക, മാട്ടുക to entrench oneself V2.

അകീൎത്തി aɣīrti S. Want of fame.

അകുൎപ്പം aɣurppam (loc.)=അപ്പൂപ്പം S.

അകുലം, അകുലീനം aɣulam, aɣulīnam S. Ignoble KR.

അകുശലം aɣuṧalam S. Ill-luck (po.)

അകൂപാരം aɣūpāram S. (illimited) Ocean (po.)

അകൃതം aɣr̥ďam S. Undone (po.) അകൃത്യം not to be done — wickedness. വല്ലതും ചെയ്യാം അകൃത്യം എന്നാകിലും Nal. 4.

അകൃത്രിമം aɣr̥trimam S. Not factitious, genuine, honest, conspicuous, lofty, V1.

അകെക്ക, aɣekka see അക.

അകൌശലം aɣauṧalam S. Inexpertness, unskilfulness; അകൌശലലക്ഷണം സാധനദൂഷ്യം (prov.) a bad workman blames his tools.

അക്ക akka 5. Elder sister (rare).

അക്കം akkam Tdbh. (അക്ഷം S. but in C. Tu. അങ്കെ=S. അങ്കം) 1. A numerical figure. അക്കം ഇടുക to count, അ. കൂട്ടുക to add up. കൊല്ലം അക്കം വെട്ടിയ വള MC. 2. a stop in writing, mark.

അക്കക്കെട്ടു a symbolical mode of writing.

അക്കപ്പടം a talisman B.

അക്കവിട്ടം a figure used in mantras, thus:

1	4	1	4
3	2	3	2
4	1	4	1
2	3	2	3

അക്കപ്പൂ a waterplant V1.

അക്കനം akkanam =അംബരം? or world? (in alph. songs) അക്കനങ്ങളിൽ ഒക്കയും ഉള്ള ഒരു തമ്പുരാനെ. Anj.

അക്കര akkara (അ+കര) that shore. adv. അക്കരെ beyond. അക്കരക്കൊറ്റി echo V2.

അക്കരം akkaram Tdbh. (അക്ഷരം) 1. Letter, hence അക്കരപ്പിഴ mistake, great fault, ill-luck. എന്തൊരു അക്കരപ്പിഴ വന്നു പോയപ്പാ (in lamenting). 2. T. So. a disease, aphthæ V1.

അക്കൽ akkal (Ar. âqal.) Sharp sense (Mapl.)

അക്കൽക്കറുവ, അക്കിൽക്കറ akkalkkaṙuwa, akkilkkaṙa A med. root, chewed for toothache (prh. Anthemis Pyrethrum S. അഗ്രഗ്രാഹി).

അക്കാനി akkāni (loc.) Palmyra toddy.

അക്കാരം akkāram V1.=അക്കരം. 2. aphthæ അക്കാരപ്പുല Rh. Drosera Ind.

അക്കി akki Tdbh. അഗ്നി. Fire, inflamed pimples V1. അക്കിത്തിരി=അഗ്നിഹോത്രി.

അക്കുളം akkuḷam (loc.) Armpit, tickling V1.

അക്രമം akramam S. Disorder, irregularity — crime. സാമാന്യേന ഈ അക്രമം നടത്തുന്നതു നിൎത്തണം MR.

അക്രാന്തം not passed (po.)

അക്രാരിട്ടെത്തങ്ങ akrārittēṅṅa V2. Lodoicea sechelliana.

അക്രിയം akriyam S.=നിഷ്ക്രിയം f. i. ആകാശം അക്രിയം എന്നു പറയുന്നു Nal. (opp. സൽക്രിയം active).

അക്രൂരൻ akrūraǹ S. Not cruel, most cruel. അക്രൂരനല്ലവൻ ക്രൂരനത്രെ a double entendre (may also be read വൻക്രൂരൻ).

അക്രൊത്ത് akrottŭ (H. from S. അക്ഷോഡ) M. C. Tu. Wallnut.

അക്ഷം akšam S. (oc-ulus) 1. Eye, as in ത്ര്യാക്ഷം. 2. mark on dice. 3. playing die. 4. axle tree (അച്ച). 5. a weight of 37½ fanam (= കഷം).

അക്ഷക്രീഡ gambling V. C. (അക്ഷങ്ങൾ പൊരുതിട്ടം).

അക്ഷമാല necklace of Elæocarpus seeds.

അക്ഷണം akšaṇam S. Suddenly; അക്ഷണരായുള്ള യക്ഷന്മാർ CG.

അക്ഷതം akšaďam S. 1. Unhurt, unwounded; അക്ഷതരായുള്ള രക്ഷികൾ CG. 2. whole grain fried (po.) 3. pigment of rice, saffron and lime for the sectarial mark on the forehead.

അക്ഷമ akšama S. Impatience; അക്ഷമം unable to bear, impatient.

അക്ഷയം akšayam S. Imperishable അക്ഷയകീൎത്തി KR. അക്ഷയൻ the eternal.

അക്ഷരം akšaram S. (undecaying.) 1. A letter of the alphabet, syllable. 2. word ദീനാക്ഷരങ്ങൾ Nal. pathetic words. വാമാക്ഷരങ്ങൾ അരുൾചെയ്തു CC. refused; അ. കൂട്ടി വായിക്ക to spell; അ. പിഴക്ക, പിണങ്ങുക, വീഴ്ക slip of the pen; എന്റെ കൈയക്ഷരം തന്നെ TR. my handwriting.

Cpds. അക്ഷരജീവി a clerk (po.)

അക്ഷരപരിജ്ഞാനം learning.

അക്ഷരമാല the alphabet.

അക്ഷരശ്ലോകം (ചൊല്ലി) alphabetical song.

അക്ഷരാഭ്യാസം learning letters, etc.

അക്ഷരാരംഭം setting a child to learn.

അക്ഷാന്തി akšānďi S. = അക്ഷമ Impatience, envy; അക്ഷാന്തിമാൻ hasty, envious.

അക്ഷി akši S. = അക്ഷം 1. Eye. 2. trunk V1. ദക്ഷിണമാകിന്നൊരക്ഷി ആടി CG. അക്ഷികൾ ആടുന്ന ലക്ഷണം CG. അക്ഷിമണി (eyeball) ഉരുട്ടി Mudr.

അക്ഷിതം akšiďam S. = അക്ഷയം f. i. അക്ഷിതസ്നേഹത്തോടെ PT.

അക്ഷീണം the same അക്ഷീണായുഷ്യരായി ever living, അക്ഷീണകീൎത്തികളായുള്ളവർ KR.

അക്ഷുദ്രൻ akšudraṅ S. Not little, an important person V1.

അക്ഷോഭം akšōbham S. Without agitation, constancy; അക്ഷുബ്ധ കൃപാകലശാംബുധേ Kei. V2.

അക്ഷോഭ്യൻ immovable Bhr. V. den; അക്ഷോഭിച്ചു നില്ക്ക V1.

അക്ഷൌഹിണി akšauhiṇi S. (അക്ഷ + ഊഹിനി.) A complete army consisting of 21870 elephants, as many chariots, 65610 horses, 109350 infantry. (In the Bhārata war the Pāndavas have 7, their foes 11 akšauhiṇis. One elephant, 1 chariot, 3 horses and 5 footmen form a സേനാമുഖം; this tripled ഗുല്മം, tripled ഗണം, tripled വാഹിനി, പൃതന, ചമു, അനീകിനി, ദശഗുണിതയാകുന്നതും അക്ഷൌഹിണി. Bhr.)

അഖണ്ഡം, അഖണ്ഡിതം akhaṇḍam, akhaṇḍiďam S. Unbroken, whole; അഖണ്ഡാൎത്ഥസിദ്ധിയെ പ്രാപിപ്പാൻ ChR. അഖണ്ഡിതലക്ഷ്മിപ്രസന്നർ (in epistolary style) the most fortunate TR.

അഖിലം akhilam S. All, whole (po.) അഖിലഗുണഗണവും etc. അഖിലേശൻ lord of all.

അഗം agam S. (not going) Tree, mountain (po.)

അഗണിതം agaṇiďam S. Innumerable, also അഗണ്യസൽഗുണം KR.

അഗതി, agaďi S. 1. Being without means = വഴിയില്ലായ്മ, അഗതിപ്പെടുക fall into adverse circumstances V1. അഗതിക്ക് ആർ തരും who will help me in my poverty? 2. (= അഗതിമാൻ V1.) poor, forlorn, unprotected അഗതികൾ beggars.

അഗതിവേഷം പൂണ്ടു Mud.

അഗതിത്വം poverty, stinginess V1.

അഗദം agad'am S. Without disease — medicine (po.)

അഗമം agamam = അഗം. S. അഗമ്യ Inaccessible = സ്വപത്നീയല്ലാത്തവൾ; അഗമ്യാഗമനം prohibited intercourse Bhr.

അഗരു agaru S. = അകിൽ (കാളാഗരുദ്രുമം Nal. = കാരകിൽ). അഗരുചന്ദനം എരിഞ്ഞ ധൂമം, അഗരുധൂപത്തിൻ പരിമളം KR.

അഗസ്തി agasti S. 1. = അഗസ്ത്യൻ N. pr. A Rishi celebrated for passing the Vindhya mountains and leading the Brahmans into the Deccan. 2. the star Canopus. 3. അഗസ്തിമരം (= അകത്തി) med. plant അഗസ്തിപ്പൂ GP. 65.

അഗാധം agādham S. Bottomless, deep, obstruse = നിലയില്ലാത്ത.

അഗാരം agāram S. House (po.)

അഗുണം aguṇam S. Bad quality; ഗുണാഗുണജ്ഞൻ (po.) അഗുണി illnatured (po.)

അഗോചരം agōǰaram S. Imperceptible, incomprehensible (phil.)

അഗോത്രം agōtram S. Of no family.

അഗൌകസ്സ് agauγassu S. (അഗ + ഓകഃ) Living on trees or hills (po.)

അഗ്നി agni S. (ignis L.) 1. Fire. 2. God of fire. 3. grief ഉള്ളത്തിൽ അഗ്നി പിടിച്ചു ഞങ്ങൾക്കു SiP. 3. — 4. digestive power; അ. വൎദ്ധിപ്പിക്ക, കെടുക്ക GP. അഗ്നിക്കു ബലം ഇല്ലാത്തോർ Nid. persons of weak digestion.

Cpds. അഗ്നികണം spark; അഗ്നികാൎയ്യം (S) kindling the holy fire KR.

അഗ്നികുണ്ഡം (1) hole to receive the holy fire.

അഗ്നികോണം (2) south-east; ചതുരശ്രത്തിന്റെ അഗ്നികോൺ Gan.

അഗ്നിക്കാറു (preceding) SE. wind.

അഗ്നിദൻ (1) incendiary Bhr.

അഗ്നിപ്രവേശം self-immolation (as of widows).

അഗ്നിബലം (4) digestion.

അഗ്നിമയം fiery.

അഗ്നിമാൻ who sustains the holy fire; അഗ്നിമാൻ ഉപാദ്ധ്യായൻ AR. 1.

അഗ്നിമാന്ദ്യം and അഗ്നിസാദം indigestion Nid. Asht.

അഗ്നിമൂല SE. = അഗ്നികോണം.

അഗ്നിഭൂ Sk. Subrahmaṇya.

അഗ്നിശിഖ flame V2. = ജ്വാല.

അഗ്നിഷ്ടോമം (സ്തോമം) Agni's praise, a peculiar sacrifice KR. 1.

അഗ്നിസാക്ഷികം covenanted before Agni; അഗ്നിസാക്ഷികമായ സഖ്യം ചെയ്യു KR. 4.

അഗ്നിസാക്ഷിയുള്ള പത്നി VCh. the legal wife.

അഗ്നിഹോത്രം burnt offering maintaining the holy fire. The Brahman, who does it is called അഗ്നിഹോത്രി Tdbh. അക്കിത്തിരി.

അഗ്രം agram S. (akros G.) 1. Point, top, front. 2. first, principal.

അഗ്രഗണ്യൻ the chief (f. i. ധൎമ്മജ്ഞന്മാരിൽ Kei. N. 2.)

അഗ്രജൻ, ൻ. ജ. 1. first-born, elder brother and sister. 2. Brahman (po.)

അഗ്രപൂജ honors paid to the principal persons. KR.

അഗ്രമാംസം heart (po.)

അഗ്രശാല a victualling house, cooking place in temples.

അഗ്രശാലപ്പറ a large measure So.

അഗ്രഹാരം land assigned to Brahmans, village of (foreign) Br's ഊണും കഴിപ്പിച്ചു അഗ്രഹാരങ്ങളിൽ Sil.

അഗ്രാശനം first meal, ceremony in temples (vu. അഗ്രായനം = പുത്തരി കഴിക്ക).

അഗ്രാസനം chief seat, as in Brahminical സഭ, also of kings അവന്റെ അഗ്രാസനം പിഴകി Mud.

അഗ്രിയൻ, അഗ്ര്യൻ first, elder brother (po.)

അഗ്രേ (loc. of അഗ്രം) in the first place, before; അഗ്രേസരൻ forerunner, leader (also അഗ്രഗൻ etc.)

അഗ്രീവൻ agrīvaǹ S. Neckless; അഗ്രീവനായുള്ളൊരു സുഗ്രീവൻ KR. 5.

അഘം agham S. (ayos G. = അംഹഃ) Sin, evil. അഘമകല്പം ജഗൽപതി Bhr.

അഘമൎഷണം = ഊക്കുക, സ്നാനം.

അഘോരം aghōram S. (not frightful) Dreadful; പനി അഘോരമാകുന്നു the fever rages violently; അഘോരയുദ്ധം fierce battle.

I. **അങ്കം aṅgam** S. (√ അഞ്ച്.) 1. Lap, (also അങ്കതലം, അങ്കപീഠം po.) അങ്കസ്ഥൻ bosom friend; പിതാ — എന്നെ ഇരുത്തും അങ്കത്തിൽ KR.

അങ്കലാളനം കൊണ്ടു മനോരഞ്ജനം വരുത്തു വാൻ SiP. 2. numerical figure, mark (po.)

II. **അങ്കം aṅgam 5.** (Tdbh. of അംഗം? അങ്കം മറെക്ക V2. to shield oneself) 1. Fight, battle. 2. duel, challenge; അങ്കത്തിന്നു വിളിക്ക V2. അങ്കം പിടിക്ക to combat, wrestle; അങ്കം പൊരുക to fight; അതോടു അങ്കം പൊരുന്ന vying with it; മുഖത്തോടു അങ്കം തൊടുത്ത തിങ്കൾ CG. = emulating. 3. duel as the ordeal for Nāyers, a royal privilege, for which each combatant had to pay; sometimes fought by hired champions; അങ്കം കോലസ്വരൂപത്തിന്നു KU. often അങ്കവും ചുങ്കവും കല്പിച്ചു KU. രാജാവു ഏറിയ അങ്കവും ചുങ്കവും വാങ്ങി demanded troops and taxes (vu.)

Cpds: അങ്കക്കളരി place for duel.

അങ്കക്കാരൻ a combatant.

അങ്കച്ചുങ്കം royal taxes V2.

അങ്കപ്പോർ public duel; മാമാങ്ങത്തിൽ അങ്കപ്പോർ ഉണ്ടാക KU.

അങ്കമാലി 1. a public square. 2. N. pr. the old Syrian bishop's seat V1.

അങ്കവാൽ cock's tail B.

അങ്കനം aṅganam S. (I. അങ്കം 2.) Branding, as of criminals; അങ്കനം അംഗത്തിങ്കൽ KR. 5.

അങ്കലായ്ക്ക aṅgalāykka T. C. So. M. Lament, grieve B.

അങ്കാം aṅgām (P. hangām, season) and അങ്കാമി temporary appointment; അങ്കാം ഗ്രമസ്ഥൻ, അങ്കാമി ആമിൻ MR.

I. **അങ്കി aṅgi** TM. (Tdbh. അംഗിക) Dress that covers the limbs, gown, jacket; ഇരിമ്പങ്കി or അങ്കിപ്പാള V1. mailcoat.

II. **അങ്കി aṅgi** a. T. M. (Tdbh. അഗ്നി.) Fire അങ്കിപെട്ട അടവി പോലെ RC. 38. വരുണൻ അങ്കി അളകേശൻ RC. 67.

അങ്കിതം aṅgiδam S. (അങ്കനം) Marked, spotted (po.)

അങ്കുരം aṅguram S. 1. Shoot, germ (= മുള). 2. a kind of piles Nid. 3. first sign of f. i. വൈരാങ്കുരാരംഭം Mud. symptoms of beginning enmity.

അങ്കുരിതം budded; അങ്കുരിതാരംഭചാരുസൂനങ്ങളും (po.)

Den. V. അങ്കുരിക്ക to bud, chiefly metaphor of love, pride Bhr. എന്നു എന്നുള്ളത്തിൽ അങ്കുരിക്കുന്നു CG. (= തോന്നുന്നു).

C. V. അങ്കുരിപ്പിക്ക = ജനിപ്പിക്ക of shame, jealousy, etc. CG.

അങ്കുശം aṅguśam S. Iron goad (തോട്ടി). നന്നായി മുറുക്കും അങ്കുശങ്ങൾ (po.)

അങ്കോലം aṅgōlam S. TM. Alangium hexapetalum (= അഴിഞ്ഞിൽ), a counter-poison.

കാരങ്കോലം Alangium decapetalum.

അങ്കോലത്തൈലം tantr.

അങ്കോലച്ചാററിൽ അരെച്ചു tantr.

അങ്ങ്രി aṅgri loc. (C. അച്ചി) Pap, teat = കിങ്ക.

അംഗം aṅgam S. (αγγος) 1. Member, part. 2. body = സൎവ്വാംഗം, അംഗം ചാത്തുക to shave a Raja V1. അംഗം അണെക (അംഗാണെക, അംഗ്രണെപ്പു) to gird on a sword, quiver, etc. V1. 3. constituent part, branch; നാലംഗം ഒരു പോലെ സൌഭാത്രം KR. of Ráma and his 3 brothers. കോലസ്വരൂപം ൫ അംഗമായി വിഭാഗിക്കപ്പെട്ടു (Chiracal doc.) 5 branches = ക്രൂവ്വാഷ്ഠ. നാലംഗം = ചതുരംഗം.

Cpds: അംഗച്ഛേദം mutilation.

അംഗജം bodily (po.) അംഗജൻ Kāma.

അംഗദം bracelet of the upper arm = തോൾവള f. i. അംഗദകടകങ്ങൾ KR.

അംഗന well shaped woman (po.)

അംഗന്യാസം ceremony of touching the body, in Sakti worship.

അംഗപ്പട (3) distinct branch of an army, നാലംഗപ്പടയും വരുത്തി AR. 6 (= ചതുരംഗം).

അംഗഭംഗം 1. rupture, loss of limbs. 2. (vu.) quite a member; നി കൎത്താവിന്റെ അംഗഭംഗമായിരിക്കയാൽ. (epist.)

അംഗഭംഗി beauty.

അംഗമൎദ്ദനം rubbing the limbs.

അംഗരക്ഷ (Tdbh. അങ്കരക്ക VI.) 1. armour. 2. garment, jacket.

അംഗരാഗം cosmetics = കറിക്കൂട്ടു.

അംഗവള്ളപ്പൻ (vu. അങ്കാമ്മപ്പൻ) a dangerous swelling of the body (med.) തീയങ്കാമ്മപ്പൻ Erysipelas scrophulosa.

അംഗവികാരം slight disorder (f. i. from pregnancy; അംഗവികാരങ്ങൾ പൊങ്ങി CG.)

അംഗവിക്ഷേപം gesticulation, also അംഗഹാരം VI.

അംഗസംഗം embrace; അ. കൊണ്ടു കല്മഷം വേഷ്പ്പെട്ടു AR.

അംഗസ്ഥിതി (3) a particular conjunction in astrol. മാസംതോറുമുള്ള സൂൎയ്യസംക്രമവശാൽ ഉണ്ടാകുന്ന അംഗസ്ഥിതി ഫലങ്ങൾ Tr P.

അംഗഹീനൻ maimed.

അംഗണം, അങ്കണം aṅgaṇam, aṅgaṇam S. Court, yard, (also apartment ഈ കോവിലകത്തു് എത്ര അംഗണം ഉണ്ടു? VI.)

അംഗാരം aṅgāram S. Live coal, coal, അംഗാരവട്ടക (S. അംഗാരധാനി) portable grates VI.

അംഗാരകൻ the red planet, Mars.

അംഗാരകാരകന്റെ കാൎയ്യം കാട്ടുക Bhr. do a collier's work, burn roots and branches.

അംഗിരസ്സ് aṅgirassu S. (G. ἄγγελος) A kind of demigods.

അംഗീകരണം, — കാരം aṅgīγaraṇam, — γāram S. (അംഗ yes) Consent, assent, admission.

അംഗീകരിക്ക 1. to consent, assent, approve. 2. receive, f. i. into caste; അന്യായം അംഗീകരിക്ക MR. receive a complaint. 3. to embrace (= ഭോഗിക്ക) ഗംഗാസമുദ്രങ്ങൾ തങ്ങളിൽ സംബന്ധം അംഗീകരിച്ചു Nal.

അംഗുലം aṅgulam S. 1. Finger, toe. 2. middle finger VI. also thumb (അംഗുലവിരൽ, അങ്ങിവിരൽ thumb VI.) 3. an inch (of 8 യവ); അംഗുലം തൊണ്ണൂറാറായുള്ളൊരു ശരീരം KR. 5. Rāma's height; നാല്പത്തെട്ടിരട്ടിച്ച ഒരംഗുലപ്രമാണമാം നല്ലടൽ V. Ch.

അംഗുലി finger അംഗുലീയം finger-ring മൂന്നംഗുലീയപ്രമാണം ഗുളത്തിൽ നടത്തുക a. med. (= അംഗുലം.)

അംഗുഷ്ഠം S. thumb, അംഗുഷ്ഠതുല്യനായി reduced to the size of an inch AR. 5. പാദാംഗുഷ്ഠവും ഊന്നി Bhr. resting on the toes (a tapas).

അംഘ്രി aṅghri S. (അംഘ് to go) Foot, root (po.)

അങ്ങാടി aṅṅāḍi 5 (അങ്ങ് അംഗം + ആട്ടം) 1. Shop, in Mal. rather അങ്ങാടിപ്പീടിക. 2. market street, bazaar, town, village (in many N. pr. f. i. പുതിയങ്ങാടി, etc.)

Cpds. അങ്ങാടിക്കാരൻ shopkeeper.

അങ്ങാടിച്ചരക്കു or വാണിഭം merchandise; ആടറിയുമോ അ. (prov.)

അങ്ങാടിത്തോല്വിയം being tricked in buying or selling (prov.) CG.

അങ്ങാടിപ്പാട്ടു the talk of the town; കോട്ടയിൽ ഉപദേശം അങ്ങാടിപ്പാട്ടായ്വന്നു (prov.) CG.

അങ്ങാടിമരുന്നു drugs (opp. പച്ചമരുന്നു.)

അങ്ങില്ലാപ്പൊങ്ങ് aṅṅillāppoṅṅu An aquatic plant (wanting അംഗം or അംഘ്രി) അ-ങ്ങിന്റെ വേർ കിളെക്ക (prov.) doing what is neither required nor possible.

അങ്ങു aṅṅu (T. അങ്കു from അം) 1. There, thither; അങ്ങുപോയാൽ = after death. 2. you (opp. ഇങ്ങു) dat. അങ്ങേക്കു, അങ്ങേത്തൃക്കൈ KU. your Highness' hand; ഞങ്ങൾ അങ്ങല്ലൊ കേൾപ്പിക്കുന്നു TR.

Cpds. അങ്ങനെ, അങ്ങിനെ (അനൈ) that way, thus; അങ്ങനെ എന്നു് അവളും ചൊന്നാൾ AR. 6. yes. കള്ളുകുടിച്ചങ്ങനെ ചാഞ്ചാടുന്നു PT. 1. (= വെറുതെ) — അങ്ങനത്തെ such.

അങ്ങിട്ടു് there, അങ്ങിടിങ്ങിട്ടു് here and there.

അങ്ങുന്നു (നിന്നു) 1. thence, there; അങ്ങേപ്പുറം the other side. 2. you there (hon.) അങ്ങുന്നു ഞങ്ങളോടു കല്പിച്ചു TR. your majesty; അങ്ങുന്നരുളിച്ചെയ്യു also his majesty.

അങ്ങൂട്ടു, അങ്ങോട്ടു (ഊട്ടു, ഒട്ടു) there; അന്വേഷിച്ചങ്ങോട്ടിങ്ങോടന്യനാരികൾ AR.

അങ്ങേടം (ഇടം) that place.

അങ്ങേയവർ, അങ്ങോർ these, they.

അങ്ങോട്ടു (പട്ടു) thither. തമ്പ്രാൻ അങ്ങോട്ട് ഉണൎത്തിച്ചു informed the king KU. അങ്ങോട്ടേക്കു പറഞ്ഞയച്ചു TR. to your Highness. അങ്ങോട്ടും ഇങ്ങോട്ടും വാക്കുണ്ടായി TR. on both sides. ശപിച്ചതിന്ന് അങ്ങോട്ടും ശപിപ്പൻ Bhr. in return I curse thee.

അചഞ്ചലം, അചപലം ajañjalam S. Firm.

അചരം ajaram S. Not moving (in ചരാചരം).

അചലം ajalam S. Immoveable, mountain f. i. സഹ്യാചലം N. pr. the Western Ghauts.

അചിത്തം ajittam S. Without mind, disinclination V1.

അചിന്ത്യം ajinďyam S. Unimaginable; കൎമ്മങ്ങൾ ഓരൊന്നവൻ ചെയ്യുന്നു അചിന്ത്യങ്ങൾ KR.

അചിരം ajiram S. Not long. അചിരാൽ soon (po.)

അചേതനം ajēďanam S. Irrational, unconscious.

അച്, അച്ച് aǰu, aččụ S. A vowel (gram.)

അച്ചം aččam TM. (√ അഞ്ചുക) Fear, dismay (loc.)

അച്ചടക്കം shyness, modesty (മെയ്യടക്കം).

അച്ച ačča (T. ആത്തൾ) Mother; അച്ച തന്റെ മുല നല്ലെണം VCh.

അച്ചൻ TM. (T. also അത്തൻ. C. Tu. അജ്ജൻ) 1. father, lord; used chiefly hon. അച്ചന്റെ പുരം Nal 3. my father's house. 2. title of males in royal families f. i. in Pālacāḍu കൊമ്പിയച്ചൻ TR. the minister of Calicut Rajah മങ്ങാട്ടച്ചൻ, of Cochin പാലിയത്തച്ചൻ, of Nayer chiefs കളക്കാട്ടു നാലർ അച്ചന്മാർ TR. (in Curumb.) of the 60 heads of Urāḷer (Cal.); even of monkeys കരടിച്ചൻ PT. അച്ചനപ്പേരൊന്ന് TP. oath.

അച്ചി C. Tu. M. 1. mother (= അച്ച) അച്ചി കുട്ടിയിനെ രക്ഷിക്കും പ്രകാരം TR. 2. Nayer woman V1. 3. female of animals etc. അച്ചിത്തട the plantain stem surrounded by its offspring (കന്നു). അച്ചി കടിച്ച പല്ലു കുട്ടിയും കടിക്കും prov.

അച്ചാരം aččāram T. M. Te. (C. Te. അച്ചു be indebted, pay money) Earnest money, advance given to ratify a bargain. മകളെ രാജാവിന്ന് അച്ചാരം വെച്ചു betrothed Ti.

അച്ചാറ് (P. achār) Pickles KU.

അച്ചി ačči 1. see under അച്ച. 2. Atcheen; hence അച്ചിക്കുതിര or മട്ടക്കുതിര.

അച്ചിങ്ങ aččiṅṅa 1. = അത്തിങ്ങ Green figs V1. 2. very young beans, also അച്ചിളിങ്ങ V2.

അച്ചിരി ačćiri 1. (Tdbh. അശ്രീ) Worthless, insubstantial V1. അച്ചിരിവഴി unlucky way = ദുരവസ്ഥ V2. അച്ചിരി പൂണ്ടു = മുഖവാട്ടത്തോടെ. 2. (from അച്ചം) അച്ചിരിപ്പൂണ്ക to smile bashfully. കേട്ടിട്ടച്ചിരി വരുന്നാകിൽ Bhr. അച്ചിരീചിരിക്കയും Bhg. sneer.

അച്ചു aččụ 5. (Tdbh. അക്ഷം) 1. Sign, type. 2. mould, ഉണ്ട വാൎക്കുന്ന അച്ചു for bullets, അച്ചു കൊത്തുക TR. for coining. അച്ചും നെല്ലും royal revenue. നായൎക്ക് അച്ചും അരിയും കുലിച്ചേകവും കൊടുത്തു KU. 3. വണ്ടിയച്ചു axle tree, also അച്ചി (ൽ) ത്തടി. 4. weaver's reed or stay, നൂൽ അടുപ്പിപ്പാൻ അച്ചു. 5. a mistake (= തെറ്റു). അക്ഷരശ്ലോകം ചൊല്ലീട്ട് അച്ചു കൊള്ളുക നിശ്ചയം (po.) 6. a little snail (T. നത്ത്, അചറു).

Cpds. അച്ചടി (1) printing. അച്ചടിക്കുപ്പായങ്ങൾ chintzes Nal 3.

അച്ചടിക്ക 1. print, stamp. 2. to mould (= കരുപിടിക്ക.)

അച്ചടിക്കാരൻ printer.

അച്ചുകുത്തു type-cutting.

അച്ചുകോൽ ramrod (and അച്ചുകുറ്റി).

അച്ചുക്കൂടം printing-press Tr P. (= അച്ചടിയന്ത്രം.)

അച്ചിത്തടി (3) axle-tree; ഉരുളകൾ ആണികൾ പാരം ഉറെച്ചുള്ളൊരച്ചിത്തടികളും നേരെ മുറിച്ചു KR 3.

അച്ചുതണ്ടു axle-tree, axis. ആദിത്യരഥചക്രത്തിന്റെ അച്ചുതണ്ടു മേരുതന്റുകളിലും മാനസോത്തരഗിരിതന്മേലും കൂടയല്ലൊ. Bhg 5.

അച്ചോ aččō (Voc. of അച്ചൻ?) Interj. of surprise, pain = അയ്യോ. അച്ചോ കേൾ VC. hear oh friend, also അച്ഛോ VyM.

അച്യുതൻ ajyuďaǹ S. (not falling) Vishṇu. അച്യുതി constancy V1.

അച്ഛം aččham S. Dear, transparent, pure; അച്ഛമാം ഒരു പക്ഷി അച്ഛശീലന്മാരെ രക്ഷിക്കും Kei N 2.

അച്ഛൻ aččhaǹ (= അച്ചൻ modern) 1. Father. അച്ഛൻ എന്ന് ഉണ്ണികൾ എന്നെ വിളിച്ചിട്ടും SG. അച്ഛാ എന്നിങ്ങനെ ചൊല്ലി കേണു CG. (a child when flogged). 2. mother's brother V1. 3. Sir.

അച്ഛച്ഛൻ, അച്ഛമ്മ father's parents (Caun.) അച്ഛി = അച്ചി mother, lady V1.

അച്ഛോ = അച്ചോ f. i. അച്ഛോ എന്നെ കൊല്ലുന്നുവോ MR.

അച്ഛിന്നം aččhinnam S. Undivided; അച്ഛിന്നഭക്ത്യാഭജിക്ക Si P 3.

I. **അജം ajam** S. Unborn, അജൻ Brahma.

II. **അജം ajam** f. അജ (αγος, leader S. അജ് αγ(ω)) Goat. അജഗരം S. a boa = പന്നഗം Bhg. അജമേധയാഗം sacrifice of goat MC. അജപാലൻ goat-herd. അജഗജാന്തരം (prov.) difference between goat and elephant.

അജയം ajayam S. = അപജയം Defeat. പിള്ളാട്ടു കാണാം ജയവും അജയവും Bhr 7.

അജരം ajaram S. Never getting old (po.)

അജസ്രം ajasram S. Uninterruptedly; അജസ്രം കാമങ്ങൾ അനുഭവിക്ക KR.

അജാഗ്രത ajāgraďa S. Carelessness.

അജിനം ajinam S. (II അജം) Hide used as seat (po.)

അജിരം ajiram S. (running √ അജ) Yard f. i. of houses, battle-field, അജിരം താടിച്ചു തളിച്ചു (po.)

അജിമാശി (P. āzmāish) Examination, rough calculation (of produce). അജിമാശിക്കചെന്നു ശോധന ചെയ്തു, പൈമാശിക്കും അജിമാശിക്കും പോകുന്ന കാൎയ്യസ്ഥന്മാർ MR.

അജീൎണ്ണം ajīrṇam S. (not worn out) Indigestion, also അജീൎണ്ണത.

അജീവനി ajīvani S. Death. അജീവി dead V1.

അജേയൻ ajēyaǹ S. Invincible. വാനവരാലും അജേയൻ AR 6.

അജ്ഞൻ ajńaǹ S. Ignorant. അജ്ഞത ignorance, അ. പോക്കിനാൻ വാക്കുകൊണ്ടു CG.

അജ്ഞാതം unknown, അജ്ഞാതവാസം കഴിക്ക living incognito Bhr.

അജ്ഞാനം ignorance, chiefly religious.

അജ്ഞാനി ignorant, pagan.

അജ്ഞേയം not to be known (po.)

അഞ്ചം aṅjam A cup, small vessel (med.)

അഞ്ചലം aṅjalam S. (√ അഞ്ച് bend) End, border. ജിഹ്വാഞ്ചലേ (po.) = നാവിൻ അഗ്രത്തിൽ.

I. **അഞ്ചൽ aṅjal** 5. (a C. to divide = അംശം) Orig. a stage, relay; now letter-post. അഞ്ചൽ ഓട്ടുക to run post. അഞ്ചൽക്കൂലി postage. അഞ്ച(ൽ)പ്പുര post-office, അഞ്ചല്ക്കാരൻ post-runner. അഞ്ചൽ വഴിക്കു കൊടുത്തയച്ച കത്തു, അഞ്ചലിൽ അറിയിക്കാൻ TR.

II. **അഞ്ചൽ** V. N. of അഞ്ചുക.

അഞ്ചിതം aṅjiďam S. (√ അഞ്ച്) 1. Honored, revered. അഞ്ചിതമായുള്ള പുഞ്ചിരിതൂകീട്ടു CG. 2. (as if from അഞ്ചുക) the feeling of awe. തിങ്കൾ ആ പുഞ്ചിരിത്തൂമകൊണ്ട് അഞ്ചിതമായി CG. felt himself defeated. 3. adv. awfully. അമ്പുകൾ തന്മേൽ അഞ്ചിതം പൊഴിയപ്പൊഴിയ RC. 88.

അഞ്ച് aṅjụ M. (T. corruption of ഐന്തു, see ഐ) ആകുന്നതഞ്ചും വിലക്കി ഞാനോ TP. remonstrated often enough.

അഞ്ചെട്ടാളുകൾ VyM. some persons.

Cpds. അഞ്ചടി a short (moral) song.

അഞ്ചമ്പൻ having 5 arrows, Kāma, also അഞ്ചലരമ്പൻ (po.) അഞ്ചാം fifth, അഞ്ചാമൻ, അഞ്ചാമതു.

അഞ്ചാംപനി measles, catarrh V1.

അഞ്ചാം പുര the 5th or additional room in a native house, used for stores and as prison. അഞ്ചാം പുരയിലാക്ക shut up in it, as a woman suspected; അഞ്ചാം പുരയിൽ കടന്നു TP.

അഞ്ചാൻ a measure (?) നെല്ല് അഞ്ചാനാൽ ഇടങ്ങാഴി ൧൦൦ എന്നു നിശ്ചയിച്ചു TR.

അഞ്ചുതെങ്ങ Anjengo, fortified by the English in 1694 TR.

അഞ്ചുവണ്ണം N. pr. the seat of the original Jewish colony (Syr. Doc.) Pai.

അഞ്ചുക añjuγa TM. (അഞ്ജു C. Tu. ജംഗു Te.) 1. To fear, despair. അഞ്ചി ഓട്ടം വിധൌ Bhr 7. അഞ്ചാതെ വന്നു VetC. came without fear. 2. (po.) to concede superiority. പാലഞ്ചും പുഞ്ചിരി CG. പാലഞ്ചും മൊഴിയാളെ Vet C. കാറഞ്ചും വേശമോടെ Bhr.

VN. അഞ്ചൽ and അച്ചം awe, fear q. v. നെഞ്ചിൽ തഞ്ചിന മൎഅഞ്ചൽ ചഞ്ചലനം Gu P.

അഞ്ജനം añjanam S. (അഞ്ജ് anoint) Ointment, chiefly of eyes, lampblack, antimony (പുഷ്പാഞ്ജനം brass calx, രക്താഞ്ജനം, നീല അ. ഹേമ അ. a med. സ്രോതാഞ്ജനം GP. etc.)

അഞ്ജനക്കല്ല് antimony sulphurate GP 75. used med. and to discover thefts or treasure; hence അഞ്ജനം പാൎക്ക or കൈക്ക് അ. ഇട്ടിട്ടു നോക്കുക.

അഞ്ജനക്കാരൻ a conjuror.

അഞ്ജനവൎണ്ണൻ, അഞ്ചനവൎണ്ണൻ Crishṇa, = കാൎവ്വൎണ്ണൻ CG.

അഞ്ജലി añjali S. The cavity formed by putting the hollowed palms of both hands side by side (=തൊഴുകൈ) chiefly for adoration. അ. കൂപ്പുക, പുഷ്പാഞ്ജലി (po.) അഞ്ജലിബന്ധം ചെയ്തു തൊഴുതു KR. അ. ചേൎത്തു നമസ്കരിച്ചു Bhr.

അഞ്ജസാ añjasā S. (by way of gliding) Straightway (po.)

അഞ്ഞായം = അന്യായം TR.

അഞ്ഞാഴി (അഞ്ച് = ഐം) **aññāḻi** 5 Nāḻi, 1¼ measures. അഞ്ഞാഴിയും പുല്ലായും a fee on feast days (Trav.)

അഞ്ഞൂറു aññūru 500. അഞ്ഞൂറാൻ A subdivision of Nāyers TR. (in Iruwenāḍu). അഞ്ഞൂറുകാർ (and — റന്മാർ) Roman converts from Tier, Fisher and similar castes (Cochin).

അട aḍa 5. (√ അടു be contiguous, close) What serves as a rest or bar. 1. a lamp. 2. a cake made of ഉഴുന്നു GP. 3. a lock V1. 4. incubation B.

Cpds. അടക്കല്ല്, അടുടാല, അടക്കോൽ V1. anvil of goldsmiths.

അടക്ക, അടെക്ക (കായ്) MC. Te. 1. betlenut, Port. "Areca" (the tree കമുങ്ങു) ൧൦൦൦ അടെക്കെക്ക് ൫൦ റെസ്സ് കാണ്ടു TR. (assessment of 1798). prepared betlenuts കളിയടക്ക, വെട്ടടക്ക. — അടക്ക ആകുമ്പോൾ മടിയിൽ വെക്കാം (opp. കഴുങ്ങായാൽ) prov. 2. (loc.) testicle.

അടക്കാമണിയൻ (അടക്ക വാണിയൻ വേർ a med.) Sphæranthus Ind. GP. 61. kinds ചെറിയ — വെളുത്ത — Celosia argentea Rh. മഞ്ഞച്ച അ. Conyza Ind. Rh.

അടക്കളം T. SoM. Shelter, അ. കൊടുക്ക grant, protection V1.

അടക്കാവ് Shelter; അടക്കാപ്പക്ഷി the sparrow, fringilla domest. (a good omen); also a child may be called by its mother അടക്കാപ്പക്ഷി.

അടകൊതിയൻ കിഴങ്ങു aḍaγoδiyaṅ kiḻaṅṅu (or അടവതിയൻ പാല, അടപൊതിയൻ GP. 60.) Asclepias annularia, med. in eye-diseases.

അടപ്രഥമൻ a certain condiment B.

അടമരം Terminalia Cadappa Rh.

അടമഴ T. incessant rain (see അടൽമഴ).

അടമാറി 1. inequalities of ground (?) MR. 298 (in doc. style). 2. any small bit of ricefield, much used for rearing riceplants (Palgh.) = പൊററ, പള്ളിഞായൽ.

അടവഴി way between two hedges V1.

അടക്കം aḍakkam V. N. (അടങ്ങുക) 1. Being contained. എന്നിങ്ങനെ കവിയടക്കം KU. thus says the tradition. — 2. (old) all, the whole. നഗരം അടക്കം ചുട്ടുമുടിച്ചു, വീരർ തമ്മെയും ഒക്കടക്കം മുടിപ്പെൻ RC. ചരക്ക് അടക്കം കൊണ്ടു V1. purchased the whole of the goods. അന്നടക്കം അനന്ത്രവരെയും മുന്നിൎത്തി (doc. alias അന്നടുക്കം) with the consent of all then living heirs. 3. possession, enjoyment; വീട്ടുമ്പെ കാരണോർ കാലം അടക്കം ചെയ്യോണ്ടിരിക്കുന്നു TR. മയ്യഴികമ്പഞ്ഞിക്കാരിൽ അടക്കമാമ്മുന്നു, ഏറമാരി എപ്പേർപ്പെട്ടതും അടക്കമായി (doc.) ആൾ അറുതിവന്നാൽ അങ്ങോട്ടും ഇങ്ങോട്ടും അടക്കമത്രേ ആകുന്നു TR. in case of one branch dying out the other inherits. വയനാടടക്കം തരുവൻ TP. നാടടക്കം സർക്കാരിലേക്കു; കോട്ടയെ അടക്കം ചെയ്തു KU. took possession of the fort. 4. self-control, modesty, chastity V1. secrecy. മനസ്സിന്നടക്കം VCh. അടക്കം ചേർമുനിവർ RC. the austere Rishi; അടക്കമുള്ള മങ്കയരിൽ മുമ്പുടയിവൾക്കു RC 117. Sīta the most chaste.

അടക്കക്കാരൻ proprietor.

അടക്കു V1. = അടക്കം 4.

അടങ്ങുക aḍaṅṅuγa 5. (√ അട്ട) v. n. 1. To be pressed down, enclosed, contained. ചോറടങ്ങി is swallowed. വാരിധികുള്ളിൽ അടങ്ങിയ ഭൂമി Mud. enclosed by the sea. കടയിൽ അടങ്ങി took shelter under. മൂവർ ഒരു കടക്കീഴ് അടങ്ങുമോ. 2. to submit, yield, be possessed, ruled. അവർ അടങ്ങി yielded. കമ്പഞ്ഞിയിലേക്ക് അടങ്ങേണ്ടു ചുങ്കം TR. (= അടയുക). വസ്തുവക ദേവസ്വത്തിൽ അടങ്ങി പോന്നു TR. പറമ്പടങ്ങുന്നില്ല does not yield. 3. be controlled, proportioned; കാടെക്ക് അടങ്ങിയ വടി (prov.) വെററിലെക്കടങ്ങാത്ത അടക്കയില്ല. prov. 4. be allayed, calmed. എന്നാൽ ചുര അടങ്ങും a med. (= ഇളെക്കും). നിന്നെ തിന്നാൽ വിശപ്പടങ്ങും UR. മന്ദം അടങ്ങുന്ന കോപം Mud. 5. to rest, cease, be silent; ശ്വാസം അടങ്ങി died. നിന്നുടെ രൂപം സൃഷ്ടിച്ചടങ്ങി പിതാമഹൻ എന്നു തോന്നീട്ടും KR. എന്നടങ്ങി, ഉരെരത്തടങ്ങും; നീ എന്തടങ്ങിനില്ക്കുന്നു KR. why standest thou silent. കേട്ടടങ്ങിടേണം listen attentively. അധികാരം വെച്ചടങ്ങി പാൎക്ക Mud. live retired. വില്ലു വെച്ചടങ്ങിയാൻ Bhr. gave up the job. ആയുധങ്ങൾ അടങ്ങി വസിക്കുന്നു Nal. rust from peace. വാതിൽ അടങ്ങി ചാരികൊൾ്ക shut gently. അടങ്ങ Inf. (= അടക്കം 2.) അടങ്ങമുടിത്തു RC. made to cease entirely.

അടങ്ങൽ, അടങ്കൽ the whole contents (= അടക്കം 2.) അടങ്കൽ കാണ്ക form an estimate B.

അടങ്ങാത്ത unmanageable, disobedient, etc.

C. V. അടങ്ങിക്ക make to submit, enclose V1.

അടക്കുക, ക്കി 5. v. a. 1. To press down. വക്രത്തിലാക്കി അടക്കും AR 6. swallow. 2. subdue, possess, enjoy as property. നാടടക്കുന്ന കോയ്മ TR. the actual Government. നിലമ്പറമ്പടക്ക to secure, use the crops. കണ്ടവും പറമ്പും കൊത്തി അടക്കിയതിനാൽ കഴിക്കുന്നവനായിരുന്നു lived from cultivation TR. ബ്രഹ്മസ്വം അടക്കി KU. usurped. കമ്പഞ്ഞിയിൽ അടക്ക TR. confiscate. പണം പിരിച്ചടക്കി TR. (= അടെപ്പ) ചന്ദ്രം മൊന്നും അടക്കിക്കൊൾക KU. conquer and rule. ജീവിതം അടക്കി കൊടുക്ക KU. pay up all his salary. 3. control, repress. മനസ്സടക്കുവാൻ കഴിവു കാണാഞ്ഞു KR. could not contain themselves. ചക്ഷുരാദികളെ, പഞ്ചേന്ദ്രിയങ്ങളെ അ. പ്രാണങ്ങളെ പ്രാണവാന്മാരേ ചേൎത്തടക്കി Bhg. by mortification. കാളിനെ, ഗുളികനെ അ. to subject demons by mantras. ദുശ്ശീലം അടക്കി വെപ്പാൻ CC. correct an unmannered child. ദുൎവ്വീൎയ്യം അടക്കുവാൻ AR 4. punish. ശാസിച്ചിട്ടാകിലും യാചിച്ചിട്ടാകിലും പാതിച്ചവണ്ണം അടക്കേണം നി CG. പറഞ്ഞടക്കുക Bhr. restrain. സങ്കടങ്ങൾ അടക്കി TR. suppressed our grievances. 4. to allay, quiet; നിന്മലം എല്ലാം അടക്കും UR. എനിക്കു വിശപ്പടക്കേണം ഭവാന്മാരാൽ AR. must still my hunger with your flesh. പറഞ്ഞടക്കിനാൻ AR 4. comforted. CV. അടക്കിക്ക f. i. ഒരു കോല്കൂടക്കിച്ചു KU. caused the country to be ruled by an equal sceptre.

അടച്ച് see under അടയുക.

അടനം aḍanam S. (√ അട്) Erring about (po.)

അടന്ത aḍanda T. M. a mode of beating time in music B. (see താളം) Bhg.

അടപ്പ see അടെപ്പ.

അടപ്പം, അടപ്പൻ aḍappam, aḍappaṅ 5. (C. ഹഡപം) 1. Betel purse, chunam pouch = കരണ്ടകം, നൂറിടുന്ന പാത്രം; hence അടപ്പക്കാ

ർ KR. betel servants. അടപ്പപ്പട്ടം a court charge V1. 2. a stopper, cork B. (= അടപ്പു). 3. barber's dressing case, also അമ്പട്ടൻ അടപ്പു (taxed).

അടമാനം adamānam T. So M. (അട) 1. Pawn, mortage. 2. അടമാനം തന്നു (= അടെച്ചു) gave in full.

അടമ്പു, അടുമ്പു adambu, adumbu T. M. Convolvulus pes capræ or Lagerstroemia reginæ (ചുവന്ന) — വെള്ള — Conv. flagellif. Rh.

അടയാളം adayāḷam 5. Mark, sign. അടയാളം ഇടുക to mark. അടയാളപ്പെടുത്തയക്ക AR 6. dismiss the enemy with some mark, a wound etc. N. നായരെ അടയാളം the letter of Nāyer N. is as follows. രാമരും കണ്ണനും കൂടി കയ്യാൽ അ. joint letter of R. & C. (TR.)

അടയുക, ഞ്ഞു adayuγa T. M. C. (അട) n. v. 1. To be shut, shut up. മൃത്യുദ്വാരം അടഞ്ഞു Nid. വാതിൽ അടഞ്ഞില്ല would not shut. ചെകിടടയും Bhr. the ear is stunned. 2. to be enclosed, get into, come into possession. എനിക്കു കടം, പൊലു etc. അടഞ്ഞു പോയി I have received. (= തന്നു ബോധിച്ചു), esp. of the collection of taxes. നികിതി നേരായി വന്നടയും TR. ശദ്ധുവിനു (കിസ്തിന്നു) അടയാത്ത പണം etc. (sometimes = അടങ്ങുക). 3. a. v. (T.) to obtain, രാജാവു മഹത്തായുള്ള ധൎമ്മം അടഞ്ഞിട്ടും KR. പിതാ വൈവശതി അടഞ്ഞു KR 2.

അടയ Inf. (= അടങ്ങ) all. അടയ സംഹരിച്ചു Bhr. ഉള്ള പൊതൽ അടയ കൊണ്ടു Bhr.

അടയലർ T. a M. (unsubmitting) enemies. അടെയലക്കഞ്ചി RC 34. അടയലരുടൽ പൊടിച്ചെയ്യു RC 52.

V. N. **അടവു** T. M. C. (obtaining) 1. Regular custom = ആചാരം. 2. buying daily a stated portion on monthly account. നെല്ലു, പുല്ലു, വെണ്ണ അടവു കൊടുക്ക. 3. money that has come to hand; (= വസൂൽ) അ. കത്തുക to sum up an account B. 4. dexterity, acquirement. അടവുകൾ കാട്ടിയാൽ Bhr. അടവുകൾ പിഴെച്ചു he failed in examination. അടവറുക്ക be perfect in any art V1. അടവറുക്കപ്പെട്ടതു a perfect thing V1. 5. esp. instruction in playing or fencing V1. — den. V. അടവിക്ക to buy the whole, f. i. of a ship's goods; obtain the monopoly of selling tobacco etc. within a Rajas territory V1. 6. T. manner (= പ്രകാരം) ഇടിപൊടിയും അടവു Nal.

അടെക്ക, ച്ചു a. v. 1. To shut, obstruct, block up. വാതിലടെക്ക, അടെച്ചുറപ്പില്ല MR. no locked door. കടിയിൽ അടെച്ചു കിടക്കാൻ അയക്കയില്ല TR. rioters leave us no night's rest. ദൃഷ്ടി അടച്ചു കിടക്കുന്ന ബാലൻ GS. dead; കണ്ണടെക്കാതെ പാൎത്തു looked into the sun. കണ്ണടച്ചു വിചാരിക്ക Nal. കുടികൾ അടെച്ചു കെട്ടി മുദ്രയിടുക TR. the houses of renitent subjects; വായി അ. കാൎയ്യം അ. etc. 2. to take in, receive, collect, put up. റികിതി എടുത്തടെക്ക, കച്ചേരിയിൽ അടെക്ക, എന്റെ കൈക്കു ഏതാനും പണം അടെച്ചിട്ടുണ്ടു TR. collected for Government. 3. to pay down (as an instalment), put into a bank. മുതൽ അടെക്കുമ്പോഴം വാങ്ങുമ്പോഴം (doc.); to conclude an account V1. 4. v. n. to be shut, rendered impervious. ബാറി പോയ വഴിയും അടച്ചില്ല KR. the way which B. went is still open, I may kill thee as well as him. ഒച്ച അടെച്ചുപോം Nid. ഒച്ച അടെക്കുന്നതിന്നു മാഷാദി നെയി നന്നു a med. വെടി കൊണ്ടു ചെവി അടച്ചുപോയി stunned (= അടയുക). മിഴ്ഗജങ്ങൾക്കു ചെവി അടെച്ചു Bhr. ഇരിനിൽ അടെച്ചുത് ഉളെക്കും a med. അവനുമായി മച്ചകം തന്നിൽ അടെച്ചു കൊണ്ടു CG. being shut up with him in the room. മഴ ഇരിട്ടടെച്ചു കൊണ്ടു വരുന്നു and ഇരിട്ടടച്ചിരിക്ക be very dark, be in the dark; ഇരിട്ടടച്ചീടിന പലവഴി VCh.

അടെച്ചു വാറി A vessel into which water is strained from the boiled rice.

അടച്ചുറി (ഊറുക) Lid of a pot serving as strainer (also അടപ്പു, അടവാകം കലം).

അടെപ്പു, അടപ്പു V. N. 1. Obstruction, കല്ലടപ്പു gravel, ഒച്ചയടപ്പു hoarseness.

2. whatever stops, covers, closes a hole. വിസ്മ യമായ ഗ്രഹ ശിലകൊണ്ട് അടപ്പായതു KR., lid or cover of a pot, jar. 3. = അടപ്പം 2 and 3.

അടെപ്പിക്ക C.V. Cause to lock or shut; വിശപ്പം ഉരിട്ടടപ്പിച്ച CC. പണം എട്ടപ്പിച്ചടപ്പി ക്കാറാക്കി TR. (from അടെക്ക 2.)

അടരുക, ൎന്നു vu. ന്നു. adaruγa (C. to pounce, T. to grow thick Te. to shine — √ അട) To burst, crack, slit off, fly open — അടൎന്നൊരു കൊമ്പു Bhr. അടൎന്നു വേരോടെ Bhr. a tree. തോൽ അടൎന്നു പോയി. കമ്മായം അടൎന്നു വീണു from a wall. പല്ല് അടൎന്നു, പാത്രത്തിന്റെ വ ക്ക് അടൎന്നു, etc.

അടർ 1. = അടൽ war. 2. a splinter, as of wood, bone, stone.

അടൎച്ച V. N. splitting, a crack. a. v. അടൎക്ക, ത്തു (old) അടൎത്തുകൊണ്ടു പോന്നാൻ സുഗ്രീ വൻ കിരീടങ്ങൾ Bhr. tore off; അടൎത്തച ലങ്ങൾ, മരങ്ങൾ RC 9. കുന്നിൻ കൊടുമുടി അടൎത്തെടുത്തു AR 6.

അടൎത്തുക vu. അടത്തുക to split (ആന കൊമ്പു കളെ), tear off. മുരിങ്ങ അടൎത്തി MC. opened an oyster.

അടൽ adal T. M. (C. Te. terror) from അട. 1. Closing with combat, fight. കടലോടടൽ കരു തും ഒരു കടലോടു സമാനമായി Bhr. like a sea battling with a sea. അടൽ ചെയ്യുമ്പോൾ RC. അടൽതാറ RC. അടല്ക്കളം Bhr. battle-field; അടല്ക്കുവന്തു വീണു RC. 2. emulation (= അങ്കം) അതിനോടടൽ പൊരുതല്ലൽ grief comparable to. 3. incessant (of rain) സലിലധരനികരം അടല്ച്ചു പൊഴിയുംവ ണ്ണം Bhr.

അടലർ enemies. അടലാർകാലൻ, അടലാര ല്പോക്കുളത്തിൽ ഒടുക്കുവൻ RC.

I. അടവി adavi S. Forest, jungle (C. Te. അ ഡവ്യ T. അടർ close from അട) ദാനവാടവീദ വ KR. thou consumer of the Asuras.

അടവികച്ചൂരം (or — കച്ചോലം) a Curcuma, ചണ്ഡകിഴങ്ങു.

II. അടവി (= അടവു 4. see അടയുക) dexterity, cleverness.

അടാന്ന adanna അടീ f. അടോ hon. T. M. interj. Calling persons of lower rank, better എടാ etc. വരികെടോ CC. = എടോ.

അടാമ്പടി adāmbadi (അടവാംപടി) Orderly, successively B.

അടി adi T. M. C. Tu. (Te. അഡുഗു) √ അട. What comes in contact. 1. bottom, base, beginning. മരത്തിന്റെ. മലയുടെ അടി foot. അ തിന്റെ അടിക്ക വെച്ചു (jud.) put under it, തേങ്ങ കൂട്ടിയതിന്റെ അടിക്ക (jud.) under a heap of nuts. കണ്ടം അടി ആറുക field to be well dried for sowing. അടിതുടര ഒക്ക പറഞ്ഞു all from the commencement. അടിയോളം നന്നല്ല prov. 2. sole of foot, footstep, measure of a foot. അടി പറിഞ്ഞു, മറിഞ്ഞു sprained ankle. അടി നോക്കി നടക്ക follow footsteps. അ ടിമുടിയോടിടയിൽ അടികൊണ്ടു Mud. was beaten from head to foot. മൂന്നടി മണ്ണു യാചിച്ചു മൂന്നു ലോകം മൂന്നടിയായിഅളന്നു AR 6. Vāmana. മൂലോകം മൂന്നടിയാക്കിയളന്നു CC. compassed the three worlds with 3 steps. മൂന്നാം അടി the 3rd time or turn. 3. foot, metre in അഞ്ചടി. 4. foot as object of adoration (see ചേവടി, തിന്തി രുവടി,) വേണാട്ടടികൾ the king of Vēnādu, Trav. അടിയിൽ വീണുവണങ്ങി AR 5. and അടി പണിയുക, വണങ്ങുക, ചെന്ന് അടി കമ്പിട്ടു Mud. 5. blow, stroke. പുറത്തു ചൂരൽകൊണ്ടു ൫൦ അടി അടിച്ചു TR. എന്നെ അടി തുടങ്ങി, തമ്മിൽ അടി കൂടി, ഞങ്ങൾ തമ്മിൽ അടിയും പിടിയുമായി came to blows. അടികൊണ്ടു was beaten. 6. sweeping the house അടിയും ത ളിയും KU.

Cpds. അടികലശൽ (5) assault, അവനെ അ. ചെ യ്തു assaulted him MR.

അടികിടാവ് (1) first child V1.

അടിക്കടി (2) at each step, repeatedly (5) അ. കഴിക്ക retaliate, blow for blow.

അടിച്ചരക്ക (1) ballast V1.

അടിച്ചവർ (6) sweepings of a house.

അടിത്തിരി (4) a class of Brahmans, preservers of the holy fire.

അടിനാശം വന്നു PP. (1) lost his standing ground = അടിയററു.

അടിപരത്തുക (2) to walk (hon. of Caymals) V1.

അടിപ്പടവു the bottom step, foundation.

അടിപ്പായൽ a certain game V1.

അടിപ്പിടി (5) quarrel.

അടിപ്പെടുക (1) to come down, fall. (= അടിയുക). വലയിലടിപ്പെട്ടു PT. 2. ഇടിയൊലി അടിപെട ആൎത്തനൻ RC. roared louder than thunder.

അടിപ്രമാണം (1) prior deed (f. i. നിലത്തിന്റെ അ. TR.) = കീഴ്പ്രമാണം.

അടിഭാരം കയററുക (1) take ballast.

അടിമലർ (4) hon. foot അടിമലരിണ RC. also അടിതളിർ, അടിത്താർ.

അടിമുടികൾ മുഴുവൻ (2) from head to foot (po.)

അടിമുണ്ടു under-cloth.

അടിയന്തരം (2) 1. a fixed interval of time, term, feast, stated ceremonies. അ. കഴിക്ക, നടത്തുക TR. celebrate a marriage, feast (opp. മുടക്കുക). അടിയന്തരാദികൾ കഴിക്ക MR. നടക്കേണ്ടും അ. ഒക്കയും നല്ലവണ്ണം നടന്നു TR. coronation etc. അടിയന്തരം കഴിഞ്ഞാൽ TR. after the feast. അടിയന്തരം ചെലവു (opp. നേമം) extra expenses TR. 2. exigency, urgent, indispensable; ഊൎപ്പള്ളി അവകാശം അടിയന്തരമായി കിൎന്നാൽ നടന്നു വരുന്നു MR. undisputed, regularly. ഗ്രഹിപ്പിപ്പാൻ അടിയന്തരമാകുന്നു TR. necessary. അടിയന്തരമായി എഴുതി കല്പിച്ചു TR. urgently.

അടിയറ (4) present given at an audience, fee on purchase of privileges. ഭരതൻ മാതുലന്ന് അടിയറകളും കൊടുത്തു KR.

അടിയററു (1) checkmate (= നില്പാൻ കള്ളിയില്ല). അടിയറുക്ക give checkmate V2.

അടിയററം (1) to the bottom, thoroughly, ചിറ അ. പൊളിച്ചു കളഞ്ഞു MR.

അടിയാധാരം = അടിപ്രമാണം, കീഴാധാരം.

അടിയിടുക (1) to commence.

അടിയിരത്തുക (2) = അടിപരത്തുക.

അടിയില (4) leaf in which the king eats.

അടിയുറപ്പു firm basis (of undertakings).

അടിവാരം (1) foot of hill.

അടിവെക്ക (2) walk slowly.

അടിസ്ഥാനം, അടിത്താനം V1. foundation.

അടിക്ക **aḍikka** T. Te. M. (അടി 5) 1. To beat, strike. ചൂരൽകൊണ്ട് എന്നെ രണ്ട് അടിച്ചു TR. അച്ചടിക്ക, പണമടിക്ക coin. കാററടിക്ക to blow. ആട് അടിക്ക kill. മൂന്ന് അടിച്ചുപോയി 3 o'clock struck. മുഖത്തടിക്കട്ടേ വയററിന്നടിക്കരുതു only no fine! സാരഥി തേരും തിരിച്ചടിച്ചു AR 6. drove. — as v. n. നിലത്തിങ്കൽ അടിച്ചു വീഴ്കിൽ KR. throw yourself on the ground. 2. M. Tu. to sweep the ground (അടി 6).

V.N. അടിച്ചൽ 1. beating. 2. (അടിയുക) a trap.

അടിപ്പു 1. printing, stamping, coining. 2. what is beaten, as metal, not cast.

C.V. അടിപ്പിക്ക f. i. പണം have coined. രണ്ടടിപ്പിത്തം two kinds of coins.

അടിച്ചിപാര, അടിച്ചാര **aḍiččibāra, aḍiččāra** The cotton of cocoanut leaves, ഓലയുടെ പുറമ്പൊളി, അരുപ്പാര, കൊച്ചാട്, etc. used for straining (and perhaps sweeping അടിക്ക 2), and torches.

അടിമ **aḍima** T. M. (അടി 1) 1. Slavery, അടിമയിൽ ആകപ്പെടുക captivity V1. അടിമ വീണ്ടുകൊൾക redeem V1. അ. ഒഴിപ്പതിന്നു Bhr. to emancipate. 2. feudal dependency of a Nāyer upon his patron. 3. slave, ബ്രഹ്മക്ഷത്രിയവൈശ്യക്കടിമ ചതുൎത്ഥന്മാർ KR. അടിമയാളുക്കൾ മരവും എങ്ങൾ CG. we your (bought) bondsmen, also അടിമ പൂമാറു RC. in order to serve. അ. പിടിക്ക TR. rob slaves (riotous Maplas) അടിമെക്കു കപ്പു prov.

Cpds. അടിമജന്മം 1. grant of land to an inferior with reversion to the granter on failure of heirs to the grantee (Tell.) 2. also mortgage of land by a superior to a person of low caste W.

അടിമപ്പണിചെയ്തു Bhr. 2. serve as slaves.

അടിമയാപന immunity granted to slaves by their masters B.

അടിയൻ & അടിയേൻ aḍiyaǹ (അടി 1) I your servant, in obl. cases അടിയത്തെ TP. pl. അടിയങ്ങൾ, അടിയാർ, അടിയത്തങ്ങൾ ആറാളെ MR. six of us. In po. similarly അടിമയാളുക്കൊരിവൻ CG.

അടിയം 1 = അടിയൻ f.i. ചൊല്ലുവാൻ ഉന്നടിയത്തിനാൽ അസാദ്ധ്യം Genov. I cannot. 2. = അടികൾ (4) No. കുഞ്ഞടിയത്തേ TP. oh my young Lord! (Voc.)

അടിയാൻ m.; — യാൾ, — യാത്തി B. — യാട്ടി V. f. slave, servant (pl. അടിയാർ and അടിവർ). അടിയാൻ കുടിപതികളെയും കടത്തി TR. removed all the inhabitants. അന്ന്യായക്കാരന്റെ അടിയാൻ ഈ സാക്ഷി MR. his dependant.

അടിയാർ also 1. a low caste's wife. 2. low castes (opp. കുടിയാർ cultivators). 3. (from അടി 4.) landholders. അടിയാന്മാർ a class of lower Brahmans, servants of Bhagavati.

അടിയാർപണം an old tax, paid to Jenmis. അ. തരാത്ത തീയരെ തടുക്കയും തക്കയും TR.

അടിയോടിമാർ a class of Nāyers, esp. in the Caḍattuvanāḍu കടത്തുവനാട്ടടിയോടി, അടിയോടി മൂത്തങ്ങ് ഒരു തമ്പുരാനായി po. (അടി 4.)

അടിയുക, ഞ്ഞു aḍiyuγa (അടി 1) 1. Fall to the ground, as rotten fruit. ഞാർ കെട്ടടിഞ്ഞു പോയി spoiled by rain. അരക്കർ കാകുത്സൻ കാലിണക്കീഴ് അടിഞ്ഞു വീണഴത് ഇരന്താർ RC 25. fell at Rāma's feet. വീണടിഞ്ഞു മുലകൾ RS. 2. drift on shore, കപ്പൽ അടിഞ്ഞു V1. ആ പൊടി തിരവായുടെ വന്നടിഞ്ഞു തീരത്തു Bhr. borne by the waves. മീൻ, കക്ക, etc. വന്നടിഞ്ഞു came in shoals. കടലിൽ ഉടനുടൻ അടിയും തിരമാല RS. beat. 3. കൺ അ. the eye suffers from excessive secretion. കണ്ണടിയുന്നതിന്നു ന.ന a med. നീരടിയുന്നതും ചവർ അടിയുന്നതും med.

അടുക, ട്ടു aḍuγa T. C. Tu. obs. (ആണ്ടു C. Te. Tu.) 1. Come into contact, come to be close upon (അടൽ etc.) 2. to cook (അടുക്കള).

അടുമാറി = അടമാറി q. v.

അടുക്ക, ത്തു T. M. 1. to come nigh, approach, close, with Acc. എന്നെ അടുത്തു, Loc. അവരോട് അ. Dat. പുഷ്പപുരിക്കടുത്തു Mud. Gen. പതിയുടെ അടുത്തുനിന്നു KR. ചിറയുടെ അടുത്തു നില്ക്ക MR. ഗ്രഹത്തിന്റെ അടുത്തോളം Nid. (അടുത്തു treated as adverbial Noun) വാങ്ങാതെ അടുത്തു പോർ ചെയ്യും KR. in battle. യാത്ര അടുത്തു Mud. the time of departure. അസ്തമിപ്പതിന്നടുത്തു സൂര്യൻ Mud. നിൻതല പോവതിന്നടുത്തു is endangered. 2. to beseem, become, be proportionate to. അടുക്കും വണ്ണം in becoming manner RC. പെണ്ണുപിള്ളെക്കും അടുക്കും ആചാരം KU. ordinances for Nāyer women. അന്നടുക്കും അനന്തരവരെയും കൂട്ടി TR. with the consent of the apparent heirs, (also അന്നടുത്ത — MR.) അടുക്കുംമുതൽ fees, perquisites. അടുക്കുവതു rights retained by the original proprietor from the purchaser. എടുത്താതിന്നടുത്ത കൂലി pay according to the work done. ചോറുവെയിച്ചോണ്ടാൽ ഒരുത്തന് അടുത്തത് എടുക്കുന്ന് ആർ TP. who is to serve me at meals. ഒരുത്തിക്ക് അടുത്തതു കൊടുക്കരുതോ TP. better take a wife.

Neg. അടാവഴി impassable road V1.

അടാത്തതു പ്രവൃത്തിക്ക do what is wrong.

Inf. അടുക്കേ, അടുക്കൽ 1. near. തിരുമുമ്പിൽ or പാദത്തിങ്കൽ അടുക്കെ വെച്ചു Bhg. വീട്ടിന്നടുക്കൽ TP. രാമന്റെ അടുക്കെ നില്ക്ക KR. 2. soon, അടുക്കേ വരു, TR. come soon.

അടുക്കേ treated as noun. അച്ഛന്റെ അടുക്കെക്കായി വരുന്നു MR.

Adj. part. അടുത്ത 1. near, next. അടുത്ത നാൾ, അടുത്താൾ TR. next day. അടുത്ത പിറ്റെ നാൾ day after tomorrow. അടുത്തതു നിന്റെ ഭരതനല്ലയോ KR. the next heir. 2. becoming, അടുത്ത പോലെ as convenient. അടുത്തുശൻ monthly support.

അട്ടത്തു = അട്ടക്കെ (with Gen. as under അട്ടക്ക) അട്ടത്തു ൧൨ ദിവസം തേക്ക daily for 12 days; a med.

അട്ടത്തവൻ, — ത്തോൻ 1. Relation, തട്ടത്തിടവല്ലാർ അട്ടത്തോരും ആരും CG. even the next relations cannot help. 2. washerman, barber of each caste, as necessary for many ceremonies.

അട്ടക്ക A row, pile, layer. ഒരട്ടക്ക വെറ്റില, കണ്ണുകൾക്ക് ൭ അട്ടക്കായിട്ടുണ്ടു പടലങ്ങൾ Nid. hence

a. v. അട്ടക്കുക, ക്കി T. M. C. Te. to pack up, pile up, stow up. വിറകു ട്ടക്കി വെക്ക etc. CV. അട്ടക്കിക്ക.

അട്ടപ്പു 1. (അട്ടുക) Hearth, fireplace. അട്ടപ്പുകല്ല് — അട്ടപ്പത്തിട്ടുക പാത്രത്തെ 2. closely woven cloth (also അടിപ്പു). 3. nearness, connection, proportion. അട്ടപ്പില്ലാത്ത വില പറക offer too low a price.

V. N. അട്ടപ്പം സമയത്തിന്റെ അ. nearness, ഇവരുടെയും അവരുടെയും അ. relationship.

C. V. അട്ടപ്പിക്ക bring near, മന്ത്രിശ്രവരന്മാരെ എല്ലാം അ'ച്ചു Nal. ordered to come. കൈ പിടിച്ചട്ടപ്പിച്ചു SiP. drew her closer. കോല്ക്കാർ വിളിച്ചാറെ തോണി അട്ടപ്പിച്ചിട്ടില്ല TR. അട്ടപ്പിച്ച് ഏകം തുക summing up the whole. മൂന്നു ദിവസം അ'ച്ചു for 3 days.

അട്ടക്കള T. M. (അട്ടുക) Kitchen, cookroom. അഞ്ചാംപുരയിന്റട്ടക്കലയിൽ TP. [cook. അട്ടക്കളക്കാരനായി PT. Bhīmasēna became

അട്ടക്കളക്കുരികിൽ sparrow (perh. അട്ടക്കളം = അടക്കളം, So V1.)

അട്ടക്കളവെപ്പു cooking, അ. വെക്കുന്ന ജനം നിന്നെ ഭക്ഷണത്തിന്നായി മുറിക്കും KR 5.

അട്ടക്കള ശുദ്ധം ഇല്ല, അട്ടക്കള ദോഷം 1. menstruation. 2. forbidden intercourse of women.

അട്ടെക്ക see under അടയ്ക്ക.

അട്ടോല, അട്ടോലം adōla, — lam = അടകല്ല് anvil. അട്ടോലമുട്ടുക. തേനട്ടോലം honey-comb.

അട്ട aṭṭa T. M. C. Tu. (√ അട്ടു, അണ്ടു to stick to) Leech. അട്ടെക്കു പൊട്ടക്കുളം prov. അട്ട പിടിക്ക, അ. കൊളുത്തി a med. ദുഷ്ടന്മാർ മേനിയിൽ ചേൎന്നുള്ളോരട്ടകൾ CG. (in hell). It is considered as blind. അട്ടെക്കു കണ്ണു കൊടുത്താൽ (prov). അട്ടപ്പുഴക്കറ vault of leeches and worms (curse).

അട്ടം aṭṭam 5. (see അട) 1. What is across, transverse. — thwarting V1. അട്ടമുഖം cross face V1. (obs.) — 2. roof (also S.) used as storeroom, lumber, അട്ടം പൊളിഞ്ഞാൽ അകത്തു prov. — അട്ടക്കരി soot. 3. scaffold on 4 poles. അട്ടകം പിടിക്ക to salute by folding and opening the hands across the chest (ബ്രഹ്മാഞ്ജലി).

അട്ടഹാസം S. (അട്ട excessive) violent laughter, derision, defiance. ചീളെന്നു വാളും എടുത്തട്ടഹാസവും ചെയ്തു Bhg. കൈ ഞെരിച്ചട്ടഹാസം ചെയ്തു ചൊന്നാൻ പരിഹാസപൂൎവ്വകം UR. കചത്തിൽ ജലാഘാതാട്ടഹാസം ഉഗ്രമായി KR. (metaph. of Ganga.)

V. den. അട്ടഹസിക്ക, പാരം അ'ച്ചു KR. and സംയുഗകാമികൾ അ'യും Bhr.

അട്ടാലം S. (= അട്ടം 2.) upstair room, turret സൌധസാലാട്ടാലഗോപുരം SiP 3.

അട്ടാലപ്പടു quay of river or seashore for bathing purposes (at Dwāraka).

അട്ടി aṭṭi (C. Te. T. Tu. stoppage) T. M. A pile, lump (= അട) in 1. അ. കെട്ടുക, അട്ടിക്ക് ഇട്ടുക pile up, ram, pack close = അട്ടക്കി വെക്ക. 2. അട്ടിപ്പേറു complete purchase of a freehold, called അഴകിയ അട്ടിപ്പേറോല or — ക്കരണം title-deeds of freehold property. അട്ടിപ്പേർ നീർ TR. അട്ടിപ്പേർ നീരുദകമായി എഴുതിച്ചു കൊണ്ടാൻ MR. doc. പറമ്പിന്റെ അട്ടിക്കരണം, പറമ്പ് അട്ടിപ്പേറായി നീർ വാങ്ങി TR.

അണൊങ്ങുക aṇaṅṅuγa (C. Te. Tu. stoop) TM. To shake = അനങ്ങുക V. N. അനക്കം a jerk V1.

അണ aṇa C. T. M. (√ അണു = അടു) 1. Support, pillow, തലയണ. 2. branch of fig tree V1. 3. dam, ചിറ മുറിഞ്ഞാൽ അണകെട്ടിയിട്ടെന്തു ഫലം KR. also channel (?) വെള്ളം വരുത്തുവാൻ അണ കെട്ടിടേണം KR. 4. yoke, pair (= ഇണ) അണപ്പുടവ, അണവസ്ത്രം uncut double cloth, as of Brahmans. 5. അണയിലേപ്പല്ലു (see അണൽ and അണെക്ക 2.)

അണയുക C. T. M. To approach, arrive. With Acc. കോകിയെ അണഞ്ഞു കോകവും KR. അവനെ ചെന്നണഞ്ഞു CG. തിരുമേനി അണഞ്ഞുനില്ക്കും കാൎയ്യക്കാരൻ TP. the minister close by the king. With Soc. അവരോടണഞ്ഞു Mud. With Loc. കേരളത്തിൽ അണഞ്ഞ നാടഞ്ചു KU. the 5 border countries Pāṇḍi, Congu, Wayanāḍu, Tuḷu, Punnāḍu. ഓടി അണഞ്ഞു പിടിച്ചു CG. in war. കപ്പൽ അണഞ്ഞു near the shore; also temporal by പെരുനാൾ വന്നണഞ്ഞു KU. മരിപ്പാൻ ന. നാൾ അണഞ്ഞാൽ a med.

Inf. അണയച്ചെന്നു RC. അണയത്തു near.

V. N. അണവു arrival, closeness, love (= ചേൎച്ച) അണവിൽ ചിന്തിപ്പാൻ RC 8.

a. v. അണെക്ക T. C. M. 1. to bring into contact, esp. embrace, hug. ചുംബനത്തിന്നു മുഖത്തെ അണെച്ചു CG. പാമ്പിനെ കഴുത്തിൽ അണെച്ചു Bhr. ഇറച്ചി എൻകവിൾത്തടത്തിൽ അണെത്തു RC 29. ഹസ്തം മാൎവ്വിൽ അണെച്ചു, മാറണെച്ചു തൊട്ടുക in reverencing; മെയ്യോടു മെയ്യും അണെച്ചുകൊണ്ടു. വേണുവെ വായോടണെച്ചു CG. put the flute to the lips. തോക്കണെച്ചു വെടിവെപ്പാൻ പുറപ്പെട്ടു TR. levelled the gun. കരെക്കണച്ചു cast anchor. ചൂരൽ അണെക്ക TP. give a beating. 2. whet, grind; വാൾ അണെച്ചു. — അണെക്കുന്ന കല്ലു, പലക whetting stone, board വെരിക്കു അണെക്ക (see മെരു) to take the civet V1. 3. So. to pant V1.

V. N. അണച്ചൽ, അണെപ്പു sharpening, panting V1.

അണൽ aṇal C. M. T. (also palate, see അണ്ണം) Jaw, hinder part of mouth. ഉന്തനാളി പല്ലിന്റെ അണലിൽ അടുത്തുണ്ടാം a med.

അണ (ൽ) പ്പല്ലു grinder, double tooth (opp. ഉമ്മരപ്പല്ലു) അണപ്പല്ലിന്റെ ഇടയിൽ എല്ലു തടഞ്ഞു Arb. also അണയിലേപ്പല്ലു V2. വെണ്മയിൽ അണക്കടപ്പല്ലുകൊണ്ടുമക്കയും Nal 3. (from rage, whilst smiling with the front-teeth).

അണലി viper, and അണലിൽപാമ്പു V1.

അണ, അണാ aṇa H. $\frac{1}{16}$ Rupee.

അണി aṇi T. M. C. (√ അണു) 1. Row, line of soldiers; അണി പകക്ക to set in array, അണി നില്ക്ക stand in files. 2. decoration, ഛത്രം അണിമുടി മീതേ പിടിച്ചു KR. above the diadem. മുത്തണിമുലയാൾ Bhr. the breasts adorned with pearls, അണിമേന്മുലത്തടം, അണിമാൎവ്വിടം RC. അണിമലർക്കുഴലിമാർ RC. fine women. അണിമിഴികൾ Bhr. painted eyes. അണിമുററം Nal 2. court decorated for a feast. അണിനൃത്തങ്ങൾ തുടങ്ങി CC. theatrical dance of serpent. അണിയറ, അണിയലപ്പുര dressing-room of players. അണിയലം കെട്ടിയേ തേവരാവു prov. അണിയലക്കൊട്ട a basket to hold the dresses of idols, etc. അണിശയനം ചമെച്ചു (പുഷ്പം കൊണ്ടു) CC. a grand bed. അണിവിരൽ ring-finger (also little finger, little toe).

അണിയുക T. M. To wear (jewels, arms), decorate oneself; ഉടല്ക്കണിഞ്ഞിരുന്ന കവചം RC. മുലയിണയിലണിവതിന്നു മുത്തു Nal. പൊന്നണിഞ്ഞാനകൾ Mud. കസ്തൂരികലഭങ്ങളെ അണിഞ്ഞാലും KR 5. കേശത്തിൽ അണിഞ്ഞ പുഷ്പങ്ങൾ KR. മാലമാറിൽ അ. Mud. തോടകൾ കാതിൽ അ. CG. ചോര എടുത്തണിഞ്ഞു combatants. പൊടികൊണ്ടണിഞ്ഞു Bhr 11. mourning women, അവൾ പൊടി അണിഞ്ഞു കാണ്മാൻ Nal 3. അധരകണ്ഠലമണിഞ്ഞശാണ്ഡം KR. (fig.)

V. N. അണിയൽ f. i. ആടാചാൎയ്യാക്കണിയൽ പ്രധാനം (prov.)

അണിവു, മേനിക്കണിവായി നില്ക്കും CG.

C. V. അണിയിക്ക to dress, adorn. ആന അ. dress out an elephant for processions. തലമുടിയിലണികസുമനികരമണിയിച്ചു Nal 2. മണിമകടം അ. Mud.

അണിമ aṇima S. Power of reducing the body to an atom (അണു).

അണിയം aṇiyam T. M. (T. C. അണി first) Ship's head, prow. (opp. അമരം.)

അണീയാൻ aṇīyān S. (അണു) More minute, അണുവിങ്കൽനിന്നണീയാൻ ഭവാൻ AR 6.

അണു aṇu S. 1. Atom, according to CS. $\frac{1}{45158400}$, dust; കൃമികൾ അണുക്കളാക കൊണ്ടു കണ്ടുകൂടാ Nid. അണുപ്രമാണം as small as possible. 2. a very small fraction (21 അണു= 1 ഇമ്മി CS.); 3. a rice-grain. 4. the rib of a plantain leaf, വാഴയണു മുറിക്ക cutting a plantain string without hurting the nape on which it is laid. 5. small white fly.

അണു aṇu Drav. √ = അടു (hence അണ etc.)

അണുകുക, കി aṇuγuγa T. a M. To approach, അണുകികൊണ്ടാർ pay.

അണുങ്ങു aṇuṅṅu A small flea (T. അണുക touch). see അണു 5.

അണ്ട aṇḍa (=അട?) 1. A small lump, ഒരണ്ട കസ്തൂരി a bag of musk. 2. excrements of elephant V1. (=പിണ്ടി). 3. testicle (obsc.)

അണ്ടം aṇḍam 1.=അണ്ട V1. 2. Tdbh. അണ്ഡം world, അണ്ടം ഇളകുമ്പടി RC.

അണ്ടർ aṇḍar T. M. (from preceding or അണ്ടുക T. C. Tu. Te. to resort, or അണ്ണ above) The Gods. അണ്ടർകോൻ Nal 3. അണ്ടർനായകൻ Bhr. Indra. അണ്ടവില്ലോടു കുടുന്നുടിയും Onap. divine bow?

അണ്ടി aṇḍi (C. root, origin) Kernel, stone of mango etc., nut; scrotum.

അണ്ടിയാട്ടം play with dice V2.

അണ്ഡം aṇḍam S. (see അണ്ട) 1. Egg. 2. = ബ്രഹ്മാണ്ഡം world, അണ്ഡകടാഹങ്ങൾ CG. the shells of the mundane egg. 3. testicle, കരങ്ങിന്റെ അണ്ഡം PT 1. അണ്ഡം കീറിതിരി എടുക്ക MC. to geld. അണ്ഡത്തിൻ പൂ കൊണ്ടു മണ്ഡിക്കുന്ന CG.

അണ്ഡകോശം scrotum.

അണ്ഡജം oviparous.

അണ്ഡന്താളി Cymbidium ovatum Rh.

അണ്ഡവാതം swelling of testicle V1.

അണ്ണ anna T. C. Upwards, above; hence perhaps അണ്ണയായി നടന്താൻ RC 26. അണ്ണയാക്കി അകമ്പനൻ മെയ്യെല്ലാം RC 21. (prostrated so as to look upwards?)

അണ്ണൻ T. M. Tu. C. 1. Elder brother, അടിയോളം നന്നല്ല അണ്ണന്തമ്പി prov. 2. Royal predecessor, ancestor; തിപ്പെട്ട വലിയ അ. ചെറിയ അ. കോലത്തിരി അ. TR. അണ്ണന്മാർ കാലം നേടിയ പൊൻ TP. കീഴിൽ അണ്ണന്മാർ നടന്ന സ്ഥാനമൎയ്യാദ പോലെ നാം നടന്നില്ല എങ്കിൽ TR.

അണ്ണാം, അണ്ണാക്ക Palate, അ. ആറി പോയി mouth parched. അണ്ണാക്കിലേ തോൽ അശേഷം പോയാലും prov. മേലണ്ണാക്ക and കീഴണ്ണാക്ക V1. The uvula is അണ്ണാക്കിന്റെ ആണി (or ചെറുനാവ്) അണ്ണവായന് അപ്പം prov.

അണ്ണൽ aṇṇal a T. a M. 1. High, God, esp. Arhat. അണ്ണൽ നേരെഴും പാവകി RC 23. അ. തന്തിരുമെയ് 26. മതിക്കലജടെക്കണിയും അ. 53. (glory?) 2. squirrel.

അണ്ണാ aṇṇā Looking upwards, അണ്ണാ എന്ന വെള്ളം കടിച്ചു (in the native way of drinking). അണ്ണാ എന്നാക to gape, also അണ്ണാന്ന നോക്കുക, കടിക്ക and അണ്ണാക്കം നോക്ക. In po. gen. അണ്ണാന്നുനിന്ന കൊണ്ടാകാശം നോക്കീട്ടു CG. in prayer and expectation, അണ്ണാന്നു നിന്നു ചകോരം (to drink the moon's rays), തോന്നു കൊണ്ടണ്ണാന്നു വായും പിളൎന്നു CG.

അണ്ണാടി aṇṇādi No M. (comp. അണ്ണം, അണ്ണി) Cheek-bone നിന്റെ അ. തല്ലി പറിച്ചു കളയും vu. also അണ്ണാടിയെല്ലു=താടിയെല്ലു. ? അണ്ണാടി കാണ്മാൻ കണ്ണാടി വേണ്ട prov.

അണ്ണാൻ, അണ്ണാക്കൊട്ടൻ, അണ്ണാക്കണ്ണൻ, അണ്ണിൽ aṇṇān, aṇṇākkoṭṭan Sciurus palmarum TC. squirrel. അണ്ണാക്കൊട്ടൻ തന്നാലായവണ്ണം prov. AR. അണ്ണാക്കണ്ണനുടെ മാംസം വൃഷ്യം GP.

അണ്ണാർവാഴ, അണ്ണാക്കണ്ണൻവാഴ a tree and fruit, called monkey plantains V1.

മലയണ്ണാൻ, മലയണ്ണാക്കൊട്ടൻ jungle squirrel, considered as chief planter of cardamoms (വളർ) Sciurus maximus.

അണ്ണാവി aṇṇāvi T. a M. (അണ്ണൻ) Tutor, teacher, head of a company of actors; തന്നാലേത്താൻ കെട്ടാൽ അ. എന്തു ചെയ്യും prov.

അണ്ണി aṇṇi (see അണൽ) Inside of the cheek, joint of jaws; അണ്ണിയിൽ അമുക്കുക to masticate as toothless persons.

അതഃ aδaḥ S. Hence (po.)

അതകുത aδaγuδa (T. അതളി hurry) = വെപ്രപ്പാട്. അതകുതയായി പോയി It has been over hurried.

അതക്കുക aδakkuγa T. M. C. (= അമുക്ക) To cram down, turn betel in the mouth V1.

അതകുനോക്കുക to lie in wait (P. atacar, E. attack.)

അതതു aδaδu T. M. (അതു) Each, several; അതതു കൊല്ലും TR.

അതൎക്കിതം aδarkiδam S. Undoubted V1.

അതലം aδalam S. Bottomless, a hell Bhg.

അതളി aδaḷi T. Noise, tumult V1.

അതാ aδā (അതു) See that, behold there; അവൻ വന്നു അതാ (po.) അതാതു = അതതു.

അതാവ് (A. atā'b; exertion, fatigue, disappointment ആശാവലിയോൻ അതാവു പെട്ടുപോം prov.

I. അതി aδi Tdbh. 1. (അസി) Sword, അതിയും ഒൺചിലയും അമ്പും RC 130. 2. = അധി (f.i. അതികാരം etc.)

II. അതി S. (√ അ) Beyond, too much, very. നോവ് അതിയാസ്ഥതം, അതിയാവുഞ്ഞ, കുടിക്ക Nid. അതിയായിട്ടൊരു താമസം TR. പരിതാപം അതിയായുണ്ട് എനിക്കു KR. ഒട്ടുതിയായുള്ളൊരു ധനാഗമം Bhr 5. അതിയോളം ഓരൊരൊ സല്കൎമ്മങ്ങൾ അനുഷ്ഠിക്ക KR. അതിയല്ലാതെ വലഞ്ഞു തിരിച്ചു Cr Arj. pressed beyond endurance.

അതികരുണം aδiγaruṇam S. Most kindly, AR. അ. പറയും Mud. so as to excite pity.

അതികായൻ aδiγāyan S. Giant, a N pr. RC.

അതികാരം aδiγāram = അധികാരം TR.

അതികുമാരൻ adiγumāran S. Very young, (അ. അഭിമന്യു Bhr.)

അതികൊട്ടപ്പം aδiγoḍuppam അ'ായി പോർ ചെയ്തു Bhr. fiercely.

അതിക്രമം aδikramam S. Excess, outrage, assault; excessive punishment. കള്ളന്മാരുടെ അതിക്രമം മാററി TR.

അതിക്രമിക്ക go beyond. കാലം അതിക്രമിക്ക KR. let a set time pass by. കാട്ടും നാട്ടും എല്ലാം അ. Nal. pass through. വാക്കിനെ അ. KR. transgress an order, so കല്പന അ'ച്ചു നടക്ക TR. ഇപ്രകാരം അ'ച്ചു നടക്കുന്ന രാജ്യത്തു were such violence is in vogue. ആളോട് അ. TR. assault.

അതിഗ്ഗുണവാൻ aδiguṇavān KR. Exceedingly gifted.

അതിഘോഷം aδighōšam S. Very loud, ശംഖനാദം അതിഘോഷിച്ചു കേൾക്കുന്നു Bhr 7.

അതിജവം aδiǰavam S. Very quick (po.)

അതിതരാം aδiδarām S. Yet more, very much (po.) [pity (po.)

അതിതാപം aδiδābam S. Great grief, deep

അതിഥി aδithi S. (√ അത് wander) Guest. അ'പൂജ, — ധൎമ്മം, — സേവ, — സല്ക്കാരം hospitality. ഋഷി അവൎക്ക അതിഥിസല്ക്കാരം ചെയ്തു KR. അതിഥിപൂജ വേണം VCh.

അതിദയാപരൻ aδid'ayābaran S. Most bountiful AR 5. [f.i. മാരു Bhg.

അതിദിവ്യം aδid'ivyam S. Most wonderful,

അതിദൂരം aδid'ūram S. Very far.

അതിദ്രുതം aδid'rutam S. Suddenly AR.

അതിനല്ലതു aδinallaδu ചൊല്ലേണം UR. The best.

അതിനിദ്ര aδinid'ra S. Excessive sleep.

അതിനിഷ്ഠുരൻ aδiništhuran S. Most cruel AR.

അതിപാതം aδibāδam S. Letting pass the proper time V1.

അതിപാപം aδibābam S. Deadly sin, അ'ങ്ങൾ കൃതമതിയായി KR. [a med.

അതിപുകച്ചൽ aδibuγaččal Inflammation,

അതിപ്രയോഗം aδiprayōgam S. Many devices. അ. ഉള്ളമാത്യൻ Mud.

അതിപ്രാണപ്രിയം adiprāṇapriyam S. Dearer than life (po.)

അതിപ്രീതൻ adiprīďaǹ S. Most contented BrP 26.

അതിബാന്ധവൻ adibāndhavaǹ S. Most devoted AR 6.

അതിബുദ്ധി adibuddhi S. Being overwise, അതിബുദ്ധിക്ക് അല്പായുസ്സ (prov.)

അതിഭക്ഷണം,—ഭുക്തി adibhakšaṇam,—bhukti S. Gluttony. [Arj.

അതിഭീരുത adibhīruďa S. Cowardice, Cr.

അതിമധുരം adimadhuram S. Very sweet; licorice = ഇരട്ടിമധുരം. a med.

അതിമാത്രം adimātram S. Over much f.i. സ്തുതിച്ചു KR.

അതിമാനുഷൻ adimānušaǹ S. Superhuman f.i. ഇരുവർ ഏറാട്ടിമാർ KU. അതിമാനുഷകൎമ്മാവ് Bhr. performer of miracles.

അതിമാന്യൻ adimānyaǹ S. Most honorable, ധന്യോഹം അതിമാന്യോഹം എന്നു (po.)

അതിമൈഥുനം adimeithunam S. Excess in Venere Nid.

അതിരഥൻ adirathaǹ S. Mighty champion on chariot KR. [(for women).

അതിരാഗം adirāgam S. Extreme passion

അതിരാത്രം adirātram S. Over night, the 3rd day of Aswamēdham KR.

അതിരിക്തം adiriktam S. Excessive, beyond (po.) — അതിരേകം excess (po.)

അതിരുക adiruγa T. a M. Fear, tremble, അതിർവെടി rocket, a bomb V1.

അതിർ adir M. Tu. (അതുക C. Te. adjoin) Boundary, limit. നാട്ടതിർ KU. frontier. കല്ലതിർ landmark. ഈര (=നാലു) അതിക്കകത്തുള്ള നിലം MR. doc. അതിക്കു പുറത്തു കിഴിയരുതു TR. കുറുമ്പ്രനാട്ടും പുഴവായെയും അതിക്കൽ TR. on the boundary of C. and P. തൂക്കടിയിലെ അതിരുകളിൽ ഇരിക്കുന്ന ചുങ്കക്കാരന്മാർ TR. നമ്മുടെ അതിരിൽ പരിന്ത്രിയസ്സ് കവിഞ്ഞു വരുന്നു TR. encroach on the limits.

Cpds. അതിരിടുക to bound.

അതിർത്തല boundary, നാട്ടേകിഴക്കെ അ'ലെക്ക നില്ക്കുന്നുഞ്ഞാൽ TR. along the eastern border.

അതിർവാദം MR. quarrel about the boundary. കണ്ടത്തിന്നു തമ്മിൽ അ. ആയി MR. So. അതുപ്പിണക്കമെല്ല വന്നതു RC 30.

അതിവണക്കം adivaṇakkam Great humility, വേണ്ടിച്ച് അ'ത്തോടും കൂടെ. KR.

അതിവശൻ adivašaǹ S. Excessively addicted AR.

അതിവാചകം adivājaγam S. Mere phrases.

അതിവാസന adivāsana S. Fragrance; quick apprehension.

അതിവിടയം adiviḍayam (S. അതിവിഷ) a med. root, Aconitum ferox? GP 75.

അതിവിസ്മയം adivismayam S. Very wonderful KR.

അതിവീരൻ adivīraǹ S. Mighty hero, അ. നീ Bhr 8. ironically.

അതിവൃഷ്ടി adivŗšṭi S. Excess of rain.

അതിവേലം adivēlam S. Unlimited AR 2.

അതിശയം adišayam S. 1. Preeminence, uncommon; നിന്നിൽ അതിശയസ്നേഹം Bhg 4. 2. marvel, wonder; സുന്ദരത്വം കൊണ്ട് അ. കാട്ടുവാൻ Nal.

അതിശയിക്ക 1. to excel V1. 2. to wonder, be surprised = അതിശയപ്പെടുക.

അതിശായനം Superlative (തമം) gr.

അതിശൂരൻ adišūraǹ S. Hero, അ. തനിക്ക താൻ ധൈര്യം KR.

അതിസങ്കടം adisaṅgaḍam S. Excessive distress, അ. വരും MR. എനിക്ക് അ. സംഭവിപ്പാൻ SiP 4.

അതിസാരം adisāram S. (also very pithy) Diarrhœa, dysentery, (esp. രക്താതിസാരം).

den. V. അതിസരിക്ക to suffer from it (= അതിസാരം എടുക്ക) ഒന്നരണ്ടേറാം അതിസരിച്ചീടുകിൽ VCh. ഛൎദ്ദിക്ക അതിസരിക്ക a med.

അതിസുന്ദരം adisunďaram S. Very fine.

അതിസ്തംഭൻ adistambhaǹ S. Hardened f. i. രാജ്യലോഭം കൊണ്ടു BrP 25.

അതീതം aðīðam S. (അതി + ഇതം) Gone by. അ. പറയുന്നത് എന്തു = കഴിഞ്ഞതു — കാലത്തിന്നതീതനാം ആത്മാവു, സുഖദുഃഖാതീതാത്മാവു Bhg. elevated above. [(po.)

അതീവ aðīva S. (അതി + ഇവ) Exceedingly

അതു aðu 5. (അ) 1. It, that (with ഉം അതും and അതുവും TR.) obl. case അതിൻ f. i. അതിൻ വണ്ണം thus. — അതേ just that, yes; അങ്ങിനെ തന്നെയല്ലേ — അതേ (opp. അല്ല) — അതോ 1. = അതാ lo! 2. as for that, — indeed! I now remember. — അതിലേയും ഇതിലേയും നടക്ക not settle down to one's work. 2. it is also used as adj. അതുകാലം, അതേപ്രകാരം, അതാതു ദിക്കിൽ, and in po. as a sort of article following the noun; വമ്പന്മാരതിൽ മുമ്പനതാകും ഉമ്പർകോൻ SG 2. Indra is *the* first among *the* great. Also mere expletive ഭൂപാലരുമതായി CG. (= ഉമായി).

അതുകൾ modern plural = അവ.

അതുക്കുക, ക്കി aðukkuka T. So M. Squeeze (= ചതുക്കുക) from v. n. അതുങ്ങുക V1.

അതുലം aðulam S. Unequalled, അതുലഭുജബലൻ etc.

അതൃത്തി aðṛtti So. M. = അതിർ.

അതൃപ്തി aðṛpti S. Being unsatisfied.

I. **അത്തം attam** (Tdbh. അസ്തം) Evening, അത്തം ഉദിക്ക.

II. **അത്തം** (Tdbh. ഹസ്തം) 1. The 13th. constellation, Coma Berenices. അ. ശമിപ്പതിന്നു നന്നു KR. favourable for an expedition. 2. feast in Mīnam and Chingam month, അത്തം ചമയം a feast in Cochin, (with ആറാട്ടു and കൊടിയേറ്റു). അത്തഞ്ഞാററുതലയും അരചർകോപവും ഒക്കുവോളം തീരാ prov.

അത്തരം attaram (തരം) thus അത്തരം പറഞ്ഞു TP.

അത്തർ (A. ātar) Essence of roses.

അത്തൽ attal (√ അൽ, അല്ലൽ for അത്തല്ലൽ) Grief, horror; അത്തൽപെടുത്തു രോമങ്ങൾതോറും Bhr. horrified them all over. മത്സ്യങ്ങൾ അത്തൽപെടുന്നു ബലിശം ഗ്രഹിക്കയാൽ AR 6. come to grief. അത്തൽ എയ്യുനർ വിണ്ണുള്ളോർ RC 26. the gods were grieved. അവക്കുണ്ടാകും അ. പറഞ്ഞാൽ ഒട്ടങ്ങുമോ SP 3. അ. പൂണ്ടു distressed, അ. എന്നിയെ joyfully, അ. അകന്നികൾ കിടപ്പിൻ RC.

അത്താണി attāṇi (T. throne) Porter's rest, അ. കണ്ട കൂലിക്കാരനെ പോലെ prov.

അത്തായിത്തായി attāyittāyi Stammered, confuse words V1. 2.

അത്താറ് attār̀ A bamboo mat.

അത്താഴം attāḻam (√ അൽ, താഴം = തായം) Supper, (opp. മുത്താഴം.) അ. കഴിക്ക, ഉണ്കെ to sup, അ'ം ഊണിന്നു കൊള്ളാം എനിക്കിവൻ PT 4. ഭൂപതിക്ക് അത്താഴഭോജനം വെപ്പാൻ Nal 4. അ'ം ചോററിന്ന് അരിവാങ്ങി TP. രാത്രിയിൽ അത്താഴം ഉണ്ടു കിടന്നു Bhr 7.

I. **അത്തി atti** T. M. C. (Tu. അത്ത്ി) and അത്തിയാൽ Ficus racemosa. അത്തി ഇത്തി അരയാൽ പേരാൽ എന്നതിൻ തളിർ GP 65. പേയത്തി Ficus oppositifolia — അത്തിപ്പഴം ripe fig. അത്തിങ്ങ, അച്ചിങ്ങ green figs or plantains V1.

II. **അത്തി** 1. Tdbh. ഹസ്തി f. i. അത്തിതിപ്പലി Elephant pepper. 2. Tdbh. അസ്ഥി f. i. അത്തിസ്രാവം a med. അത്തിപ്പുരം കെട്ടുക build a gibbet to preserve the ashes of the dead.

അത്തു attu = ഇഞ്ച Mimosa Inga used in bathing, അത്തിട്ടും കിണ്ണത്തിൽ അത്തുമായി കുളിപ്പാൻ പോയി TP. അ. തേച്ചു മുടകളഞ്ഞു TP.

അത്ഭുതം albhuðam S. (= അതിഭൂതം?) 1. Wonderful, വളരെ അ'മായിട്ടുള്ളതു MR. very strange. 2. wonder, admiration; അവരത്ഭുതത്തോടെ വാഴ്ത്തി KR 5. അത്ഭുതപ്പെട്ടു കാണ്കയില്ല Kei N.

അത്യന്തം aðyandam S. (അതി) Beyond the end, excessively, continually, അ. ദുഃഖിച്ചു jud. അത്യന്താഭാവം complete nonexistence (phil.)

അത്യയം atyayam S. Going beyond, danger, loss (po.) [ചിരിച്ചു Bhr.

അത്യർത്ഥം atyartham S. Immoderately, അ.

അത്യല്പം atyalpam S. Very small.

അത്യാക്ഷേപം atyākšēbam (ആയ അസഭ്യ വാക്കുകൾ) MR. Violent abuse.

അത്യാഗ്രഹം, അത്യാശ atyāgraham, — **āša** S. Overgreediness, അത്യാശെക്ക് അനൎത്ഥം prov. den. V. ഏററം അത്യാഗ്രഹിച്ചീടിനാൽ Bhg 4.

അത്യാവശ്യം atyāvašyam Very necessary, അ. പോലെ വേണ്ടുന്നവർ TR.

അത്യാസക്തി atyāsakti S. Extreme fondness or zeal.

അത്യാസന്നം atyāsannam S. Very near, the approach of death.

അത്യുക്തി atyukti S. Extravagant, unusual speech, അ'കൾ കേട്ടാൽ പൊറുത്തു കൊൾവാൻ AR 6. [best.

അത്യുത്തമം atyuttamam S. Superlative, very

അത്യുഷ്ണം atyušṇam S. Very hot or pungent.

I. **അത്ര atra** S. (അ) Here (po.)

II. **അത്ര,** old **അത്തിര atra, attira** (തിര) That mass, so much; അത്രയും ഇത്രയും ആകുന്നവോ can it be counted? അത്ര ആൾ so many people. വ്ര ഉറുപ്പിക നികിതി കൊടുക്കുന്നത്ര നിലം ഉണ്ടു jud. അത്രേടം Gan. so much space, so far. അത്രോളം വരാം TR. so far, to your place, also അത്രോടം, അത്രത്തോളം.

അത്രയും all, wholly; ഇവെക്കത്രയും, ഈജാതികൾക്കത്രെക്കും M. C. to all these classes. എന്നോട്ടുള്ളതത്രയും jud. അത്രയും ഇല്ല ഇത്രയും ഇല്ല neither so much nor so little.

അത്രയല്ല, അത്രയുമല്ല moreover, besides.

അത്രേ only, but. അത്രേ ഉള്ളു that is all. സ്നേഹത്തിരെ പറയുന്നതു ഞാൻ KR. I speak but in love. നാട്ടിൽ പ്രഭുത്വം നിനക്കില്ല എനിക്കത്രേ SiP 2. not thine, but mine. ചികിത്സ വേണ്ടാ മരിക്കുമത്രേ a med. the patient is sure to die. ആയവരത്രേ കിരിയത്തിൽ ഉള്ളവർ KU. these then are the K. Nāyers.

അഥ atha S. (അ) then, now, and (L. et) അഥ സകല നൃപതികൾ Nal 2. അറിഞ്ഞഥ ചെയ്തീടെണം VCh.

അഥവാ S. or also, otherwise (= എന്നിയെ) — ചെയ്യു എങ്കിലും അഥവാ — ചെയ്യു എങ്കിലും MR. either — or in the other case.

അഥൎവ്വവേദം atharvavēďam S. The 4th Vēda.

അദനം aďanam S. (√ അദ് edo) Eating, food (po.)

അദൎശനം aďaršanam S. Not seeing, disappearing. അദൎശനമായി he vanished V1.

അദാലത്ത് (A. ădālat) Court of justice, civil court. അദാലത്ത് അന്യായം a civil case (jud.) അദാലത്തു പണ്ഡിതർ the pundit of a court, അ. നമ്പൂരി another law officer TR.

അദിതി aďiďi S. (unbounded) Infinity, personified as mother of the Gods. അദിതി പെററുണ്ടായി സൂൎയ്യൻ Bhr. hence ആദിത്യൻ.

അദൃശ്യ aďŗšya S. = ദൎശിക്കാതെ (po.) അദൃശ്യം Invisible.

അദൃഷ്ടം S. 1. unseen. 2. fortune, luck vu. അതിഷ്ടം, അദൃഷ്ടദോഷം ill-luck, influence of the evil eye.

അതിഷ്ടപ്പിഴ കാട്ടുക behave meanly V1.

അതിഷ്ടൻ, അതിഷ്ടവാൻ lucky V1.

അദൃഷ്ടി S. look of displeasure (po.)

അദ്യ adya S. (അ + ദ്യവി) today അദ്യാപി even now (po.) [ഹ്യാദ്രി.

അദ്രി adri S. (stone) Mountain, ഹിമാദ്രി, സ

അദ്വയം advayam S. Single, unic. ആത്മാവ് നിത്യൻ അദ്വയൻ ChR. അ. ഉറപ്പിച്ചു Bhr. = അദ്വൈതം. [Vēdāntism.

അദ്വൈതജ്ഞാനം knowing only one substance,

അദ്വൈതക്കാരൻ a worshipper of Sakti.

അദ്വൈതശതകം a Sanscrit treatise with commentary Adw. S.

അധഃ adhaḥ S. Below, down, hence.

അധമം S. lowest, low, mean (opp. ഉത്തമം) fem. അധമ and — മി. അധമൎണ്ണൻ (ഋണം) debtor VyM.

അധരം S. 1. lower (opp. ഉത്തരം) അധരീകരിക്ക to lower. 2. underlip, lip also

അധരസ്പുടം അധരവും വിറെച്ച RS. from rage. അധരാമൃതം nectar of lips (po.) അധരകണ്ഡാം KR. (see അണിയുക). മധുരാധരി Bhr. etc.

അധഃപതനം downfall, ruin; ഇപ്പോൾ അ' ത്തിന്നു കാലം വന്നു Bhr. KU.

V. den. ആത്മാവന്ധനന്താൽ അധഃപതിച്ചു നശിക്കും Bhg.

അധസ്സരിക്ക to depress V1.

അധസ്സാൽ below, underneath (po.)

അധമ്മം adharmam S. Lawlessness, injustice, ധർമ്മാധർമ്മങ്ങൾ Bhr.

അധർമ്മൻ, അധർമ്മി (m. and f.) അധാർമ്മികൻ unrighteous, അധർമ്മിഷ്ഠന്മാർ Bhr 12.

അധി adhi S. Above, upon, over (many Compds.)

അധികം adhiγam S. More, much, superior. In comp. ഇവനിലും അധികനാസ്തുരം UR. superior to him. അതിലധികം പോകയില്ല TR. not beyond it. മുമ്പിലത്തേ ചാർത്തിന്നധികമായി TR. amounted to more than. അരക്കർ അതികത്തിന്നു ചമയുന്നാർ RC. prevailed.

അധികപ്പെടുക to surpass, increase.

അധികരണം adhiγaraṇam S. The subject matter, reference (in gr. f.i. സമാനാധികരണം congruence).

അധികരിക്ക 1. to have power. 2. put into office (mod.)

അധികാരം S. rule, authority, government, official power. അ. വെച്ചു Mud. resigned his office. നാട്ടിലേ അധികാരത്തിന്നാക്കിയവർ TR. chief minister (നാം രാജ്യത്തേക്ക് അധികാരമാക്കി കല്പിച്ച ചന്തു TR.) മുതലിന്ന് അ. right of administering family-property.

അധികാരത the same വേലക്കാരന്മാർക്കു അതിന്ന് അ. ഉള്ള നിണക്കില്ലതിന്നധികാരം Bhr 12. right, claim.

അധികാരൻ a title of barons, f.i. ഇരികാലിക്കൽ അ. KU.

അധികാരി 1. officer, esp. magistrate; അംശം അ. (mod.) m. of parish. വടക്കേ അധികാരി TR. 1796 the m. of N. Mal. 2. owner, who has a claim, is qualified for. മോക്ഷധർമ്മത്തെ കേൾപ്പാൻ അ'കൾ ഇവർ Bhr 12. also fem. ഞാൻ ഇതിന്ന് ഒട്ടും അധികാരിണി അല്ല AR.

അധികാര്യം office of അധികാരി f.i. വടക്കേ അ'മായിരിക്കുന്ന സ്വാസ്ഥ്യ, also വടക്കേ ഉക്കുടിയിൽ മേലധികാര്യ്യം TR.

അധിക്ഷേപം adhikšēbam S. Blame, censure, abuse. ചുമരെ അ'മായവാക്കുകൾ MR. അതിക്ഷേപങ്ങളായിരിക്കുന്ന വാക്കുകൾ TR. ഇത്തരം അധിക്ഷേപവാക്കു KR. taunt.

V. den. അധിക്ഷേപിക്ക to censure, revile, affront. നരപതി കോപിച്ച് അ'ച്ചു Mud. അ'ച്ചു ഭത്സിക്ക Bhr. ഭടന്മാർ അ'ച്ചിട്ടും KR. (if paid irregularly).

അധിഗമം adhigamam S. Obtaining.

അധിഗതം acquired, ദാരാപഹരണം അവന്നധിഗതമായി Bhr. happened to him.

അധിദൂതൻ adhid'ūδan S. (Syr. R Cath.) Archangel V1.

അധിദേവത adhid'ēvaδa S. Highest God, patron God.

അധിനാഥൻ adhināthan S. Lord over f. i. ദേവാധിനാഥൻ Indra. ലോകാധിനായകന്മാർ Nal.

അധിപൻ, — പതി adhiban, — baδi S. Lord, owner. ദാസികൾക്ക് അധിപയാകുവൻ KR. fem.

[case Nid 25.

അധിമാംസം adhimāmsam S. An eye-dis-

അധിരൂഢൻ adhirūd'han S. Ascended, ഉരഗാധിരൂഢനായി VCh.

[reside.

അധിവസിക്ക adhivasikka S. To dwell on,

അധിവാസം stay, abode, f. i. of a demon in a person. സല്ലാധിവാസമായ ചന്ദനതരു KR. തരുണിമാർവീട്ടിൽ അ. ചെയ്യാൻ തുടങ്ങൊല്ല Tirun. Anj. live with harlots.

അധിഷ്ഠാനം adhišṭhānam S. 1. Residence, element in which one lives, practice. ലോകങ്ങൾക്ക് അ'മായ മുരരിപു Bhr. കാമക്രോധങ്ങൾക്ക് അ. ഇന്ദ്രിയം Bhg. 2. high station, sovereignty V1.

അധിഷ്ഠിതൻ fixed, incumbent, Lord V1.

അധിഷ്ഠിതം set up, tenanted, seat of God V1.

അധീതം adhīďam S. Read.

അധീതൻ successful student (po.)

അധീനം adhīnam (അധി) 1. Subject to, dependant = വശം. ഞാൻ അവൎക്ക് അധീനനായി KR. കാൎയ്യങ്ങൾ എല്ലാം രാജ്യചിന്തയും രാഘവാധീനമാക്കി KR. committed all to him. സ്വാധീനം opp. പരാധീനം, അന്യാധീനമാക്ക alienate. 2. power, charge ദൈവാധീനത്താൽ Som. (= ദൈവവശാൽ) ൦രംശ്വരാധീനം കൊണ്ടു KR. by destiny. അന്യന്മാരുടെ അധീനത്തിലാക Arb. (or സ്വാധീനത്തിൽ).

അധീനത dependence.

അധീശൻ adhīšaǹ S. Lord, പറമ്പിലധീശൻ Vy M.

അധുനാ adhunā S. Now (po.)

അധൃഷ്ടൻ adhr̥šṭaǹ S. Modest. അധൃഷ്യം fierce. അത്യന്തമധൃഷ്യയാം കാന്തി KR 5.

അധോഗതി adhōgaďi S. (അധഃ) Descent, sinking. ഉന്നതന്ന് അ. നിശ്ചയം ഉന്നതിപുനർ അധോഭൂതനഭവിക്കം Nal 3. അവന്ന് അ. വരട്ടെ hell.

അധോഭാഗം lower part.

അധോമുഖം looking down, downcast, so അധോമുഖനായി P. T. of a hypocrite.

അധോലോകം, — ഭുവനം hell.

അധോവായു wind from behind.

അദ്ധ്യക്ഷം ad'dhyakšam S. Visible, dear to the eye. എനിക്ക് എത്രയും അദ്ധ്യക്ഷൻ.

അദ്ധ്യക്ഷൻ overseer, in charge of. ധനാദ്ധ്യക്ഷന്മാർ KR. വാരണാദ്ധ്യക്ഷൻ Mud. master of the elephants.

അദ്ധ്യക്ഷ superintendence. കൎമ്മാദിക്ക് അദ്ധ്യക്ഷ എനിക്ക Bhr. (also അദ്ധ്യക്ഷത).

അദ്ധ്യയനം ad'dhyayanam S. (അധി + ഇ) Reading, esp. of the Vēdas, one of the ഷൾകൎമ്മം KU. — also den V. അദ്ധ്യയനിക്ക and അദ്ധ്യയനിപ്പിക്ക Vy M.

അദ്ധ്യവസായം ad'dhyavasāyam S. Firm resolution, perseverance.

അദ്ധ്യാത്മജ്ഞാനം ad'dhyāltmajńānam S. Vēdāntism.

അദ്ധ്യാത്മരാമായണം ad'dhyāltmarāmāyaṇam S. The spiritual R. — AR.

അദ്ധ്യാപനം ad'dhyābanam S. (caus. of അദ്ധ്യയനം) Teaching, esp. the Vēdas. KU.

അദ്ധ്യായം Lesson, chapter. സ്വാദ്ധ്യായദിവസം 20 days of the month, good for reading, അനദ്ധ്യായ ദി. 10 inauspicious for students (the 1, 8, 13 — 15 of the lunar fortnight).

അദ്ധ്യാരോപം ad'dhyārōbam S. Imputation (as calling a rope a snake, phil.) അദ്ധ്യാരോപത്തിനാലും അപവാദത്തിനാലും Kei N.

അദ്ധ്വാ, അദ്ധ്വൻ ad'dhvā, ad'dhvaǹ S. Road, way. ശതം കാതം ഉണ്ട് അദ്ധ്വാവു Nal 4. — അദ്ധ്വനി Loc. വൃദ്ധനായുള്ള അദ്ധ്വഗൻ CG. traveller, also അദ്ധ്വനീനൻ (po.)

അദ്ധ്വരം ad'dhvaram S. A ceremony f. i. the അശ്വമേധം; അദ്ധ്വരത്തിന്നാണ്ടുണ്ടും കോപ്പുകൾ KR.

അദ്ധ്വൎയ്യു officiating priest KR.

അദ്ധ്വാനം ad'dhvānam (in S. the Acc. of അദ്ധ്വൻ, in T. corrupt?) Great exertion, fatigue. അദ്ധ്വാനം കൂടാതെ easily.

അദ്ധ്വാനി So. diligent.

V. den. അദ്ധ്വാനിക്ക to labour, work hard, exert oneself. നടന്ന് അദ്ധ്വാനിപ്പാൻ ശേഷിപോരാ MR.

അന, അനവേ, അനേ ana, anavē, anē M. C. Te. Tu. = എന, Inf. of അൻ = എന്നുക in adv. Terminations ചെറുങ്ങന, നിട്ടന etc. ചിക്കനേ, പൊട്ടന്നനവേ, esp. after 1st adverbials പരന്നനേ, തുറന്നനേ.

അനകം anakam vu. 1. = അനഘം. അനകം വടക്ക നടക്കുന്നു TP. 2. = അടനകം TP.

അനഘം anagham S. Innocent, po.

അനങ്ങുക anaṅṅuγa (അലങ്ങു T. Te. C. Tu.) To move, shake. അനങ്ങാതേ പാൎത്തു immoveable (jud.) അനങ്ങല്ലേ quiet! TP.

V. N. അനക്കം (C. അനക watery) moving, shaking. കേട്ടാൽ അ. ഇല്ല മനക്കാമ്പിൽ CC. heart not touched.

അനക്കുക, ക്കി v. a. to shake, fan, excite. അനക്കാതേ മനക്കാമ്പിൽ ധരിക്കാകെണം CG.

അനംഗൻ anaṅġaǹ S. (immaterial) Cāma. അവൾക്ക അനങ്കനുയൎ കൊട്ടുത്തു RC 117. made her love me.

hence അനംഗീകരിക്ക to love, consent (but അനംഗീകാരം from അംഗീ — discord) V1.

അനങ്ങാരം anaṅṅāram Tdbh. = അലങ്കാരം V1.

അനച്ച anačča = അനല്ച്ച Heat, see foll. അ. പിടിക്ക to get warm.

അനത്തുക anattuγa (T. അനറുക from അനൽ) To make warm or hot. കല്ല് അനത്തി Nid. The v. n. (in T. അനലുക) exists only in the past അനന്നു — VN. അനച്ച. — CV. അനത്തിക്ക V1.

അനനാസ് (American through Port. Ananas) pineapple = കൈതച്ചക്ക.

അനന്തം ananđam S. Endless. അനന്തൻ the serpent 'Sēsha, hence അനന്തപടം = നാഗപടം a neck-ornament. അനന്തമുടി V2. അനന്തോടി (കാതില) a kind of earring. (formerly worn by men also TP.) ശ്രീഅനന്തം, തിരുവനന്തശയനം, അനന്തപുരം N. pr. Trevandram with the fane of Vishṇu resting on his serpent. അനന്തരൂപം multi-form.

അനന്തരം ananđaram S. Succeeding without interval. 1. immediately after. വന്നതിന്റെ അനന്തരം, വന്നൊരനന്തരം as soon as he had come. 2. succession, inheritance. അ. നേടുക, പുക്കുക; to inherit V1. അനന്തരവകാശത്തിൽ കിട്ടിയതു MR. also അനന്തരപ്പാട്ടിൽ കിട്ടി got by inheritance.

അനന്തരപ്പാട് 1. inheritance അ. ഏല്ക്ക V1. 2. അ. പറക, to bless and give orders as a dying person. എന്തൊരനന്തരപ്പാടു കണ്ണാ TP. why such dying speeches, my Caṇṇa?

അനന്തരൻ, അനന്തരവൻ next relation, successor, heir, also അനന്തിരക്കാരെ കൂട്ടിക്കൊണ്ടു TR. അനന്തരവസ്ഥാനം succession in a royal കൂറു TR. 2. title of lower dignitaries (opp. കാരണവർ) TR.

അനന്തൽ ananđal T. So M. Light sleep V1.

അനന്യം ananyam S. 1. Identical, directed on no other object. അനന്യചിത്തരായി വരുന്ന ഞങ്ങൾ KR. fully resolved for one object. 2. union = ഐക്യത V1.

അനപത്യൻ anabatyaǹ S. Childless. അനപത്യന ഗതിയില്ല Bhr. അനപത്യതാപം കൊണ്ടു പരിതാപം AR 1.

അനപരാധം anabarādham S. Faultless, innocent.

അനപേക്ഷൻ anapēkšaǹ S. Exempt from desire, as a Yōgi.

അനയം anayam S. Injustice, നയാനയങ്ങൾ (po.)

അനൎഘം anargham S. Priceless, അനൎഘമണികൾ KR.

അനൎത്ഥം anartham S. 1. Senseless = അനൎത്ഥകം. 2. calamity, ruin. അൎത്ഥം അനൎത്ഥം prov. riches ruin. അനൎത്ഥങ്ങൾ ചെയ്ക commit outrages, രാജ്യത്തിങ്കൽ ഏറിയ അ'ങ്ങൾ അനുഭവിച്ചു the land sustained great injuries രാജ്യത്ത് അ' കൂടാതെ ഇരിക്കേണ്ടതിന്നു TR. peaceably. പതിനഞ്ചനൎത്ഥവും Bhg 15. dangers of അൎത്ഥം wealth. അനൎത്ഥപ്പെട്ടും എന്ന ഭയം കൊണ്ടു RS. fearing they would be ruined.

അനലൻ analaǹ S. (√ അൻ to breath, or അലം?) Fire Tdbh. അനൽ fire, heat, — hence അനല്ച്ച, അനച്ച etc. അനല്പാടു grief CG.

അനവധാനം anavadhānam S. Inadvertence V1.

അനവധി anavadhi S. Endless, innumerable.

അനവരതം anavarađam S. Incessant, continually.

അനവസരം anavasaram S. Want of leisure.

അനവസ്ഥിതം anavasthiđam S. Unsettled അ'മാനസം po.

അനശനം anašanam S. Abstinence, fasting = ഭിക്ഷിക്ക. അ. ഭിക്ഷിച്ചു Bhr.

അനസ്സ് anassu S. Cart (po.)

അനഹങ്കാരം anahaṅgāram S. Modesty.

അനാകാശം anāγāšam S. Dark. ആകാശം ഒക്ക അനാകാശമായിതു KR. (by arrow-rain).

അനാകുലം anāγulam S. Unperplexed, quietly

അനാഗതം anāġaδam S. Not yet come. അനാഗതവിധാതാവ് PT. who prepares himself beforehand.

അനാചാരം anāǰāram S. 1. Bad habit. 2. irregularity established by law. നൂറ അനാചാരം കേരളത്തിൽ ഉണ്ടു പോൽ KU.

അനാജി H. ānāǰ Grain. കാശ്ശനികളും അനാജികളും നട്ടങ്ങളാക്കി Ti.

അനാജ്ഞാപ്തം anāǰňāptam (എന്നാകിലും AR 2.) S. Not commanded.

അനാത്മാവ് anāltmāvụ S. Not spirit. ആത്മാവല്ലാതെ ഉള്ള കാൎയ്യമാം അനാത്മാവ് ChR. ആത്മാവും അ'വും തമ്മിലുള്ള ഭേദം ആകാശം പൃഥിവിയും എന്നതു പോലെ ChR.

അനാഥം anātham S. Unprotected. രാജ്യം അ'മായി പോയി BrP 19. kingless, forlorn. ഢില്പുവിന്റെ പാളയം നാട്ടും വീട്ടും ക്ഷേത്രങ്ങളും അ'മാക്കി TR. desolated.

അനാഥൻ m. — ഥ f. forlorn, orphan, widow. ഹാ ഹാ അനാഥോസ്മി says R. after his father's death AR. ഈ അനാഥാസഹായസ്ഥലത്തു in this lonely out of the way place (vu.)

അനാദരം anād'aram S. Disregard.

den V. ഉന്നിമിത്തങ്ങൾ അനാദരിച്ചു AR 6. (=അനാദൃത്യ) not minding.

അനാദി anād'i S. Without beginning. അനാദിതരിശു MR. lying waste from times immemorial.

അനാപ്തി anāpti S. Not obtaining (po.)

അനാമയം anāmayam S. Welfare. ഇന്ന് അ. അല്ലീ Bhr. you are well today? = സൌഖ്യം.

അനായാസം anāyāsam S. Without trouble.

അനാരതം anāraδam S. = അനവരതം.

അനാൎയ്യൻ anāryaǹ S. Ignoble (opp. ആൎയ്യൻ Mud.)

അനാലസ്യം anālasyam S. Diligence.

— സ്യൻ active V1.

അനാവശ്യം anāvašyam S. Not necessary. വെക്കുന്നത് അ' എന്നു തോന്നി, അ'മായി തുനിക MR. put himself forward without need.

അനാവൃഷ്ടി anāvŗšṭi S. Failure of rain KR.

അനാസ്തികൻ anāstiγaǹ S. No Atheist KR.

അനിത aniδa അനുത (Syr.) Prayers for the dead, dirge. അനിതാവെള്ളം V2. holy water.

അനിത്യം anityam S. Temporary, inconstant. ചിത്തം അ. തരുണികൾക്ക് ഒക്കയും KR.

അനിന്ദിതം anind'iδam L. Blameless.

അനിമിഷം, അനിമേഷം animišam, — mēšam S. Not closing the eyes Nal 2. അനിമിഷന്മാർ the Gods.

അനിരുദ്ധൻ anirud'dhaǹ S. Free — a N. pr. the morning star V1.

അനിൎവ്വേദം anirvēd'am S. Undauntedness, one of the 8 കാൎയ്യസിദ്ധികരങ്ങൾ KR 4.

അനിലൻ anilaǹ S. (√ അൻ breathe) 1. Wind 2. = അനലൻ f. i. അനിലവാതത്തിൽ സാധുകൾ ഒക്കച്ചുട്ടു a med.

അനിശം anišam S. Without night, eternal.

അനിശ്ചയം aniščayam S. Uncertain.

അനിഷ്ടം anišṭam S. Unpleasant, displeasure.

അനിഷ്ടകാരി offensive person.

അനിഴം anil̤am Tdbh. അനുഷം a med.

അനുഴം the 17th constellation (Lupus and scorpion's head).

അനീകം anīγam S. (√ അൻ) Face, front, army (po.)

അനീതി anīδi S. = അനയം Injustice.

അനീഹൻ anīhaǹ S. Free from wishes. അ. ആർ? P. T.

അനു anu S. prep. and adv. After, along, following, agreeing. തദനു Nal. after that. ദിവസമനുപൊരുതു Sit Vij. day by day, so അനുദിനം etc. അനുക്ഷണം പൊ ബാണം എയ്തു BrP 7. every moment.

അനുകമ്പ anuγamba S. Pity. ഭവാൻ അ'യോടെന്നെ വീക്ഷിക്കെണം KR. ഭക്താനുകമ്പിയായ പരമേശ്വരൻ kind to his worshippers.

അനുകരണം anuγaraṇam S. 1. Imitation. ശബ്ദാനുകരണം onomatopoeia, gram. 2. mimicry, drollery.

den V. അനുകരിക്ക to imitate, serve, help. പ്രവൃത്തിക്ക് അ'ക്കുന്നു ഭാൎയ്യയത്രെ Bhr. ആ പത്തിന്നായി അ'പ്പതു കൎമ്മം ഏതൽ (song).

അനുകാമം anuɣāmam S. According to wish.

അനുകാരം anuɣāram S. (=അനുകരിക്ക) Imitation; favor. — അനുകാരി imitating.

അനുകൂലം anuɣūlam (along the shore) 1. Favorable as wind അനുകൂലവായു (po.) പുല്ലു പറിച്ച് അ'മായ ശയനം ഉണ്ടാക്കി KR. a soft bed. ഇവൻ അവൎക്ക് അ. ആകുന്നു, അ. ഉണ്ടു MR. is in their favor. മൊയ്യന്റെ ദേവാനുകൂലങ്ങൾ Mud. the divine favors which M. enjoys. വേണ്ടുംവണ്ണം ഗ്രഹിപ്പിച്ച് അ. ആക്കി തരും TR. 2. compliance, acting in concert. അതിന്ന് അ'മായി നിന്നു നടക്ക TR. act with every consideration for — അവന്റെ ഹിതപ്രകാരം അ. പറയുന്നു MR. speak as he dictates. 3. Success, ease, contentment. മനസ്സിൽ അ'ക്കേടു remorse V2. കാൎയ്യം അ. ആയി succeeded.

അനുകൂലത favor. അനുകൂലതയോട് ഉരചെയ്തു Bhr. compliantly.

അനുകൂലൻ favorer. പിതാവ് ചെയ്യതിന്ന് അ'രായി പൊരുന്മാർ KR.

അനുകൂലശത്രു false friend.

അനുകൂലപ്പെടുക to favor, help towards. അ. പ്പെടുന്നതല്ല MR.

den V. അനുകൂലിക്ക f. i. അതിന്ന് അനുകൂലിച്ച നില്ക്ക, MR. aid. സാക്ഷികൾ അതിന്ന് ഏകദേശം അ'ച്ച പറഞ്ഞു gave similar evidence.

അനുക്കരിക്ക TP. = അനുഗ്രഹിക്ക.

അനുക്തം anuktam S. Unexpressed.

അനുക്രമം anukramam S. Succession, അനുക്രമാൽ one after the other (po.)

den V. അനുക്രമിക്ക f. i. നാഴിക — ഭാസ്കരൻ പ്രദക്ഷിണം ഒന്ന് അ — ന്നു Bhg 1. completes one revolution.

അനുക്രോശം anukrōśam S. Compassion. ഉള്ളിലുണ്ടായി അ. KR.

അനുഗൻ anuġan S. Follower.

അനുഗമനം following, esp. by dying after the ഉടന്തടി. husband = അവരുടെ അനുഗമനമൊ നല്ലൂ Mud. Ought I to die with my kings?

den V. അനുഗമിക്ക to follow, attend; with Acc. & Soc. നരവരനോട അനുഗമിക്കയൊ KR.

അനുഗുണം anuġuṇam S. 1. Conformable. 2. secondary qualities, described as fourfold KR 2.

അനുഗ്രഹം anuġraham S. 1. Favor, propitiousness. (opp. നിഗ്രഹം) ഈശ്വരാനുഗ്രഹം കൊണ്ടു ചാകാഞ്ഞതു Mud. 2. blessing. ശാപാനുഗ്രഹശക്തൻ Bhr. able to bless and curse effectually. അനുഗ്രഹവാക്ക ചൊല്ലി, അവൎക്ക് അ. ചെയ്തു Br P 26. എന്നും വൎദ്ധിക്ക നന്നായ് എന്ന് അ. ചെയ്തു KR. a blessing described അവന്റെ ശിരസ്സിൽ കുസുമചന്ദനാദികൾ തങ്ങൾ കൂട്ടി കരങ്ങൾ രണ്ടും വെച്ച് അ. ചെയ്യാൾ KR.

den V. അനുഗ്രഹിക്ക 1. to grant ബോധിപ്പാൻ അ'ച്ച Nal 2. granted her to discover. അന്തികേ നില്പാൻ അ. അതിന്നു ദേവകൾ അ'ക്കേണം KR. may the gods be propitious to it; to bless. എന്നെ അനുഗ്രഹിച്ചീടുക (po.)

അനുചരൻ m. രിf. anujarań — i S. Follower അനുചരന്മാരുമായി AR 1. with their train. അനുചരിയായിരിക്ക സൎവ്വദാ KR. follow the husband.

den V. അനുചരിക്ക to accompany, attend.

അനുചിതം anujiđam S. Unbecoming. അ'മായ സമ്മാനം Mud. an honor out of place.

അനുജൻ anujań S. vu. അനിശൻ, അനിയൻ, fem. അനുജ, — ജാതി after born, younger child, younger brother and sister.

അനുജന്മനക്ഷത്രം the 10th and 19th asterisms after the ജന്മനക്ഷത്രം Tr P.

അനുജീവി anujīvi S, Servant (po.)

അനുജ്ഞ anujńa S. Permission, mandate, ആജ്ഞയും അനുജ്ഞയും KU. അ. കൊണ്ടുപോയാൻ Bhr. took leave.

ആവനാൽ അനുജ്ഞാതനായി അയോദ്ധ്യയിൽ ഗമിക്കുന്നു KR. with his leave.

അനുതാപം anuđābam S. Regret, repentance. ദുഃഖമായതു ചിന്തിച്ച് അ. അരുളു Bhr.

den V. അനുതപിക്ക to regret etc.

അനുത്തമം anuttamam S. 1. Best=ഉത്തമോത്തമം f.i. അനുത്തമഗതി Bhg. 2. M. also bad.

അനുദിനം, അനുദിവസം anud'inam, — vasam S. Daily.

അനുനന്ദിക്ക anunand'ikka S. To be comforted. അവളോട് അ'ച്ചു ചൊല്ലിനാൻ Bhr. kindly.

അനുനയം anunayam S. Consolation, respectful address. അനുനയത്തോടെ പറഞ്ഞു Bhr. complaisantly. അ. ചൊല്ലി തണുപ്പിച്ചു KR. consoled. നല്ലത് അ. Bhr. patience is needed. C. V. to comfort, persuade. നന്നായി പറഞ്ഞനു നയിപ്പിച്ചവളെ കളിപ്പിച്ചു Bhg 4.

അനുനാസികം anunāsiyam S. Nasal, gram.

അനുപമം anubamam S. Unrivalled. അനുപമ രണം കഴിച്ചു Cr Arj. അനുപമ കൊടി KU. king's flag. അനുപമപകഴി RC.

അനുപാതം anubāδam S. Proportion. തുല്യാനു പാതകൌതുഹലം Bhg 6. being equally pleased with each other.

അനുപാനം anubānam S. Drinking after, vehicle of medicine.

അനുപ്പുക anuppuγa T. a M. (അനു T. Te. C. to say, see അൻ) To send; in official style എഴുതി അനുപ്പിന കാൎയ്യം എന്നാൽ TR.

അനുബന്ധം anubandham S. Connection, as of acts & consequences. ഭാവാനുബന്ധം ധരിക്കയാൽ Nal 1. seeing the bent of her mind. den V. ആപത്തോട് അനുബന്ധിച്ചിട്ടുന്ന സമ്പത്ത് KR. misfortune coming out of happiness.

അനുഭവം anubhavam S. 1. Enjoyment, experience. പ്രത്യക്ഷ അനുഭവം ഉള്ള കോല്ക്കാർ MR. the peons who see it daily. നരകാനുഭവം suffering hell-punishment. 2. produce, all advantages arising from possession. ഏറിയ കാലം അനുഭവം പ്രമാണമാകകൊണ്ടു TR. as his possession is proved. വൃശ്ചികമാസം നെല്ലു അ. ഉടങ്ങും TR. the rice harvest. കായനുഭവം the produce of a tree (one of the 4 ഉഭയം) ഫലങ്ങൾ അനുഭവക്ഷയം വന്നാൽ MR. when they bear less. അ. ഏറേ ചെന്നു tree in full bearing. 3. fruit tree. അനുഭവങ്ങൾ വെച്ചു MR. planted the parambu. 4. grant of a land at a pepper corn rent in reward of service, also symbolical present of a betel or cocoanut at the time of executing a deed W.

അനുഭവിക്ക 1. v. a. to enjoy or suffer, possess. മുറി ഏററത് ഏതുപ്രകാരം അനുഭവിച്ചു MR. how did you come by it? പണംപോലും കിട്ടി അനുഭവിപ്പാൻ സംഗതി വന്നില്ല TR. 2. v. n. മൎയ്യാദയായി വെച്ചിരുന്നത് ഒക്കയും നമുക്ക് അനുഭവിച്ചു വന്നു TR. enjoyed all the rights. അനുഭവിപ്പാറാക്കി തരേണം TR. put us into possession. നിയോഗം പാലിക്കുന്ന ജനത്തിനു നാശങ്ങൾ ഒന്നും അനുഭവിക്ക ഇല്ല Bhr. ജീവനു ദുഃഖം വന്നനുഭവിച്ചീട്ടും ChR.

C. V. അനേക സൌഖ്യങ്ങൾ അനുഭവിപ്പിച്ചു make to enjoy. പുരാ ചെയ്യുതെല്ലാം അവനെ അനുഭവിപ്പിക്കും KR. render to, avenge on him.

അനുഭാവം anubhāvam S. 1. Symptom of mental states. ഭൂപനു മൌനാനുഭാവം വരുത്തി Nal 4. silenced his objections. 2.=പ്രഭാവം. മഹാനുഭാവൻ magnanimous, high dignitary.

അനുഭൂതി anubhūδi S.=അനുഭവം f.i. സ്വൎഗ്ഗാനുഭൂതി Heavenly enjoyment. വൈഷമ്യം പലത് അനുഭൂതവായി PT 3.=അനുഭവിച്ചവനായി.

അനുഭോഗം anubhōgam M. (from S.) Enjoyment, usufruct (=അനുഭവം) കുമ്പഞ്ഞിയുടെ അ'മല്ലൊ TR. it is the company's own. രാജ്യത്തെ കോയ്മക്കു കൂടയല്ലൊ അതിന്റെ അ. ആകുന്നു TR. Government has the usufruct. അനുഭോഗപത്രം deed of hereditary grant (=അനുഭവം 4), also അനുഭോഗക്കൊഴു.

അനുഭോഗിക്ക to enjoy (also of coitus.)

അനുമതി anumaδi S. Consent, leave. ഭവതിയുടെ മിഴികളിൽ ഒർ അ. കൊതിച്ച് Nal 2. an encouraging glance.

അനുമരണം anumaraṇam S.=അനുഗമനം. മാതാവ് അ. ചെയ്യു UR. Died with her husband.

അനുമാനം anumānam S. Inference, guess. den V. അനുമിക്ക f. i. അതിന്റെ പരിമാണത്തെ അനുമിക്കാം Gan. from this you may find the amount. എന്ത് അതിനോടു അനുമിപ്പതു RC 46. compare.

അനുമാൻ, അനുവാൻ anumān, — vān RC. Tdbh. Hanumān.

അനുമോദം anumōďam S. Approval, joy. അ-ത്തോടു ഉര ചെയ്തു AR. അ'മൊടു ആശ്ലേഷം ചെയ്തു Bhr.

അനുയാത്ര anuyātra S. ചെയ്തു Bhr 2. Accompany for a short way. അ. പോക V2. സ്ത്രീധനമായി പൊന്നും മുത്തും ഒട്ടേടം അനുയാത്ര ചെന്നയച്ചിച്ചു KR.

അനുയോഗം anuyōġam S. Question. den V. അ'ഗിക്ക to enquire V1.

അനുരക്തം anuraktam S. Attached. അവളിൽ അനുരക്തനായി VetC. enamoured.

അനുരഞ്ജന fondness. ജനങ്ങൾ അ. ആയി KR.

C. V. പ്രജകളെ അനുരഞ്ജിപ്പിക്കുന്നു KR. gains their love.

അനുരാഗം tender love. തമ്മിൽ അ. KR. (brothers) പ്രജകൾക്കു നമ്മിൽ അ. Mud. are fond of us. ഗുണങ്ങൾ കണ്ടാൽ അതിന്ന് അ'വും വേണം VCh. desire for them.

നന്ദാനുരാഗികൾ Mud. the adherents of N.

അനുരൂപം anurūbam S. Conformity, corresponding with. കൎമ്മാനുരൂപമായുള്ള ഫലം KR. അതിലേക്ക് അനുരൂപമായിട്ടു രണ്ടാം സാക്ഷിയും പറഞ്ഞു, വാദത്തിന്ന് അ'മായ വഴിക്ക MR. ഇച്ഛാനുരൂപം Nal 2. adv. — hence ആത്മാനുരൂപന്മാർ Bhr. those like himself. വാഞ്ഛാനുരൂപൻ CG.

അനുലേപം anulēbam S. Ointment, rubbing with sandal powder etc. ശുക്ലഗന്ധാനുലിപ്തൻ KR 5. രക്തമാല്യാംബരാനുലേപനൻ KR.

അനുലോമം anulōmam S. Going with the hair or grain, favorable.

അനുവദിക്ക anuvadikka S. To permit, allow. അതിനായിട്ട് അ'ക്കേണം VetC. ആം എന്ന് അ'ച്ചു consented. രാമനെ ഇരുന്നുകൊൾവാൻ അ'ക്കേണം KR. തമ്പുരാൻ നമ്പ്യാരെ വക അവന് അനുവദിച്ചുതന്നാൽ TR. grant.

അനുവാദം S. permission, leave. എനിക്ക് ഒക്കയും അ. PT. I give you free leave. വ്യവസ്ഥെക്കു അനുവാദം (vu.) തരിക, വാങ്ങുക TR. മുതൽ വാൻ അ. വരുത്തിക്ക TR. നിങ്ങൾക്കും അ. എങ്കിൽ KR. if you also agree. അവൻ അ. തന്നിട്ടത്രെ ഞങ്ങൾ എടുത്തതു TR. ആം എന്നനു'ം മൂളി TP. assent.

അനുവൎത്തകൻ anuvartaγan S. Follower, also രാമകോപാനുവൎത്തിയാം ലക്ഷ്മണൻ KR 5. അനുവൎത്തനം ചെയ്യുൻ Bhr. I shall obey. അസ്ത്രം അനുവൎത്തിച്ചു KR. submitted to the missile.

അനുവേലം anuvēlam S. Continually. അ. വിനോദിച്ചു AR.

അനുശയം anuśayam S. Regret, also അനുശോകം.

അനുശാസിക്ക anuśāsikka S. To advise, reprove gently.

അനുഷംഗം anuśaṅġam S. (സംഗം) = അനുരാഗം.

അനുഷ്ഠാനം anuśṭhanam S. (സ്ഥാ) Performance, esp. of rites. സന്ധ്യാനുഷ്ഠാനം = സന്ധ്യാകൎമ്മം, വ്രതാനുഷ്ഠാനാദികൾ ചെയ്തു VCh.

അനുഷ്ഠിക്ക (p. part. അനുഷ്ഠിതം) perform, observe. ബൌദ്ധമാൎഗ്ഗം എല്ലാടവും അനുഷ്ഠിക്കേണം KU. spread. രാജവാക്യം അ'ച്ചതും ഇല്ല KR 4.

C. V. അനുഷ്ഠിപ്പിക്ക as വ്രതം അ. UmV. (the spiritual guide).

അനുസന്ധാനം anusandhānam S. Investigation. തത്വാനുസന്ധാനം = ശ്രവണവും അൎത്ഥചിന്തനവും മനനവും KeiN.

അനുസരം, — രണം anusaram, — raṇam S. Following, obedience. അനുസരം കൊണ്ടും പ്രിയവാക്യം കൊണ്ടും വശത്തിലാക്കി KR. by indulgence. അനുസരണവചനം Nal 2. conciliating word. അന്യായഭാഗം അ'ണമായി പറഞ്ഞു MR. spoke for the plaintiff.

അനുസരിക്ക to obey, acquiesce, imitate. നിങ്ങൾ കമ്പഞ്ഞിയിൽ അ'ച്ചു TR. കല്പനപോലെ അ'ച്ചു നില്ക്ക be subject. അവനെ അ'ച്ചു വെക്കേണം Mud. employ him according to his prayer. വിധിക്കുന്ന വിധിപ്രകാരം

അ'ച്ചനില്ല TR. acquiesce in the verdict. പെണ്ണു പിള്ള ദോഷപ്പെട്ടുന്നതു കോയ്മസ്ഥാനം അറിഞ്ഞാൽ അ'ക്കുന്നതു മൎയ്യാദമല്ല TR. wink at it. തവ ഗതികളെ അ'പ്പാൻ ബലം ഉണ്ടോ KR. can I follow, imitate thy flights?

C. V. f. i. തൽഗുണങ്ങളെ അനുസരിപ്പിച്ചീടും AR 3. make to follow.

അനുസാരം (Loc. — രേ) according to. ദൂതരെ അയച്ചാലും ധൎമ്മാനുസാരണമായി KR 5. let the ambassadors go as justice demands. അനുസാരി follower.

അനുസ്വാരം anusvāram S. The nasal sound represented by ം, gram.

അനൂപം anūbam S. (അനു + അപ്പ്) Watered land, moist country or climate.

അനൂരു anūru S. (thighless) Sun's charioteer, po.

അനൃതം anr̥ðam S. (ഋതം) Untrue.

അനേ anē see അന.

അനേകം anēγam S. More than one, many. അനേകധാ, അനേക വിധം manyfold. അനേകം അന്യേ മമ വീട്ടു പുക്കാൻ CCh. quite alone. അനേകായിരം Bhr. many thousands. അനേകം അനേകം രാജാക്കന്മാർ KU. വീരർ അനേകം പാൎത്താർ RC.

plur. അനേകർ many persons.

അനൈവർ, n. **അനൈത്തും** aneivar, — ttum T. a C. a M. So many, all (= അത്രയും) syr. doc.

അന്തം anðam S. 1. End, limit. അന്തത്തെ പ്രാപിച്ചു CG. died. അ'മില്ലാതൊരു സേന unbounded. അന്തമില്ലാതൊരു സന്തോഷത്താൽ CG. immense joy. തപസ്സിന്നന്തം വരുത്തി Bhr. stopped. 2. T. Te. C. Tu. (= ചന്തം) beauty.

അന്തം മറിക 1. a fencing trick, jumping back (?); to cut a sommerset അന്തവും മുമ്പും അറിഞ്ഞു, നിലയിന്ന് ഒർ അന്തം മറിഞ്ഞു TP. sign of joy, victory അ. മറിച്ചൽ; gymnastics അ. മ'ൽക്കാരൻ an accomplished gymnast. 2. (Tdbh. അന്ധം?) to be enraged, lose control over himself.

അന്തകൻ anðaγaǹ S. Destroyer, Yama. അന്തകാലയം Hades. അ'ത്തിന്നയക്ക kill, po.

അന്തകന്തം പാഞ്ഞുപോയി vu. അന്തോന്തം died suddenly (by Yama's spear? or അന്തമന്തം to the very end).

അന്തണൻ anðaṇaǹ T. M. (beautiful, cool?) A Brahman. അന്തണോത്തമ SG. അന്തണന്മാരിൽ വിശ്വാസം Si P 3.

അന്തഃ, അന്തർ anðaḥ, anðar S. (Entos; intus) Inside, in comp. f. i. അന്തഃശുചാ AR. with inward grief.

അന്തഃകരണം 1. the inner organ, heart, mind (including മനഃ ബുദ്ധി അഹങ്കാരം ചിത്തം) അ'ത്തിന്നുണ്ടായി രണ്ടു നാമം viz. മനസ്സ്, ബുദ്ധി KeiN. അ'ത്തിൽ ചിന്തിച്ചാൻ Mud. അ'ത്തിൽ വരുത്തിക്ക consider അ'ത്തിൽ നിശ്ചയമായിട്ടു ബോധിക്കും TR. you will surely perceive (hon.) 2. favor. (= മനസ്സ്) ഗവണ്ർ സായ്പവർകളെ അ. വൎദ്ധിച്ചു വരെണം TR.

അന്തഃപുരം women's appartment in palace. അന്തഃപുരികമാർ females of the palace. അന്തഃപുരങ്ങളിൽ വിശ്വാസം Nal 4. faith in women.

അന്തരം anðaram S. 1. Interior, interval. അന്തരം കൊള്ളാം Mud. that's the moment. ഒരന്തരേ whilst, also വിലാപിക്കും അന്തരേ as he wailed (po.) തുടങ്ങുമന്തരേ CC. whilst. 2. difference. തമ്മിൽ വളരെ അന്തരം, കീഴ്പാററും മേല്പാററും തങ്ങളിലുള്ള അന്തരം CS. ശിക്ഷ ചെയ്യുന്നതിന്ന് അ'വും ഇല്ല TR. shall be punished without fail. അതിന്ന് അ. വരിക ഇല്ല jud. shall be surely done. അ. എന്നിയേ doubtless.

അന്തരംഗം anðarangam S. (അംഗം) Mind, secrecy.

അന്തരാ anðarā (Instr. of അന്തർ) Inside. അന്തരാവന്നു ഭവാൻ meanwhile. പൊയ്ക തന്നിൽ അന്തരാ ചെന്നു Bhr. മരുന്നു മൂക്കിന്നന്തരാ പിഴിഞ്ഞാൻ RC 83. in the nose. അന്തരാ നിരൂപിച്ചു Mud. = ഉള്ളിൽ.

അന്തരാത്മാ anðarāltmā S. Heart. അ'വിന്ന് ഒരു ഖിന്നത വിശേഷിച്ചും ഉണ്ടു Si P 4. you have a deep grief.

അന്തരായം anđarāyam S. Obstacle. — M. trick V1. അന്തരായക്കാരൻ crafty V1.

അന്തരാളം anđarāḷam S. Intermediate space. പോയൊരു ദശാന്തരാളേ CC. (= ദശാന്തരേ) അന്തരാളത്തിൽ ഉള്ളവർ KN. castes placed between the 4 original ones (as അമ്പലവാസി etc.)

അന്തരിക്ക anđarikka 1. (interco) To die f. i. Brahmans, to disappear, fail. — അന്തരിതം dead. 2. to differ. നടേത്തേ പെരുക്കവും ഇതും തങ്ങളിൽ അന്തരിച്ച ശേഷം CS. the difference between that sum & this.

അന്തരീക്ഷം anđarīkšam S. Sky. അ'ത്താലേ വന്നു എന്നും പറന്നു വന്നു എന്നും വിചാരിച്ചു Ti.

അന്തരീപം anđarībam S. (= ദ്വീപം) Island. Nal.

അന്തരേ, (Loc.) **അന്തരേണ anđarē, — ēṇa** S. (Instr. of അന്തരം q. v.) between.

അന്തർഗ്ഗതം anđarġađam S. 1. Entered, hidden f. i. a മൂലരോഗം = അകത്തിനു പുറപ്പെടാതെ ഇരിക്കും നോവു a med. 2. mental, thought.

അന്തർഗ്ഗൃഹം anđargṛham S. = അന്തഃപുരം KR.

അന്തർജ്ജനം anđarjanam A Brahminee (= അകത്തമ്മ) നമ്പൂതിരിയുടെ ഇല്ലത്ത് ഒർ അന്തർജ്ജനത്തിന്ന് അപരാധം ഉണ്ടായി TR.

അന്തർദ്ധാനം anđardhānam S. Disappearance. അവൻ അന്തർദ്ധാനമായി Arb. ശിലയിൽ അ'വും ചെയ്തു Vil P. vanish, as Gods. അ. പ്രാപിച്ചു Brhmd.

അന്തർഭവിക്ക, anđarbhavikka S. Be included, intervene. വിഷം അ. Bhr. will not enter.

അന്തർഭാഗം anđarbhāgam S. Inside.

അന്തർമ്മുദാ anđarmudā S. With inmost joy AR 4.

അന്തർയ്യാഗം anđaryāgam അ'ത്തെ തുടങ്ങി Bhr. Inward sacrifice.

അന്തർയ്യാമി anđaryāmi S. Inner guide, soul AR 2.

അന്തർവ്വത്നി, അന്തർവ്വത്നി anđarvađi, — vatni S. Pregnant (po.)

അന്തർവ്വാസം anđarvāsam S. Living within.

അന്തർവ്വാഹകൻ anđarvāhaɤaṅ S. (= അന്തർയ്യാമി) ജഗതി അ. God AR 2.

അന്തസ്താപം anđastābam S. Burning grief.

അന്താവസായി anđāvasāyi S. (അന്തം) Barber po.

അന്താഴം, അന്തായം anđāḻam, — āyam 1. The cross plank in a jangāḍa. 2. bar, as before window. അ. ഇടുക to lay bars across V1. 2.

അന്താളം anđāḷam (അന്ധം q. v.) Pride, high-mindedness. den V. — V1. അന്താളിക്ക.

അന്തി anđi Tdbh. സന്ധ്യ, Evening, often called മൂവന്തി; both joined അന്തിയും മോന്തിയും ആകുമ്പോൾ പുരയിൽ അടങ്ങേണം vu. നേരം ഒട്ടന്തിമോന്തിയാവോളം TP. — പോയ നാൾ അന്തിക്ക Mud. അന്തിയോളം till eve, continually. അന്തിയായി it is late. അന്തു തീരാത്ത പണികൊണ്ട് അന്തിയാക്കരുതു prov. do not continue the work beyond eve.

Cpds. അന്തിച്ചുവപ്പ് red sky. അ'പ്പായ പൊങ്കതിരി CG. A golden plough.

അന്തിത്തിരി the evening light. അടിച്ചുതളിക്കും അ'ക്കും ഒരു മുട്ടു വന്നില്ല marks of a well ordered household, however poor. The ancestors require the light.

അന്തിമലർ (S. സന്ധ്യാരാഗം) Tuberosa or Polianthes; അന്തിമലരി perh. the same, or Mirabilis Jalappa? Rh.

അന്തിമഹാകാളൻ KU. a Paradēvata.

അന്തിയാവള്ളിയൻ a med. plant (അ'ന്റെ വേർ a. med.)

അന്തിയുറക്ക night's rest. ഇന്നേത്തേ രാത്രിയിൽ അ'ക്കിന്നു വരട്ടേ TP.

അന്തിവിളക്ക വെക്ക TP. = അന്തിത്തിരി. അന്തിവിളക്കിന്നു നേരമായി TP.

അന്തികം anđiɤam S. 1. (അന്തി anti, opposite) Near esp. Loc. അന്തികേ, നിണക്ക് അന്തികേ വന്നു CG. = അടുക്കേ; ഞാൻ അണഞ്ഞാലും അന്തികേ (prayer) may I draw nigh!

2. (അന്തം) what reaches to the end. പ്രാണാന്തികമായ ദണ്ഡം KR. punishment that lasts till death. അന്തികമാളും അന്തകൻ CG.

അന്തിമം = അന്തികം 1. & 2.

അന്തൊനേശ്വരൻ anδonēšvaran Nasr. po. Eternal Lord.

അന്ത്യം andyam S. (അന്തം) Final, last. അന്ത്യകൎമ്മം Bhr. burning the corpse.

അന്ത്യജൻ a low caste.

അന്ത്രം antram S. (= അന്തരം, G. enteron) Entrails, med. commonly ആന്ത്രം.

അന്ദോളം andōḷam S. vu. അന്തോളം, ഐന്തോളം What swings, a litter. അ. ഏറി പുറപ്പെട്ടു Nal 2. അന്ദോളികവാഹകന്മാർ Bhg. the palankin bearers.

അന്ദോളിതം S. swinging, agitated. അ'മായി തന്നേരം ആവഹം, അ'മായ്മഞ്ഞു യുദ്ധം Bhr 7. waxed doubtful.

അന്ധം andham S. Blind, infatuated. അന്ധരവേഷന്മാരായി CG. also അന്ധർ the blind. അന്ധകനാഥൻ, — നായകൻ Camsa, the prince of the blind CG. — മിണ്ടാതെ അന്ധനായ്നിന്നു ചിന്തിച്ചു Mud. thunderstruck. — അന്ധത, അന്ധത്വം blindness. [യിൽ ഇട്ടു Mud.

അന്ധകാരം S. darkness. അന്ധകാരക്കണ്ടറ

അന്ധതമസ്സ് S. great darkness (po.)

അന്ധതാമിസ്രം (perfectly dark) a hell. അ'സ്രസമാനമാം കണ്ടറ Mud.

അന്ധാളി (see അന്തോളം) bewildered, fool, hence അന്ധാളിത്വം, അന്ധാളിച്ചു പോക, CV. അന്ധാളിപ്പിക്ക to bewilder. അന്ധാളിപ്പ് bewilderment. [Pasture, food, po.

അന്ധസ്സ് andhassu S. (G. anthos, Soma plant)

I. **അന്നം** annam S. (അദനം) 1. Eaten, food, boiled rice, livelihood. അന്നപാനം meat and drink (po. also അന്നരസം). അന്നവസ്ത്രം food and raiment. ക്ഷൾഭാഗം എന്നുള്ള അന്നം ഭുജിച്ചിടേണം VCh. support of king.

അന്നപൂൎണ്ണേശ്വരി a Bhagavati.

അന്നഭേദി green vitriol.

II. **അന്നം** annam (and അന്നൽ?) Tdbh. ഹംസം A swan or goose, hence അരയന്നം. It is celebrated for its walk & as being able to separate milk mixed with water. പാലിൽ കലന്നുള്ള നീരിനെ വേറിട്ടു പാൽ കുടിച്ചീടുന്നൊരന്നം പോലെ CG. കാകൻ പറന്നു പുനർ അന്നങ്ങൾ പോയ വഴി പോകുന്നപ്പോലെ HK. I follow the great as crows the swan.

അന്നക്കൊടി the swan standard B.

അന്നനടക്കാരത്തി, അന്നം ഇടെന്ത മേന്നടയാൾ RC 109. = ഹംസഗാമിനി.

അന്നൽ annal (prh. = അന്നം II.) A bird of stately walk, അന്നൽനേർ നടയാൾ Bhr. — crying voice അന്നലേ നീ എന്നു സന്തതം കേഴുന്നു CG. — The 2 birds are distinguished in CG. അന്നങ്ങൾ പോലെ നടന്നതിൽ പിന്നാലെ അന്നലെപ്പോലെ കരഞ്ഞു പിന്നേ children imitating.

അന്നു annu M. (T. C. അൻറു from അ) That day, then കണ്ടന്നേ. Bhr 1. ever since I saw. അന്നു പെറുമതി 1. the price it will then fetch (doc.) 2. a certain tenure.

അന്നന്നു day by day. അന്നന്നു പണിചെയ്തു by daily work. വേണ്ടുന്ന കാൎയ്യത്തിന്ന് അ. എഴുതി വരികയും വേണം TR. from time to time. അന്നത്തേതു the production of that day. അന്നേടം ഉണ്ടു തല്ലിനിക്കു CG. (ഇട) I shall at once be flogged.

അൻപു, അമ്പു anbu, ambu T. M. (C. Te. അൻക, Tu. അംഗ്) 1. Love, affection. അമ്പോടു കൊടുത്താൽ അമ്പു (prov.) അമ്പററാൽ തുമ്പററു if love fails, the right fails also (of family connection, joint possession), hence അന്യും തുമ്പും KU. അമ്പില്ലാത്ത മനുഷ്യരും കമ്പില്ലാത്ത കായലും VyM. 2. also trust, devotion. തൽപാദം അമ്പോടു കുമ്പിട്ടനേൻ VilP. അമ്പാം ആഴിയിൽ മുങ്ങി KeiN. അമ്പലം പുക്ക് അ. പൊഴിഞ്ഞു വസിച്ചു CG. അമ്പിൽ എട്ടുന്നു gladly.

hence അമ്പെഴും loving കമ്പന് അ. തമ്പി RC 24. ശരുകനൻപേറിന മകൻ RC. dear child.

അൻപൻ 1. lover, friend. അമ്പരിൽ അൻപനും വമ്പരിൽ വമ്പനും Bhr 2. 2. husband മൈമകൾക്കൻപൻ RC 118.

അൻപുക (po.) to be fond of, connected with. ധനിവൻപുന്ന പങ്കജലോചനൻ the very merciful. ചില്ലിവില്ലോടു കൺ കോണമാ

യൻപുമമ്പു CG. the arrow consisting in the glance. കഴൽ തൻതലം അൻപുക മമ ചേതസി CG. abide, dwell. കാഞ്ഞിരങ്ങാടന്പും ശങ്കരരെ Anj. residing. പിഴയില്ലാതെ മതിയമ്പിന വിളിക്ഷണൻ RC. (=ഉള്ള) പുലിവായിൽ നിന്നമ്പാതെ വീണ്ടുപോയി CG. quickly. അൻപിനാർ കാരോരൊ വേലകൾ CG. were engaged in.

അന്യം anyam S. 1. Other, chiefly in S. compos. but also അന്യ ഒരുവൻ MR.=മററൊരുവൻ — അന്യന്മാർ others, strangers, also അന്യവർ V1. അന്യത diversity. 2. descent അന്യം നിന്നു പോക, അ. മുടിയുക the family to be extinct. (=അന്വയം?)

അന്യജാതിക്കാരൻ of another caste.

അന്യത്ര elsewhere (po.)

അന്യഥാ otherwise അന്യഥാഭാവം, അന്യഥാകരണം change of mind, acting contrary to അന്യഥാഭാവം വചസ്സിന്നു വരാ KumK.= മാററം. അന്യഥാഭാവംപറക to refuse. അന്യഥാ ഭവിക്കയില്ല is irrevocable (a curse). ചിപ്ലതിതൻ കല്പന അന്യഥാവാകിത്രുടാ KR 5. cannot be altered or avoided.

അന്യഥാവൽ (അന്യഥാൽ) of different nature — അന്യഥാല്പുള്ളതു another man's.

അന്യദാ at another time, sometimes.

അന്യദാസ്യം Nal 3. servitude to another.

അന്യദ്രവ്യം=പരദ്രവ്യം.

അന്യപ്പെടുത്തുക distinguish ആത്മാവിന്നു ജഡത്തെ അന്യപ്പെടുത്തുവതു (Tatw.)

അന്യരാജ്യക്കാർ MR. foreigners.

അന്യവശമാക്ക to transfer.

അന്യസ്ത്രീ=പരസ്ത്രീ.

അന്യാൎത്ഥം for the sake of another.

അന്യായം anyāyam S. 1. Injustice അന്യായം അന്യായം എന്നു ഘോഷിച്ചു മന്നവൻ തളത്തിൽ കരേറിനാർ Si P 3. Brahmans demanding redress. (modern usually ന്യായരഹിതം). അ. നിണക്കു വനവാസം Bhr. unlawful. 2. cause for complaint. ഇവൎക്ക് അന്യായം ഉണ്ടായിൽ (Syr. doc.) 3. M. complaint, suit. അ. വെക്ക, ചെയ്യു, ചൊല്ലു, f. i. അവൻ നിന്റെ മേൽ അ. ചെയ്യു (jud.) അവൻ ഇങ്ങിനെ ചെയ്യു എന്ന് എന്റെ അ. ആകുന്നു; അദാലത്തിൽ അ. വെച്ചു, അ. വെച്ച പറമ്പു TR. the disputed land. അവരുടെമേൽ വെച്ച അ. തെളിയിച്ചു, ആ സങ്കടത്തിന്നു താലൂക്കിൽ അ. ബോധിപ്പിച്ചു MR. ആ അവസ്ഥെക്കു നിങ്ങളെകൊണ്ടു കോയ്മയിൽ അ. കേൾപ്പിക്കാം, അ. പറയാം TR. shall prosecute you. 4. (mod.) the plaintiff=അന്യായക്കാരൻ f. i. അന്യായം രാമൻ the plaintiff R. അന്യായം പ്രതികൾ MR.

അന്യായപ്പെടുക=(അന്യായം 3.) to lodge a complaint. അതു വിചാരിക്കുന്നതിന്ന് അ'ട്ടു sued for consideration of his claim. അ'ട്ട പറമ്പു MR. the p. under litigation. അ'ട്ട് അപേക്ഷിച്ചു (pid.) അന്നിയായപ്പെട്ടാൽ KR.

അന്യൂനം anyūnam S. Not deficient. അന്യൂനഭാജനം CG. unspotted. അന്യൂനരാഗം പറഞ്ഞു Mud. most tenderly.

അന്യേ anyē (S. from അന്യം, or=എന്നിയേ) 1. Without അനേകം അന്യേ alone. 2. except മത്സ്യം അന്യേ മററൊരുവക ഇല്ല PT. 3.= അന്യ other, besides. അറിഞ്ഞതിൽ അന്യേ ഒരു കാററം തെളിഞ്ഞു കണ്ടാൽ, അന്യേ ഒരു വക കാററം TR.

അന്യോന്യം anyōnyam S. (അന്യഃ അന്യം) 1. One another, mutually. അന്യോന്യാശ്രയം mutual dependence. അന്യോന്യവിശ്വാസം TR. 2. friendship. അ. വരുത്തുക to be friend V1. ചാപടിക്കാർ കള്ളന്മാരെ അന്യോന്യമായി പാൎപ്പിച്ചു TR. lived on good terms with. അവരെ അ. ആക്കി gained over TR. 3. an ആയുധാഭ്യാസം (=മുഷ്ടിയുദ്ധം) V1.

അന്യോന്യക്കേടു enmity V1. (?).

അന്വയം anvayam S. (അനു+ഇ) 1. Lineage ഭരതാന്വയത്തിങ്കൽ ഉണ്ടായ രാജാക്കൾ Bhr. 2. logical connection of words (=പരസ്പരസംബന്ധം) അന്വയവാക്യം Tatw. the word with which it is constructed.

den V. അന്വയിക്ക to construe (gram.) അഖിലജ്ഞാനശാസ്ത്രം അ'ച്ചറിഞ്ഞു KeiN. interpreted.

അന്വവേദങ്ങൾ (?) **anvavēďaṅṅaḷ** Bhr. Udyōg. explained as secondary sciences, viz. യജ്ഞം, ദാനം, അദ്ധ്യയനം, തപോനിഷ്ഠ (perh. അനുയവേദം.)

അന്വഹം anvaham S. (അനു + അഹഃ) Daily, [ever.

അന്വിതം anviďam S. (അനു + ഇ) Connected with — രക്താന്വിതം bloody, etc.

അന്വീക്ഷ anvīkša S. (ഈക്ഷ) Philosophy, also അന്വിക്ഷി V1.

അന്വിഷ്ടം & അന്വേഷിതം sought.

അന്വേഷണം — ഷണം S. (അനു + ഇഷ) 1. looking after, search അംഗനാന്വേഷണം ചെയ്തു KR 5. കാൎയ്യ അ. investigation (jud.) 2. care അവന് അതിന്മേൽ അ'ണമില്ല MR. does not mind it. തമ്പുരാന് രാജ്യ അ'മായി വന്നാൽ TR. if the government should be entrusted to the Rajah.

അന്വേഷിക്ക 1. to seek, inquire, investigate vu. അന്ന്യേഷിക്ക. 2. to care for രാജകാൎയ്യവും നന്നായി അ'ച്ചിരുന്നു KR. നാം അ'ക്കുന്ന ദിക്കു TR. the country under my charge. കുഞ്ഞുകുട്ടിയെയും അ'ച്ചു രക്ഷിച്ചു കൊള്ളേണം TR.

അപ aba S. (G. apo — L. ab —) off —, frequently confounded with അവ. — Privation, inferiority, South (opp. ഉൽ).

അപകടം abaγaḍam (S. better അവകടം) Mischief, adventure. [cy Mud.

അപകരുണം abaγaruṇam S. Without mer-

അപകൎഷം abaγaršam S. Detraction, deterioration. denV. — ൎഷിക്ക to scorn V1.

അപകാരം abaγāram S. (& അപക്രിയ po.) Harm, opp. ഉപകാരം; ഉപകാരത്തിന്ന് അ. കാട്ടുക be ungrateful. സൎക്കാൎക്ക് അ. വരും TR. loss. ഉപകാരവിധാനയോഗ്യനാം ഞാൻ അ. തവ ഹന്ത ചെയ്തു പോയെൻ CCh.

അപകാരി injurious. — denV. — രിക്ക (V1.)

അപകീൎത്തി, അപഖ്യാതി abaγīrti, — khyāďi S. Infamy.

അപഗതം abaġaďam S. (ഗം) Departed അഭയാകുലം AR 5. boldly.

പഗത അപശമിക്ക disappear, be lost V1.

അപചയം abajayam S. Loss. അപചിതം lost.

അപചാരം abajāram S. Mistake, affront.

അപചിക്കുരു abajikkuru S. & M. (പച്) Scrophulous swelling (= പഴുക്കാത്തതു).

അപജയം abajayam S. (better അവ —) Defeat, rout. പൊരുതു തങ്ങളിൽ അപജയപ്പെട്ടു മുറിയും പാരമായി Bhr 8. തോലുവി അ. കൊണ്ടറിഞ്ഞു MR. disappointment.

അപടു abaḍu S. (പടു) Weakly, sick (po.)

അപത്യം abatyam S. (അപ) Offspring. ഞാൻ അപത്യാൎത്ഥി Bhr. I wish for a child.

അപഥം abatham S. Wrong road = പിഴവഴി V2.

അപഥ്യം abathyam S. Not salutary, want of diet. അപത്തിയം ചെയ്യാഞ്ഞു a med. അപഥ്യഭക്ഷണം ചെയ്തു Nid. [trick V1.

അപദേശം abaďēšam S. Pretence, disguise,

അപനയം abanayam S. Removal; bad direction. യുദ്ധം അ'മായി ചമഞ്ഞു Bhr 8. (= അബദ്ധം). [Prevarication.

അപന്യായം abanyāyam M. അപഞായം

അപപ്രഥ abapratha S. Dishonor KR.

അപമാനം abamānam S. Disrespect, affront. നമ്മെ അ. വരുത്തിയാലും നമുക്കു ബഹുമാനമായി നിശ്ചയിച്ചു TR. I took your insult for an honor. ദേവബ്രാഹ്മണൎക്കും അപമാനക്കേടു വരുത്തി insulted. — denV. അപമാനിക്ക.

അപമൃത്യു abamṛtyu S. Violent or sudden death.

അപരം abaram S. (അപം) 1. Latter, following, other. അപരദിനം next day, അ'പക്ഷം the 2nd fortnight. അപരാഹ്ണം afternoon (opp. പൂൎവ്വം). 2. hinder, west. [vanquished.

അപരാജിതം abarājiďam S. (പരാജിതം) Un-

അപരാധം abarādham S. 1. Offence, guilt. കമ്പഞ്ഞിയോട് ഏറിയ അ. ചെയ്തു TR. against the C. 2. esp. trespass that implies loss of caste. അവകാശത്തിന്നു വാചകം അപരാധത്തിന്നു മുക്കു in civil cases pleading, in criminal the ordeal. അന്തൎജ്ജനത്തിന്നു പുതുച്ചേരി മൂസ്സതിന്റെ അ. ഉണ്ടു TR. she

fell through P. M. ഓരെൻറ അമരാതം ഓ ർക്കു TP. — അപരാധസ്ത്രീ a fallen woman.

denV. അപരാധിക്ക to offend, ruin, debauch, with Acc. ഞാൻ അവളെ അ'ച്ചിട്ടില്ല TR. with Dat. അമ്മെക്ക് അ'ക്കാമോ prov. അന്തജ്ജ നത്തിന്നു വൈധവ്യം വന്നത് അപരാധിക്ക യാൽ TR. as she transgressed the rules of widowhood.

അപരിഛിന്നൻ abarićhinnaǹ Bhg 9. അപരിഛേദ്യൻ S. AR 3. Undefinable, incomprehensible.

അപരിമിതം abarimiδam S. Unmeasured. അപരിമിതാനന്ദവാരിധി Sid D. [scarce.

അപരൂപം abarūbam S. Monstrous, odd,

അപരോക്ഷം abarōkšam S. (പരോക്ഷം) Not unperceptible. അ'ക്ഷജ്ഞാനം knowledge of present or visible things KeiN.

അപവൎഗ്ഗം abavargam S. Final emancipation. അപവൎഗ്ഗസിദ്ധി = മോക്ഷം Tatw.

അപവാദം abavād'am S. Blame, calumny. അപവാദി calumniator V1.

അപവാരണം abavāraṇam S. Concealment.

അപശബ്ദം abašabd'am S. Solecism. അ'മ ല്ലാതെ പുറപ്പെടുകയില്ല prov.

അപസവ്യം abasavyam S. Right, not left; from the left to the right. [പുലകളി.

അപസ്നാനം abasnānam S. Funeral bathing,

അപസ്മാരം abasmāram S. Delirium, epilepsy Nid. ഉപകാരം അപസ്മരിക്ക ഇല്ലൊരി ക്കലും KR. forget. [Nid. febrifuge.

അപഹം abaham S. Expelling. ജ്വരാപഹം

അപഹരിക്ക abaharikka S. To rob, extort, purloin, വഹകൾ, നിലം ഉപായത്തുപേണ അ. MR. acquire by fraud. മനസ്സിനെ അ. Bhr. steal the heart.

അപഹാരം S. taking away, robbery.

അപഹാസം abahāsam S. Derision. അ'ഭേതാ ടെ ഇടമേൽ കൊട്ടി Bhr. [ക്കേട്ട.

അപാകം abāγam S. Raw, indigestion, പാക

അപാംഗം abāṅġam S. (അപ) Outer corner of the eye. ചഞ്ചലാപാംഗഭംഗാവലിഭംഗിയും Nal 1. = കടക്കൺ.

അപാത്രം abātram S. Unworthy, unfit recipient. ധനം അപാത്രത്തിൽ കൊടുത്തു KR.

അപാദാനം abād'ānam S. Removal, ablative (gram.)

അപാനൻ abānaǹ S. (അപ + അൻ) Anus, wind from behind. [Ocean, po.

അപാമ്പതി abāmbaδi S. (അപ് water)

അപായം abāyam S. (അപ + ഇ) 1. Calamity, danger. അ'ങ്ങൾ വന്നാൽ ഉപായങ്ങൾ വേണം; വാരിധിതീരം അപായസ്ഥാനം PT 1. dangerous place. 2. loss, death. ഏറിയ അപായ ത്തോടും ഢീപ്പു പാഞ്ഞു TR. fled with great loss. അപമാനത്തോടും കൂടെ ശിപ്പായ്മാൎക്ക് അ. തട്ടി fell. വെടികൊണ്ട് അ. വന്നു were shot. നൂറാ ളെ അ. വരുത്തി TR. put to death.

അപാൎത്ഥം abārtham S. Senseless. അ'വിശേഷം absurdity.

അപി abi S. 1. G. Epi = അഭി, in comp. 2. moreover, also, and അപിച, അപിതു po.

അപിധാനം abidhānam S. (അപി) Covering.

അപുത്രത്വം abutratvam S. Being without a son. ഏകപുത്രത്വം അ'ത്തോട് ഒക്കുമല്ലോ Bhr.

അപൂപം abūbam S. Flour cake.

അപൂൎവ്വം abūrvam S. Unprecedented, rare, uncommon, vu. അകവ്വം.

അപേക്ഷ abēkša S. (അപ + ഈക്ഷ) 1. Looking for, expectation. 2. M. desire, request. തരുവാൻ കമ്പഞ്ഞിയിൽ നാം അ. ചെയ്യുന്നു TR. I beg the H. C. also അപേക്ഷം f. i. നിങ്ങൾക്ക് അപേക്ഷത്തോടെ എഴുതി TR. entreated you by letter.

അപേക്ഷിക്ക 1. to expect. തെല്ലു അ'ച്ചാൽ PT 1. if you wait a little. 2. to entreat, beg, with Loc. & Acc. also പല്ലക്കിന്ന് അപേക്ഷിച്ചു TR. സൎക്കാരിൽ അ'ച്ചു, കമ്പഞ്ഞിയിൽ പരിന്ത്രി സ്സ് വന്ന് അപേക്ഷിച്ചാൽ TR. if the French should once beg for peace. തന്നെ രക്ഷിക്കേ ണ്ടതിന്ന് അ'ക്കുന്നു MR.

അപോഹം abōham S. (അപ + ഊഹ) Ascertainment ഊഹാപോഹാദികളിൽ ചതുരഹൃദയ നായി Bhr 5.

den V. അപോഹിക്ക to judge rashly V1.

അപൌരുഷേയം abaurušēyam S. Not of human origin. അ'യതാം ഉണ്ടിതിന്ന Bhr. (i. e. വേദങ്ങൾക്കു). [after യാഗം KR.

അപ്തോൎയ്യാമം aptōryāmam S. A ceremony

അപ്¹, അപ്പ് arpa, appu S. (pl. ആപഃ) Water അപ്പുകളെകൊണ്ടു ജീവധാരണം ചെയ്തു Nal. ഇക്ഷോണി അപ്പിൽനിന്നുണ്ടായി Kei N.

അപ്പ appa T. M. A common weed, Ageratum (So. കമ്പഞ്ഞിപ്പച്ച) GP 64. കാട്ടപ്പ GP 65. Ceanothus cærulea Rh. കടലപ്പ etc.

അപ്പം appam T. M. C. Te. (അപൂപം, അപ്പി?) Fried cake, bread. അച്ഛന്ന നല്ലവാൻ അപ്പങ്ങൾ നിൎമ്മിച്ചു CG. അപ്പം മലരവിൽ Si P. പാകത്തിൽ വെന്തപ്പം പായസവും അപ്പമടയും തരിപ്പണവും BR. (for parrots).

അപ്പക്കാരൻ baker — അപ്പക്കൂട്ട oven.

അപ്പടി appaḍi T. (പടി) Thus, Tatw.

അപ്പൻ appaǹ T. M. C. Te. (Tu. mother) 1. Father; also among Namburis, father's brother നമ്മുടെ ചെറിയപ്പൻ (& ചിററപ്പൻ) TR. പെണ്ണപ്പൻ & (loc.) അപ്പച്ഛൻ father-in-law, അപ്പച്ചി mother V1. അപ്പായി father's mother V1. അപ്പൂപ്പൻ (loc.) grandfather. 2. used honorif. f. i. a Sūdra tribe. അപ്പന്മാർ, Gods തളിപ്പറമ്പത്തപ്പൻ Siva തൃക്കാരിയൂരപ്പൻ KU. Brahma. — അപ്പൻവിരൽ thumb. 3. used interj. = ആണ f. i. അച്ചൻ അപ്പൻ ഞാൻ തരും vu. നമ്പിയാർ അ. (= ന. ആണ). — Voc. അപ്പ, അപ്പാ, അപ്പപ്പാ, അപ്പടാ അപ്പി (loc.) interj. of pain and surprise (comp. അച്ഛോ).

അപ്പാടേ appāḍē (പാട്) Thus CG.

അപ്പി appi (C. T. Te. അപ്പുക to clap on) 1. Plaster = തേപ്പ്. 2. dirt, children's talk V1. 3. urethra B.

അപ്പു appu 1. S. = അപ്, അപ്പ്. 2. M. = അപ്പി 1. അപ്പു ഇളകിയിരിക്കയും MM. (of a breast-wound). 3. M. affectionate appellation of boys f. i. എന്റെ അപ്പുകുട്ടി & thus 4 Npr.

അപ്പുറം appuram M. T. (പുറം) That side, beyond. അപ്പുറവും ഇപ്പുറവും തിരിഞ്ഞു നോക്കാതെ without hesitation. ൧൦൦ കാലം അപ്പുറം TR. more than 100 years ago.

അപ്പൊഴുതു appoḻutu (po.) & അപ്പോൾ T. M. (പൊഴ്) That time, then. അപ്പപ്പോൾ at times. ഗുണമായാൽ അപ്പോഴേ ക്രട്ടി അയക്കാം TR. as soon as he is better. അപ്പോഴേ തുടങ്ങേണം Anj. at once, opp. നാളെ.

അപ്രകാശം aprakāšam S. Secret. — ്യം not to be manifested. [peerless acts KR.

അപ്രതികൎമ്മാവ് apradikarmāvu S. Doing

അപ്രതികാൎയ്യം apradikāryam S. Incurable, of രോഗം PT.

അപ്രതിമം apradimam S. Incomparable.

അപ്രതിരഥൻ apradirathaǹ S. Without an opponent Bhr. [— ആക disappear.

അപ്രത്യക്ഷം apratyakšam S. Imperceptible

അപ്രധാനം apradhānam S. Secondary, accessory.

അപ്രമാണം apramāṇam S. Of no consequence, falsehood. — അപ്രമാണികൻ liar.

അപ്രമേയം aprameyam S. Unfathomable. അ. പ്രഭാവം Bhr. അ. ഗുണം Nal 4.

അപ്രയത്നം aprayatnam S. Easy അ'ത്തെ സാധിക്കും KR. so അപ്രയാസം.

അപ്രയോജനം aprayōjanam S. Useless.

അപ്രവക്തവ്യം apravaktavyam S. Not to be uttered AR.

അപ്രസംഗം aprasaṅgam S. Unconnected.

അപ്രസന്നം aprasannam S. Displeased, അ. നിന്മുഖം Brhm P. അതുകൊണ്ടു നമുക്ക ഏറിയ അപ്രസാദം തന്നെ ആകുന്നു TR. regret much.

അപ്രാണി aprāṇi S. Sickly, miserable (vu.)

അപ്രാപ്തം aprāptam S. 1. Unattained. അപ്രാപ്തകാലകളായ വചനങ്ങൾ PT. illtimed — അപ്രാപ്യം Bhr. unattainable. 2. M. അപ്രാപ്തൻ incapable. സാധുവും അപ്രാപ്തനും MR. imbecile.

അപ്രിയം apriyam S. 1. Odious. നമുക്കു വളരെ അ. ആകുന്നു TR. 2. dislike അ. കാട്ടുക.

അപ്സരസ്സുകൾ apsarassuγaḷ S. Gandharwa women Bhg. and അപ്സരസ്ത്രീകൾ Bhr.

അഫലം aphalam S. Unfruitful. അഫലനായ സുരപതി KR. (castrated?) chiefly of barren fruit trees. പിലാവ് അഫലം ശിശു കഴിച്ചു TR. deducting barren and young jack trees. തെങ്ങു,

കഴിഞ്ഞു etc. അഫലമായി പോയി MR. beyond bearing.

അപ്പീൽ E. Appeal അ. ബോധിപ്പിക്ക, അംഗീകരിക്ക MR.

അബദ്ധം abad'dham S. (unbound) 1. Irrelevant, mistake, misconduct. അയ്യോ ഞാൻ നിന്നോടു അ. പറഞ്ഞുപോയി SG. impertinently. എന്തിന്നീ അ. കാട്ടിയതു KU. കൈയബദ്ധം കൊണ്ടു തീ പിടിച്ചു by a slip of the hand. അബദ്ധമായി വെള്ളത്തിൽ മറിഞ്ഞു വീണു MR. by mishap. 2. untruth, falsehood. അവനെ അ. വരുത്തി deceived.

അബർ abar A. Character, respectability. അ. ഇല്ലാത്തവൻ (Mpl.)

അബലൻ abalaǹ S. Weak, silly.
അബല woman, po.

അബാലൻ abālaǹ S. No more a child. അറിവു കൊണ്ടവൻ അ.'നായതു KR.

അബ്ജം abjam S. (അപ്പ്) Waterborn, lotus.
അബ്ജൻ moon (po.) [soon, year (po.)

അബ്ദം abd'am S. Watergiving; cloud; mon-

അബ്ധി abdhi S. Water-holding, sea.

അഭംഗി abhaṅgi What is unpleasing, ഭംഗിക്കും അ'ക്കും എത്ര ഭേദമേ ഉള്ളൂ PT 1.

അഭയം abhayam S. 1. Security. അ. ഇരുന്നു വണങ്ങിനിന്നു CCh. പിന്നേ അ. ഉണ്ടാം AR 1. 2. promise of protection or pardon. അ. തരികെന്നു കാല്ക്കൽ വീണിരുന്നു AR 6. begged for quarter. അവയം എങ്ങൾക്കു തന്നതാൽ എന്നിരുന്നാർ RC 63. so അ. പറക, വീഴക, പുക്ക, കാല്ക്കൽ അ. ചെന്നു, എന്നെ രക്ഷിക്കേണം എന്നു അ. പുക്കു AR. അ'മായി surrendered on discretion. അഭയദാനം, അ. കൊടുക്ക to save and protect. 3. in Mal. a sign of protection which Rājas gave with the hand dipped in oil and saffron V1. [f. unfortunate.

അഭാഗ്യം abhāġyam S. Misery — ഗ്യൻ m. — ഗ്യ

അഭാവം abhāvam S. 1. Absence. അഗ്നിതന്നഭാവത്താൽ മറഞ്ഞു കാട്ടങ്ങളും Bhr. 2. destruction, death, nonexistence; negative, gram.

അഭാഷണം abhāšaṇam S. Silence V1. [for.

അഭി abhi S. (G. amphi, L. ob) Near, towards,

അഭിക്രമിക്ക abhikramikka S. To attack (po.)

അഭിഗമിക്ക abhiġamikka S. To approach, go to (po.)

അഭിജനം abhijanam S. Family, noble ancestors, also അഭിജനത്വം Bhr.
അഭിജാതൻ wellborn.

അഭിജിത്തു abhijittu S. Victorious; a sacrifice, noon, zenith. അഭിജിത്തും വിശ്വജിത്തെന്നും യാമം KR.

അഭിജ്ഞൻ abhijńaǹ S. Experienced, clever. രാജസേവാഭിജ്ഞത്വം PT 1.
അഭിജ്ഞാനം information, recognition, mark. നല്ലോർ അ.'ത്തെ നല്കി, അഴകുള്ള അ.'ത്തെ കണ്ടാൽ KR.

അഭിധാനം, — ധേയം abhidhānam, — dhēyam S. Appellation, name. [Delight.

അഭിനന്ദിക്ക abhinand'ikka S. = simpl. KR.

അഭിനയം abhinayam S. Pantomime, രംഗത്തിൽ നടനമാടി പിടിച്ചഭിനയം നടിച്ചു ഭാവങ്ങൾ KR.

അഭിനിവേശം abhinivēšam S. Earnest application, persistence. കേകയീസ്വകാര്യത്തിലുള്ളൊരഭിനിവേശത്താൽ KR.
den V. അ'ശിക്ക, അഭിനിവിഷ്ടൻ.

അഭിപൂജ abhibūja S. Reverence. ദേവകളാൽ അഭിപൂജിതൻ UR = simpl.

അഭിപ്രായം abhiprāyam S. (അഭി + പ്ര + ഇ) Aiming at, intention, meaning, wish. അവനിൽ അ.'മായിരിക്ക love him cordially. സൂത്രത്തിന്റെ അ. import. ഇതു നമ്മുടെ അ. TR. my advice. എന്നു എനിക്കു അ.'മുള്ളതു MR. I would suggest, that.

അഭിഭവം abhibhavam S. Overpowering. അ. നിന്റെ മകനു വരുന്നു KR.

അഭിമതം abhimaďam S. Desired, chosen. നിന്റെ അ. ചൊല്ലുക state thy wish.

അഭിമന്ത്രണം abhimantraṇam S. Bespeaking blessing, enchanting, esp. of arms.
den V. ആയുധം അഭിമന്ത്രിക്ക bless or curse the weapon. നാരായണാസ്ത്രം എടുത്തു അ.'ച്ചു പാരാതയച്ചാൻ Bhr. അ.'ച്ച കലശങ്ങളാൽ അഭിഷേചിച്ചാർ KR. consecrated vessels.

അഭിമാനം abhimānam S. Keen feeling of honor, self-esteem, arrogance. അഭിമാനഹാനി കൈക്കൊണ്ടു AR 6. covered with shame. കലാഭിമാനം pride of birth.

അഭിമാനി (അഭിമാനവാൻ Nal 2.) proud, haughty. അ'കൾ മുമ്പനങ്ങുന്നൻ Bhr.

അഭിമാനിത്വം നമ്മിൽ അങ്കുരിച്ചു Bhr. self-conceit, ambition.

denV. അഭിമാനിക്ക 1. to make something a point of honor, feel oneself. ശക്തൻ എന്നു അ'ച്ചു മൂഢൻ ഭീമൻ Bhr 10; 2. to emulate, fight. അവരോടു അ'പ്പാൻ എന്തൊരു കാരണം Bhr. = മത്സരിക്ക. — 3. to honour, favour B.

അഭിമാന്യകേട്ടു വരും vu. disgrace = തോല്ക്ക.

അഭിമുഖം abhimukham S. Having the face towards — അ.'മായി പറക face to face.

അഭിയുക്തൻ abhiyuktaǹ S. (beset, involved) Assaulting ഒടുക്കവോൻ അഭ്യുക്തൻ (sic.) AR 4.

അഭിയോഗം onset — denV. അഭിയോഗിക്ക to attack, press hard the enemy (= ഇറുക്കുക, ഞെരുക്കുക) V1.

അഭിരതം abhiraďam S. (രം) Delighted.

അഭിരാമം charming വിശ്വാഭിരാമൻ delighting every one. നേത്രാഭിരാമം SiP. delightful to the eyes.

അഭിരുചി abhiruji S. Relish for ഒരുത്തന്നു അ. മന്നിങ്കൽ ചെല്ലും AR 6.

അഭിലാഷം abhilāšam S. Propensity, lust, wish. ചിത്താഭിലാഷം own free will — also fem. ആത്മശുദ്ധിയിൽ അ'ഷയുള്ളവൻ Bhg. അ.'ഷകൾ നല്കാം Bhr. കാണ്മതിന്നിവൾക്കുണ്ടു അ.'ഷയുള്ളിൽ KR.

അഭിലാഷി desirous.

അഭിലാഷിക്ക to long. കാണ്മാൻ അ.'ക്കുന്നു KR. also അഭിലഷിക്കുന്നു (പാരം എന്മനം) KR.

അവളിൽ അഭിലഷിതം ഉണ്ടാക VetC. affection, lust.

അഭിവന്ദനം abhivand'anam S. denV. — ന്ദിക്ക Greeting.

അഭിവൎഷിക്ക abhivaršikka S. To rain upon. അ'ച്ചീടും മുമുക്ഷുക്കൾ, അതിൽ കാളമേഘം അ'ക്കയില്ല KR.

അഭിവാദം, — ദനം, — ദ്യം abhivād'am, — d'anam, — d'yam S. Salutation, accosting. ശരം കൊണ്ടു അ'ദ്യം ചെയ്തു ഗുരുഭൃത്യന്മാൎക്ക Bhr 4. അ'ദ്യം പരിചോടു ചെയ്തു പുറപ്പെട്ടു KR. took farewell from his mother. പിതാവിനെ വന്ദിച്ചു അ'ദനം ചെയ്തു KR. (to one dead).

അഭിവാഞ്ഛിതം adhivāñčhiďam S. Wish ചൊല്ലുക്തിവ. Bhr.

അഭിവൃദ്ധി abhivṛd'dhi S. Progress, thriving. കൃഷി നന്നായി അ. ചെയ്യിച്ചു Arb. നമുക്ക വേണ്ടുന്ന സഹായങ്ങളും അഭിവൃദ്ധിയും തങ്ങളെ കടാക്ഷം തന്നെ TR. all my prospects rest on your favor.

അഭിശാപം abhišābam S. False accusation, curse.

അഭിഷംഗം abhišaṅgam S. Defeat, imprecation V1.

അഭിഷേകം abhišēγam S. Sprinkling with water, inauguration or consecration by pouring oil, ghee, rice, pearls, etc. on the head of idols, kings, etc. പട്ടാഭിഷേകം ഗുൎവ്വഭിഷേകം etc. അ. ചെയ്തു മടിയാതെ KR. get thyself crowned. രണ്ടു രാജ്യത്തിങ്കലേക്കും അ. ചെയ്യിച്ചു Mud. crowned him king over both countries.

denV. അഭിഷേചിക്ക, to crown. മന്ത്രികൾ എന്നെ അ'ചിച്ചാർ KR 4. — to be crowned കലശങ്ങളാൽ, രാജാവായി രാമൻ അഭിഷേചിപ്പാൻ ഒരുമ്പെടുന്നു KR.

അഭിഷിക്തൻ anointed.

also അഭിഷേകിക്ക (?) നെല്ലിൽ പുഴ അഭിഷേകിച്ചു the rice is blighted by insects V1.

അഭിഷ്യന്ദി abhišyand'i S. (trickling) Congestive അഭിഷ്യന്ദിചയങ്ങൾ GP 52. അഭിഷ്യന്ദികൾ Nid 16.

അഭിസാരം abhisāram S. Rendezvous.

അഭിസാരിക a woman who keeps an assignation. മാരഭയാൽ അ'മാരായ നാരിമാർ CG. അഭിസാരികവൃന്ദം Nal 2.

അഭിഹതം abhihaďam S. Stricken, subdued. മൂവരാലും അ'നായെൻ Bhr.

അഭീക്ഷ്ണം abhīkšṇam S. (അഭി, ക്ഷണം) Continually (po.)

അഭീതൻ, അഭീരു abhīďaǹ, abhīru S. Fearless.

അഭീഷ്ടം abhīšṭam S. (അഭി + ഇഷ്ടം) Wished for. അ. സാധിച്ചു the wish is obtained.

അഭേദം abhēďam S. 1. Indifferent. പോർ ചെയ്യാൻ അഭേദമായി maintained an equal fight. 2. unchanged. നിന്നിൽ അ'മായ ഭക്തി AR 1.
[impenetrable.

അഭേദ്യ (കവചം) UR2. not to be split,

അഭ്യംഗം, അഭ്യഞ്ജിക്ക abhyaṅgam, —ṅjikka S. Rubbing with oil. അഭ്യംഗസ്നാനം = തേച്ചുകളി f. i. മഗനാസ്നനാടൻ അ'ത്തിന്നിലേ നഗനാസ്ഥാണായി CG. (bad omen).

അഭ്യനുജ്ഞ abhyanujña S. Leave. സത്യജനങ്ങളാൽ അഭ്യനുജ്ഞാതനായി Br P 23. with their permission.
[internally.

അഭ്യന്തരം abhyanďaram S. Interval, — രേ

അഭ്യസനം, അഭ്യസിക്ക abhyasanam, —asikka S. (അസ്) To practise, exercise, study. അസ്ത്രങ്ങൾ കൊണ്ട് അ'ച്ചു CG. അസ്ത്രസഞ്ചയം രാമൻ മുനിതങ്കൽനിന്നു് അ'ച്ചു KR.

CV. അഭ്യസിപ്പിക്ക 1. to teach, instruct. 2. to educate. അസ്ത്രശസ്ത്രാദികളെ പുത്രനെ അ'ച്ചു Mud. അവക്ക് അ. PT.

അഭ്യസിപ്പു VN. a lesson.

അഭ്യാസം 1. exercise, practice, study. അക്ഷരാ — ആയുധാ — etc. ചെയ്യു. — 2. ability, acquired thereby. പണിക്കർ വീണാലും അഭ്യാസം prov. a feat.

അഭ്യാസി a student, practiser. നിത്യാഭ്യാസി ആനയെ എടുക്കും, അഭ്യാസി കടിവൻ prov.

അഭ്യാഗതൻ abhyāġaďaǹ S. Visitor. അതിഥികളും അ'ന്മാം VCh.

അഭ്യുത്ഥാനം abhyutthānam S. Rising to salute a new comer. അഭ്യുത്ഥാനാദി സല്ക്കാരം Bhg.

അഭ്യുദയം abhyuďayam S. Rise, prosperity, happy progress. ദേവകൾക്ക് അ'ത്തിന്നായ്ക്കൊണ്ടും ദേവാരികൾക്കു വിനാശത്തിന്നായ്ക്കൊണ്ടും DM. നാനാഭ്യുദയങ്ങൾ AR1.

അഭ്യുപായം abhyubāyam S. Means. ഇതിന്ന് എങ്കിലുണ്ട് അ. PT1.

അഭ്രം abhram S. (G. áphros) 1. Cloud, vapour. 2. sky അഭ്രലോകം V1. അഭ്രത്തിനൂഴിയിൽ ഇറങ്ങിടിലും KeiN. ശബ്ദം അഭ്രദേശത്തോളം ഉല്പതിച്ചു AR. 3. = അഭ്രകം, talc, mica, said to fall from the sky, also called ചെമ്പാനം, med. in പ്രമേഹം etc. അപ്പിറകം a med.

അമ ama T. M. A reed Saccharum sara (ശര). അമവേർ med. GP.

അമംഗലം amaṅġalam S. Inauspicious.

അമച്ചർ amaččar T. a M. (= അമാത്യർ) RC.

അമട്ടുക amaṭṭuya T. So. M. (= അമർത്തുക) To repress, threaten.

അമട്ട് threat V1.
[വര A bean.

അമര, അമരക്ക amara, —kka better അ

I. **അമരം amaram** S. 1. Immortal. അമരർ, അമരവർ Nal. അമരകൾ Bhr. the Gods അമരകളുകേ Bhr. heaven. അമരകൾപകയർ RC. Asuras. അമരകൾപരൻ Indra, അമരാവതി his residence. 2. the S. dictionary of അമരസിംഹൻ also അമരകോശം.

അമരത്വം divine nature അ'ത്വവും വാണു സുഖിക്കുന്ന കണ്ണൻ; അളു (the dung of a white ox) സേവിച്ചോൾക്ക് എല്ലാം അ. വരും Bhr.

II. **അമരം amaram** T. M. (√ അമർ) The stern of a vessel, elephant's hind part, abaft. അ. പിടിക്ക to steer.

അമരി, or അവരി amari, avari T. M. Indigofera tinctoria (S. നീലി) prh. √ അമർ. 2. a sort of slipper or sandal V1.

അമരുക, ന്ന amaruya 5. 1. To subside, settle. പതുക്ക രോമങ്ങൾ അമരുമാറു തലോടി Bhg. stroked the deer. അമരത്തല്ലുക beat the ground even. 2. to be seated, rest on. ശങ്ഖുസ്ഥം അമന്നു Bhr 7. വിമാനം അമന്നിതു AR 6. ചെല്ലൂർ അമന്നേഴും തമ്പുരാൻ Anj. the God residing at Perinchellur. ഉട്ടുകത്തി അ. cower down. 3. to be allayed (കാററു, ദിനം), calmed, quiet. വെടിവെക്കുവാൻ അ. be subdued.

അമന്നവൻ grave, sedate person.

അമരൽ VN. abating of wind, fire, peace.

അമർ (prh. Tdbh. സമരം?) also അമു KR. fight, battle. മിനക്കെടാതമർ ചെയ്യു CCh. അവരോടമർ ചെയ്യു വിക്രമിച്ചു KR 5.

അമക്കളം battle-field.

അമക്കാർ warriors V1.

അമച്ച VN. 1. Calmness, self-government. അ. വരിക ഇല്ല TR. peace will not be restored. 2. subjection, severity. കള്ളന്മാരെ അ. ചെയ്യാഞ്ഞാൽ, രാജാവിനെ അ. വരുത്തുവാൻ TR. put down. ഏററങ്ങൾ ചെയ്യുന്നതിന്ന് അ'യും നിയയും ഉണ്ടായില്ല TR. അമച്ചയായ കല്പന strict orders, severe threat. കള്ളന്മാരുടെ ഉപദ്രവത്തിന്ന് അമച്ചകല്പന ഉണ്ടാവാൻ TR.

a. v. **അമക്ക, ത്തു** 1. To press down. അമൎത്തു പിടിക്ക grasp tightly. വായിലിട്ടമൎക്കയും SiP 4. swallow. ഭൂമിയെ അമൎത്തു KU. rendered firm. 2. to subdue. കോപം അമൎത്തുള്ളിൽ Mud. suppressed. പട കൊണ്ടു ചെന്ന് അമൎക്ക Mud. ഡീപ്പുവിനെ അമൎത്തു TR. overcame. ശത്രുക്കളെ Arb. മധുരംകൊണ്ടു ഗാത്രങ്ങൾ Bhr. appease. CV. അമൎത്തുക mod. = അമൎക്ക f. i. കഴുത്തു പിടിച്ചമൎത്തി jud. (robbers).

CV. അമൎത്തിക്ക.

അമരേത്ത്, അമരേത്തു amarēttu, — rēttu (Tdbh. അമൃത്) King's meal, അമരേത്തു കഴിഞ്ഞു the king has dined. അമരേത്തു പക്കം കഴിയുന്നില്ല TP. see ഭരമൃതം.

അമൎത്ത്യൻ amartyaǹ S. Immortal = അമരർ; അമൎത്ത്യജനങ്ങൾ, അമൎത്ത്യാദികൾ KR.

അമൎഷം amaršam S. also അമൎഷം മുഴുത്തുവരും Bhg. Impatience അ'യോടു ചെറുത്തു രച്ചു Bhg. rage — hence:

അമൎഷണൻ, അമൎഷി impatient, passionate.

അമറുക, റി amaṟuγa To low (So. M. in 1. Sam. 6. B.) [f. Voc. AR.

അമലൻ amalaǹ S. Pure, saint. — അമലേ

അമലി amali (T. & S. അമല) Laxmi, hence abundance.

അമലിക്ക to abound, remain in store V1.

അമൽ 1. Ar. ămal. Collection of revenue. അമല്ദാർ Amildār. 2. H. amal. intoxication. കള്ള കടിച്ച് അമലായി തോക്ക പറിച്ച TR. den V. അമലിച്ചുപോക V1.

അമളി amaḷi T. M. 1. Bed (po. M.) അകത്തു പുക്കമളിതന്മേൽ അമിഴ്ന്നവൻ RC 41. നല്ലമളിക്കുമേൽ അണഞ്ഞു പള്ളികൊണ്ടു RC 100. 2. tumult, affray; cry, wail.

അമളിക്ക be troubled. CV. അമളിപ്പിക്ക V1.

അമാത്യൻ amātyaǹ S. (അമാ at home) Minister, counsellor, also അമാത്യകൻ Mud. നാലമച്ചർ RC. — അമാത്യത്വം his office. അമാത്യക്കാരൻ family adviser V1.

അമാനത്ത് (Ar. amānat) 1. vu. അമാനം Deposit അ. വെച്ച ഉറുപ്പിക TR. ചില വസ്തുക്കൾ ഒക്ക അ. വെച്ചു & നെല്ലു മൂന്നു അമാനമായി വെച്ചു സൂക്ഷിപ്പാൻ TR. അ. കൊടുക്ക pay a deposit into court, before commencing an action ന്യായത്തിന്ന് ഒന്നു പ്രകാരം അ'മാനിവെക്ക TR. 2. N pr. Mpl.

അമാനുഷം amānušam S. Superhuman എത്രയും അ. നിന്നുടെ രൂപോല്ക്കൎഷം Nal 3.

അമാന്തം amānδam So. Confusion = അമളി; No. frustration കാൎയ്യം അ. ആക്കി brought to nought, അമാന്തപ്പെട്ടു was confused (Act. 19, 32 B.) അമാന്തായിപ്പോയി was disordered, frustrated.

അമാന്തക്കാരൻ mischievous.

അമാർ (P. amora) Mulberry tree, Morus Ind.

അമാവാസ്യ amāvāsya S. New moon അമാവാസിനാൾ Bhr.

അമിക്കയറു amikkayaṟu (see അമ്പ) The tie of a ploughyoke (also അവി —) കന്നിന്റെ അവിവള്ളി വെട്ടി അറുത്തു MR. [അവിക്ക.

ഭരമിക്ക 1. to fasten the tie of a yoke V1. 2. see

അമിതം amiδam S. Unmeasured, copious.

അമിത്രം amitram S. Enemy.

അമിഴുക, ഴ്ന്നു amiḻuγa T. a M. To sink (= അമരുക), പോയിൽ അമിഴ്ന്നു കപിവീരർ RC 15. absorbed in. കണ്ണിലമിഴ്ന്നചൊരി RC 43. നെററിയാം മുററത്തമിഴ്ന്നുള്ള ചീല CG. dwelling on. പദതാരിൽ അമിഴ്ന്നവർ RC 54. threw themselves at his feet.

a. v. **അമിഴ്ത്തുക** To fix, set അഴകാർ കിരീടം അമിഴ്ത്തി RC. put on. രത്നങ്ങൾ അമിഴ്ത്തിയ കൊടിമരം KR 5. (മുത്ത്) അമിഴ്ത്തീടിന കവചങ്ങൾ Bhr. [judge.

അമീൻ (Ar. amīn) Person in charge; native

അമീർ (Ar. amīr) Emir അമീറന്മാർ grandees Ti.

അമുങ്ങുക amuṅṅuγa T. M. C. (= അമരുക)

To sink, settle, be squeezed, as hand in hand. കരു അമുങ്ങി = ചാഞ്ഞുപോയി.

a. v. അമുക്കുക, ക്കി To press down, squeeze, knead, turn food in the mouth. അമുക്കി നിറെക്ക V2. to stuff VN. അമുക്കം.

അമുക്കൻ a deep rogue.

അമുക്കിരം amukkiram GP 75. V1. & അമുക്കരം TM. a Med. root, Physalis flexuosa (അശ്വഗന്ധ S.) a med. against cough.

അമുത്ര amutra S. (opp. ഇഹ) In yonder life.

അമുഷ്ടുക, = അമിഴ് q. v. amulttuɣa രത്നങ്ങൾ അമുഷ്ടിന വിഭൂഷണങ്ങൾ KR.

അമൂല്യം amūlyam S. Invaluable.

അമൃതം amr̥ðam S. 1. Immortal (G. ámbrotos) അമൃതന്മാരായിട്ടു തീരും മേലിൽ Sil 2. 2. Ambrosia, Nectar അൻപൊട്ടു കൊടുത്താൽ അമൃതം prov. കഥാമൃതം the precious story Bhr. 3. different fluids, milk, water, etc. അച്ഛൻ പാലമൃതു കൊണ്ടു പോകുന്നു TP. 4. food of kings. അമൃതത്ത് ആകുന്നു king is at meal V1. അ'ത്തിന്നു കാലം പാകമായി dinner time, also അമരെത്തു, q. v. അമൃതു ചെയ്യു B. 5. different plants, chiefly ചിററമൃതം Cocculus cordifolius, അമൃതിന്റെ ഫലം, രസം GP. — പെയ്യമൃതം Menispermum cordifol.

അമൃത്യു S. immortality.

അമേദ്ധ്യം amēd'dhyam S. Not to be sacrificed, excrements vu. Tdbh. അമെച്ചം dung of birds V1. രാജമാൎഗ്ഗത്തിൽ അ. ഇട്ടാൽ VyM. അമേദ്ധ്യകൃമിയായി പിറന്നു Bhg.

അമെയ്യുക, ഞ്ഞു ameyuɣa T. a M. To be subject, V1. agree.

VN. അമെതി what is included ഇലങ്കമാനകർ അമെയിതി ഒക്കവർ മുഴക്കി RC 107. the whole town (= അടക്കം 2).

a. v. അമെക്ക 1. To subject, join തുരകങ്ങൾ കൊടമെത്ത തേർ മിചമേറി RC 89. mounted the chariot to which the horses had been put. വെള്ളികൊട്ടുപുള്ളികൾ അമെത്തും RC 135. silver spotted. മൃവെലിയൊടാമൊതാർമാതെയും അമെക്ക RC 116. 2. to rule, grant അമെത്തതളി Syr. doc.

അമോഘം amōgham S. Unfailing, effectual = സഫലം.

അമ്പ amba (T. അമ്പി) Thick, strong rope. അമ്പയിട്ടു വലിക്ക pull heavy loads, singing. അമ്പാപ്പാട്ടു rower's song (comp. ചമ്പാ & അമ്പിഗർ C. Tu. boatmen).

അമ്പട്ടൻ ambaṭṭaǹ Tdbh. അംബഷ്ഠൻ Barber.

അമ്പതു aǹbaðu (ഐമ്പ) 50. അമ്പതുതാരകമാരം ഓരോന്നതിൻ വഴിയെ അമ്പോട്ടു ചേൎക്ക HK.

I. അമ്പർ, അമ്പറ് A. ǎnbar. Amber, med. പൊന്നമ്പർ (മീനമ്പർ Ambergris).

II. അമ്പർ or അമ്പറ ambar (loc.) The whole. അമ്പർ കടിച്ചു, ഒന്നും വെച്ചിട്ടില്ല, അമ്പറവാക്ക also some അമ്പറകൊട്ടത്തില്ല, അമ്പറനില്ലാണ്ടു വാന്നു vu. almost poured out.

അമ്പരക്ക, ന്നു ambarakka (a C. അംബു fade) To be confounded, perplexed. അമ്പരന്നു നില്ക്കും KeiN. 1. = വലഞ്ഞു; ചെമ്പരുത്തി അ'ന്നു പോകും Nal. will be ashamed, out-done in comparison with that lip.

അമ്പരപ്പു perplexity. അമ്പരപ്പാട്ടിന്റെ ഇടയിൽ Ti. in the midst of the tumult.

അമ്പലം ambalam T. M. Tu. (perh. അംബരം Tdbh.) 1. A place devoted for public use, assemblies, etc. വഴിയമ്പലം choultry (സത്രം S.) പുറമ്പലം temple court (അഗ്രശാല S.) അമ്പലക്കാരൻ host, man in charge, chief of village V1. 2. a temple M. Tu. = ക്ഷേത്രം. അമ്പലം വിഴുങ്ങിക്കു വാതില്പലക പപ്പടം prov. അമ്പലപ്പടി ഊരായ്മ right of directing the ceremonies in a Pagoda, with the title to an elevated seat in it.

അമ്പലപ്പുഴ N pr. of a temple in Trav. (S. അംബരാപഗാപുരം PT 3.)

നാലമ്പലം MR. a square temple.

അമ്പലവാസി, f. — സിനി, caste of temple-servants.

അമ്പഴം see അമ്പാഴം

അമ്പാടി ambāḍi (= ആയമ്പാടി cowpen CCh.) അമ്പാടി കോവിലകം TR. Samorin's palace.

അമ്പാരം (H. & P. anbār) Heap, cornstack.

അമ്പാരി (H. A. ămāri) Howdah on an elephant. അ. കെട്ടുക (Royal privilege).

അമ്പാഴം & അമ്പഴം ambāḻam (C. Tu. അമ്പട S. അംബഷ്ഠം comp. അളം) Hogplum, Spondias mangifera അമ്പാഴത്തിന്റെ കൊമ്പു പിടിച്ചതു prov. a weak support. അമ്പഴങ്ങാ തുലോം നല്ല GP 68. വെളുത്ത അമ്പഴത്തിൻ തളിർ GP 65. കാട്ടമ്പാഴം.

അമ്പു ambu 5. (= അരമ്പു bud?) Arrow, porcupine quill (comp. എയ്യുൻ). തൊട്ടുതു വലിച്ച് അമ്പിനെ അയച്ചു KR. ഒളിയമ്പ് എയ്യു Bhr. a treacherous arrow. വെടിയും അമ്പും ഉണ്ടായി TR. there was some fighting.

Cpds. അമ്പറ arsenal. വളഞ്ഞ മതിലുകളെല്ലാം അമ്പറകൾ വേണം Bhr 12. depôts of arms.

അഞ്ചലർ അമ്പൻ CG. = പഞ്ചബാണൻ.

അമ്പിൻപാട്ട distance of a bowshot, ശരപ്പാട്ട.

അമ്പിളി (T. അമ്പുലി) moon അ'ന്തെല്ല Sil. its digit. അമ്പിളിക്കല പോലെ നേത്രാളംതം SiP 4. അമ്പിളിബിംബം ഉദിക്കും Nal 4. (also അ'അമ്മാമൻ moon B.)

അമ്പുകൂട്ടു, അമ്പിൻകൂട്ടു, അമ്പുറ quiver (= തൂണി, ആവനാഴിക).

അമ്പുമാരി arrowshower.

അമ്പുക see അൻപു.

അമ്പുറു? amburu എടങ്ങേറും ലോകരെ ഇടയിൽ അമ്പുറുക്കേട്ടും ഉണ്ടു TR. Vexation (Mpl.)

അമ്പൈ ambai (S. അംബ) interj. of wonder and joy. അമ്പൈ കേൾപ്പിൻ Ah!

അംബ amba (അമ്മ) & അംബിക Mother, Pārvati.

അംബരം ambaram S. (what environs) 1. Horizon, sky. കണ്ണനാം തിങ്കൾ യാദവവംശമാം അ'ന്തന്നിൽ വിളങ്ങി CG. അ'ത്തോളം ഉയരം ഉണ്ടു AR 6. നല്ലമ്പരത്തിടെ വസിപ്പവർ RC. the Gods. അംബരചാരികൾ Bhr. — അംബരമണികുലജാതൻ KR. of the solar dynasty. 2. clothing.

അംബരി (celestial) title of Samorin's queen വലിയ തമ്പുരാട്ടി അംബരി കോയിലകം (= അമ്പാടി?)

അംബരേശൻ വൈശ്യൻ KU. N pr. a Chetty, to whom the building of Calicut is ascribed.

അംബഷ്ഠൻ ambašṭhaǹ S. A certain tribe; barber & physician; elephantkeeper Mud.

അംബു & അംഭസ്സ് ambu & ambhassu S. Water, (അപ് G. ombros).

അംബുജം, അംഭോജം, അംഭോരുഹം lotus (in comp. മുഖാംബുജം etc.)

അംബുദം, അംഭോദം water-giving, cloud.

അംബുധി, അംഭോധി sea.

അമ്മയം watery = ആപ്യം po.

അമ്മ amma 5. (in Tu. father, S. അംബ) 1. Mother. Gen. അമ്മയുടെ & അമ്മാവിൻ (po.) മൂത്തമ്മ, ഇളയമ്മ & ചിററമ്മ mother's sister. 2. hon. goddess, esp. Kāḷi അമ്മതമ്പുരാട്ടി & അമ്മതമ്പുരാൻ queen dowager. നാലു വീട്ടിൽ അമ്മസ്ഥാനം തരും KU. അമ്മയാർ matron, Paṭṭer female. 3. interj. എന്ത് അമ്മ I really don't know! അമ്മമ്മാ lamentation & doubt or perplexity, also അമ്മേ (like അപ്പാ).

hence: അമ്മക്കള്ളം (innate) sagacity & roguery.

അമ്മക്കള്ളൻ deep fellow V1.

അമ്മച്ഛൻ mother's father, അമ്മമ്മ her mother.

അമ്മയകം family house of a Brahman's wife. vu. അമ്മാത്തെ മുത്തച്ചൻ maternal grandfather.

അമ്മാൻ = അമ്മാമൻ V1.; അമ്മാനപ്പൻ also അമ്മായപ്പൻ father in law, father's brother.

അമ്മായി, അമ്മാവി 1. maternal aunt. 2. uncle's wife (also അമ്മാമ്മി V1.) 3. mother in law (Can. & Cal.) who is also called അമ്മാവിയമ്മ V1. or അമ്മായ്മ loc.

അമ്മായിശാസ്ത്രം knowledge of old women, superstition lore.

അമ്മാവൻ, അമ്മാമൻ, അമ്മോൻ & അമ്മോമൻ 1. maternal uncle (S. മാതുലൻ) also അമ്മായച്ചൻ, കാരണവർ. എൻറമ്മോർ ആണ TP. I swear it by my uncles. 2. a Sūdra distinction, 16 അമ്മാമന്മാർ direct the ആയുധാഭ്യാസം of the 350,000 Colatiri Nāyer KM. Ammons ruled once over Coorg. 3. like മാതുലൻ used for ഉമ്മത്തം med.

അമ്മരം ammaram Impudence, obscenity. അ. കാട്ടുക, പറക.

അമ്മരക്കാരൻ impudent fellow.

den V. അമ്മരിക്ക V1.

അമ്മാന & അമ്മാനം ammāna (m) T. M. Game of throwing & catching handballs. അമ്മാനകൾ എറിഞ്ഞു നടക്കുന്ന നാരിമാർ KR. അമ്മാനഞ്ഞാനികൾ തുടങ്ങൊല്ലാ RC 30.

അമ്മാനക്കളി the same. Rāvaṇa കൈലാസ ത്തെ കുത്തി എടുത്തു കരങ്ങളിലാക്കി അമ്മാന ക്കളിയാടി പത്തിരുപതു കറി പൊക്കി എ റിഞ്ഞു കരങ്ങളിൽ ഏററു CartV.

അമ്മാനയാട്ടുക f. i. അമ്മാനയാട്ടം ശാല KR 5. also വില്ലുകൊണ്ടമ്മാനമാടി Nal 2. അമ്മാ നയാട്ടുന്ന മന്നവൻ CG. (on seeing Rugmiṇi നൎത്തകൻ തന്നുടെ അമ്മാനയായി). met. അട്ടി കളെ എടുത്തമ്മാനയാട്ടുവൻ KR. play balls with them ചൂതുചതുരംഗം അമ്മാനാട്ടം ഉത്തരാ ദി വഴ്ക്കിക്കേണം KU.—അമ്മാനാട്ടുക vn. V2.

അമ്മാശി N pr. A king or nation said to be overcome by Samorin KU.

അമ്മി ammi T. M. (see അമ്മു) Grinding stone. കഞ്ഞന്റെ കണ്ണമ്മിയുടെ ഉള്ളിലും prov. ചെമ്മ ള്ളോർ അമ്മികല്ലങ്ങൊരു കോണത്തു CG.

അമ്മിക്കുട്ടി, അമ്മിപ്പിള്ള the cylindric stone used to grind with, also അമ്മിക്കുഴവി (അ മ്മിക്കുഴവിയെ പോലെ Nid.)

അമ്മിഞ്ഞി amminñi M. (C. Tu. അമ്മണ്ണി, T. അമ്മം) 1. Nipple, from അമ്മ; children cry അമ്മിഞ്ഞിതാ CG. അമ്മിഞ്ഞിതന്നൊരുത്തി CCh. 2. interj. of pain, as of a child. അമ്മിഞ്ഞിമെ ലും കഴുത്തിലും കാണമ്മേ CG. oh mother look, what is on my body and neck.

അമ്മിണി (C. Te. affectionate appellation of mother) 1. So. affectionate appellation esp. of infants (cfr. T. അമ്മണം), sometimes of mother & wife. 2. a female name.

അമ്മിട്ടം ammiṭṭam (T. നട്ട Te. C. അവുട്ട) The lower lip (comp. അമ്മു) in അ. കടിക്ക mark of displeasure, perplexity, etc.

അമ്മു ammu T. M. (T. അമ്മുക = അമുങ്ങുക be reserved, close) 1. So. Expression of tenderness applied to girls by parents, etc. (ഓമനപേർ) എന്റെ അമ്മുകുട്ടി വാ. 2. interj. of doubt, caution, etc. അമ്മെന്നു പോയി vu.

അമ്മുമ്മത്തള്ളമാർ ammummattaḷḷamār So. M. Grandmothers (അമ്മ, ഉമ്മ, തള്ള).

അമ്മോച്ചൻ ammōččan (= അമ്മോമൻ, അ മ്മാമൻ, see under അമ്മാവൻ & അമ്പിളി). A slang name for lion or tiger അമ്മോച്ചൻ നില്ക്കു ന്നേടം അമ്മോച്ചനും പശു നില്ക്കുന്നേടം പശു വും നില്ക്കട്ടേ prov.

അമ്മോൻ see അമ്മാവൻ under അമ്മ.

അമ്ലം amlam S. Sour = പുളിരസം med.

അമ്ലിക tamarind.

അമ്രം better ആമ്രം mango tree (po.)

അയ aya (T. അചൈ) moving. 1. Clothline, also അയക്ക, അയൽ; അയക്കയർ a rope of the loom. അയയുള്ളത് any thing light V1. 2. T. M. rumination അയവക്കുന്ന ജന്തു MC. അയവേൎക്കുക No. ദ്ദ്രായമക്കുക, അയമത്തം V2. (prh. അയവ് q. v. + അറുക്കുക or പറിക്ക).

അയം ayam S. 1. (√ അ) He, po. 2. (√ ഇ) good fortune, po.

അയക്ക, അയെക്ക aya(e)kka (T. അ ചൈ. C. Te. അസെ to move) 1. To send, forward ആളെ അയച്ചു ചോദിച്ചു sent to ask. ക മ്പഞ്ഞി കല്പനത്താൽ അയച്ചുവന്നവർ TR. those sent by the HC. അസ്ത്രം, അമ്പയക്ക Bhr. to shoot. 2. to let go, leave അവളുടെ കരാംബു ജം അയച്ചുവോ, കൈത്തളിർ അയച്ചാലും Bhr. let her hand go. ചരട്, യന്ത്രം അയച്ചു or വി ട്ടു Mud. let it fall. അല്ലാതകത്തയച്ചീടുകയില്ല PR. or they will not let in. അവളെ ഇങ്ങയ ക്കേണം leave her to me. നിങ്ങളെ അയച്ചേടാം TR. (= ച്ചുവി —) will let you go. മാനസം അവ ളുടെ മേനിയിൽ അയച്ചു CG. allowed his mind to dwell on (or 3. to be dissolved, absorbed in). 3. (= അയക്കുക) to slacken, loosen as യന്ത്രത്തോരണം.

VN. അയച്ചൽ being loose, untied.

അയപ്പു sending, slackening. ആട്ടവും പാട്ടും അയപ്പും തിരിപ്പുകൾ (Anj.) prh. fencing postures?

CV. അയപ്പിക്ക. 1. to make to send കല്പന അയപ്പിക്കുക വേണ്ടിയിരിക്കുന്നു jud. നാട്ടേക്ക അ. TR. order back. 2. to get oneself dismissed, take leave അയപ്പിച്ചേപോണ്ടും കിഴിഞ്ഞുപോനാ TP. സന്നിധാനത്തിങ്കൽനിന്നു ഞാൻ അയപ്പിച്ചു കോട്ടയകത്തു വന്നു TR. താതനോട് അ'ച്ചുകൊണ്ടു KR.

അയയുക (also അഴ) 1. To slacken. കാഞ്ചി അയഞ്ഞു CG. girdle grew loose. ചുട്ടു കൊണ്ടയഞ്ഞ മാനസം RC 21. relaxed. അയഞ്ഞ മാനതകരുന്തിനോടെ RC 119. 2. to be watery. അയഞ്ഞു മലം പോക Nid.

അയക്കൂറ ayakkūra (T. അയം water, mud) A certain fish.

അയനം ayanam S. (√ ഇ) Going, way; the course of the sun, ഉത്തരായണം northwards, ദക്ഷിണായനം southwards, each of 6 months; biography പരശുരാമായണം KM. the story of PR.

അയനിയൂൺ a meal before marriage B.

അയൻ ayan T. M. (Tdbh. അജൻ) Brahma. അയന്തന്നോടറിവിച്ചാർ KR. told Br. അയനനയൻ തൻ ചൊല്ലിയന്നമരുന്നു RC 88.

അയമോതകം (S. അജമോദ) Caraway seed, Carum Carvi.

അയക്ക ayarkka T. M. To swoon; also feel estranged, disagree V 1. ചന്ദ്രഗുപ്തനോടയർത്തകററിക്കളവാനായി പ്രയത്നം ചെയ്തു Mud 3. from abhorrence of Ch. ഇത്ഥം അയർത്തു പറഞ്ഞു RS. disgusted. തമ്മിൽ പറഞ്ഞയർത്തീടിനാർ Bhg. spoke contemptuously.

CV. അയൎപ്പിക്ക to exasperate V2.

അയർത്തി, അയർപ്പു T. So M. swoon, forgetfulness, discord V1.

അയല ayala T. M. A fish, Mackarel. Scomber L.

I. അയൽ ayal = അയ 1. Clothline. ഉടുപ്പാൻ ഇല്ലാഞ്ഞോൻ എങ്ങനെ അയലിന്മേൽ ഇടും prov.

II. അയൽ T. M. (& അചൽ) Neighbourhood. അഞ്ചു എരുമ കറക്കുന്നത് അയൽ അറിയും prov. അയലും പതിയും അറിക doc.

അയല്ക്കാരൻ neighbour, also അയൽനാടി & അയലോകക്കാരൻ Arb. (= അയലപക്ക —) — അയല്പക്കക്കാർ MR. so അയലംശം MR.

അയൽദേശം, — നാടു neighbouring country അതിന്നയൽനാടു KU. നാട്ടിന്നയൽനാട്ടുവാഴിയായുള്ള കാട്ടാളൻ Mud 2.

അയൽപക്കം, — പ്പക്കം, — പ്പക്കം neighbourhood.

അയലോക്കത്തു Arb.

അയൽലോകം & — ലോകർ the neighbours.

അയൽപ്പുറം the neighbourhood.

അയൽവാഴി the ruler over (this and) the next lands.

അയല്ലൂർ & അയത്രക്കോവിൽ N pr. One of the 5 Cshatriya dynasties near Chēttuva KU.

അയവു ayavu̥ VN. of അയയുക (comp. അയ 2) 1. അയവേക്കുക No. അയവിറക്കുക To chew the cud. 2. elasticity. പിടിന്ന കാലുടെ അയവു വരുത്താസ്സിൽ മുടന്നു പോം MM. if it fail to make the wounded leg supple.

അയശസ്സ് ayaśassu̥ S. Ignominy. അ. ഉണ്ടാം Bhr 12.

അയസ്കാന്തം [magnet.

അയസ്സ് ayassu̥ S. (L. aes) Iron. അയസ്കാന്തം

അയി ayi S. interj. Oh! അയി സുമുഖ ചൊല്ലു ചൊൽ Mud.

അയിർ, അയിരം ayir(am) (അയസ്സ്) Iron dust, any ore ഇരിമ്പയിർ MR. ഓരയം ഉണ്ടാക്കുന്ന അയിർ (exhib.) അയിരുരുക്കു smelting of iron B. [അനർത്ഥം Mpl.

അയിരാന്യത്ത Ar. áyirānyat = അപമ്പൽ,

അയിരി see ഐരി.

അയുക്തം ayuktam S. Improper, unfit MR.

അയുതം ayuδam S. A myriad, 10,000. ആയിരം കിട്ടുമപ്പോഴയുതം വേണം VCh.

അയേ ayē S. interj. Surprise. അയേ സഖേ PT.

അയോഗ്യം ayōġyam S. = അയുക്തം.

abstr. N. അയോഗ്യത impropriety. അപരമാനാം കൂടി ഒരു രാജ്യത്തിരിപ്പാൻ ഏറ ഒർ അയോഗ്യത ഉണ്ടു TR. it is next to impossible for me.

അയോഘനം ayōghanam S. (അയഃ) Blacksmith's big hammer V1.

അയോമയം of iron, ironlike, po.

അയോദ്ധ്യ ayōďdhya S. (not to be overcome) Oude, Rāma's residence Tdbh. അയോത്തി RC.

അയ്യം ayyam M. (T. ഐയം) 1. Alms. അ. ഇരക്ക to beg. അ. ഏല്ക്കിലും ഏല്ക്കം Kei N. ദ്രവ്യം കളഞ്ഞ് അ. തുടങ്ങുന്നു Nal 1. 2. doubt (po.) from അയ. 3. lamentation, grief. (അയ്യോ) അയ്യമകററി അനുഗ്രഹം നല്കി po. അവൾ അയ്യംവിളി കൂട്ടി TP. വഴിയിനു പെണ്ണുങ്ങൾ അ. വിളിക്കുന്നതു, മാപ്പിള അടിക്കുന്നു എന്ന് അവൻ അ. കൊടുത്തു TR. also അയ്യാവും വിളിയും കേട്ടു vu. alarm.

അയ്യൻ ayyaǹ 5. (see ഐയൻ) = അച്ചൻ? Father, lord. അയ്യാ O sir! also interj. of derision.

അയ്യൻ, അയ്യപ്പൻ Npr. the hunting Deity.

അയ്യൻവഴി the most honorable of the 6 modes of hunting (= കരിച്ചനായാട്ടു).

അയ്യന്നി ayyanni (ഐ?) A field that yields two crops in a year, chief harvest in Magara (= മകരക്കണ്ടം).

അയ്യായിരം ayyāyiram 5000 (ഐ).

അയ്യോ, അയ്യയ്യോ ayyō, ayyayyō 5. Interj. of pain, grief, alas! അയ്യോ എന്നിങ്ങനെ കൂട്ടും തിണ്ണം CG. അയ്യോ എന്നുള്ളത്തിൽ തോന്നുമാറു po. അയ്യോപാപം what a pity! — ഇതു അ'ുള്ളവൻ such a compassionate person, also അയ്യോഭാവം compassion.

I. **അര ara** 5. (√ അരു decrease) 1. Half. അരവെണ്മതിനേരെഴുംകണ RC 133. an arrow shaped like a half moon. 2. the middle of the body, loins, waist (= ഇട, നടു) അരയും തലയും മറന്നു fainted; അരെക്കു കീഴ് തക്കമാറില്ല. Bhr. അരയിൽ or അരെക്കു കയറിട്ടു കൊണ്ടുപോയി Mud. led to execution. അരയിൽ ഉണ്ടു I have it in the girdle.

Cpds. അരക്കാൽ $\frac{1}{8}$. അരക്കാൽ നാഴിക പോലും not even 4 minutes. അരക്കാൽ പലിശ $1\frac{1}{4}$ % interest.

അരക്കുപ്പായം, — ചട്ട short garment V1.

അരക്കൂടു small box used as purse.

അരക്കെട്ടു (2) 1. loins. അരക്കെട്ടിൽ നോവും Nid. 2. girdle. — അരക്കേശം Bubo.

അരക്ഷണം half a moment. അ. നില്ക്കാതെ.

അരഞ്ഞാൺ chain worn round the waist നൂലരഞ്ഞാണം TR. അരഞ്ഞാണം പറിക്കയും MM. symptom of delirium.

അരത്താലി (2), — മണി waist-ornament.

അരപ്പട്ടം (2) leather-girdle V1.

അരപ്പണം half a fanam.

അരപ്പലം $\frac{1}{2}$ pound, in prov. അരപ്പലം തേഞ്ഞുപോകും, അ. നൂലിന്റെ കഴക്ക.

അരപ്പൂട്ടു (2) girdle with clasp V1.

അരമനസ്സായിരിക്ക to be undecided, reluctant.

അരമൻ stunted corn (Palg.)

അരമാ 1. a fraction $\frac{1}{40}$, അരമയുടെ പാതി കാണി — 2. a wooden bolt. അരമയും തഴുതും.

അരമാനം = അര 2. ഉടഞ്ഞാൺ തന്റെ അ. ചേർക്കുന്നു TP. put on his waist.

അരമാൽ (2) hips. അ.'ലിന്നു വെടികൊണ്ടു.

അരമുറുക്ക girdle. — അരമുറുക്കി Arb. girded himself for wrestling.

അരയര (ഉറുപ്പിക) TR. each half a Rupee.

അരെരച്ച by halves, as medicines.

അരവൈദ്യൻ (prov.) a tolerable physician.

II. **അര or അരയ്** (അരചു) Royal, in അരമന etc.

I. **അരം aram** T. M. C. (√ അരു) 1. A file. അരംപൊടി, അരപ്പൊടി filings. അരം കൊണ്ടു രാകിപ്പൊടിച്ചു Bhr. 2. edge of rice husk etc. sharpness. പെരുവഴിത്തുവെക്ക് അരമില്ല prov. അരമരമില്ലരം V1.

II. **അരം** S. (√ അർ = G. ἄιrω) Swift. 2. wheel's spoke (po.)

അരകല്ലു arayallu (അരയ്ക്ക) Grinding stone.

അരക്കൻ arakkaǹ T. M. (Tdbh. രക്ഷസ്സ്) 1. A Rāxasa അരക്കർമണി KR. Rāvaṇa. 2. a miser; a kind of ant MC. (prh. from അരക്ക).

അരക്ക arakku T. M. C. (Tdbh. രാക്ഷാ, ലാക്ഷാ) 1. Gumlac, sealing-wax. അരക്കുതേൻ മാംസം ഇരിമ്പു പാഷാണം ഇവററിനെ വിററു കുഡുംബരക്ഷ ചെയ്തു KR. mountaineers. — അരക്ക one of the മലയരഭവനങ്ങൾ TR. — of two kinds പച്ചരക്ക, കോലരക്ക GP 75. the latter also അരക്കതിരി.

അരക്കില്ലം Bhr. the lac palace (ജതുഗേഹം S.)

2. red അരക്കാമ്പൽ red Nymphæa അ.'നിറം crimson.

അരക്ഷണം arakšaṇam S. 1. Not preserving അരക്ഷിതാവായ രാജാവ് Bhr. 2. അര q. v. + ക്ഷണം half a moment.

അരക്ഷസം arakšasam S. (രക്ഷസ്സ്) ലോകം അ'മായീടും KR. The world will be freed from the Rāxasas.

അരഗൻ aragaǹ (?) Eel MC.

അരങ്ങു araǹǹu T. M. (Tdbh. രംഗം) 1. A stage, scene, place for public exhibition (= കളിപ്പുര, കളരി) ക്രൂരരങ്ങത്തു Bhr. അട്ടക്കളയല്ല അരങ്ങത്തു prov. not in a corner, publicly. അരങ്ങും അട്ടക്കളയും സംശയമുള്ളവർ KU. convicted or suspected of breach of caste. 2. the cloth with which puppet-players cover themselves അ. പിടിക്ക V1. to fix that cloth പിച്ചകമാല അ. തൂക്കി for a marriage (po.) 3. & അരങ്ങം Srīrangam കണ്ടിക്ക മീത്തൽ അരിങ്കമാല TP. [adulteress.

Cpds. അരങ്ങഴിക്ക to disgrace publicly f. i. an അരങ്ങഴിയുക to disgrace oneself.

അരങ്ങിടുക to commence B.

അരങ്ങേറുക to exhibit publicly.

അരങ്ങേറ്റം public exhibition, a play; അ. കഴിക്ക to open the stage with the farces of the buffoon. അവൾക്ക് അ. കഴികവേണം TP. she may exhibit herself as an accomplished gymnast.

അരങ്ങേറു a drama. അ'റ്റിന്നു 2000 ഉറുപ്പിക കഴിച്ചു, അ. നല്ലവണ്ണം ഘോഷിച്ചു കഴിഞ്ഞു TR.

അരങ്ങുക araǹǹuγa T. M. (അരയുക) & v. a. **അരക്കുക, ക്കി** Bruising gently, to remove the husk by rubbing.

അരങ്ങൽ the socket on which a door turns, also അരങ്ങൽ തിരുകററി V1.

അരചൻ arajaǹ T. M. C. Te. (രാജാ) King, also അരശൻ KR. അരയൻ vu. അരചൻ വീണാൽ പടയോ prov. after checkmate.

അരചവംശം, — മക്കൾ Royal family.

അരചം, അരച്ചു 1. Royalty അരചാണ്ടു തുടങ്ങി Bhr. began to reign ഇളയരശായിട്ടഭിഷേകം KR. co-regency. അരച്ചു ചൊല്ലു, ചെക്ക V1. give check. അരച്ചുവാഴ്ക reign. 2. constitution അരചിടുക, വരുത്തുക to order, settle. അ. അഴിഞ്ഞു, ഒഴിഞ്ഞു to be without head or order V1. 3. അരച്ചു = അരയാൽ, അരശപാദപം CCh. (hence പൂവരച്ചു Hibiscus populneus). അരചിപ്പുല്ലു a grass (S. ശമ്മുൽ).

അരഞ്ഞിൽ araǹǹil The buttress tree (? = ആഴിഞ്ഞിൽ).

അരടു araḍu Wooden axletree (opp. ശകടം) V1.

അരട്ടുക see **അരളുക.**

അരണ araṇa T. M. Tu. The green house-lizard, Lacerta interpunctula, said to be poisonous (അ. തൊട്ടാൽ ഉടനെ മരണം prov. & forgetful (അ'ക്ക മറതി); hence അ'യുടെ ബുദ്ധിക്കാരൻ forgetful. ആചിപ്പുഴ തന്നിന്നരണകൾ പോലവെ KR.

അരണി araṇi S. Wood kindled by attrition, Premna spin. fig. ഗുരുവായിരിക്കുന്നൊരരണി മേൽഭാഗത്തും ശിഷ്യാരണി കീഴ്ഭാഗത്തിലും രണ്ടും ഒന്നിച്ചു തമ്മിട്ടുണ്ടായ വചനജ്ഞാനാഗ്നിയാൽ ശിഷ്യൻ ശുദ്ധനാം Bhg.

അരണിമരം = ചമതു KU. അരണിയും അഗ്നിത്രിതയവും KR. in sacrifice.

അരണിക്കുരുന്നു a med.

അരൺ araṇ T. a M. Stronghold (അരണ്യം?) അരണിക്ക to be perverse; അരണിപ്പു being impregnable V1. — അരണിയൽ കിഴക്കിൻവാതില്ക്കൽ RC 13. at the eastern gate of the fort.

അരണ്യം araṇyam S. (അരണം far) Forest.

അരതി aradi S. (അ) Uneasiness.

അരത്തം arattam (Tdbh. രക്തം) Red, an offering of chunam & saffron. കോലരത്തം കഴഞ്ചു a med. അരത്തവും തേവതാരവും ഉണക്കി MM. (prh. = അരത്ത).

അരാത T. M. Alpinia galanga, med. root. ചുവന്ന അ. & ചിററരത്ത Al; in. gal. minor.

അരത്നി aratni S. (രത്നം) Cubit അ'ക്ക് ഒന്നി നംഗുലം ഇരിപത്തുനാലു KR.

അരൻ arañ Tdbh. ഹരൻ Siva കൊന്ന ചൂട മാൻ RC. അരൻ താൻ വരുവോളം എന്നെ കാ ത്തു രക്ഷിക്ക. Mantr.

അരമന aramana (II അര) T. M. C. Tu. King's house, palace, court. അരചരെ സല്ക്കരിച്ചിരു ത്തുവാൻ ചിത്രമാമരമ KR. [bolt.

അരമ്മ aramma = അരമ 2. (അര) Wooden

അരയൻ arayañ (= അരചൻ) 1. Hereditary chief of Muckuwas. അരയന്മാരും മരക്കാന്മാരും TR. 2. a southern fishercaste (കായൽ അ & കടൽ അ.) a chief, called കുളിമുററത്തരയൻ കൊടുങ്ങല്ലൂർ കാവു ഒന്നാമത് തീണ്ടേണ്ടതു. chief of കായൽ അ'ർ is ചെമ്പിൽ അരയൻ or ചെ മ്പിൽ പെരമ്പൻ അരയർ in Chērtala, Trav. 3. a tribe of mountaineers; — fem. അരയി.

Cpds. അരയന്നം (രാജഹംസം) royal swan അ. പോലെ വെളുത്തു നരെച്ചു KR.

അരയാൽ (അരച്ച) Ficus religiosa (അശ്വത്ഥം S.) വിറെച്ചാൻ അ'ലില പോലവെ Bhr 4. അ'ലിലകൾ പോലവേ തുലോം ആടൽപെട്ടും Bhg 7. — കല്ലരയാൽ a wild kind of fig tree.

അരയിരിക്കസ്ഥാനം KU. (T. അരചിരുക്കൈ) royal dominion.

അരയുക arayuγa T. M. C. Tu. (√ അര) To be bruised തോൽ അരഞ്ഞുപോയി (= ഉരഞ്ഞു, അടന്നു) കാലുകൾ ചെങ്ങിയരഞ്ഞു പാതിയായി CG. from fetters.

VN. അരവു grinding. അരവും ചേർത്തുവെക്ക add seasoning powder.

a. v. **അരെക്ക** To grind to powder. അരെ ച്ചത് ഇടിച്ചാൽ മുഖത്തു തെറിക്കും V1. അന്തി കരെപ്പാൻ തേങ്ങാ prov. അരെച്ച തരുവാൻ പലരും ഉണ്ടു (to prepare & administer physic). കടിപ്പാന്താനേ ഉണ്ടാകും prov. അരെച്ചു തരിക also to instigate; തേക്കരെക്ക to ruminate.

VN. അരപ്പു powdering; herbs used to clean the head of oil V1.

അരവം aravam S. 1. Noiseless T. M. serpent, also അരവു, അരവണിയരചൻ RC 7. Siva as പന്നഗഭൂഷണൻ. 2. Tdbh. രവം loud noise.

അരവിന്ദം aravind'am T. Lotus, അരവിന്ദാ ക്ഷൻ lotus-eyed CCh.

അരശു see അരചു.

അരളുക, ണ്ടുപോക araḷuγa T. M. C. (√ അരു) To shrink, also ആനഭയത്താൽ അരളി Cal. — met. തെങ്ങ് താരണ്ടുപോയി vu. (cause of being bent & stunted).

a. v. **അരട്ടുക.** ട്ടിക്കളക 1. To frighten, alarm കാമിനിമാരെ ആട്ടിഅരട്ടി നടന്നാൻ CG. — also അരളിച്ചു കളക Cal. — 2. അരട്ടി കൂട്ടി (huntg.) to start, rouse game, scare up. CV. കൃഷിക്കാരെ പുറപ്പെടിക്കേണം എന്നു ന ന്നെ അരട്ടിച്ചിരിക്കുന്നു TR. had them brought together by threats.

അരളി (willow B.) 1. Nerium, ചുവന്ന അ. N. odorum — വെളുത്ത അ. (see, അലരി). 2. loc. Plumieria acuminata.

അരളു S. = പെരുമരം Calosanthes ind.

അരാജകം arājaγam S. 1. Kingless അ'മാ യ പുരം രക്ഷിക്ക Mud. അ'മായിജനപദം എ ല്ലാം. 2. anarchy അരാജകതപാലി അനൎത്ഥ ങ്ങൾ. [അരി.

അരാതി arāδi S. (disfavor) Enemy (po.) also

I. **അരി ari** S. 1. = അരാതി f. i. അരിന്ദമൻ Tamer of foes. 2. = ഹരി, Vishnu അരിയും അരനും (Anj.)

അരിവരൻ Hanuman AR 5. അരിവീരർ അട്ട ത്താർ AR 6.

II. **അരി ari** T. M. (T. അരിചി G. oryza C. അക്കി) 1. Grain of rice, freed from chaff. നല്ല വരിനെ ല്ലു കുത്തി അരിയാക്കി Sil. — met. നെല്ലെന്ന പോ ലെ മുളച്ചിടിനൊരെന്നെ മുമാനല്ലരിപോലെയാ ക്കി ചമെച്ച ഗുരുമൂൎത്തേ Kei N 2. (by instruction). 2. rice given as payment, measure of rice (പത്തരി 10 Edangaḻis, of അരി not of നെല്ലു). അരി തിന്മാനേ ശേഷി ഉള്ളു TP. good for nothing but to draw pay. അരിയും ചെലവും കൊട്ട ത്തു TP. to Nāyers for war. അച്ചന്റെ അരിയും തണ്ണീരും എത്തീട്ടില്ല (or ഒത്തില്ല) he has not yet eaten the last, did not die. അരിയുടെ നീളം

കൊണ്ടു ഇക്കരെ വന്നു Ti. escaped because their lifetime was not yet spent. 3. any small grain: ചീരകത്തരി, തകരയരി etc. a med.

Cpds. അരിക്കാർ (2) royal servants, also അരിക്കാരന്മാർ TR. = ഹക്കാർ.

അരിക്കൊട്ട rice basket, & അരിവട്ടി.

അരിനെല്ലിക്ക (3) Cicca disticha.

അരിപ്പുൺ (3) വരിക granulation of a sore, if not = അരിമ്പുൺ.

അരിപ്പൊടി rice flour, also അരിമാവ്.

അരിപ്പൊതി bundle of rice Ar. അരിമൂടകടത്തുക TR. (for an army.)

അരിപ്രാവ് turtledove MC. (= കൊരട്ടുപ്രാ.)

അരിപ്രിയം scarcity of grain.

അരിമണൽ (3) coarse sand.

അരിയളവു (2) തിന്നു TP. measuring out the allowances to bodyguards, etc.

അരിയാറു GP 75. the 6 spices. കടകപ്പാലയരി, കാക്കോകിലരി, ചെറുപ്പുന്നരി, വീഴാലരി, ഏലത്തരി, കൊത്തമ്പാലരി.

അരിയിട്ടു വാഴ്ച coronation (by pouring പഴയരി on the head).

III. അരി, അരിം see അരു.

അരികത്ത്, അരികേ, അരികിൽ ariγattu, — γē, — γil (അരു) Near. മലയരികേ ഉറവു പുണമരികേ ഞായം prov. അവന്റെ അരികത്ത് ഓല എഴുതി അയച്ചു TR. to him. തങ്ങളെ അരിയത്തേക്കു, രാജാവിന്റെ അരിയത്തുന്നു വന്നു TR. from the king. തന്നരികത്തു വിളിച്ചു Mud.

അരികവഴി way close by.

I. **അരിക്ക arikka** Tdbh. ഹരിക്ക To divide. മന്ദനെകൊണ്ടരിച്ചതു Bhadr D. divide by the number of Saturn.

II. **അരിക്ക** TM. (II. അരി 3.) 1. To sift, cleanse rice by washing, filter അരി അരിച്ചാൽ കല്ലു കഴികയില്ല TP. 2. to gnaw as vermin, itch. 3. അരിച്ചു നടക്ക to creep as snakes, worms Vi.

അരിക്കന്നതു (1) a strainer, funnel.

CV. ആകരസ്ഥലങ്ങളിൽനിന്നു കനകരത്നങ്ങൾ അരിപ്പിക്ക KR 2. must search after gold (അരിപ്പ്).

VN. അരിപ്പു 1. sifting, straining അ. കയിൽ straining spoon. അ. തുണി or അ. പാത്രം sieve.

2. esp. gold wash (പൊന്നരിപ്പു) ആ മലയിൽ പൊന്നരിപ്പുണ്ടു, അരിപ്പുപാത്തി ൫, പാത്തി ഒന്നിന്നു തിങ്ങൾ ഒന്നിന്നു വരവു അരിപ്പു പൊൻപണത്തുക്കം ൨൫ (rev.)

3. American wild sage, Lantana aculeata.

4. the webbed husk at the foot of a palm branch. (& അരുപ്പാര).

അരിങ്കമാല aringamāla see അരങ്ങ 3. or അരു? A precious necklace. [dream.

അരിങ്കിനാവു aringināvu TP. (അരു) A rare

അരിമ്പു arimbu (T. C. അരുമ്പു fr. അരു) Flower bud, first appearance of fruit, small shot.

അരിമ്പാറ് & — ാറ V. wart നാവിന്മേൽ അരിമ്പാറ നിറെച്ചു കണ്ടു MC.

അരിപ്പം (അരു) & **അരിമ arippam, — ma** Difficulty (= അരുമ) f. i. ഉരെപ്പതിന്ന് അരിപ്പം എങ്ങളാൽ RC. അരിമയോടു പോരിന്നായി കോപ്പിട്ടു Bhr.

അനന്തരം ഇതരമപ്പെട്ടും RS. to tell, this would even embarrass A.

adj. അരിയ rare, uncommon. അരിയ ദുഃഖം, മോക്ഷം Bhr. അരിയ ഭിക്ഷുർ, വീരൻ Mud. അ. രാമൻ KR. അരിയൊരു ഹരി CG. അരിയോമം RC. extraordinary sacrifice. അരിയോർ superior men. 2. (= അരുതാത്ത) അറിവാനരിയജ്ഞാനപൊരുൾ RC. difficult to know.

അരിമാൻ arimān (the preceding or അരി I.) A deer Vi.

അരിയുക ariyuγa T. M. C. (അരി II.?) 1. To mow, reap, act gently, പുല്ലരിയാൻ വന്നു MR. തകരയരി അരിഞ്ഞു കൊൾക a Med. നാവരിഞ്ഞീട്ടവൻ CG. cut off the tongue. മുടിയോടു കൂടെ അരിഞ്ഞു മകുടവും Bhr. hair. അരിഞ്ഞു ചിറകുകൾ വജ്രത്താൽ KR 5. wings. ശരങ്ങളാൽ ഉടൽ അരിന്തു RC 35. അരിഞ്ഞരിഞ്ഞിട്ടു KR. mowing with the sword. 2. തെങ്ങരിയുക (& ചെത്തുക) to tap a palm tree. അരിയുന്ന തീയൻ TP.

അരിവാൾ 1. sickle, scythe, (also അരുവാൾ). 2. (loc.) hoe, spade.

അരിവാൾകത്തി No. = മൂൎച്ചക്കത്തി.

അൎശം, അൎഷം arišam, — jam V1. (T. pepper) Anger. Vu. വളരെ അൎശവും കോപവും, അ. വിഴങ്ങിയാൽ അമൃതു prov. അൎശം നടിച്ചു കേളവിനു TP. he got angry. അൎഷം കളസ്സു RC. അ. തളരുക, കെടുക, V1. be appeased. Mapias oppose അൎശം to പിരിശം.

അരിഷ്ടം arišṭam S. 1. Ill luck, misery, pain. രോഗാരിഷ്ടം TrP. അരിഷ്ടകാണ്മാം Nid. to see things black. 2. S. lying in chamber ഒരററുപുര (po.) 3. adj. അന്ത്യയാം അരിഷ്ടയാം ജര VCh. the last old age. — അരിഷ്ടൻ m.

അരിഷ്ടത wretchedness.

den V. അരിഷ്ടിക്ക ബലാൽ അ'ച്ചു പോയി V2. was disappointed. അ'ച്ചുണ്ടാക്കി gained by incredible sacrifices or troubles.

I. **അരു, അരുവു aru (vu)** T. M. C. Tu. (Te. ഇരുക) Brim, edge, margin. മലയരുവു vale; the Loc. അരുവിൽ = അരികിൽ.

അരുകുക, കി to diminish V1.

II. **അരു** 5. adj. √ (minute, little?) Rare, unusual, impossible. In comp.

അരിങ്കിനാവ് q. v., അരുഞ്ചിനം RC. (& അരിയചിനം) etc.; bef. vowels ആർ.

അരുകല (& അറുകല) cruel murder.

അരിമ്പുണ്ണ് proud flesh (see അരിപ്പുൺ).

അരിമ്പൊരുൾ inmost meaning.

അരുമറകൾ അരുമയോടു വകവകതിരിച്ചവൻ Bhr. the arranger of the Vēdas.

അരുവ (T. അരിവൈ) fine woman. ഓർ അരുവയോടു, അരുവൈമാർ RC. pl. അരുവയർ മേലിന്നിറങ്ങി പുക്കിയും Bhr. heavenly virgins.

അരുവലർ T. So. M. (not dear) foes.

VN. **അരുമ & അരിമ** 1. Importance, superiority. അതിന്റെ അ. പറഞ്ഞുകൂടാ. 2. difficulty. പറകിൽ അരുമയാം & ഉപമ പറവതിന് അ. ഉണ്ടു Bhr. difficult to tell.

അരുചി aruji S. No appetite Asht. അരിചി a med.

അരുണൻ aruṇaṅ S. 1. Purple coloured. 2. sun's charioteer. സന്ധ്യെക്ക് അരുണയായി മിന്നന്ന ശിശിരകരകല Mud. ആനനം അരുണത പൂണ്ടു മയങ്ങി KR. red from shame.

അരുണാന്വയം Bhr. solar race.

അരുണസാരഥി വെളിപ്പെട്ടതുളവാൻ ചമയും മുന്നേ RC. before dawn.

അരുണോദയം dayspring.

അരുണാധരി Bhr. woman with red lips.

den V. ആകാശം അരുണിച്ചു കാണും (at sunset).

അരുതു aruδu T. M. (= അരിയതു neuter of II അരു) Old അരിതു "irregular, awful" f i. മഹാഭാവമരുതു self-exaltation would be wrong. A defect. Neg. V. has been formed from it, signifying 1. what ought not to be. താമസിക്കരുതു പോരേണം CC. ഇതാക്ഷമരുതു, സീതയെനിന്ദിക്കുന്നതു് ഒട്ടുമേ അരുതിനി KR. So with Nouns, Infinitives & Dat. of person. ഞങ്ങൾക്കരുതു Bhr. would be wrong for us to do. ധാൎമ്മികന്മാരെ ദഹിക്കരുതഗ്നിക്കും Bhr. even A. must not consume the righteous. ഇവർ ഒക്കയും സാക്ഷിക്കരുതു VyM. must not be taken for a witness. Rarely with 2 advl. ആ മിക്ക നിങ്ങൾക്കാവേശിപ്പതിന്നരുതു VilvP. — അരുതാത്ത കാൎയ്യം a wrong, forbidden thing. — Past നില്പതരുതാഞ്ഞു RC. വരരുതാഞ്ഞു vn. 2. impossibility; mostly with 2nd advl. മറപ്പാനരുതാത്ത വണ്ണം in a way never to be forgotten. കടൽ കടപ്പാനരുതാഞ്ഞു KR. could not pass. അരുതു ജയിപ്പതിന്നിവനെ Bhr. — with Inf. കിടക്കരുതാൻ്റ (from wounds) MM. തൊട്ടാൽ അറിയരുതാതെ a med. — അരുതാഞ്ഞാൽ ആചാരം ഇല്ല prov.

അരുതായ്മ, — യ്ക 1. impropriety. 2. impossibility. അരക്കനോടു നിന്നുകൊൾവരുതായ്കയാൽ RC 57. കാണരുതായ്കയും ഇല്ലതാനും CG. you may however see him. 3. weakness. ഏറെ ഭുജിച്ചുള്ളരുതായ്മ PT.

അരായ്മ old VN. കാണരായ്മ Mud. malice. ഇളക്കരായ്മപ്പെട്ടവർ TR. = ഇളക്കരുതാതവർ "the unshaken".

അരുപ്പാര (Cal.) = അരിപ്പു 4.

അരുമാടി arumāḍi (I. അരു) As parts of a ricefield are mentioned: അതിരും വരമ്പും ആണി അരുമാടി (or അറുമാടി) നരിയും നരിയിടയും MR. (doc.) either "bank" or superior plot used for nursery.

അരുമ്പ arumba (അരിമ്പ) A labiate flower, kind of തുമ്പ.

അരുവ aruva T. M. Woman, see അരു II.

അരുവി, അരിവി aru(i)vi T. M. (I. അരു) Waterfall, cascade. അരുവിയും നദിയും RC. ശിലൊച്ചയം കാണുന്നരിവികളോടും KR. met. അരിവികൾ കണ്ണുനീർ ആക ഒലിക്കവെ KR 3.

അരുവിയാറു the same ആചപത്തിന്മേൽ അരുവിയാറെഴുന്ന പോലെ RC. (loc. അരുവഴിയാറു).

അരുസ്സ് arussu S. Wound, sore.

അരുന്തുദം wounding, sharp, po.

അരുൾ aruḷ T. M. (അരു II.) 1. Grace, favour. തിരുവടിയുടെ അരുളാം ഉദയാദ്രി KeiN 2. പുരാൻ തിരുവരുളിനാലെ RC 118. ജഗന്നാഥനരുളാൽ എങ്കിലോ വധിപ്പൻ Bhr. 2. deigning, command. അ. ചെയ്യു, അരുളിച്ചെയ്യു to order, say (hon.) ഉരചെയ്യുതിന്നു ഗുരുവരുളാക ദേവകളും അരുൾ ചെയ്ക may the blessing of Guru & Gods enable me to relate (po.) അരുളിച്ചെയ്യയാൽ "by the king's command", heading of Royal letters TR.

അരുളുക, ളി 1. to deign, vouchsafe, grant കാണ്മാൻ വരമരുളേണം, നിണക്കു രാജ്യവും എനിക്കരണ്യവും അരുളിനാൻ KR. തൽകൃപ അടിയനരുളേണം SG 2. കൈവല്യം തൊഴുതീടുവോൎക്കരുളീടുന്ന ദൈവം Bhr 10. 2. command, എങ്ങനെ ഭവാൻ അരുളീടുന്നു അങ്ങനെ തന്നെ KR. 3. Aux. V. കേട്ടരുൾ CC. please to hear. ഇരുന്നരുളി (doc.) seated, residing.

അരുളപ്പാടു 1. command of kings, etc. 2. oracle of Gods or demons through a possessed person. ഉണ്ണിയുടെ മെയ്മേൽ വന്നു — അ. പറയുന്നു TP. uttered the oracle.

അരൂത arūδa Ruta, rue, a med. plant.

അരൂപം arūbam S. Unformed, formless.

അരൂപി incorporeal, God.

അരെക്ക see under അരയുക.

അരേണുകം arēṇuγam (Tdbh. ഹരേണു, രേണുക) A bitter pungent grain GP 76.

അരോഗൻ arōgaǹ S. Healthy, sound.

അരോചകം arōjaγam S. Nausea (=അരുചി), fever with vomiting V1.

അൎക്കം arkam S. (√ അൎച്) 1. The sun. 2.= എരിക്കു.

അൎക്കതേജസൻ Npr. a Cōlattiri Rāja KM.

അൎഗ്ഗളം argaḷam S. Obstacle, bar, bolt.

അൎഗ്ഗളഭുജൻ SiP. king.

അൎഘം argham S. (√ അൎഹ്) Estimation, price.

അൎഘനിൎണ്ണയം TrP. astrol. determination of cheap, dear & middling months.

അൎഘ്യം estimable; honouring oblation (പൂജാദ്രവ്യം) to Gods & Brahmans, chiefly water.

അൎഘ്യപാദ്യങ്ങൾ washing water offered to guests.

അൎച്ചിക്ക arčikka S. (to shine) To praise, adore. സ്തോത്രങ്ങൾകൊണ്ടും നാനാഭക്ഷ്യങ്ങളോടും കൂടിയ നിവേദ്യംകൊണ്ടും മാംസം മദ്യവും കൊണ്ടും അൎച്ചിപ്പൂ DM. അൎച്ചിതം part. pass.

അൎച്ച, അൎച്ചന, അൎച്ചനം S. worship അൎച്ചെക്കു PP. ദേവനെ അകംകൂടി അൎച്ചന ചെയ്യാൽ RC 96. ശിവാൎച്ചനം SiP 4. വിവിധം അൎച്ചന തുടങ്ങി CC.

അൎച്ചിസ്സ് arčissu S. Flame (po.)

അൎജ്ജി, ഹൎജ്ജി (Ar. ȧrẓ) Petition. അവൻ എഴുതിയ അരിജിയുടെ പേൎപ്പു TR.

അൎജ്ജിക്ക arjikka S. (√ അൎജ് G. 'oregō strive after) To acquire. അൎത്ഥമൎജ്ജിപ്പാൻ PT. part. അൎജ്ജിതം f. i. താപസാൎജ്ജിതലോകം KR. VN. അൎജ്ജനം acquisition.

അൎജ്ജുനം arjunam S. (√ രജ=അൎച്) White. അൎജ്ജുനവൎണ്ണമാക്കേണം ജഗത്ത്രയം കീൎത്തികൊണ്ടു Bhr. to cover the world with their fame as with snow.

അൎജ്ജുനൻ N pr. the 3rd of the Pāṇḍavas. അ'വഴി KU.=വിളിച്ചനായാട്ടു (see അൎച്ചുൻ).

അൎണ്ണസ്സ്, അൎണ്ണവം arṇassu, —vam S. (√ അർ fluctuate) Sea, flood.
അൎണ്ണോജം lotus.

അൎത്ഥം artham S. (√ അർ) 1. Aim, scope. അൎത്ഥാൎത്ഥമായി for money's sake; adv. പരാൎത്ഥം Nal. for others. രാമകാൎയ്യാൎത്ഥം ഉണൎന്നിരിക്കുന്നു AR 4. attends to R.'s business. ആഗ്രഹാൎത്ഥങ്ങൾ വന്നു കൂടും Bhg 4. the desired objects. 2. gain, wealth, riches; chiefly money. അന്നു പെറും അറുതാവില പൊൻകാണം കൊടുത്തു TR. doc. 3. meaning, sense. അ. പറക to explain. വേദശാസ്ത്രാൎത്ഥതത്വജ്ഞൻ Bhr. knowing the substantial meaning of V. & S. വാചകങ്ങൾ ഒന്നും നമുക്ക് അ'മാകുന്നില്ല TR. are not plain to me, not intelligible.

Derivatives: അൎത്ഥന (1) begging, petition.
അൎത്ഥകം (in comp.) having the meaning of —
അൎത്ഥക്കാരൻ, അൎത്ഥവാൻ rich V1.
അൎത്ഥപ്രയോഗം usury B.
അൎത്ഥം പൃക്കവാറു a receipt for money.
അൎത്ഥസംഖ്യ sum of money.
അൎത്ഥാഗ്രഹം covetousness, അൎത്ഥാശ.
അൎത്ഥാൽ abl. in fact, meaning, viz.
അൎത്ഥി desirous, ശാപമോക്ഷാൎത്ഥിയായി KR. അൎത്ഥിക്കു പ്രസാദം വരുത്തുക Nal. to satisfy a beggar. അൎത്ഥി അൎത്ഥവാനായി വരും AR 6. the beggar will become rich.
denV. അൎത്ഥിക്ക to desire, beg, f.i. മൂന്നു ലോകങ്ങളെ മഹാബലിയോടു UR.
part. അൎത്ഥിതം begged.
അൎത്ഥ്യം proper.

അൎദ്ദിക്ക ard'ikka S. To trouble, hurt.
അൎദ്ദിതം Tetanus or hemiplegia (po.)

അൎദ്ധം ardham S. Half. അൎദ്ധം താൻ അൎദ്ധം ദൈവം prov. Nal.
അൎദ്ധചന്ദ്രൻ half-moon, crescent.
അൎദ്ധനാരി Hermaphrodite.
അൎദ്ധപലിശ half the customary interest TR.
അൎദ്ധബ്രാഹ്മണർ KU. half Brahmans, castes which are regarded as having sunk from Br. rank to a level with Xatrias (f.i. നമ്പിടി, പൊതുവാൾ) KN.
അൎദ്ധരാത്രം S. അൎദ്ധരാത്രി vu. midnight = പാതിരാ. അൎദ്ധരാത്രിക്കു കുട പിടിപ്പിക്കും prov.
അൎദ്ധാൎദ്ധം a quarter.
denV. അൎദ്ധിക്ക to divide in halves, അതിനെ അൎദ്ധിച്ചാൽ CS. Gan.
അൎദ്ധേന്ദു half-moon KR. (ഇന്ദു).

അൎപ്പണം arpaṇam S. (caus. of √ അർ) 1. Placing, f.i. പാദാൎപ്പണം putting the foot. ദൃഷ്ടിമാത്രം പോലും അ. ചെയ്തില Nal 2. did not set his eyes on him. 2. entrusting, offering. മന്ത്രങ്ങൾ വിശ്വസിച്ച് അന്യോന്യം അൎപ്പണം ചെയ്തു Nal 4. confided to each other.
denV. അൎപ്പിക്ക = അൎപ്പണം ചെയ്ക, esp. to give to Gods & superiors.
part. അൎപ്പിതം, f.i. ചിത്രാൎപ്പിതങ്ങൾ fine oblations.

അൎബ്ബുദം arbud'am S. A very high number, 100 millions (in CS. മഹാകോടി) or 10000 millions (CS. മാശംഖ്). ൧൦൦ അൎബ്ബുദം AR 6. 2. different swellings, esp. cancer. അൎബ്ബുദം വാഴക്ക പോലെ നീണ്ടിരിക്കും കവിൾ നന്നെ തുളഞ്ഞുവരും a med.
denV. അൎബ്ബുദിച്ചു ചമഞ്ഞാൽ Nid.

അൎഭകൻ arbhaγan S. (Ved. അൎഭ = അല്പ) Child, the young of animals. [eye V1.

അൎമ്മം armam S. (narrow?) A disease of the

അൎയ്യൻ aryan S. (അർ) Devoted, an Arya.
അൎയ്യമാവ് (Ved. friend) sun (po.)

അൎവ്വം arvam S. (അർ) Racer, horse (po.)
അൎവ്വാക്ക് S. hitherwards.

അൎശസ്സ് arśassu S. Hæmorrhoids, vu. അൎശ്ശസ്സ്, അൎശ്ശോരോഗം.

അൎഹൻ arhan S. Deserving, worthy. രാജ്യത്തിന്ന് അൎഹൻ Arb. fit to rule.
അൎഹത = യോഗ്യത f.i. അ. പോലെ പൂജാദികളെ ചെയ്തു TrP.

I. **അറ ara** T. M. C. Te. (√ അറു) 1. A partition, room = മുറി f.i. ഉറക്കറ Mud. പള്ളിയറ royal sleeping closet. അറയിൽ എന്നു കേട്ടു Mud. അറെക്കും നിരെക്കും പായേണ്ടാ TP. don't run against wall & wainscot, take it quietly. 2. well secured rooms; magazines.

മുതലറ TR. treasury. വെളത്തോടന്റെ അറ തുറന്നതുപോലെ prov. പണ്ടാര അറ കത്തിപൊളിച്ചു TR. plundered the stores. നമ്മുടെ അറയിന്റെ മുമ്പിൽ കിഴിച്ചാൽ TR. land close to my vaults. അറയും തുറയും അടക്കി KU. forts & harbours. — jail അവനെ പിടിച്ച് അറയിൽ ഇട്ടു, പാൎപ്പിച്ചു, അറയിന്നു കിഴിച്ചു TR. അറയും തളയും തീൎക്ക KU. regulate the prisons; hence: കല്ലറ, കണ്ടറ, നിലയറ.

Cpds. അറക്കൽ 1. at the palace. കോഴിക്കോട്ട് അറക്കൽ പാൎക്കുന്ന ഇളമക്കപ്പിത്താൻ TR. 2. Npr. palace of the Caṇṇanur Bībi TR.

അറപ്പക്ഷി sparrow (= അട്ടകളക്കുരികിൽ).

അറപ്പലക the door of Samorin's sleeping room, in charge of Pāranambi KU.

അറപ്പുര closet, treasury.

അറമുറിയൻ burglar.

അറവാതിൽ അടെച്ചു കണ്ടു Mud. door of closet.

II. അറ Inf. of അറുക q. v.

III. അറ **aṟa** T. M. Blow. ഒരറ അറഞ്ഞു.

അറം **aṟam** T. a M. (√ അറു) Law = ധൎമ്മം; അറങ്കൊൾ മൈതിലി RC 124. dutiful Sīta. അറം ഒന്നിനിൽ ഒന്നാ പാപം മാറും 60. അറങ്ങളെടുത്തുള്ളോർ 63. = ധൎമ്മിഷ്ഠർ or ഗുരുക്കൾ. loc. അറവും വറവും കെട്ടവൻ impudent; but അവന് ഒർ അറവും ഇല്ല വറവും ഇല്ല he suffers no want (= അറുതി).

അറയുക **aṟayuγa** T. C. a M. (√ അറ III.) 1. To beat hard, f.i. monkeys വാലെക്കാമിഴുത്തടവി കൈകൾ അറഞ്ഞറഞ്ഞു ചെന്നാർ RC 15. നെല്ലറഞ്ഞ് എടുക്ക cleanse grain in harvest. അറഞ്ഞമഴ pelting rain. 2. to beat drums. മദ്ദത്തിനോടറെന്തലറിനാർ RC 28. കതിത്തറയും മദ്ദളങ്ങൾ etc.

CV. അറയിക്ക V1.

അറവി (Ar. ʿarab) Arabia — arabic; also അറബ്യന്നു കപ്പൽ വന്നു TR.

അറാം (Ar. harām) Unlawful. അറാമ്പിറപ്പ് etc. whoreson.

അറായിച്ചുവെക്ക **aṟāyiččuvekka** A certain heathenish ceremony V1.

അറിക്യ (?) **aṟikya** Mackerel MC.

അറിയുക **aṟiyuγa** T. M. C. Tu. (Te. എറുഗു) √ അറു 1. To know. അറിവെൻ I know (Syr. doc.) part. അറിവൻ privy to a transaction (doc.) പലരും അറികെ Inf. notoriously. അറിയാതെ unobserved, suddenly, unwillingly. തന്നെത്താനറിയാതെ വീണാർ KR. swooned. Sometimes (like പൊറുക്ക) with the Obj. in advl. part. പിരിഞ്ഞറിയുന്നില്ലൊരു നാളും Bhr. cannot live without him. 2. v. n. to be known എനിക്കറിഞ്ഞുകൂടാ, അറിയപ്പോകാ don't know, എനിക്ക് അറിഞ്ഞു I knew.

അറിയായ്മ, — യായ്മ, — വില്ലായ്മ, — യപ്പോകായ്മ ignorance.

CV. അറിവിക്ക, അറിയിക്ക to make known, വിശേഷം എന്നെ അ. also എന്നോട്, എനിക്ക് അരചന്നറിയിക്ക RC. to report, notify.

VN. അറിയിപ്പു notice. സൎക്കാരിലേ അറിയിപ്പു proclamation.

2nd CV. കോവിലകത്തേക്ക അറിവിപ്പിച്ചാറെ, തങ്ങൾക്ക് അറിവിപ്പിക്കാൻ ഉണ്ടു etc. TR.

അറിമുഖം acquaintance, familiarity. അ. ഉണ്ടാക്ക, വരുത്തുക to contract acquaintance.

അറിവാളൻ (= അറിവൻ) experienced, learned. അറിവാളർ എഴുതി PP.

VN. അറിവു knowledge. എന്തെല്ലാം അറിവുകൾ Mud. what tidings? പാഞ്ഞിയാല കൊട്ടത്ത അറിവും ഞങ്ങൾക്ക് ഇല്ല TR. we were not informed, that.... ചെയ്തു ഞങ്ങൾക്കറിവുണ്ടു we are aware, that he did. അറിയുന്നില്ല ചെറും ഉപകാരം, അറിവുണ്ടെങ്കിൽ ഇങ്ങനെ ചെയ്യുമോ KR 4. gratitude.

അറിവുകാരൻ skilful, knowing.

അറുക, റു **aṟuγa** T. M. C. Te. 1. To be severed, cut off, break. കൈകാൽ കഴുത്തിവ അറു Bhr. in battle വെട്ടുകൊണ്ടറു പിളൎന്നു Mud. വേരറും will be eradicated, തുളസി അറുവാൻ KU. കായ് അറുവീണു, നൂൽ അറു. 2. to end, cease. സന്തതി അറുപോയി the line is extinct. സംബന്ധം അ. the claims are at an end. ദുഷ്കൎമ്മം അറുവോളം Bhg. മമ സുകൃതം അഖിലം അററിതോ ദൈവമേ Mud. ജനനം അററീടും

KR. will no more be born. 3. to be finished, resolved. ത്രൈരാശികത്തിൽ അറുവൊരുകണക്ക CS. calculation by proportions. കാൎയ്യം അററവാചിയായി V1. as good as settled.

Inf. അറ 1. off, in ചാമ്പറ, etc. 2. entirely അറവേ അവനെ അടക്കാം RC 32. ഇടർ അറക്കളെന്നു 50. ജ്ഞാനം ഓരൊന്നുവറയറിവാൻ ഇച്ശ്ശിച്ചിട്ടും Bhg. clearly. 3. little അറയില്ല എന്നുവെച്ചാൽ (loc.) not even the least.

adj. part. അററ to which there is not. കാൎമ്മുകിൽ അററൊരാകാശം KR. a cleared sky. നേരററകാന്തി CG. incomparable. വാട്ടമററസുഖം VC. = ഇല്ലാത്ത.

a. v. അറുക്ക, ത്തു (vu. അറക്ക) 1. To sever, cut off മൂരികളെ TR. എള്ളു reap, കോഴി kill, കയറ് pull as under, മരം saw. — met. പ്രണയം അറുത്തു Mud. betrayed our love. — അറുത്തുകെട്ടു the whole roof (f. i. തെങ്ങിന്റെ അ.) 2. to decide, അറുത്തു പറക peremptorily, അറുത്തവാക്ക V2. conditional promise, പണത്തിന്റെ അറുത്ത പലിശ എടുത്തു കൊൾവാൻ (doc.) fixed interest. വില അ. determine the price.

CV. അറുപ്പിക്ക. ശൂലമുനയാൽ കഴുത്തറുപ്പിച്ചു Bhg.

VN. അറുപ്പു 1. severing, sawing. 2. harvest. വിളഞ്ഞൊരു വയല്ക്കൂറുപ്പാറായി KR.

അറുപ്പുവാൾ, അറുക്കുവാൾ (1) V1. saw.

അറുപ്പുകാരൻ sawyer, reaper.

I. അറു aṟu (√ അറുക.) 1. Severing, cutting. വീശിന വലെക്ക് അറുകണ്ണുണ്ടാം prov. torn part. 2. horrible (prh. = II അരു) അറുകല violent death, f. i. of king = പട്ടുകല also അറകല (നമ്മെ അറകലകത്തിട്ടെ എങ്ങിനെ പോയ്ക്കൊണ്ടാർ CG.) അഖിലസുഹൃദറുകലകൾ ചെയ്യിപ്പാൻ Mud 7. by executing them. — അറുകൊല TP. അറുകൊല (vu.) interj. O murder! (= അരുകല q. v.)

അറുങ്ങുത്തിച്ചി = മുറങ്ങുത്തിച്ചി (loc.)

അറുമഴ, etc.

II. അറു In comp. for ആറു six.

അറുനൂറു 600; അറുനൂററാൻ N pr. Nāyers of Porḷātiri's bodyguard KU. TR.

അറുപതു 60, അറുപതിററാണ്ടു 60 years, അറുപതിററഞ്ചു 60×5.

അറുപത്തുനാലു 64, the Brahman colonies in Kēraḷa (64 Grāmam), the singular institutions of the country (64 അനാചാരം), the number of rafters മുകന്തായം വളഞ്ഞാൽ നൂറുവളയും prov. (= കഴുക്കോൽ).

അറുപത്തുനാലാം the 64th year (or കൊല്ലം൯൬൪, when Tippu introduced circumcision in Malabar).

അറുമുഖൻ (= ഷണ്മുഖൻ) Subrahmaṇya.

അറുവർ 6. അറുവരുടെ ഗതി വരികിൽ SiP. സുതർ അറുവരെയും നല്കി Bhg.

അറുക aṟuγa T. (M. കറുക) Agrostis linearis V1. വെള്ളറുക a herb, like rosemary V1.

അറുക്കൽ aṟukkal T. So. M. (VN. അറുക്ക) A niche, ditch.

അറുതി aṟuδi VN. അറുക, End. പുരികത്തിന്റെ അറുതിക്കൽ MM. ദേശത്തെ അറുതിതലയിൽ TR. at the utmost limit. അറുതിനിശ്ചയം വരുത്തുക VyM. fix the boundaries. അറുതി ചെയ്യു to finish. അ. ഇടുക establish V1. അ. വെക്ക fix the last term. അറുതിച്ചൊൽ decisive word.

അറുതിപെടുക to be extinguished കരുകുലം അ'ട്ടും Bhr. ഭടപടലമറുതിപെട്ടുമാകവേ Nal 2. CV. ശത്രുക്കളെ അറുതിപെടുത്തും Bhr.

അറുതിവരിക to close പകൽ അ'ന്നു Bhr.

അറുത്തല aṟuttala = അറുതിതല q. v. നാട്ടു വടക്കേ അറുത്തലയിൽ TR.

അറുമാടി MR. doc. = അരുമാടി.

അറുമ്പു aṟumbu T. So. M. (√ അറു) Dearth. അറുമ്പൽ little remains, stunted fruits.

അറെക്ക aṟekka M. (I. അറു) To loathe, dislike, ഉരഗം ചവിട്ടിയ പോലെ അറെച്ചു പേടിച്ചു — ഒതുങ്ങിവാങ്ങി KR എന്നെ പുല്കുവാൻ അറെച്ചു Bhr. ഞാൻ ഇവിടെ ഇരിക്കുക അല്ല അറെക്കുക ആകുന്നു TR. I shall not stop to it, I detest the whole proceeding. കലിവറച്ചുപോയി (Mpl.) I have changed my mind (കലിവു).

VN. അറെപ്പു qualm, aversion. അ. കെട്ടവൻ V1. daring. അറപ്പും അശുദ്ധിയും പെരിക ഉണ്ടാംസ്ഥലം Bhr.

CV. അറെപ്പിക്ക to make to loathe. മനസ്സിനി അറപ്പിച്ചീടേണം വിധിവശം എന്നുറെച്ചു KR. teach myself resignation (വൈരാഗ്യം).

അററം aťťam VN. = അറുതി 1. Extremity, end. രോഗത്തിന്ന് അററം വരുന്നവാറില്ല PT. മുതല്ക്കററം ഇല്ല KU. unbounded wealth. അററമില്ലാത്ത സല്ഗുണം Bhr. അററമില്ലാതോളം ഉണ്ടു നരകങ്ങൾ Bhg. innumerable. നിലമററമുള്ള ചുററളന്നാൽ CS. the circumference of a heap of rice at its base. അററം കണ്ട ബുദ്ധി thorough knowledge. 2. adv. as far as കഴുത്തററം തല മുടി ഉണ്ടു; കിഴക്കേ അതിക്കുന്നു N. പറമ്പററവും MR. (doc.) 3. evening അററമായി it is late. 4. a feint or pass അ. അടിക്കുന്നു ചോനകൻ, അ'ത്തിൽ പാറി മടങ്ങി ചന്തു, അ'ത്തേകററവും വന്നു പോയി TP.

Cpds. (of അററം or adj. part. അററ).

അററകാലം death, Genov.

അററക്കുഴ rainwater standing in pools.

അററക്കുററം end, loss, damage. അവന് അ. വന്നു പോയി he is dead. അതിനെ അ. വരുത്തുക to injure. അ കൂടാതെ രക്ഷിക്ക; അററക്കുററങ്ങളെ നോക്കുക to remedy, mend things. അ. നോക്കുക Trav. repair.

അററടക്കം right of succession to another branch of the family, when that has failed of descendants.

അററമററം കരേറുക V2. to be in a furious passion.

അല ala T. M. C. Te. (Tu. curdles) 1. Wave, obs. √ അലു obs. hence കന്നല hills & waves KU. compare ആൽ. 2. VN. of അലെക്ക, lamentation അലയും മുറയും.

Cpds. അലകടൽ po. the surging sea അലകടൽ നാലും KR. അരുണൻ അലകടൽ നടുവിൽ പുക്ക Bhr. sunset.

അലപൊരുക 1. to fight eternally as the bellows against the shore ഇവരോടലപൊരുവാൻ കഴികയില്ല, എന്നെ അലപൊരുവുന്നു you are a bore. 2. to vie കലശിലയോടും അലപൊരുതിടും കരുചില്ലികൾ KR.

അലയാഴി RC. = അലകടൽ.

അലകു alaγu T. M. C. Te. Tu. (√ അലു) 1. Lath, splint, palm or bamboo leaf. അലകവാതിൽ MR. door of split bamboos, അലകനില closing an account on leaves (അവന്റെ അ. വന്നു പോയി his story is at an end), പാവാററുന്ന അലക weaver's staff. അലകലകായി പൊടിച്ചു, ആരികളെ എയ്യുലകവകാക്കി RC. cut in slices; anything long, flat & thin. 2. blade of sword, knife, spear. — chain of elephant V1.

അലങ്ങുക alaṅṅuγa T. C. Te. Tu. = അലു & അനങ്ങുക; loc. അലങ്ങൽ Commotion.

a. v. **അലക്കുക, ക്കി** To wash clothes, by beating അലക്കിപ്പിഴിയുക, അലക്കി കഞ്ഞി മുക്കി ആററിക്കൊടുത്തു KU.

CV. അലക്കിക്ക.

അലക്കു washing, വെളുത്തേടൻ അ. മാററി കാശിക്ക പോവാൻ prov.

അലക്കുകാരൻ washerman. അലക്കുന്നോന്റെ കഴുത പോലെ prov.

അലം alam S. Enough. അലമലം Bhr. ആയാസം ഒന്നും അലം ചെയ്കയില്ലെടോ Nal. = മതിയാക്ക to let suffice, leave off.

അലങ്കരിക്ക (to get ready) 1. To adorn, decorate oneself. തരുണിമാർ നന്നായി അ'ച്ചു നടന്നു KR. 2. to put on മാല അവന്റെ കഴുത്തിൽ അ'ച്ചു, ആഭൂഷണം ഭവാൻ അ'ക്കേണം Mud. ഇതൊക്കയും അ'ച്ചു നി ശമിക്ക KR. also with Instr. ക്രൂരയാലും മെയ്യിൽ അ'ച്ചു RC. 3. to adorn another. പ്രേതത്തെ വസ്ത്രാദി കൊണ്ട് അ'ക്ക KR.

CV. അലങ്കരിപ്പിക്ക f. i. സ്ത്രീകൾ അവളെ അ'ച്ചു Bhr. decked her out. ബാലിയെ വസ്ത്രാദികളാൽ അ. KR. സർവ്വാംഗം അ'ച്ചു Mud. made him to adorn himself all over.

അലങ്കരണം S. ornament. ചമെത്ത അലങ്കരണങ്ങളാലും RC.

അലങ്കാരം S. decoration, embellishment, elegance, rhetorical figure. അലങ്കാരനാദത്തിന്റെ കോപ്പുകൾ TR. instruments for solemn occasions. — അലങ്കാരശാസ്ത്രം rhetoric.

അലക്ഷ്മി alakšmi S. Misfortune അ. ഗൃഹങ്ങൾ ഉറങ്ങു KR. അ.'വിഷവും ഭ്രാന്തും GP 51. spirit of melancholy.

അലക്ഷ്യം alakšyam S. Undistinguishable. അ'മായ വാക്ക MR. unproved.

അലങ്കോലം alaṅgōlam T. So. M. Confusion (see അലങ്ങൽ) slovenliness V1. B.

അലചൽ V1. see അലശൽ; അലച്ചൽ from അലയുക.

അലട്ടുക alaṭṭuγa T. M. (√ അല) To importune അലട്ടി ചോദിക്ക.

അലതാരി (?) **alaδāri** Preparation, articles required. സദ്യെക്ക് അലതാരികൾ ഒന്നും ഇല്ല = കോപ്പു (loc.)

അലതി alaδi So. M. Troublesome. അലതിപാകം (or ഭാഗം) misery. അലതിയായിരിക്ക to be tired with unpleasant work V1. 2.

അലപ്പു confusion, stir, fright V1. 2. [അല).
അലപ്പാറുക V2. to refresh oneself (comp. അലപ്പറ molestation, fatigue V1. B.

അലമ്പു trouble വലിയ അ. vu.
അലമ്പുക T. C. Te. M. (= അലയു) be agitated, tired. അലമ്പിപോക spill, as a full plate. — shake clothes in water (Te. = അലക്കുക).

അലമ്പൽ vexation, trouble അ. ആക്ക to molest, tease — loc. അലമ്മൽ uproar.

അലബ്ധം alabdham S. Unobtained.
അലഭ്യം unobtainable, irrecoverable.

അലംഭാവം alambhāvam S. (അലം) 1. The feeling "enough", contentment, also അലംബുദ്ധി. 2. having enough of it, vexation (= അലമ്പൽ) V1. അലംഭാവം അറിയാത്ത intemperance.

അലമ്മതി the same. ജന്മികൾക്കുണ്ടോ സുഖത്തിന്നലമ്മതി Nal 4.

അലയുക alayuγa T. M. C. Te. (അല) 1. To fluctuate, be tossed. ക്രുദ്ധനായി നടക്കുമ്പോൾ ധാത്രി മക്ക കലുങ്ങിയലഞ്ഞിതു KR 4. 2. to roam, be wearied. കാട്ടുതോറും അലഞ്ഞു നടന്നു KR. ഒന്നൊന്നായി ജന്മങ്ങളലഞ്ഞിട്ടുവാനരുതു Bhg 8. let me not thus pass thro' many births.

CV. അലയിക്ക (loc.) = വലെക്ക.

a. v. അലെക്കുക 1. To beat against, as waves on the shore. മൺമേലലെക്കുന്നൻ RC. (from anger) അമ്മതന്മാറിൽ അലെച്ചു CG. (an infant, for milk) തിണ്ണം എന്മാറിൽ അലച്ചുണ്ണികൈ CG. കൈലാസമലെച്ചുള്ള രാവണൻ RC. യുദ്ധം ചെയ്യലച്ചു KR. 2. to beat the breast in grief. മാറത്തലച്ചും തൊഴിച്ചും നിലവിളിച്ചു, മുറയിട്ടലെച്ചീട്ടും Bhr. കൈ അലച്ചീടിനാർ മെയ്യിൽ എങ്ങും CG.

അലച്ചൽ vexation, mourning.

അലെപ്പു (see അലപ്പു) VN. അലപ്പിനോട് ഇകൽ കൊടുത്തു RC 15. with vehemence.

CV. അലെപ്പിക്ക f. i. ഭൂധരം അലെപ്പിച്ചു മഥിച്ചു Bhg 8.

അലർ alar T. M. C. Te. (C. Tu. അരൽ) 1. A blossom, opening flower = മലർ (അലർ വിരിയുന്നു). 2. the sharp point that runs into a padlock V1.

അലർശരൻ (1), തണ്ടലർബാണൻ, അഞ്ചലരമ്പൻ CG. Cāma.

അലരി A flower, willow? (= അരളി).

അലരുക, ന്നു 1. To open, as flowers. കണ്ണടെച്ചു സമാധിയുമലരെ മിഴിയിണ തുറന്നു നോക്കും KeiN 2. (= മലരുക). 2. to be hot & dry (T. Te. to shine as sun) = ഉലരുക to yearn, long. അമ്മ അലന്നു കണ്ണിനാൽ മകനെ വിലോകിച്ചു KR. with longing eye അലന്നാൽ അമ്മെക്ക് അപരാധിക്കാമൊ prov.

VN. അലച്ച് heat, lust ധനത്തോടലച്ച് covetousness — അലച്ച്ക്കാരൻ = അത്യാഗ്രഹി vu. അലന്നവൻ.

അലറുക, റി alaṟuγa M. T. (T. cry from fear, അലറ്വു C. terrific) To roar, bellow, cry, as elephant, tiger, woman in labour. ഉറക്കവാവിട്ടലറിനാർ KR. അലറി ചിരിക്കയും Bhg. Cāli. രാക്ഷസൻ പാരം അലറി അടുത്തു KR. അബ്ധികൾ അലറുന്നതു പോലെ Bhr.

CV. വാദ്യം അലറിച്ചുകൊണ്ടു പുറപ്പെട്ടു Bhr.

അലച്ച് (loc.) roaring, etc. see under അലർ.

അലൽ ? **alal** (= അല or അല്ലൽ) അഴൽകൊണ്ടലപ്പെട്ടുഴക്കുന്ന CG. [boaster (loc.)

അലവൻ alavaǹ T. M. C. Loquacious

അലസൻ alasaǹ S. Lazy. അലസമിഴി woman with languishing eye. അലസമിഴിയുടെ മനസി Nal 2.

അലസൽ, അലശൽ alasal, — šal 5. (അലയുക) Agitation, fatigue, disappointment. അവൻ അ'ലായി he is worn out.

V. N. അലസുക 1. to be tired. തണ്ണീർ കുടിച്ചലസാതെ നില്ക്കും Bhg 3. അലസാതെ ചോദിച്ചു Bhg 1. unweariedly, forthwith. 2. to miscarry. ദേവകിക്കലസി ഗൎഭം CC.

CV. ഗൎഭം അലസിച്ചു കളഞ്ഞു (jud.) caused abortion.

അലസിപ്പൂ peacock's pride, a flower used for പുഷ്പാഞ്ജലി. [യി (= നശിച്ചു).

അലാക്ക Ar. halāk, Ruin. അലാക്കായി പോ

അലി ali S. (see അലിയുക) Palmjuice V1.

അലി, അലിയാർ Ar. 'Ali.

അലിക്കത്തു് Ar. áliqat. The upper earring of Māplichis. ഉമ്മാന്റെ കാതിലേ അലുക്കത്തും കാതിലയും, മാപ്പിളിച്ചിന്റെ കാതുമ്മൽനിന്നു അലുക്കത്ത മുറിച്ചെടുത്തു TR.

അലിംഗം aliṅgam S. Without gender, gram.

അലിയുക aliyuγa (C. = അലയുക, comp. അഴയു) n. v. To melt, dissolve (as salt, heart) കല്ലുൾ എല്ലാം അലിഞ്ഞു വരുംവണ്ണം പാടി CG. അവരുടെ വിപ്രലാപം കേട്ടലിയും ശിലകളും UR. മാളികകൾ ഒക്കയുമലിയവേ ചന്ദ്രനുദിച്ചു KR. dissolving in moonlight. അലിന്തമനക്കാമ്പു RC. മാനസമഴിഞ്ഞലിഞ്ഞാൎദ്രമായി Bhg 8. മാനസം നീരാൎദ്രന്നലിഞ്ഞിട്ടു CG.

VN. അലിച്ചൽ, അലിവു melting, compassion അലിവോടുര ചെയ്തു Bhr. CG. kindly.

a. v. അലിക്ക to melt സീതാതന്നുടെ മാനസമലിപ്പാനായി വട്ടം പോന്നീടേണം KR 5.

CV. അലിയിക്ക the same.

അലിപ്പുണ്ണു = കഴിഞ്ഞവ്രണം foul ulcer.

അലു alu 5. To shake. അലുക്ക, ത്തു T. M. to be worn out, grow lean.

VN. അലുപ്പു weariness, tiresomeness, അലുപ്പാറുക V1.2. to rest (comp. അലപ്പു).

അലുങ്ങൽ stir.

അലുക്കുക, ക്കി V1. to agitate.

അലുക്ക SoM. a fringe (? Ar. álaq hanging).

അലുക്കലുക്ക shudder. നിനാദം കേട്ടിട്ടു അ. പിടിച്ചു RS.

അലുബ്ധൻ alubdhaǹ S. Liberal.

അലുവ, ഹലുവ Ar. haluwā, Arabian sweetmeat. [(അലു).

അലുവൽ aluval T. M. Bustle, business

അലെക്ക see അലയുക. [മഞ്ഞി.

അലെമാനി Germany, Allemagne, see അള

അലേഖം alēkham S. Blank leaf, unwritten cadjans.

അലേപഗൻ alēbaġaǹ S. Indescribable, or all-pervading പരമാത്മാവു് or ജീവൻ ആകാശതുല്യൻ അ. AR 4.

അലോഖ്യം alōγγam (S. uncommon, improper) or √ അലു? Trouble, disturbance. അ- പറക offend. ഭവനക്കാരുടെ അലോഖ്യം സഹിയാഞ്ഞിട്ടു (Chir. doc.) അലോഖ്യപ്പെടുത്തുക to trouble, tease, — also അല്ലോകിയം V1.

അലോസരം (C. അല്ലോലം) trouble, confusion. നാട്ടിൽവന്ന അലോസരം TR. the disturbances of war (= ബദ്ധപ്പാടു്, കലഹം).

അലൌകികം alauγiγam S. Not current, disrespectful.

അല്ക്കീടം alkīḍam (T. അല്കുൽ from അൽ) Vulva = ഗുഹ്യപ്രദേശം also മാഴ്കുന്നൊരല്ക്കിടയോടു CG. & അല്ക്കിതമാകിന്നതത്തടം CG. ചീത്തൊരല്ക്കിടം CG.

അല്പം alpam S. (= അൎഭം) 1. Little, small. അല്പമാകുന്നു എന്നു ഉപേക്ഷിച്ചു TR. as too trifling. അല്പന്മാരായിരിക്കുന്നവർ വന്നു രാജ്യത്തു സാധുക്കളായിരിക്കുന്ന കുടിയാന്മാരെ ഹിംസിക്കുന്നു TR. low castes. 2. a measure = $\frac{1}{30}$ ഉടി Bhg 1.

Deriv. & Comp. അല്പകാൎയ്യം a bagatelle.

അല്പജലം = ചെറുനീർ V1.

അല്പജ്ഞൻ simpleton, unlearned AR.

അല്പത littleness, meanness അ. കാട്ടി അപരാധം എന്തിന്നു KR.

അല്പബുദ്ധികൾ men of few ideas.

അല്പഭാഗ്യൻ rarely happy.

അല്പരസക്കാരൻ soon pleased & soon angry.

അല്പവൃത്തിയായി on a petty scale, in reduced proportion.

അല്പാചമനം making water (hon.)

അല്പായുസ്സു shortlived.

അല്പാൎത്ഥൻ (ആകം നരൻ VyM.) poor.

അല്പിഷ്ഠം Superl. very little.

അല്പീയസ്സ് & അല്പതരം Compr. less.

അല്പേതരം much. അല്പേതരജ്ഞൻ Bhr. knowing much.

അല്ഭുതം see അത്.

അല്മനി almani Syr. Secular, layman V1.

അൽ al T. M. or അല്ല് (T. deficiency) Darkness, night (hence അന്തൽ, അന്താഴം) മൂന്നല്ലും വന്നു RC. 3 nights. അല്ലിൽ എന്നാലും കിട്ടും KeiN 2. find by night. അല്ലെല്ലാം പോന്നു പരന്നനേരം CG. തിങ്കൾ അല്ലിനെ രാത്രിയിൽ പോക്കുമ്പോലെ CG. അല്ലിനുള്ളിൽ ഭയം നല്കും പൂങ്കുഴൽ very black hair. അല്ലിടയിന്ന ചായൽ RC 142. അല്ലാൎപ്പൂങ്കുഴലി Bhg 8. also അല്ലാൎപ്പൂങ്കുഴലി Bhg.

അല്ലും തല്ലും പറഞ്ഞു grumbled, made a grievance of it (loc.)

I. അല്ല alla (T. അല്ലവൈ, Te. C. അല്ലരി) Tumult, disturbance = തകരാർ, ശാഠ്യം Mpl. (see അല്ലൽ).

II. അല്ല alla 5. Neg. verb (prh. negation of pronoun അ, which in C. Te. exists also in the form അൽ) 1. Is not that, not thus; neg. of ആകുക, as ഇല്ല of ഉണ്ടു f. i. നല്ലതെന്നാകിലും അല്ല എന്നാകിലും ഇല്ലയെന്നു വരാ ഏതും KR. no action whether good or the contrary will ever cease to be (can be undone). അല്ലൊന്നിരിക്കിലോ Bhg. if it be not the case. തനിക്കല്ലാത്തതു തുടങ്ങരുതേ prov. അല്ലാത്തേടത്തു ചെല്ലല്ല what does not concern thee. After Inf. ഉപ്പും പുളിയും സേവിക്കല്ല a med. do not! ശത്രുത തോന്നല്ല മാനസേ KR. let there be no enmity. — after Fut. കൎമ്മത്തിൻഫലം നീക്കാമല്ല VilvP. cannot be avoided. 2. is not that, but something else; അയ്യോ ഞൊന്നും ഓൎത്തല്ല എന്നുടെ കളിയത്രെ Bhr 1. not intentionally but in play. ചൂതല്ലിതു നല്ല പോർ Bhr. പശ്ചിമത്തു വേണ്ടു മഹൎഷിമാൎക്കുവേണ്ടതല്ല KU. 3. not merely that, but ഒന്നും ഫലിച്ചീല അതേയല്ലവൎക്കു വന്നിതു നാശവും Mud. തിരുവോണം ഊട്ടിതുടങ്ങി ഞാൻ എന്നല്ല ഹോമം പലതും ചെയ്തു SG. 4. but അല്ല ഞാൻ വന്നാൽ on the contrary, if I come.

അല്ലാതെ adv. part. 1. not thus മന്ദമല്ലാതെ Mud. not too slowly. സമീപസ്ഥരല്ലാതെ ദൂരസ്ഥന്മാർ എന്നു കാണുന്നു MR. 2. else. അല്ലാതെ മറ്റൊന്നല്ല Nal 4. nothing else. ശ്വാവെന്നല്ലാതെ ചൊല്ലുന്നില്ല PT. none called it otherwise but dog. 3. on the other hand. എന്നാൽ പറവാൻ അല്ലാതെ പറഞ്ഞു ഫലം KR. in that case I shall tell, otherwise what's the use. ദുഷ്ടന്മാരെ കെട്ടിയിഴെച്ചു കൊണ്ടുപോന്നിട്ടവിൻ അല്ലാതെ കണ്ടു ഠംശപരാനുഗ്രഹം ചെന്നു കല്യാണശീലർ ദുരിതം ചെയ്കിലും ചെന്നുകൂടും Bhg 6. 4. except. ഒരുത്തരും കാണാതിരിക്കുമ്പോൾ അല്ലാതെ കള്ളന്മാർ കക്കുവാറില്ല except when they are unseen. ദീനം മാറിയല്ലാതെ പോകയില്ല TR. not till he be recovered. In So. even with Acc. മറ്റാരും ഇല്ല ഭൎത്താവു നിന്നെയല്ലാതെ KR 3. none besides thee.

അല്ലായ്കിൽ if not, or നിഗ്രഹിപ്പൻ അല്ലായ്കിലോ ബന്ധിപ്പൻ AR. കേൾ അല്ലായ്കിൽ നരകങ്ങൾ എത്തും നൂനം VCh. so അല്ല എന്നാകിൽ Nal. അല്ലെന്നു വരികിൽ & the common Cond. അല്ലാഞ്ഞാൽ.

അല്ലയോ 1. at the end of a sentence: is it not? സൽസംഗം കൊണ്ടല്ലയോ നല്ലതു വന്നു Bhr. 2. in the beginning before names അല്ലയോ രാമ AR. O Rāma!

അല്ലോ = അല്ലയോ 1. കാമ്യൻ നീ പതിക്കേണ്ടു മാനുഷസ്ത്രീയല്ലോ ഞാൻ Nal 3. for I am but a woman. ആറല്ലോ ഗുണം വേണ്ടു നാരിമാൎക്കു DN. confessedly.

അല്ലേ 1. = അല്ലോ f. i. വന്നല്ലേ I came, you see. 2. do not! ചെയ്യല്ലേ.

അല്ലീ po. = അല്ലോ f. i. ഞാനല്ലല്ലീ but surely not I?

അല്ലാത്ത & the other parts of the Verb are similarly used. നേരായിട്ടുള്ള കാൎയ്യത്തിനും തക്കമില്ലഅല്ലാത്ത കാൎയ്യത്തിനും ഉത്തരം കൊടുപ്പാൻ etc. TR. തക്കതല്ലാപ്രവൃത്തി Nid.

അല്ലൽ allal T. M. (T. Te. C. twisting) From അൽ sorrow, grief, diffidence. അല്ലലുള്ള പുലയിക്കു prov. distressed. ഞങ്ങളെ അല്ലലാക്കി, അല്ലൽ പെടുക്കുന്നു CG. grieved. കയിലൊച്ച കേട്ടാൽ ഉണ്ടാകും അല്ലൽ CC. melancholy feeling. അവനു വലിയ അല്ലലും വിനയും പിടിച്ചു (vu.) very dejected.

den V. അല്ലലുക f. i. ചൊല്ലിനാൻ അല്ലലും ചായലാർ എല്ലാരോടും CG. said to all the distressed women.

അല്ലി alli T. M. (C. twist, also T. So.M. അല്ലാരി thin texture V1.) 1. The pericarp of lotus with the surrounding filaments. അല്ലിത്താർമാതു CG. അല്ലിത്താർബാണൻ Cāma. അല്ലിത്താർബാണമാൽ CG. = മാരമാൽ. അല്ലിപ്പൂമകൾകാന്തൻ Bhg 8. Vishnu. അവൾ അല്ലിത്താർകുന്തൽ Bhr. fine hair. 2. anthers, stamen, കലയല്ലി palm blossom. വാഴക്കുടപ്പിന്റെ അല്ലി MC. also in the pith of മാതൾനാരങ്ങ there is അല്ലി GP 67. 3. lotus, വെള്ളല്ലി = വെള്ളാമ്പൽ. [V1.

അല്ലിയൻ (T. stray elephant) female elephant

അല്ലീ see under അല്ല.

അല്ലൂർ N. pr. Residence of the Perumāḷs at Coḍungalur, with the 4 തളി, also called അല്ലൽപെരികോയിലകം KU.

I. **അവ ava** T. M. 1. Plural of അതു those things; also അവകൾ (അവകളുടെ MR.) in books അവററു obl. case, which is now used chiefly referring to animals & low castes. അവറ പോയി those fellows went. തുറക്കിൻ എന്നു തീയരോടു പറഞ്ഞാറെ അവററിങ്ങൾ വാതിൽ തുറന്നു TR. 2. = അക bud, esp. the fruit-like sprout of Artocarpus. അവ ഇടുക to bud, as a jacktree in the 5th year അവെക്കുടുത്തു (as of palm trees കലെക്കുടുത്തു).

v. i. **അവെക്ക** 1. = അകെക്ക To sprout = തഴെക്ക. 2. see അവെക്ക. p 63.

II. **അവ ava** S. Down, off, in vain. (see അവരം) Many Cpds.

അവകടം avaγaḍam S. Mischief, danger, ഇ അവകടത്തിൽ ചാടുന്നു KU.

അവകാശം avaγāšam S. 1. Space = ഇട, opportunity, leisure. മുന്നേതിന്ന് അവകാശം ഉണ്ടു Mud. there is room for the first plan. ചെയ്വാൻ അ. occasion or cause for doing. യുദ്ധം കാണ്മാൻ ലബ്ധാവകാശൻ അല്ലാതെ ഭവിച്ചു Nal. I have no more any opportunity to see a war. അ. കൊടുക്ക, ലഭിക്ക etc. 2. title, claim, right. പോരിന്ന് അ. ഇല്ല Nal. no just cause for war. നമുക്ക് അ'മുള്ളേടത്തോളം നാം അടക്കിവരേണം TR. hold what is mine. അ. ഉറപ്പിക്ക MR. confirm a claim. മാൎഗ്ഗത്തിലെ വിധി അ. പോലെ TR. according to the statutes of Mussulman law. ബ്രാഹ്മണസ്ത്രീകൾക്ക് ഒപ്പിന്ന് അ. ഇല്ല TR.

അവകാശവിധി deciding on the title to property; settling about the possession before entering upon the merits of a suit.

അവകാശതീർ deed of purchasing any claim short of proprietary right to land.

അവകാശപത്രം deed of conveyance.

അവകാശപ്പെടുക to be entitled to.

അവകാശി owner, claimant, heir. ഭൂമിയവകാശികൾ the landlords. മാപ്പിളയുടെ അ. MR. his heir.

അവക്കൂലി avaγūli An arbitrary tax on rice (3⁰/₀) മൂന്നു നെല്ല് അവക്കൂലി TR. [ഭയം.

അവകേടു avaγēḍu T. M. Misfortune = അബ

അവഖ്യാതി avakhyāδi S. Blame, dishonor. ഇതിന്റെ കീൎത്തിയും അവഖ്യാതിയും മററാക്കില്ല TR. also അവിഖ്യാതി പറക vu.

അവഗതി avaġaδi S. Knowledge. മല്ലിൽ നല്ലൊരു അവഗതി പോരുമാകിൽ RC 63. if you know to wrestle.

അവഗമിക്ക = അറിക. [സ്നാനം.

അവഗാഹനം avaġāhanam S. Immersion =

അവഗുണം avaġuṇam S. Bad nature, vice.

അവജയം avajayam S. Defeat. പ്രതികൾക്ക് അ. വരുന്നു MR.

അവജ്ഞ avajña S. Contempt.
അവജ്ഞാതം despised. ധെപ്പൎയ്യം അവജ്ഞേയ വാരല്ല Bhr. not despicable.

അവഞ്ഞാട്ടു, അവഞ്ഞനാട്ടു N.pr. A district S. E. of Caḍattuvanāḍu.

അവടം avaḍam S. Pit, Mud.=കുഴി.

അവണം avaṇam T. M. 1. A weight or measure (T. of 20,000 betel-nuts). 2. a mason's rule or level (Cann.) [māram, med.

അവതന്ത്രം avaδantram S. A kind of Apas-

അവതരണം avaδaraṇam (അ. ചെയ്ക AR.)
അവതരിക്ക S. To descend, നാരദൻ അ'ച്ചു AR. came down, chiefly God's appearing on earth.
അവതാരം descent, incarnation (thro' human parents) നാനാവിധാവതാരങ്ങളാൽ രക്ഷയും AR 6. ദശാവതാരം, രാമാവതാരം etc.
അവതാരിക preface B.

അവതാളം avaδāḷam S. Being out of time. അ. പിണയുക make a mistake.

അവദാതം avad'āδam S. Clean, white.

അവദാരണം avad'āraṇam S. Bursting; hoe.

അവദ്ദൂറു avad'ūru Slander, see ദ്ദൂറു.

അവദ്ധം=അബദ്ധം Tdbh.

അവധാനം avadhānam S. Attention.
അ.'നിക്ക to be attentive, learn by heart, revolve.
അവധാനി well versed in science. [mination.

അവധാരണം avadhāraṇam S. Exact deter-

അവധി avadhi S. 1. Limit അലകടൽ നാലും അവധിയായുള്ള അവനി KR. 2. term, fixed time (vu. അമതി തരിക) എഴുതി തന്ന അമതിയോളം jud. പടെക്ക് ഒർ അ. വെച്ചു Ti. armistice അ. ഇടുക determine the day, astrol. അ. വെക്ക, പറക, മുറിക fix a day. അ. കഴിഞ്ഞു, അഹിൽ അവധി കഴിച്ച് എന്നെ തോല്പിച്ചു MR. term to pass. അവധിപ്പെടുക V1. to be pressed.

അവധൂതൻ avadhūδaǹ S. Free from worldly ties, naked mendicant. അവധൂതവേഷരായി Bhg 6. അവധൂതരായരെ മുമ്പാകേ TR. N. pr. of a minister.

അവദ്ധ്യൻ avad'dhyaǹ S. Not to be killed.

അവനം avanam S. (G. ἀō, L. aveo) Favouring. അവനവും ചെയ്യു Nal 2. protected, governed.

അവനതൻ avanaδaǹ S. (നമ) Bent, bowing down Bhr.

അവനി avani S. (river) Earth, also world അവനി എഴു രണ്ടിനും ഞാനധിപതി RC 36.
അവനിപൻ, അവനിപതി king. Nal. AR.

അവന്തിരാജാവ് S. The king of Ujjāyini, a title of the Rāyar dynasty KU.

അവൻ, f. **അവൾ,** pl. **അവർ avaǹ, —ḷ, — r** (loc. അവല്, ഓല് TP.) = അ + അൻ He, that person. In many Comps. വെളുത്തേടത്തവൻ he of the washing place, തോട്ടത്തിലോർ he of Tōṭṭam.

അവന്ധ്യം avandhyam S. Fruit bearing.

അവബോധം avabōdham S. Insight ആത്മാവബോധം നമുക്കേററമാസ്സുതം SiP 3.

അവഭൃഥസ്നാനം avabhṛtasnānam S. The bath after sacrificing.

അവമതി avamaδi S. Contempt.
അവമന്തവ്യം contemptible.
അവമാനം = അപമാനം disrespect ദേവാവമാനന blasphemy V1.

അവയവം avayavam S. Member കരചരണാദ്യവയവം VilvP. അവയവസ്പൎശം contact with another body = അംഗസംഗം.
അവയവി body. അവയവവും അവയവിയും fractions & units Gan. (നെല്ല് is അവയവി, ഉമിയും അരിയും അവയവങ്ങൾ, for ൫ നെല്ലിനു ൩ ഉമി ൨ അരി.)

അവര, അവരക്ക avara & — kka T. M. C. Tu. Country bean. അവരയും അപരാധവും കറ്റേ മതി prov. അമരപ്പയറു ദ്രക്ഷം GP.
Kinds കപ്പൽഅവരക്ക French beans.
കാട്ടവര Dolichos virosus Rh.
പൊന്നവര = പൊന്നാവീരം? V1.
വെള്ളവര Dolichos Lablab.
വാളവരക്ക (& ങ്ങ) Dolichos ensiformis.

അവരം avaram S. (അവ) Lower, hinder.
അവമം lowest.
അവരജൻ = അനുജൻ.

അവരി see **അമരി.**

അവരൂപം avarūbam S. Deformed.

അവരോധം avarōdham S. 1. Blocking up;

harem. അവരോധഗൃഹം അടുത്തു KR. = അന്തഃപുരം also അവരോധനം f.i. പുഷ്കരാക്ഷികൾ വാഴും അവരോധനങ്ങളും Bhr. women's apartments. 2. M. the office of തളിയാതിരി or president of a Brahman council. അവരോധംപുക്ക KU. is deputed as such, അവരോധിക്ക enter upon that office. അവരോധിപ്പിക്ക to depute, also വാലശ്ശേരികോട്ടയിൽ പട്ടരെ അവരോധിച്ചാക്കി TR. made a Paṭṭar Vezier.

അവരോധനനമ്പി KU. title of some Half-Brahmans, whose ancestors are reputed to have been Raxapurushas.

അവരോഹം avarōham S. Descending. ആരോഹാവരോഹങ്ങൾ MC. (in singing.)

അവൎജ്ജിതം avarǰiδam S. Unforbidden.

അവൎണ്ണം avarṇam S. Blame, indistinct speech.

അവലക്ഷണം avalakšaṇam Inauspicious, unbecoming, ugly. അ'ണൻ m. അ'ണി f.

അവലംബനം avalambanam S. Depending on; embrace a system = ആശ്രയിക്ക f.i. ഗൃഹസ്ഥാശ്രമം അവലംബിക്ക KN. നന്ദഗോപരുടെ പുത്രഭാവത്തെ അ.'ച്ചു Crishna acted the part of N.'s son.

അവൽ see **അവിൽ**. അവലി pomfret (loc.)

അവലോകനം avalōγanam S. Surveying, attention.

അവലോകിതം viewed Bhg.

അവശം avaśam S. 1. Independent, disobedient. സ്വവശരാക്കീടും അവശർ എങ്കിലും 2. no more controlling oneself = പരവശം f.i. കാലഭടന്മാർ കെട്ടികൊണ്ടു പോയിട്ടവശപ്പെട്ടുഴുടൻ Bhg. make helpless, miserable. അവശപ്പെട്ടു V1. undone.

അവശത പൂണ്ടു ചൊന്നാൽ KR. in an ecstasy of grief.

അവശിഷ്ടം,—ശേഷം avaśiṣṭam,—šēšam S. The rest, remnant.

അവശ്യം avaśyam S. Needs, anyhow.

അവസരം avasaram S. 1. Opportunity, leisure. ചെയ്യാൻ അ. കരുതിപ്പാൎക്കുന്നു Mud. waits anxiously for an opportunity. വരുവാൻ, അത്രോളം പാൎപ്പാൻ അവസരം ഇല്ല TR. could not. Often = സംഗതി f.i. കല്പിപ്പാൻ അ. ഉണ്ടായി TR. it was seasonable.

അവസരക്കേട് inconvenience, unseasonable.

2. necessary time, urgent occupation. (അവസരക്കാരൻ an occupied person, esp. petitioner KR.) often of court business, audience. തിരുമുഖം കാണ്മാൻ അ. ചോദിച്ചു, എല്ലാൎക്കും അ. കാണ്മാൻ കൊടുക്കുന്നുല്ലയോ, അ. ചൊല്ലുന്നോർ കതവിങ്കൽവന്നു നിറഞ്ഞു KR. wait for audience at the palace gate.

അവസാനം avasānam S. (& po. അവസായം) End, conclusion. അവസാനകാലം death.

denV. അവസാനിക്ക v.n. 1. to end, cease. അവകാശം അ'ച്ചു jud. the claim ceased. — also 2. v. a. കക്ഷിക്കാൎക്കു കാൎയ്യം അ'പ്പാൻ കഴിയും MR. more commonly അവസാനിപ്പിക്ക to bring to conclusion, f. i. സത്യത്തിന്മേൽ അ. MR. decide the case by an oath.

അവസ്കരം avaskaram S. To be concealed, fœces, privy parts.

അവസ്ഥ avastha S. 1. State, condition; there are 3 അവസ്ഥാഭേദം states of mind ജാഗ്രത്ത്, സ്വപ്നം, സുഷുപ്തി Vednt. അവസ്ഥാചതുഷ്ടം medical properties (രസം the 6 tastes, വീൎയ്യം virtues, വിപാകം 3 aftertastes, പ്രഭാവം specific). 2. circumstance, case അങ്ങനെ അ. these are the facts. പ്രയത്നത്തിന്റെ അവസ്ഥപോലെ TR. according to the measure of your exertions. അയച്ചൊരവസ്ഥാന്തരം AR 5. = ഉദാന്തരം, പോൽ 3. statement, contents of letters. വായിച്ചു അ. മനസ്സിലാകയും ചെയ്തു; നൊമ്മെകൊണ്ട് ഇല്ലാത്ത അ'കൾ എഴുതി TR. reported untrue particulars about me. ചന്തു അറിയേണ്ടും അ. TR. (heading of letters) what I write to Ch. is as follows. 4. So M. calamity അ'പ്പെടുക to be distressed.

Dat. അവസ്ഥെക്ക 1. as for പിലാവു ചാൎത്തുന്ന അ., ചെലവിന്റെ അ'ക്കം മററും; എന്നുള്ള അ. കാണ്മാൻ TR. to consider about the question. 2. because വ്യക്തമായ തെളിവായിരിക്കുന്ന അവസ്ഥെക്ക N. ന്റെ അവകാ

ശത്തെ കുറിച്ചു ഒന്നും വിചാരിപ്പാൻ ഇല്ല MR. considering the fact, seeing that.

അവസ്ഥാനം,—സ്ഥിതി avasthānam,—sthiδi S. Stay, abode.

അവസ്വരം avasvaram S. Unmusical. സ്വരമുള്ളോരായും അവസ്വരരായും പിറക്കുന്നു KR.

അവാചി avāji 1. S. (അവാക് downwards) South. 2. S. (വാക്) dumb, speechless. 3. Ar. abāzīr, afāzir അവാചികൾ spices = മസ്സാല.

അവാച്യം avāδyam S. Not fit to be spoken.

അവാപ്തി avāpti S. Obtaining, f. i. ധൎമ്മാവാപ്തി KR.

അവാലത്തു Ar. havālat, Charge, trust, security. അവാലത്ത കൊടുക്ക, ഉറുപ്പികെക്ക് അവനെ അവാലത്തി ആക്കി TR.

അവി avi 1. S. (L. ovis, G. 'ois) Sheep. അവിയാടു = കുറിയാടു small sheep. 2. M. & അവിവള്ളി = അമി q. v. hence

അവിക്ക to yoke a bullock = അമിക്ക.

അവിക്ക, അവിച്ചൽ see **അവിയുക.**

അവിഖ്യാതി avikhyāδi S. Infamy.

അവിഘ്നം avighnam S. Unobstructed.

അവിചാൽ avijāl (fr. Iblis?) A devil അവിചാലിന്റെ മുഖത്തു മരം മുളെച്ചു prov.

അവിടേ avidē T. M. (അ + ഇട) & **അവിടം** 1. There. അവിടേനിന്നു, അവിടുന്നു thence. അവിടത്തേ മാനസം അറിയാതെ TR. your (= അങ്ങു). 2. house, home എൻറവിടേ, പട്ടരുടെ അവിടേ കടന്നു കവൎന്നു TR. അവന്റെ അവിടേക്കു പോയി MR. വൈദ്യക്കാരന്റെ അവിടയാക്കി TR. also with adj. part. എട്ടന്മാർ ഇരിക്കുന്ന അവിടേ സഞ്ചരിക്ക, വെള്ളത്തിൽ ഇറങ്ങുന്നവിടേ MR.

അവിട്ടം aviṭṭam T. M. (S. ശ്രവിഷ്ഠ) The 23rd asterism, Delphinus.

അവിദ്യ avid'ya S. Ignorance രാജസഗുണം തന്നെ അ. ആകുന്നതു KeiN. (haughtiness). അ. മോഹമാതാവ് AR 2. = മായ.

അവിധ avidha Apology, excuse വളരെ അവിധ പറഞ്ഞു (vu. Coch.) also = സങ്കടം (loc.)

അവിനയം avinayam S. Intemperance, pride.

അവിപത്തി avibatti S. (safety) A medicine അ. കൊടുത്തിട്ടു വിരേചിപ്പിക്ക Nid 18.

അവിയുക aviyuγa T. M. (C. Te. put close together, suppurate) 1. To rot, spoil as fruits laid on a heap. 2. boil on fire, be digested V1. വങ്കടലും വെന്തിതവിയുന്നു, വെന്തവിഞ്ഞു വെണ്ണീറായിമുടിന്നുന്ന RC. fig. ലയിച്ചു താനവിഞ്ഞൊന്നാകും Bhg. absorbed.

അവിയൽ a peculiar curry (loc.)

VN. അവിച്ചൽ = ദഹനം.

a. v. അവിക്ക & അമിക്ക 1. to produce rotting (as of fruits for distillation). 2. to boil, digest, destroy V2.

അവിരതം aviraδam S. Uninterrupted. കൈക്കൊണ്ടവിരതം അറെന്തറെന്തു RC 34.

അവിൽ avil (a M. T. C. അവൽ) Rice bruised & dried.

അവിലുക (see അവിക്ക) to boil half, cook partly, loc.

Cpds. അവിലേ തൊലി a med.

അവില്ക്കഞ്ഞി closing dish of Tiyar marriage.

അവില്പൊരി (Rh. അമിൽപൊരി, al. അകില്പൊരി) Ophioxylon, (= അരത്ത) ചുവന്ന, വെളുത്ത അ. med.

ഒഴക്കവില്ക്കൂട്ടു CC. lumps of avil.

പുത്തവിൽ TP. of new paddy = പുന്നെല്ലവിൽ song.

അവില്ദാർ P. see ഹ—.

അവിവേകം avivēγam S. Indiscretion കറഞ്ഞൊർ അ. കാട്ടി AR 6.

എത്രയും അവിവേകി PT 1. imprudent.

അവിശ്വം avišvam S. Halfhearted ഭക്തിശ്രദ്ധാദികൾ മുമുക്ഷുക്കൾ അ.'മായി ചെയ്യവേണ്ടിയതു Sid D.

അവിശ്വാസം avišvāsam S. Distrust.

അവിശ്വാസ്യം not to be relied on; also ആ വാക്ക വളരെ അവിശ്വാസമാകുന്നു MR.

അവിശ്വാസി unbeliever.

അവിഹിതം avihiδam S. Improper MR.

അവിളംബം aviḷambam S. Without delay. പൊരുക ഭവാൻ അ. CC.

അവിളി = അമിളി aviḷi Tumult. Coch.

അവിഴതം a med. = അവിഷധം, ഔഷധം.

അവീട്ടുവൻ avīṭṭuvaǹ N.pr. A caste of ? like Tiyar, in N. Malabar (42 in Taḷiparambu).

അവീൻ Ar. afyūn, Opium. അ. സേവിക്ക, വലിക്ക etc. to eat, smoke opium.

അവീർ Ar. ābīr, Scented clay for painting the face.

അവൃഷ്യം avṛšyam S. Not stimulating GP.

അവെക്ക avekka (T. C. അവി Te. അവയു knock against) 1. v. a. To beat rice V1. അരി അ.=വെളുപ്പിക്ക also intr. അരി അവെഞ്ഞതു പോരാ not sufficiently pounded. 2. അവെച്ചുപോക a meeting to break up without effecting anything (loc.) 3. see I. അവ.

അവൈദികം avaidiγam S. Unscriptural, heresy. അ. ചൊല്ലി; അ'മതം അവലംബിച്ചു KR.

അവ്യക്തം avyaktam S. Not distinct, mysterious AR.

അവ്യയം avyayam S. 1. Unchangeable, AR. 2. indeclinable, gram.

അവ്യവസ്ഥ avyavastha S. Incoherence, വാക്യത്തിന്ന് അ. Nid. delirium.

അവ്യാകൃതം avyākṛδam S. Inexplicable. നിർഗ്ഗുണം അ'.മായയും AR 2.

അവ്യാജം avyājam S. Unfeigned. അവ്യാജതപസ്സു ചെയ്യാൻ UR 1. അ'ഭാവേന സേവ ചെയ്തു Nal. അവ്യാജഭക്തൻ AR. truly devoted.

അവ്വണ്ണം, അവ്വഴി, അവ്വിടം etc. അ+വ...

അശക്തൻ aśaktaǹ S. Weak.

അശക്തി weakness.

അശക്യം impracticable എത്രയും അ. ഇതു Bhr.

അശങ്കം, അശങ്കിതം aśaṅgam, — iδam S. Fearless.

അശടു aśaḍu T. M. Meanness.

അശങ്ങ sweepings, dirt (loc.)

അശതി aśaδi T. SoM. (അയർ T.) Drowsiness, forgetfulness.

അശതുപോക V1. to forget oneself.

അശത്രു aśatru അ'.ായിരുന്നു Bhr. Had no [enemies.

അശനം aśanam S. Eating, food. എനിക്ക് അ.'മായിരിക്കുന്ന വസ്തു KR.

അശനേച്ഛ S. appetite.

denV. അശിക്ക to eat. part. അശിതം eaten. CV. വിഷച്ചോറശിപ്പിച്ചതു Bhr 7.

അശനി aśani S. Thunderbolt. അചെനിപൊട്ടടവി പോലെ RC 38.

അശരീരി aśarīri S. Incorporeal. അശരീരിവാക്ക കേട്ടതുപോലെ MR. a voice from heaven, groundless report which cannot be traced. വിണ്ണിൽനിന്ന് അശരീരിതന്നുടെ വാക്യം Bhr. (personified).

അശിക്ക see അശനം.

അശിവം aśivam S. Unlucky.

അശു aśu 1. (C. Te. അസി) Thin, slender (loc.) 2. Ar. ḥaj, pilgrimage, Mecca. അശുവിന്നു പോക KU. അശുവികൾ in Mecca.

അശുചി, അശുദ്ധം aśuji, — d'dham S. Unclean. അശുദ്ധിദോഷം pollution KU. അശുചിതനായിരിക്കുന്ന മുനി KR.

അശുഭം aśubham S. Inauspicious, evil.

അശേഷം aśēšam S. Perfectly, all. അവകാശത്തെ അശേഷവും സമ്മതിക്കയില്ല MR. do not allow at all.

അശേഷരിപ്പെടുക be wholly destroyed V1.

അശോകം aśōγam S. (griefless) 1. Jonesia Asoca അശോകിന്റെ കൊമ്പു KR 5. വിച്ചയായശോക പൂത്തു വിളങ്ങുമ്പോലെ വിളങ്ങിനാർ RC. (bleeding heroes). 2. in So. Ind. prob. Uvaria longifolia അ'ത്തിന്റെ വേർ പന്തിരപലം a med.

അശ്മൻ, അശ്മാവു aśmaǹ, — āvụ S. (G. ākmōn) Stone. അശ്മകുട്ടകന്മാർ Nal 3. a kind of devotees. സാശ്മഗർഭൻ Asht. as if a stone was in the womb.

അശ്മരി lithiasis = കല്ലടപ്പു, അ. ഇളെക്കും a med.

അശ്രം aśram S. Corner, hence ചതുരശ്രം, ത്ര്യശ്രം, അഷ്ടാശ്രം Gan.

അശ്രദ്ധ aśrad'dha S. Neglect.

അശ്രമം aśramam S. Easy. പിന്നെ ജയം നമുക്ക് അ. Pat R. easily. അ. കൊന്നു AR 5.

അശ്രി aśri S. (= അശ്രം) Edge of sword, etc.

അശ്രു aśru S. (G. dakry) Tear. അ'കണങ്ങൾ വാൎത്തു AR. dropping tears. അശ്രുക്കൾ പൊ

ഴിക്ക Bhr. അശ്രുധാരാജലം Nal. stream of tears. മുദശ്രുക്കൾ KR. tears of joy.

അശ്വം aśvam S. (L. equus) Horse, cavalry.

അശ്വകാരകൻ the chief of the horse Mud.

അശ്വത്ഥം = അരയാൽ Ficus religiosa.

അശ്വപതി 1. lord of horses, a title V1. 2. കോലത്തിരി KU. (because of the horse trade at Caṉṉanūr between Persia & the Rāyar's country).

അശ്വപരീക്ഷ Bhr. knowledge of horses.

അശ്വപാലൻ groom.

അശ്വമേധം sacrifice of horses KR. prov. the most meritorious act of a king.

അശ്വവൈദ്യം veterinary art.

അശ്വസാരജ്ഞൻ Nal. clever about horses.

അശ്വി, അശ്വികൾ the 2 charioteers of Indra celebrated as Gods of light & helpers. അശ്വികൾ ആദരം പൂണ്ടു വന്നാർ CG. അശ്വിനിദേവന്മാർ വന്നാൽ സാധിക്കും the disease is too desperate for earthly physicians.

അശ്വതി aśvaδi Tdbh. അശ്വിനി (see prec.) The 1st constellation, head of Aries.

അഷ്ടം, അഷ്ടൌ aṣṭam, — au S. (L. octo) Eight.

അഷ്ടദിക്പാലകർ the guardians of the 8 points, അഷ്ടദിഗ്ഗജങ്ങൾ their 8 elephants. അഷ്ടദിക്കാക്കുക disperse to the 4 winds (vu. അഷ്ടാരം ആക്കുക).

അഷ്ടമം eighth. അഷ്ടമഭാവം, അഷ്ടമരാശിക്കൂറു, അഷ്ടമശനി a very dangerous time (astrol.)

അഷ്ടമി 8th lunar day, quarter of the moon, inauspicious അ'രോഹിണിദിനാന്നു VetC. a feast in Chingam.

അഷ്ടവർഗ്ഗം a medicine of 8 drugs. പ്രശ്നം വെച്ചു നിരൂപിച്ച് അ'വും ഇട്ടു SG.

അഷ്ടസിദ്ധി the 8 miraculous attainments, as അണിമ, മഹിമ etc.

അഷ്ടാംഗം 1. the 8 members, f.i. hands, feet, knees, elbows (?) അഷ്ടാംഗപ്രണാമം, അഷ്ടാംഗാഭിവാദം perfect prostration or adoration. 2. 8 parts f.i. അഷ്ടാംഗയോഗം 8 kinds of meritorious exercises. (യമം, നിയമം, ആസനം, പ്രാണായാമം പ്രത്യാഹാരം, ധാരണ, ധ്യാനം, സമാധി).

അഷ്ടാംഗഹൃദയം a famous medical work. അ. എന്ന വൈദ്യം; അ'ഹീനന്മാർ ചികിത്സിക്കും ചികിത്സയിൽ prov.

അഷ്ടാക്ഷരം the famous mantram ഓംനമോനാരായണായ; അത്യുത്തമാഷ്ടാക്ഷരം ജപിക്ക Bhg 6. അഷ്ടാക്ഷരിയെ ജപിക്ക, അഷ്ടവർണ്ണാഖ്യമന്ത്രം VilvP.

അഷ്ടാദശപുരാണം the 18 Purāṇas.

അഷ്ടാവക്രൻ Bhr. a humpbacked Rishi, prov.

അഷ്ടൈശ്വര്യം = അഷ്ടസിദ്ധി.

അഷ്ടോത്തരം ശതം കാതം Nal. = 108.

അഷ്ടി aṣṭi S. (അശനം) Food. അ. കഴിക്ക to eat.

അഷ്ഠീല aṣṭhīla S. (അഷ്ഠി kernel) A hard tumor on the stomach. നാഭിക്കു നേരെ അഷ്ഠീല പ്രത്യഷ്ഠീല വിലങ്ങി Nid 12.

അസഖ്യം asakhyam S. 1. Friendless; enmity V1. 2. often for അസഹ്യം outrage. ആയുധക്കാരെ അസഖ്യം TR, the violence of the warriors. കടിയാന്മാരെ അസഖ്യമാക്കി, ആരെയും അസഖ്യപ്പെടുത്തരുതു TR. molest, trouble. ചില അസിഖ്യങ്ങൾ കാണിക്ക, വഴിക്കുള്ള അസിഖ്യത TR. insecurity of the road. അശെക്യപ്പെടുക V1. to be beside oneself from stupor or disgust (അശക്യം?)

അസംഖ്യം asankhyam S. Innumerable പൊന്നും പണവും കൊടുത്താൻ അ'മായി Mud.

അസംഗതി asaṅgaδi S. Causeless; accident. അസംഗതിയായിട്ടുള്ള സാക്ഷി MR. worthless evidence. അസംഗതിയായി suddenly. അസംഗതം calamity അതങ്കതം തുടങ്ങുമുന്നെ RC 8. mockery V1.

അസത്ത് asattu S. Not good, pl. അസത്തുക്കൾ fem. അസതി unchaste. അസതിയാം നിന്നെ സതി എന്നു ചൊല്ലി അറിയാതെ കണ്ടു വിവാഹം ചെയ്തു KR. mistook thee for a good wife. — In comp. അസൽഗ്രഹം ഇല്ല അസത്സംഗം ഇല്ല KR.

അസത്യം untrue, untruth, breaking of an oath അഭയം നല്കിനേൻ അതിനു നീ അ. ചൊല്കയില്ല KR. canst not advise a perjury.
അസത്യവാദി liar.

അസനം, അസിക്ക asanam, asikka S. Throwing. [പറക.

അസഭ്യം asabhyam S. Vulgar, indecent അ. അസഭ്യത obscenity ഞങ്ങൾക്ക അ'മായിട്ടുള്ള വാക്കുകൾ പറകയും TR. used foul language.

അസമം asamam S. Unequal, incomparable.

അസമയം asamayam S. Unseasonable.

അസമാനം asamānam S. Unequal; uncommon, improper.

അസമ്പ്രേക്ഷ്യകാരിത്വം asamprēkšya-ƴāritvam S. Acting uncautiously PT.

അസമ്മതി asammaďi S. Disagreeing. ചെററും ഇല്ല അ. Nal 3. no objection.

അസംശയം asamšayam S. Doubtless.

അസഹായം asahāyam S. Isolation. ഒരുവൻ അസഹായാൽ പെരുവഴി നടന്നാൽ ChVr.

അസഹ്യം asahyam S. 1. Intolerable, vexatious ജീവിതത്യാശത്തിനേക്കാൾ അ'മാം SiP2. 2. molestation, outrage, disgust.
അസഹ്യപ്പെടുക to be troubled, disgusted, abhor (see അസഖ്യം 2).
അസഹിഷ്ണു impatient. ശബ്ദാസഹിഷ്ണുത Asht. = ഒച്ച കേൾക്കരുതായ്ക.

അസാധു asādhu S. Not good, not valid. സ്വക്ഷമല്ലിതസാധുവാം VyM. (of documents).

അസാദ്ധ്യം asād'dhyam S. Impracticable, unattainable, incurable. അസാദ്ധ്യമജ്വരം Nid. വേശത്തിൽ അ'മായ്വരും grow unmanageable.

അസാമാന്യം asāmānyam S. Unusual = അപൂൎവ്വം V2.

അസാരം asāram S. 1. Sapless, worthless. താൻ മരിച്ച് ഒരുത്തനെ രക്ഷിക്കാം അസാരനും Bhr. even a mean person. അസാരനെ പോലെ കിടന്നുഴലുന്നു KR. like an imbecile. അസാരവൃത്തി അവന് ഇല്ല KR. no meanness about him. 2. M. little, trifle. അസാരമേ ഉള്ളു; അസാരം കറയഭ്രമമായി TR. was somewhat deranged. പണം അസാരസാരം വാങ്ങി TR. by little = അസാരിച്ചു.

അസി asi S. (L. ensis) Sword.
അസിലതയും ഓങ്ങി Mud. the vibrating sword.

അസിതം asiđam S. Black. അസിതകേശം Nal. black hair.

അസു asu S. (√ അസ് to be) Life, spirits; generally pl. മെച്ചന്നൊരസുക്കൾ, അസുക്കൾ ഒക്കയും ഇവൻ KR. he is our whole life.

അസുരൻ S. (in Ved. living, spiritual) A Demon, ദേവകളും അസുരകളും Bhg. — A name given to monsters, tyrants ചോനകന്മാർ അസുരവംശം KU. അസുരൻ വാഴ TP. the fiendish baron.

അസൂയ S. (murmuring) Envy, malice. പരഗുണം ഓൎത്താൽ അരുതതിൽ അസൂയ ChVr. അ. പറക to slander. പാണ്ഡവന്മാരിൽ അസൂയാപരൻ ധാൎത്തരാഷ്ട്രൻ Bhr. envious against them.

അസൂയതാ മൂൎത്തികരിച്ചു KR. envy incarnate. den V. പെരുപ്പമുള്ളവൻ എന്നാകിലും അസൂയിക്കും KR 5. envies.

അസൂക്ഷണം asūkšaṇam S. Disrespect.

അസൃൿ asṛk S. Blood. അസൃഗ്ധാര stream of blood.

അസൌ asau S. He.

അസൌഖ്യം asaukhyam S. Uneasiness, want of health. ഉറക്കത്തിന്ന് അസൌഖ്യത restlessness in sleep.

അസൌമ്യസ്വരം asaumyasvaram S. Dissonance, bad voice V2.

I. **അസ്തം** astam S. (√ അസ് to be) Ved. 1. Home, hence അസ്തം ഗമിക്ക & അസ്തമിക്ക to go home, down, set. 2. evening. അസ്തം ഉദിച്ച ൧൨ നാഴിക രാത്രിയായിരിക്കും jud. അന്നാം ഉദിപ്പോളം നോമ്പ a med. till evening.

II. **അസ്തം** astam S. (√ അസനം) Thrown, finished; in Compds. അസ്തഭീത്യാ AR. fearlessly. അസ്തസന്താപം സ്വസ്ഥയായി മരുവിനാൾ AR 1. she was comforted. എല്ലാം അസ്തമാക്കുവോൻ നീ CC.

അസ്തമയം astamayam S. (I. അസ്തം + √ ഇ to go) Evening, അസ്തമയസമയത്തിങ്കൽ AR.

അസ്തമാനം (fr. അസ്തമയനം) vu. nightfall. അ'ത്തോടു കൂടെ ഇവിടെ എത്തി TR.

അസ്തമിക്ക S. (see I. അസ്തം) to set (sun); disappear, end; stand speechless. അസ്തമിച്ചാൽ KU. at sunset. അസ്തമിച്ചു ൫ നാഴിക രാച്ചെല്ലുമ്പോൾ TR. after sunset. (often superfluous ആ തിയ്യതി അസ്തമിച്ച രാക്കുററിൽ പുലർകാലമായപ്പോൾ TR.) അസ്തമിപ്പാൻ ൩ നാഴികപ്പുലരലേ TR. before nightfall. — കാലം അസ്തമിച്ചിട്ടും PT. — met. ഓരിത്ത്രദുഃഖങ്ങൾ അസ്തമിച്ചു CC. കാര്യബോധവും നേരും അ'ച്ചിതോ Nal 3. യുദ്ധം എന്നുള്ള സങ്കല്പിതം പോലും അ'ച്ചിട്ടുന്നു Nal 1.

അസ്തമെക്കുമ്മുമ്പേ, അസ്തമെച്ചു TR.

അസ്താചലം CG. the fictitious western mountain.

അസ്താന്തരം TR. = ഹസ്താന്തരം.

അസ്തി asti S. (G. 'esti) Is. അസ്തിവാ നാസ്തിവാ = ഉണ്ടോ ഇല്ലയോ.

അസ്തിത്വം existence V1. [ation.

അസ്തിവാരം astivāram T. C. So M. Foundation.

അസ്തു astu S. (G. 'estō) 1. Be it so, f. i. സുഖമസ്തു, നമോസ്തു etc. 2. അസ്തുവായിപോക to become a beggar, be reduced to nothing (prh. അസ്തു).

അസ്ത്രം astram S. (അസനം) Missile weapon, opp. ശസ്ത്രം, arrow അസ്ത്രശസ്ത്രങ്ങൾ AR. all sorts of arms. — അസ്ത്രവൃഷ്ടി = അമ്പുമാരി arrowshower. — അസ്ത്രി archer.

അസ്ഥി asthi S. (G. 'osteon) Bone; the human body is said to have 360 bones, weighing 65 പലം Brhm P. അസ്ഥിയായിപോക, അസ്ഥിമയം emaciation.

അസ്ഥിക്കാച്ചി KN. a low Sūdra caste, performing funeral ceremonies for Nāyars, also അത്തിക്കുറച്ചി.

അസ്ഥികൂടം skeleton. — അസ്ഥിചോര marrow.

അസ്ഥിസമപ്പണം or അസ്ഥി ഒഴുക്ക commit the bones of the dead to the Ganges or the sea (in a മങ്കലം).

അസ്ഥിസ്രാവം, also അ. ഉരുക്കൽ, അ. ചൂട gonorrhœa.

അസ്ഥിരം asthiram S. Unsteady. തീപ്പ് അസ്ഥിരം ചെയ്ക MR. to cancel the decision.

അസ്പഷ്ടം, അസ്ഫുടം aspašṭam, asphuḍam S. Indistinct.

അസ്മൽ asmal S. (G. hēmōn) Of us. അസ്മജ്ജാതി vu. അസ്മാതി our caste. അസ്മാതിക്കാർ തന്നെ vu.

അസ്വതന്ത്രം asvaδantram S. Not controlling oneself അസ്വതന്ത്രി = പരവശൻ V1. ചിത്തത്തിന്ന് അസ്വതന്ത്രത്വം ഭവിച്ചു AR 2. his mind is come to a state of irresponsibility.

അസ്വപ്നന്മാർ asvapnanmār S. (sleepless) The Gods.

അസ്വസ്ഥത, അസ്വാസ്ഥ്യം asvasthaδa, asvāsthyam S. Feeling ill, indisposition MC. [Mpl.

അസ്സർ Ar. ašara. 10 അസ്സർപ്പൂ = പതിററടി

അസ്സൽ Ar. asal, Original, primary, first sort (അസ്സൽക്കുട്ടി etc. a fine child അസ്സലാക്കുക do it quite well) പകപ്പും അസ്സലും പരുത്തിമനോക്കി MR. original document = അസ്സലാധാരം.

അഹം aham S. (G. 'egōn) I. ധന്യോഹം Bhg. I am blessed!

അഹങ്കാരം 1. the feeling of self, self consciousness (phil.) 2. egotism, Vednt. 3. pride, selfconceit. — boisterousness, ഇങ്ങനെ ഉള്ള അഹങ്കാരസപ്പ്സ്വം Nal 4. the whole pomp of a king's appearance. [ous.

അഹങ്കാരി, f. — രിണി. proud, presumptuous.

അഹങ്കൃതൻ elated ഉജ്ജിച്ച് അഹങ്കൃതരായി ഗാനം ചെയ്തു KU.

denV. അഹങ്കരിക്ക to be arrogant, presumptuous. എന്നോട് അ'ച്ചു flew out against me.

അഹന്ത selfishness, pride.

അഹംഭാവം = അഹങ്കാരം, ഞാൻ എന്ന ഭാവം insolence, selfconfidence ഞാൻ എന്നഹം. എങ്ങും തുടങ്ങോല Si Pu.

denV. അഹംഭാവിച്ചതൃന്നാം തിമിത്തഹങ്കരിച്ചാർ Bhg 8. ക്ഷോണീശൻ ഞാൻ എന്നഹംഭാവിച്ചു Mud 5. felt himself.

അഹമ്മതി selfconceit അ. വളിക്കും TR. they will become overbearing.

അഹസ്സ് ahassu S. Day. പത്തഹസ്സ് 10 days. അഹസ്സിന്നു daily. അഹസ്സ് കഴിപ്പാൻ ഞെരുക്കം to live (to be hard up).

അഹരഹഃ daily അഹരഹരഹമഘമകല്പവാൻ ചൊല്ലുന്നേൻ Bhr. day by day I recite.

അഹൎഗ്ഗണം a Calidate, astr.

അഹപ്തി, അഹസ്പതി Sun.

അഹൎമ്മുഖം morning

അഹോരാത്രം, അഹൎന്നിശം = രാപ്പകൽ f. i. ആറുനാൾ അഹോരാത്രം വീതന്നിദ്രന്മാരായി KR. for 6 full days.

അഹോവൃത്തി daily subsistence, livelihood. പാലുകൊണ്ടു അ. കഴിക്ക MC. live upon milk. [KR. Bhr.

അഹഹ ahaha S. Interj. of pain & sorrow

അഹി ahi S. (G. 'ophis, 'echis) Snake.

അഹിനകലഭാവം mortal enmity as between ichneumon & serpent.

അഹിഭയം dread of insidious persons.

അഹിതുണ്ഡികൻ a snakeplayer = കുറവൻ Mud.

അഹിംസ ahimsa S Not killing, the first law of Buddhism Bhg. — harmlessness.

അഹിതം ahiδam S. 1. Unwelcome. അഹിതയായൊരു ജര വരുന്നു KR. 2. കാട്ടിയൊരഹിതം ഒക്ക മറക്കാം ChVr. wrongs.

അഹിമരശ്മി ahimarasmi S. Sun (having not cold rays) അ. അവനിയെ ഉണൎത്തുന്നപോലെ KR. [Bhg.

അഹീനം ahīnam S. Perfect അഹീനകീൎത്തി

അഹൃദ്യം ahṛdyam S. Not pleasant, med. GP.

അഹേതു ahēδu S. Unreasonable, ഖേദം എന്നും ഭിന്നം എന്നും മറ്റോരോ അഹേതുക്കൾ എഴുതി അയക്ക TR. vain excuses. അഹേതുവായി പറഞ്ഞു പറിപ്പിക്ക TR take under false pretexts. അഹേതുവായിട്ടു വെട്ടിക്കൊന്നു TR. unprovoked, — also accidentally.

അഹോ ahō 1. S. Interj. of surprise അഹോധിക് KR. fie. അഹോബത Bhg. alas! 2. see അഹസ്സ് (അഹോരാത്രം, — വൃത്തി).

അഹ്ന anha S. = അഹസ്സ്; അഹ്നായ Soon, po.

അള aḷa T. M. (C. abdomen, √ അൾ) Hole in trees, in the ground. അളുട്ടിയാൽ, അള ഏറകുത്തിയാൽ ചേരയും കടിക്കും prov. of snakes. അളമട hole of birds, rats V1.

അളമട കല്ലള 1. cave നരികല്ലളയിൽനിന്നു ചാടി MR. 2. prov. = കല്ലുഴ.

അളം aḷam T. M. Tu. Salt marsh, saltpan V1.

അളകം aḷagam S. (= അലക) Curl of hair കുറുനിര, ringlet അളകഭംഗി, നീലമലാളകങ്ങൾ KR 5.

അളകാപുരി Cubēra's town, prov. for a rich city. അളകയിൽ Pay.

അളകേശൻ, അളകമന്നൻ RC. Cubēra.

അളക്കർ aḷakkar a T. (= അളം) Sea അളക്കവണ്ണൻ Crishṇa RC.

അളക്ക, ന്നു aḷakka T. M. C. Tu. (Te. ലാവു size) √ അൾ To measure. ഭൂമി അളന്നു കൊടുത്തു TR. measured the ground. ഓരോരോ ലോകം അളന്നോൻ CG. who measured, comprehended all worlds. എന്നെ അളന്നു നോക്കി measured, tried me.

CV. അളപ്പിക്ക get measured, നെല്ലു അ. TR.

VN. അളത്തം measurement. മുളക പറിപ്പിച്ചു അളത്തം കണ്ടു TR. measured the pepper. അളത്തക്കാരൻ the measurer (paid by 5% in kind).

VN. **അളവു** 1. Measure, capacity അളവററ, അളവില്ലാത്ത, അളവുകെട്ട unbounded. അളവററു കൂടാത്ത സൈന്യങ്ങൾ Bhg. innumerable. അളവിടുക to measure, define. അളവുകോൽ measuring rod, weighing beam. ഇവ്വളവു, എവ്വളവു so much, how much. — അളവേ fully, all മുക്തിയും അവരവൎക്കളവെ വരുത്തുവാൻ KeiN. — ജളതപൂണ്ടളവേറപ്പറഞ്ഞതെല്ലാം CG. said too much. 2. measure of time. വരുമളവിൽ as he comes. വന്നളവികൾ when he came. അപ്പോളവു RC. that moment. 3. till, as far as നിശിചരപുരിയളവും RC 9. = ഓളം. സൂൎയ്യനും ചന്ദ്രനും ഉള്ളളവും (doc.) as long as.

അളമാഞ്ചിക്കപ്പിത്താൻ TR. (see അലെമാനി) The German chief (M. Brown Esq.)

അളരുക ? aḷaruγa (a C. fear, alarm) അളരിക്കാമന്നതിന്നു എഴുതി കെട്ടുക mantr.

അളക്ക (= അലറുക?) to lament, cry പൊയത്തം പലതും അളക്കയും PT. (beggars).

VN. അളച്ചു bellowing, അളപ്പു V1 shriek.

അളവൻ aḷavaǹ (see അളവു above) 1. Measurer V1. 2. boaster, exaggerator (comp. അലവൻ).

I. അളി aḷi S. (stinged) Bee അളിവൃന്ദം Nal.

II. അളി Secretion of eyelids, കണ്ണളി, പീള.

അളിയുക T. M. (= അടിയു, അഴി, അഥി) to be overripe, decay കണ്ണളിഞ്ഞു പോക.

a. v. അളിക്ക (= അവിക്ക).

VN. അളിച്ചൽ mellowness, decay. [പുറന്തിണ.

അളിന്ദം aḷind'am S. Terrace before palace

അളിയൻ aḷiyaǹ M. C. (Te. അല്ലുഡു) S. സ്യാലൻ 1. Brother in law. നേരേ അളിയൻ TP. real br. in law, not husband of a cousin. മുത്തിനാ മുങ്ങുമന്നരം അ. പിടിക്കേണം കയർ prov. 2. hon. address f. i. of Puleyas amongst each other. 3. a showy but inferior ricegrain.

അളിയുക loc. = അഴിയുക, അഴുകുക, ചീയുക.

അളീകം aḷīγam S. (opposite) Falsehood; forehead.

അളു, അളുക്ക aḷu, — kku (√ അൾ) Small box of horn. പുഴുക അളുക്കിൽ ആക്കി MC.

അളുക്കുക, ക്കി aḷukkuγa (T. C. Te. quake = അൾ) To start, shrink, cramp of limbs = തിറമ്പിപോക. —

VN. അളുക്കം V1. awe, fear.

അളുമ്പുക aḷumbuγa So M. C. To bruise, squeeze; (loc.) to swallow bad food അളുമ്പിക്കളക.

അൾ aḷ a T. Narrowness, whence അള, അളവു, 2. a T. sharpness = വാൾ. 3. T. M. C. Tu. termination of fem. (shortened from ആൾ).

അൾമ്മാരി P. almeira, Wardrobe.

I. അള്ള Ar. allah, God അള്ളാണ, നെവിയാണ Mpl. by God! അള്ളന്റെ TR.

II. അള്ളയായിപോക (അൾ 2.) Become very thin & sharp (= അലക).

അള്ളാൻ loc. = ഇത്തിൾക്കുള്ളൻ.

അള്ളുക aḷḷuγa T. To take up with the hollow hand M. = അളുമ്പുക, So M. to claw, scratch. അള്ളവൻ the armadillo, Myrmecophaga.

അള്ളെടം വാഴ്ച, അള്ളടത്തു സ്വരൂപം N. pr. The Rājah of Nīlēshvaram TR. hence: അള്ളടത്തു നാടു, അള്ളോൻ വാഴുന്ന നാടു KU.

അഴക aḻaγu T. M. Beauty (a C. അഴ fond; comp. അഴൽ) അഴകുള്ള ചക്കയിൽ ചുളയില്ല prov. മെയ്യഴകുള്ള കുമാരന്മാർ Mud. നയവിനയവിപുലഗുണമഴകുടയ രാക്ഷസൻ; അഴകോടു Bhg. അഴകാൽ nicely, fairly.

അഴകൻ m. — കി f. 1. handsome. 2. N. pr. of Īḻavars. [V1.

അഴകം a mark put by females on their hand

def. V. കാണ്മാനഴകില്ല RC 27.

adj. അഴകിയ fair പ്രകൃതിയും അഴകിയ പുരുഷനും (stuti) അഴകിയ വിധി VyM. അഴകിയ അട്ടിപ്പെറോല (doc.)

അഴയുക aḻayuγa = അയയുക No. അഴഞ്ഞതയിർ Diluted curds, അ. മനസ്സ് relaxed.

അഴെക്ക To loosen, slacken, dissolve (opp. കൊഴക്ക, മുഴക്ക.)

അഴൽ aḻal T. M. Te. (Tu. അഴ് = എരി) 1. Heat, fire, heat of pepper. 2. brightness. വെണ്ണിലാവഴലെഴുംവണ്ണം വിളങ്ങി Bhr. the moon shone most brightly. 3. inflammation, pimples caused by heat കണ്ണഴൽ, അഴൽ ചിരങ്ങ. 4. grief അഴൽ പിടിച്ചു പറയും, ഉള്ളഴൽ Bhr.

അഴലുക, ന്നു 1. to burn as a wound, the eye from pepper, be chafed; വയറഴലുക a med. (in രക്തപിത്തം). 2. to burn from grief അകതാർ അഴന്നു Bhr. ചിരതം അ. from envy പാരമഴന്നുള്ളൊരുള്ളവുമായി CG. from lust മനസ്സഴന്ന നാരികൾ Bhg.

VN. അഴല്ച excessive heat, inflammation (= കന്താൽ, എരിപൊരിസഞ്ചാരം).

CV. അഴററുക, ററി to burn, as with pepper; to afflict V1.

അഴി aḻi T. M. C. 1. = അഴിവു Expense വരവേററമായും അഴിച്ചുരുക്കിയും KR. അകത്തഴി. q. v. 2. (T. കഴി) bar, rivermouth. 3. bars of bamboos, lattice, railing, trellis അഴിയിടുക, തട്ടുക TP.

Cpds. അഴികണ്ണ് (1) putrid inflammation of the eye അ. ഇളെക്കം a med.

അഴിനില (1) despair അ. പൂണ്ടു തൊഴുതു വീണു Bhr. quite undone. അ. തട്ടി the troops were broken, defeated.

അഴിപ്പുര (3) barred place, prison.

അഴിമതി (1) waste, lewdness, അ. കാണിക്ക So. to behave lewdly അ'ക്കാരൻ prodigal, profligate B. also ill breeding (loc.)

അഴിമുഖം (2) a seaport, river-harbour, (18 in Kēraḷa KU.) അ'ത്തു ചേരുക to come to the harbour.

അഴിയകം (V1. അഴിയം) site of a habitation, a ruin; a garden.

അഴിയപാടം lowland capable of irrigation W.

അഴിഞ്ഞിൽ aḻiññil T. M. Alangium decapetalum അങ്കോലം.

അഴിയുക aḻiyuγa T. M. C. 1. To become loose, be untied as വേണി, നീവി CG. കന്തളം അഴിഞ്ഞു Nal. കച്ചമയും വസ്ത്രവും Mud. (in a scuffle) ചിരമ്മേൽനിന്നു അഴിഞ്ഞു വീണു (a ring) Mud. — കെട്ടഴിഞ്ഞു പോയി the connexion is severed. ശരീരം, മോഹം അ. pollutio nocturna V1. — the mind to become tender മാനസം, ചിത്തമഴിഞ്ഞലിഞ്ഞു, മൈക്കണ്ണിമാരിൽ അ. Bhr. അവളിൽ അവനു മനമഴികമൂലമായി Vet C. as he fell in love with her. കരുത്തഴിഞ്ഞു സംഭ്രമിച്ചു CG. ഗീതം കേട്ടു അകതാരഴിഞ്ഞു UR. softened by music. അഴിഞ്ഞു പറഞ്ഞു Bhr. spoke softened; begged pardon V1. 2. to go off, be sold, spent, destroyed പണമഴിഞ്ഞു; കോട്ടയഴിഞ്ഞു കിടക്കുന്നു Bhr. lies in ruins. ശവം വീണഴിഞ്ഞ അസ്ഥി the bones to which the corpse is reduced. വെന്തഴിഞ്ഞു (a palace). ജാഗ്രം സ്വപ്നത്തിൽ അഴിയും Tatw. the waking state passes into the sleeping state. 3. to be current കീഴ്നാളിൽ അഴിഞ്ഞപ്രകാരമല്ലാതെ TR. unprecedented. നാട്ടിൽ അഴിയുന്ന മൎയ്യാദ KU. current customs. അവന്റെ വാക്കു അഴിയുന്നു V1. deserves credit, passes for good.

VN. അഴിച്ചൽ expense, waste, custom, demand for. വിളൈക്കു ഏറും അഴിച്ചൽ ഇല്ല, ചരക്കിന്നു അ. ഇല്ല dull, heavy market.

അഴിവു 1. expense (esp. customary) ശാസ്ത്രികൾക്കു അഴിവും ചെലവും നടത്തി KU. കഴകത്തഴിവു KU. (for an ordeal) അഴിവിടുക V1. to spend. 2. customary detraction, f. i. in paying for improvements under കഴിക്കാണം, when the Jenmi has not to pay for the 10th plant. 3. tenderness അഴിവോടു കരഞ്ഞു PT. bitterly. നിന്നിൽ ഒഴിഞ്ഞാരിലും എനിക്കു ഒരഴിവില്ല RC 129. love. മനസ്സിന്റെ അഴിവു (= പഴുപ്പു) V1. repentance. അവനോടു അ. കാട്ടി showed contrition, begged pardon.

a. v. **അഴിക്ക** 1. To loose, കെട്ടഴിക്ക to untie. കോട്ടയഴിക്ക Bhr. to breach a fort. താലി അഴിച്ചു വെക്ക to put off the marriage string. വ്രതം അ. KR 4. to undo, solve a vow. പന്നി വെട്ടി അഴിപ്പാൻ MR. to cut up the hog. 2. to waste. ചെലവഴിക്ക to spend. സൃഷ്ടിച്ചു ഭരിച്ചു കാത്തഴിച്ചു Bhr. to destroy (as T.)

CV. അഴിപ്പിക്ക get to untie or dissolve. വ്രതം അ'ച്ചു ഒരു കന്യകയെ കൊടുത്തു KU. dispensed a Brahmāchāri from his vow.

അഴ, അഴവു aḻu, aḻuγu (see അഴവ) 1. High wall of irregular stones around an orchard കല്ലുകൊണ്ടു അഴ കെട്ടിച്ചു MR. also കല്ലഴക MR. (doc.) 2. (loc.) = കിള mud wall.

അഴുക, ഴു aḻuγa T. Tu. C. a M. To weep, cry അഴുതിരന്താർ RC.

അഴുകുക, കി aḻuγuγa T. M. C. 1. To rot, decay (= അഴി) കൈക്കാൽ അഴുകി പോയി (of a leper). 2. fire to grow low. തീ അഴുകുന്ന അടുപ്പത്തു വെക്ക prov. cooking over a dying fire.

a. v. അഴുക്കുക, ക്കി to putrify V1.

അഴുക്കു 1. dirt, filth അ'ത്തുണി = ഇഴുക്കു. അഴുക്കറുക്ക to snuff a candle. 2. തീയുടെ അഴുക്കു embers, slight remains.

അഴുങ്ങു, അഴുക്കൽ (loc.) filth.

അഴുത്തു aḻuttu T. M. (അഴ depression, whence ആഴം) Full of dregs, strong texture, pregnant speech V1.

അഴുത്തുക = അമിഴ്ത്തുക.

അഴവ aḻuva (prh. = അഴ) A swelling at the mouth of the stomach V1.

ആ

I. ആ ā 5. 1.=അ That, ആ രാജാവ് that king, ആയാൾ that person. — bef. Verbs ആ കിടന്നതിന്റെ പിറകേ TR. after lying thus. 2. interj. ah! ആ എന്നു പറഞ്ഞു MR. — അവനാ പാച്ചുന്നു (vu.) there he runs (=അതാ) 3. T. a M. interrogative ഇളമയും മൂപ്പും ഉണ്ടാ are their Highnesses here?

II. ആ ā T. a M. (C. Te. ആവു) Cow, in ആ നായർ cowherd, also ആയർ q. v.

III. ആ ā S. Hither, towards, till; in Cpds. as ആകണ്ഠം ഭുജിക്ക KR. up to the neck or throat (to eat one's fill) — ആകണ്ഠമശൻ UR.

ആക āγa Inf. & VN. of ആകുക (q. v.) Altogether, sum total, ആകക്കൂടി & കൂടിയാക=ഉ ഓ.. f. i. ആകക്കറുത്ത മേനി Anj. black all over.

ആകപ്പാട്=ആകതുക sum total, f. i. എഴുത്തിൽ ആ കണക്ക് ആകപ്പാട് വെച്ചു TR. the whole account. ആകപ്പാട്ട തെങ്ങു നോക്കി TR. the whole of the trees. ആകപ്പാട്ടു പണം TR. the whole sum. ആകപ്പാടേ altogether.

ആകമാനമായിട്ടു generally V2.

ആകം āγam a M. (T. body, or=ആടം?) ആകം കിളർന്തപവിഴങ്ങൾ RC117. Splendid corals.

ആകരം āγaram S. (ആ III. കർ) Accumulation=നികരം, mine സ്വർണ്ണാകരം; മുത്താകരം pearl-ground. കനകാദ്യാകരസ്ഥലങ്ങളിൽ നിന്നു് അരിപ്പിക്ക KR 2.

ആകർണ്ണനം āγarṇanam S. (കർണ്ണം) Attending to, hearing (po.) ആകർണ്ണ്യ po.=കേട്ടിട്ടു.

ആകർഷണം āγaršaṇam S. (കൎഷ) Attraction, the art of summoning by enchantment.

denV. ആകർഷിക്ക to attract, f. i. a God from afar by mantrams.

ആകല്പം āγalpam S. (കല്പം) 1. To the end of a Calpa. 2. attiring, ornament (po.)

ആകസ്മികം āγasmiγam S. (അകസ്മാൽ) Unforeseen. വന്ന മഹാപാപം ആകസ്മികം തരോ KR3.

ആകാ āγā Neg. V. (ആകുക esp. III) 1. Is not that. അതു പാഴതാകാ is not in vain. 2. ought not to be thus; ആകാത, ആകാത്ത adj. part. bad, താൻ ആകാഞ്ഞാൽ prov. ആകേ is it not good?

VN. ആകായ്മ wickedness, ആകായ്മ ഇങ്ങും ഉണ്ടു CrArj. I also shall be found fault with. ആകായ്മ നീക്കി നന്മ വരുത്തുക Anj. 3. is not serviceable. ഒന്നിന്നും ആകാ good for nothing. 4. cannot ഈ നാട്ടിൽ കടിയിരിപ്പാൻ ആകാ prov.

ആകാംക്ഷ āγāmkša S. (കാംക്ഷ) Strong desire. ആ.യോടു ശുശ്രൂഷിച്ചാൽ Anj. zealously.

ആകാരം āγāram S. (ആ, കൃ) 1. The letter ആ, ആകാരാദി with initial ആ (gram.) 2. shape, figure; (in comp.)=മയം, സ്വരൂപം f. i. മംഗലാകാരൻ the blessed, or of happy form.

ആകാശം āγāšam S. (കാശ, light) Sky, air. ആകാശം പൊളിഞ്ഞു തലയിൽ വീഴും prov.

ആകാശഗംഗ milky way Bhg 5.

ആകാശമാർഗ്ഗേ, ആകാശത്തൂടേ going through the air KU.

ആകാശംതാങ്ങി a bird (plover?).

ആകാശവള്ളി a parasite, Cassytha filiformis or Menyanthes cristata.

ആകുക, യി āγuγa T. M. C. Tu. (Te. & a C. also അക, from pron. √ ആ).

I. The *Copula*: to be that. എവിടെ ആകുന്നു പാർക്കുന്നതു where does he live?=where is it that he lives? to become that. Auxiliary Verbs serve to distinguish the latter signification, f. i. വലിയ സങ്കടമായി പോകും TR. it will become a great grievance. കള്ളനെ പോലെ ആയ്യുന്നു Mud. became like a thief. എന്താകുന്നു (vu. എന്താണ്) what is it? കുട്ടിക്ക് എന്തായി MR. what has happened to the child? കമ്പഞ്ഞിക്കു രാജ്യം ആയതിന്റെ ശേഷം TR. devolved upon the C. — രണ്ടു വഴിക്കേ ആയി got separated.

Fut. ആകും, ആം, ആവു it will be thus, just so (= അതെ). വന്നാൽ മതി എങ്കിൽ അപ്ര കാരവും ആം TR. Often with conditional എഴുതി അയക്കുകിലും ആം TR. I may write (or come in person).

ആമോ I cannot tell, indeed? very possible ആമോ എന്നുമറിയാ HNK. —

Inf. & VN. ആക 1. so as to be (= T.) ശരിയാക എഴുതി കൊടുത്തു TR. = ആയി; മുമ്പാക, മുമ്പാകേ so as to be before, രണ്ടാക വകെന്താൻ RC. cut in two. N. സാക്ഷിയാകേ (doc.) in presence of witness N. 2. being. ആകകൊണ്ടു, ആകയാൽ since it is so, therefore. 3. altogether (also ആകെ TR.), അതു നീ ആയി (= S. തത്ത്വമസി) ആക പദാൎത്ഥം മൂന്നു Tatw. these three meanings or words, viz. it, thou, art. (see ആക).

Opt. ആകട്ടേ, (vu. ആട്ടെ) 1. be it thus, well, probably, രാവിലെ ആകട്ടേ TR. be it in the morning. ആങ്ങനെ ആകിൽ അതങ്ങനെ ആകട്ടേ CG. if thus, be it so! 2. as for that (= S. ഹി, തു, വൈ) ആ പെരുമാൾ ആകട്ടേ KU. now as for that emperor, he — ഇന്ദ്രനും സുഖമായിട്ടിരിയാ പിന്നെ ആകട്ടേ നിന്നെ പോലെ ഉള്ളോരാസുരന്മാർ KR5. (= പിന്നെയോ how much less). 3. either, or സൂൎയ്യനാകട്ടേ ചന്ദ്രനാകട്ടേ (= എങ്കിലും).

Cond. ആയാൽ, ആകിൽ if it be. ആയിൽ അപ്പണ്ണം എന്നു മൊഴിന്താൻ RC. "if so, be it so." അതിൽ ഒന്നു രണ്ടാകിലാം VCh. there may be one or two (generally ആകിലും ആം).

Concessive ആയാലും ആകിലും though it be. ഒന്നാകിലും one at least. ഏവരാകിലും whosoever. സത്താകിലും അസത്താകിലും whether good or bad.

ആൻ Cond. & Conc. (from T. ആയിൻ if it be) മററാൎക്കാൻ AR. to any one else. എന്തുവാൻ whatever it be. എന്നു ചൊല്ലീടാമോവാൻ CG. can one ever say?

ആനും (= ആകിലും) f. i. കോട്ടയിൽ എങ്ങാനും Bhr. somewhere about the fort. മണിക്കൂടാതെ പോയാകിൽ വന്നാനും എന്നൊരു നിൎണ്ണയം ഉണ്ടെനിക്കു CG. (= വരികയായിരുന്നു). An incorrect adj. part. is formed from ആൻ f. i. എന്താണ്ടൊരുത്തൻ what sort of man?

adj. part. ആകുന്ന, ആയ (po. ആകിയ), ആം, ആവു 1. he who is ചേരമാൻപെരുമാളാകുന്ന രാജാവു KU. the king ChP. Thus many appositions അധിപനാകിയ ദേവൻ, വൃദ്ധനായിട്ടുള്ള വൎത്തകൻ, മൂൎഖരാചാരന്മാർ, ശുഭമാംവണ്ണം, ഒന്നാം the first, etc. 2. ആയവൻ he, that one, ആയതു രണ്ടും those two. ആയവരിരുവൎക്കുമദ്ധ്യേ Bhr. between them. ആയതുകൊണ്ടു therefore. 3. after nouns they serve as a kind of definite article കലിമൂൎഖനാമവൻ Bhr. the rogue Cali. ദുഷ്ടനായവൻ the wicked; esp. the neuter നമ്മുടെ പ്രാണങ്ങളായതോ പോയല്ലോ CG. as for our life, *that* is already gone. പിതാവും ജനനിയായതും രക്ഷിതാവൻ KR. Rāma is to me f. & m. രാജാവായതു തനിക്കീശ്വരൻ VC. the king is our Lord. 4. ആവതു, ആവിതു (before a sentence) is as follows f. i. കണ്ണൻ കണ്ടു കാൎയ്യമാവതു (heading of letters) Cannan is herewith addressed to the following purpose.

adv. part. ആയി 1. forms adverbs, as നന്നായി well. 2. as, രാമനായ്ക്കാണുന്നു കാണുന്നതൊക്കയും KR 3. all I see seems to me Rāma, I see him everywhere. അവരെ ദുഃഖിതന്മാരായി കണ്ടു Bhr. saw them grieved (= എന്നു) വേദജ്ഞന്മാരെ സഭാവാസികളായി കല്പിക്കേണം VyM. (= എന്നു, ആക്കി, so as to be). വേദങ്ങളെ നാലായി പകുത്തു Bhr. അരചനായി വാഴിച്ചു CG. ചെയ്യുതായി സമ്മതിച്ചു MR. (= എന്നു). 3. during പത്തുമാസമായി ജീവിച്ചു KR. അധികം കൊല്ലങ്ങളായി നടത്തുന്നു MR. 4. with (= ഉമായി f. i. അവളെ കുട്ടിയുമായി കണ്ടു) സായ്പു നാമായി കണ്ടപ്പോൾ TR. when we met. 5. because ഒരു കാൎയ്യമായിട്ടു വേണാട്ടുകരെക്കു

പോയി TR. 6. often mere expletive നീമെ നടപ്പാനായി ആകുന്നതില്ല, ആണുങ്ങളായാവു നാം CG. (oh that we were men!) താതനോടായിട്ടും മാതാവോടും CG.

With auxiliaries 1. ആയിട്ടു = ആയി (but രാത്രിയായിട്ടു കണ്ടില്ല KR. in a causal sense) ചെയ്വാനായിട്ടു = ചെയ്വാൻ. 2. ആയ്ക്കൊണ്ടു chiefly after Datives അവനായ്ക്കൊണ്ടു for him.

II. The future has by itself the meaning of *possibility*, which is then transferred to the whole verb. ചെയ്യാം I will do, may do. ആം എങ്കിൽ if possible. ആമല്ല cannot. ആൎക്കും പൊറുക്കാവല്ല GP.; ആകുംവണ്ണം, ആകുമ്പോലെ TR. ആകുന്നേടത്തോളം, ആവിടത്തോളം as far as possible. — in the past: കടക്കുമതിനായ്വതില്ല RC. could not pass. ഒരുവണ്ണം ആയതു ചെയ്തു ഞാൻ Bhr. did somehow whatever was possible. പേ പറഞ്ഞീടിനാൽ ആയവണ്ണം CG. — pres. ആകുന്നതാകിൽ CG. if possible. — chiefly with Dat. & 2nd adv. part. നമുക്കെടുക്കാം, we can take up, അവൎക്കെടുക്കാവോളം, വാഴ്ത്തുവാൻ ആവോർ ഇല്ല, CG. none able to praise, ശേഷം ചൊലുവാൻ പിന്നെ ആം Bhr. പറവതിനാൎക്കുമാമല്ല Bhr. (but also Nom. എല്ലാം അവൎക്കും Bhr.)

ആവു, ആവതു are esp. used with the signification of power. പെണ്ണുങ്ങളോടെ നിനക്കിന്നാവൂ CG. you can but conquer women. എന്നാൽ ആവതു ചെയ്തു I tried my best. ആവതെന്തിപ്പോൾ po. what more can be done, how can it be helped? ആവതില്ലാഞ്ഞ ശേഷം having been foiled. ആവതില്ല എന്നു വെക്ക അല്ലോ ഉള്ളു TR. no remedy for it. ആവതില്ലാത്ത നില എന്നു നിശ്ചയിച്ചു നില്ക്കും TR. I shall resist it as an intolerable state of things. അതിന്നു ഞങ്ങൾക്ക് ആവതില്ലല്ലോ TR. we can't do anything to it.

ആവോന്ന് = ആവതു f.i. ആൎക്കുമറിയാവോന്നല്ല CG. not to be known by any one.

III. to be the very thing (hence neg. ആകാ). ചോറായി the rice is what it ought to be, done, cooked (but ചോറായി പോയി the rice is consumed).

2nd fut. ആവു it will be right, ought to be. (= മതിയാവു) ഇറയേ വലിക്കാവു prov. pull merely the eaves! എന്നത പറയാവു Mud. എന്നേ പറയാവു it must be said, cannot but be confessed. — chiefly with the 1st adv. part. of Verbs വരുന്ന ആവു he must come, വന്നാവു may he come, oh that he came! കണ്ടേതാവു Anj. വന്നാവൂതെന്നു കൊതിച്ചു CG. wished that he might come; also with Inf. നല്ല മനസ്സിനെ കൈക്കൊൾക്കേയാവു ദയാനിധേ PP. may you!

IV. It serves to form Compound Verbs:

1.) with Nouns യാത്രയാക to set out, ഭേദമാക to be healed etc. similar to the S. compounds with ഭവിക്ക (ചെയ്ക is similarly used, corresponding with S. കരിക്ക).

2.) with Verbs,

a.) rarely in the form of the Verbal Noun ending in അൽ (rather T.) കഥ ചൊല്ലലാം RC. അറിഞ്ഞീടലാം PT. ഇരിക്കലാം KU. (only with ആം).

b.) in the form of the old Inf. ഭുജിക്കായി PT. came to eat, കാണാക be able to see, become visible കാണായ്വന്നു, ഇക്കാണായത് ഒക്കവേ Bhr. (chiefly in a passive sense, compare മാനവന്മാരാൽ കാണാപ്പെടുന്നതും കേൾക്കായതും സ്മരിക്കപ്പെടുന്നതും AR3. what is heard, can be heard) with Dat. എല്ലാവൎക്കും കേൾക്കായി Bhr. Often in petitions ഞാൻ സന്തതം നാമകീൎത്തനം ചെയ്യാകേണം, നമസ്കരിക്കായ്വന്നീടേണം AR. may I be enabled to praise, worship. — in blessings ജയിക്കായ്വരിക നീ Bhr. നിങ്ങൾക്ക് അവരോടു ജയിക്കായ്വരും KU. കൊല്ലായ്വരും Bhr. (= കൊല്ലുവാൻ സംഗതി വരും). With potential meaning. എങ്കിൽ വരുത്തായിരുന്നു TR. in that case it might have been brought. നിങ്കനിവുണ്ടാകിൽ വങ്കൊതി തീൎത്തു കൊള്ളായിരുന്നു CG. I might see this wish accomplished if —

c.) in the form of the modern Inf., esp. at the close of the sentence (mostly with ഉം, അത്രെ etc.) ഞങ്ങൾ തന്നെ കട്ടത് എന്നു പറക ആയതു TR. they confessed they were the thieves (= ചെയ്യു) പിരിഞ്ഞു പോകയും ചെയ്യു, സങ്കടപ്പെടുകയത്രേ ആയതു, തരികയുമാം.

d.) after the different tenses it stands with variously modified meanings. തരുന്നാകിലും തരുന്നില്ല എന്നാകിലും; പള്ളിയിൽ ഇരിക്കുന്നായിരുന്നു were sitting. — തന്നാകിൽ നന്നായി CG. കൊടുത്താകിൽ KR. (if you shall have given = if you give). എങ്ങാനും പോയായിരിക്കും he will have strayed somewhere. അവർ വെന്തുവെന്താസ്സൂടി CG. എട്ടു ദിക്കു നടുങ്ങുമാം അട്ടഹാസം CG. a laughter that might shake the globe. ചാകുമായിരിക്ക be in a dying state. തരുമാകിൽ etc. ഒന്നും കളവായിട്ടു ബോധിപ്പിച്ചിട്ടില്ലായിരുന്നു I have told no untruth. ഉടങ്ങിയിരുന്നു എങ്കിൽ ഇത്ര നഷ്ടം വരികയില്ലായിരുന്നു the loss would not have been so great.

With Neg. adv. പണം പിരിയാതെ ആയ്ത്തു TR. it has become impossible to collect the revenue. [in stead of തരുന്നാകിൽ, തന്നാകിൽ etc. also the form of the part. Noun occurs in poetry ചൊല്ലിലും തരുന്നതാകിലും KR. (= തരികിലും), രത്നവും കണ്ടതായി വുണ്ടയും കേട്ടതായി അത്തല്പും പോയിതായി എങ്ങൾക്കെല്ലാം CG. ഇരന്നതാകിൽ Ch].

ആക്കുക, ക്കി V. act. of prec. 1. To make to be that, അവനെ രാജാവാക്കി made him king. (in So. also നിന്നെ രാജാവായാക്കി പോയി KR4.) ദാസിയാക്കി കൊണ്ടാൻ & ദാസിയായി കൊണ്ടാൻ made her his servant. സേനാപതിയാക്കി വെച്ചു & അധിപതിയായിട്ടു വെച്ചാൻ Bhr. രണ്ടാക്കി പകുത്തു (generally രണ്ടായി പകുത്തു), ചെയ്യാറാക്കുക get one to do; with Neg. വില്ലാതെ ആക്കി വെപ്പാൻ TR. prevent the sale. ഉപദ്രവം കൂടാതെ കണ്ടാക്കികൊള്ളുക, contracted രാജ്യത്ത് ഇരിക്കാറാക്കുന്നു TR. അവനെ മാസ്യം ഇല്ലാതെ ആക്കേണം Bhr. also ഇല്ലാക്കുന്ന വീരൻ RC. destroying. 2. to place, put, employ. ആക്കികല്പിച്ചു appointed. (& ആയ്ക്കല്പിച്ചു) അവനെ പണിക്കാക്കി, കാട്ടിലാക്കി Nal. banished. നടുത്തിൽ ആക്കി വെക്കി PT1. നട്ടുവിലാക്കി, ഭഗവാനെ ചിത്തത്തിലാക്കി Bhg. let God dwell in his mind. വെള്ളം കടത്തിലാക്കി poured. 3. to do നീ എന്ത് ആക്കും TR. what can you do? 4. Compounds with Nouns, corresponding with those of ആകുക f. i. ഉതനെ ചൊന്ന യാത്രയാക്കീടിനാൻ CG. made to get out. ഭേദമാക്കു, നന്നാക്കു to heal, mend.

CV. ആക്കിക്ക cause to make V1. f. i. തടവിൽ ആ°ച്ചു. [കരുൾ CC.)

ആകുഞ്ചിതം ākuṉǰiδam S. Bent, curled (as

ആകുതം āγuδam Tdbh. (S. ആകൂതം) Intention. ആ॰ വരുത്തുക to gratify. നിന്നാകുതഭംഗം വരുത്തുവാൻ AR. to disappoint thee.

ആകുലം āγulam S. (full) Confusion, perplexity, trouble. ചിന്താകുലാ കുഴഞ്ഞു RC. ആകുലപ്പെട്ടിതു പുത്രൻ Bhr. was frightened. മോഹത്തിന്ന് ആകുലീഭാവം വരുന്നു Nal. ആകുലമില്ല AR. no doubt.

ആകൂതം see **ആകുതം.**

ആകൃതി āγŗδi S. = ആകാരം Form, likeness.

ആകൃഷ്ടം āγŗšṭam S. part. of ആകർഷിക്ക Attracted; — a conjecture V1.

ആകോലി see ആവോലി, Pomphlet.

ആക്കം ākkam T. M. (√ ആക്കുക III) 1. What one puts (ആക്കുക 2.), layer രണ്ടാക്കം (= പടു 3, local: resting steps in wells). മുന്നാക്കം forwards V1. 2. (T. prosperity) contentment, rest. ആക്കമേ വാണരുളുക rule happily. ആക്കം പൊട്ടിയവൻ discontented. അവരെ പക്കൽ പണ്ടത്തെ ആക്കപ്പെടുത്തു കൊടുക്കയും ചെയ്തു TR. made over her jewels to the chiefs, thus settling the case. 3. strength, persistency, continuance; also relief, as through medicine. ആക്കം കുറഞ്ഞു വീണു Bhr. lost his balance & fell. ആക്കം തകെ ചിറ കെട്ടി KC. strong dam. ആക്കം കൂടാതെ നീ ചോറു തന്നാൽ Sil. negligently. ആക്കം കലന്ന ശസ്ത്രം എടുത്തു Mud. determinately. ഉള്ളാക്കമില്ല no fixed purpose.

4. perhaps (= ആക) all, altogether. അടിപ്പുവം തുടങ്ങവും ആകവെ നോക്കി RC. viewed her from the sole all over.

ആക്കങ്ക see under ആക്കുക.

ആക്രന്ദം ākrand'am S. (ആ III.) Weeping. ആ. തുടങ്ങി Nal 3.

ആക്രമം ākramam S. Assault, invasion ആ. സഗരന്മാർ ചെയ്യുന്നു KR.

denV. ആക്രമിക്ക to attack, encroach, usurp ഇനി ഒരിക്കൽ ഭൂമിയെ നീ ആക്രമിക്കായ്ക KU. രാഹുകേതുക്കൾ വന്നാക്രമിച്ചിട്ടു Nal 4. സ്ത്രീയെ, ബ്രഹ്മസ്വത്തെ etc. to seize on, force. ഒക്കയും ദൈവം താന്നേ ആക്രമിക്കുന്നീലോകം KR. fate subdues the world.

ആക്രാന്തം seized. ബഹുവ്യസനാക്രാന്തനായി Arb. (= വശൻ).

ആക്രോശം ākrōšam S. Crying against. ആക്രോശിച്ചാൾ SiP 4. she lamented.

ആക്ഷാരണ ākšārana S. Imputation of fornication.

? **ആക്ഷി** ākši Continuance of an evil ഇത് എനിക്ക് ആക്ഷിയായിരിക്കട്ടേ V1. let it remain as it is!

ആക്ഷേപം ākšēbam S. Blame, reproach, objection അവരുടെ മേൽ കണ്ട തെറ്റുകൾക്കു ചെയ്യു ആക്ഷേപം MR.

denV. ആക്ഷേപിക്ക (part. ആക്ഷിപ്തം) to reprove, confute, impugn, criticise അതിന്റെ ദുർബ്ബലതയെ കുറിച്ച് അധികമായി ആക്ഷേപിക്ക MR. expose farther its invalidity.

ആഖണ്ഡലൻ ākhand'alan S. (breaker) Indra CG.

ആഖു ākhu S. (digger, √ ഖൻ) Mouse, rat PT.

ആഖേടം ākhēdam S. Hunting (po.)

ആഖ്യ ākhya S. (ആ III. √ ഖ്യാ) Name; in comp. ആഖ്യൻ named.

ആഖ്യാനം 1. = ആഖ്യ. 2. story.

denV. ആഖ്യാനിക്ക to relate.

ആഖ്യാതം the finite verb (gram.)

ആഗതം āgaδam S. (√ ഗമ) Arrived ആ. ചെയ്യു Sk. come; ആഗതനാകാം Sk. = വരുത്താം.

ആഗന്തുകം adventitious, not original (as diseases) ആഗന്തുകജ്വരം Nid. (opp. നിജം, സാമാന്യം).

ആഗന്തുകൻ one passing by, Kei N 1.

ആഗമനം arrival, approaching.

denV. നീ ആഗമിപ്പോളവും പാലിച്ചേൻ CG. till you returned.

CV. അവനെ ആഗമിപ്പിക്കെന്നയച്ചു PT 4. = വരുത്തുക.

ആഗമം (S. arrival, news, doctrine) Vēdas & Shāstras. ആഗമക്കാതലായ നാഥൻ Bhg 8. Vishṇu, the marrow of all knowledge. He is also called ആഗമം തന്നുടെ കാതലിൽ പോയ്മറഞ്ഞു നില്പോൻ CG. ആഗമക്കാതലാം ശങ്കരാചാര്യൻ Viv R 1. ആഗമജ്ഞോത്തമൻ Bhr. most learned Brahman.

ആഗാമി, ആഗാമികം future. ഭൂതം ആഗാമികം AR 2. past & future.

ആഗസ്സ് offence, sin. മാതുരാഗസ്സ് Bhr.

ആഗളം āgaḷam S. (= ആകണ്ഠം see ആ III) ആഗളപൂരിതൻ മാനം കൊണ്ടു CG. Satiated with honour.

ആഗ്നേയം āgnēyam S. (അഗ്നി) Referring to fire, the Agnipurāṇam.

ആഗ്രയണം āgrayaṇam S. (അഗ്രം) First-fruit offering; = പുത്തരി.

ആഗ്രഹം āgraham S. (seizing) M. Eagerness, wish. അറികയിൽ ആഗ്രഹം ഉണ്ടു പാരം Bhr.

ആഗ്രഹി desirous.

denV. ആഗ്രഹിക്ക to wish, desire.

CV. ആഗ്രഹിപ്പിക്ക. [hurt.

ആഘാതം āghāδam S. (√ ഹൻ) A blow,

ആഘോഷം āghōšam S. (√ ഘുഷ) Noise of a crowd, din of feast ആഘോഷഘോഷമോടെ പുരപ്രവേശോത്സവം Nal 2. festival entrance. ആ. എന്നേ പറവാനുള്ളു Onap.

denV. ആഘോഷിക്ക to feast, parade V1.

ആഘ്രാണം āghrāṇam S. Smell.

denV. ആഘ്രാണിക്ക to smell.

ആങ്കാരം T. M. = അഹങ്കാരം.

ആങ്കോലം see അങ്കോലം.

ആംഗികം āṅgiyam S. (അംഗം) ആംഗ്യം, ആങ്ങ്യം, Movement of the body, gesture, attitude—beck; ogling, coquetting. ആ. കാട്ടുക to beckon.

ആങ്ങൾ āṅṅaḷ & ആങ്ങള (hon. plur. of ആൺ) Brother, the term used by sisters (compare പെങ്ങൾ) ആങ്ങള തന്നെ വിളിച്ചു CG. she called her br. എൻ്റാങ്ങളമാരേ TP. O my brothers! (hon. plur.)

ആചന്ദ്രകാലം āǰandrayālam S. (ആ III). As long as the moon exists, also ആചന്ദ്രാൎക്കം, ആചന്ദ്രതാരകം വാഴ്ക നീ AR. rule as long as the world lasts.

ആചമനം āǰamánam S. (√ ചമ) Rinsing the mouth after meals ആ. ചെയ്വാൻ Bhr. ആചമനാദ്യനുഷ്ഠാനങ്ങൾ Bhr.

den V. ആചമിക്ക KR. ബ്രാഹ്മണർ കാൽ കഴുകി ആചമിച്ചു ശുദ്ധി വരുത്തേണ്ടി വരും KU.

ആചരണം, ആചരിക്ക āǰaraṇam S. To engage in a line of conduct, practise, perform, observe ആജ്ഞയെ ആചരിയാത്തവർ Mud. disobedient. ക്ഷത്രിയവീരരും ആചരിച്ചിട്ടിനാർ AR 6. presented arms (= ആചാരം 2). യുദ്ധങ്ങൾ ചെയ്യുകയും ബന്ധനായ്പോകയും ആചരിച്ചാൻ CG. used to war & get himself caught. അവനെ ഇല്ലായ്മ ആചരിപ്പാൻ CG. to annihilate (= ചെയ്യു).

ആചാരം S. (= walk) 1. Usage, established custom, chiefly of 5 kinds (ദേശാ —, ഗ്രാമാ —, ക്ഷേത്രാ —, സഭാ —, സാമ്യാചാരം) കുലാചാരം caste laws. — Brahminical ആ. ഒമ്പതു (as ആമ്പ്ലക etc.) KM. — Royal ordinances, as the 18 ആചാരം of Pōlanāḍu, observed at Cōḻicōḍu (നിയമവെടി, മുന്തളി etc.) KU. — ശാസ്ത്രാചാരം written laws, opp. to ലോകാചാരം practices now prevailing. — ആചാരമല്ല CG. that will not do, fie! shame! ആചാരക്കേടു ചെയ്താൽ ആപത്തു ഭവിച്ചീടും KR 5. — ആചാരം തിരിയാത്തവൻ rude V1. 2. civility, reverence. ആ. ചെയ്തു to bow. എഴുനീറ്റ് ആ. ചെയ്തു TP. ആ. പറഞ്ഞു TP. saluted. ആചാരം മറഞ്ഞു നില്ക്ക, ആ'ത്തിൻ വഴിനില്ക്ക KU. Nāyer fashions of saluting. അവനെ കമ്പിട്ട് ആ. ചെയ്തു വാങ്ങിനിന്നു Mud. (in an audience). 3. customary gift പെങ്ങളെ ആശാരം കൊടുപ്പാൻ TR. to restore sister's dowry (Mpl.) എൻ്റെ കൈയിന്നു നികിതി ആ. വാങ്ങുവാൻ TR. the taxes. — honorary acknowledgement such as is given by the temples to those who pay a പ്രായശ്ചിത്തം TR. [trance V1.

ആചാരവാതിൽ temple door, principal entrance V1.

denV. ആചാരിക്ക to observe good manners V1.

ആചാൎയ്യൻ (adeundus, or the man of observances, the one who is to be imitated). 1. teacher, esp. of Vēdas, Guru. 2. fencing-master, as ദ്രോണാചാൎയ്യൻ. 3. schoolmaster, (T. M. Tdbh. ആചാൻ, ആശാൻ hence ആചാൎയ്യസ്ഥാനം office of schoolmaster). 4. carpenter, vu. ആചാരി, ആശാരി.

ആചിതം āǰiδam S. (√ ചി) Heaped up — a cartload (po.) [ആച്ചിമാർ CG. CC.

ആച്ചി āčči T. M. (ആയൻ) Cowherd-woman. ആച്ചിയാർ = വൈശ്യത്തി V1.

ആച്ചു āččū (T. ആയ്ക്കു? ആഞ്ചുക) Fitting time, favorable direction or circumstances, — favorable tide (= തഞ്ചം) NoM.

ആച്ചുക, ച്ചി to lift, stretch. (= ഓങ്ങുക, പൊക്കുക) V1. [prov.

ആച്ചൽ നോക്കിയേ കുട്ടു (al. കുച്ചി) കെട്ടാവു VN. ആച്ചി a throw, hurl V1.

ആഛാദിക്ക, ആഛാദനം āčhād'anam S. (ഛദ) Covering, concealment. കാൎയ്യാഛാദനം disguising a matter.

ആഛന്നം covered (part.) [milk, etc.

ആജം āǰam S. (അജം) What comes from goats, ആജകം flock of goats (po.)

ആജാനുബാഹു S. (ആ III.) Arms reaching the knee, a രാജലക്ഷണം.

ആജി āǰi I. S. (√ അജ, G. agōn) War.

II. Ar. hāǰǰi, A pilgrim to Mecca TR. ഹേമാജിയാർ, ഹേമാഴിയാർ KU. ചേരമാൻ ആജിയാരായി Mpl.

ആജീവം āǰivam S. Livelihood V1.

ആജീവനാന്തം (ആ III.) to the end of life. ആ. ഇമ്പംവരാ RC.

ആജ്ഞ ājña S. (ആജ്ഞാ) Order, command (Tdbh. ആണ). — ന്നന്നാമതിൽ കമ്പഞ്ഞി ആജ്ഞ വ ന്നു TR. government. ആ'ക്കുൾപ്പെട്ടു being under orders, obeying.

ആജ്ഞാകരൻ servant രാജാജ്ഞാകരനായ്പ്പാണ Mud. first minister. ശങ്കരാജ്ഞാകരനായി UR. താവകാജ്ഞാകാരികൾ AR 4. thy obedient servants.

ആജ്ഞാപനം ആജ്ഞാപിക്ക to order, command; with Soc. അവനോടു, also ആജ്ഞ യിച്ചീടെണം നല്ല വഴിക്ക് എന്നെ Anj. (den V.) lead me aright.

part. ആജ്ഞാതം, ആജ്ഞാപിതം (neg. അനാ ജ്ഞാപ്യം AR.) ordered.

ആജ്ഞാഭംഗം disobedience Mud.

ആജ്ഞാവഹൻ, — വശൻ (Bhr.) servant.

ആജ്യം ājyam S. (ആ + അഞ്ജ) Ghee (for sacrifice). [CC.

ആജ്യാതി = പയസ്യം. — പാലാജ്യഭോജ്യാലികം

ആഞ്ചു Port. Anjo, angel ആ'കൾ Genov.

ആഞ്ചുക āṅjuγa T. M. (C. Te. ആനു = ഊ ന്നു, T. ഏന്തു comp. ആച്ചുക) To bend for exertion, spring forward, lift for throwing, try by shaking. വേൽ എടുത്ത് ആഞ്ചി (al. ആച്ചി) വേഗേന ചാടി Bhr 7. മരത്തെ ആഞ്ചി വലി ക്ക — ആഞ്ചിനോക്കി searching look.

ആഞ്ഞലി āññali & **ആഞ്ഞിലി** SoM. = ആയിനി.

ആഞ്ഞലിക്കാതൽ prov. = പിലാവിൻ കാതൽ.

ആട āḍa T. M. (ആടുക what moves) Flowing garment, chiefly of women, children, idols ആട കവന്നു CC. ചിററാട children's holiday garments. ചെറുവാട വഴിപാടു കൊണ്ടുവന്നു TP. (for idols); see പാവാട, ചേളിയാട etc.

ആടകം āḍaγam Tdbh. 1. = ആഢകം. An oil measure, also ആടം T. SoM. 2. = ഹാടകം gold ആടകം കൊടണിഞ്ഞമ്പു RC. gilt arrow.

ആടലോടകം āḍalōḍaγam (T. ആടാതോട) Justicia adhatoda or bivalvis, ആ'ം വേർ, ആ' ത്തിൻ വേർ MM. med. in bilious fevers. ആ. കാസനാശനം GP. removing cough.

ആടൽ āḍal VN. (ആടുക.) T. M. C. 1. Shaking, trembling ആ. അരയാലിലകൾ പോലെ Bhg 7. ആടൽപെടും trembles Bhg. 2. agitation, grief ആ. പൂണ്ടു, കലന്നു (po.) കേണോടിനാർ ആടലോടെ CC. ആടലോടു മുഖം കോട്ടുന്നു ചിലൎക്കു VCh. അവൎക്കു ആടൽ ഉണ്ടായതു പോക്കി Mud. 3. SoM. dancing ആടലും പാടലും V2.

ആടി āḍi T. M. (S. ആഷാഢം) The month കൎക്ക ടം; height of rainy season ആടിക്കൊട്ടമേകം മുഴങ്ങുന്നേർ അലറുന്നു RC. roars like the clouds in Āḍi.

I. **ആടു** āḍu T. C. M. (Tu. ഏഡു) 1. Goat, sheep (lit. frisky, from ആടുക). 2. dewlap (from its perpetual motion). ആടു കരയുന്നു to bleat. പെ ണ്ണാട്ടിനെ മേടിച്ച PT.

Kinds കാട്ടാട് M. മലയാട് So. വരയാട് Palg. Ibex. കോലാട് & വെള്ളാട്, goat. പള്ളാട് (Ex. 12,5) & ചെമ്മറിയാട് (ചെം) sheep.

ആടുമാടു cattle. [bracteata.

ആടുതിന്നാപാല, ആടുതൊടാപ്പാല Aristolochia

ആട്ടിങ്കുട്ടി, കുഞ്ഞാടു kid, lamb.

ആട്ടിങ്കല്ല് bezoar V2.

ആട്ടിൻപിഴുക്ക goats' dung V1.

ആട്ടിറച്ചി mutton.

ആട്ടുകാരൻ shepherd.

ആട്ടുകൊററൻ ram.

ആട്ടുകൊട്ടമ്പാല a plant "ram's horn."

II. **ആടു** = നാടു T. M. (perhaps from ആളുക, or അടുക) in വേണാടു Travancore. ഏറാടു or ഏറ നാടു, പുറയാട്ടുരനാടു TR.

III. **ആടുകാൽ** see ആടുക 2.

ആടുക, ടി āḍuγa T. M. C. Te. Tu. 1. To wave, swing, rock. ആടിത്തുടങ്ങിനാൻ ഉറിയുമങ്ങും CG. (Chrshṇa with the ഉറി) — of ringing sound പൊട്ടിച്ചാടുന്ന വൃക്ഷദ്ധ്വനി CC. 2. to shake, totter, sink as hand from a blow ഒന്നു പെററാൽ പെണ്ണാടി, മട്ടൽ കടിഞ്ഞാൽ തെങ്ങാടി prov. വേപഥുശരീരനായി ആടുകാൽ! തുടന്നു Bhg 1. 3. to dance ആനന്ദിച്ചാടിപ്പാടി വാണു Bhr 1. hence തിറയാടുക (= കെട്ടിയാട്ടം) etc. act a play ആടാചാക്യാർ, prov. 4. different playful or regular movements, f. i. നീരാടുക bathe (often merely ആടുക MC.) തീൎത്ഥമാടുക visit holy baths (ഗംഗയാടുക Bhr.), നായാടുക hunt, ആടിവിളിക്ക beckon, ദേവന്റെ ശിരസ്സിൽ ആടുക pour milk, oil, cow's urine, cocoanut milk on an idol.

CV. ആടിക്ക f.i. പാമ്പിനെ ആടിച്ചു Mud. a juggler made the snake to dance, ദേവനെ ആടിക്ക = ജലാഭിഷേകം (see ആടുക 4.) ധൎമ്മദൈവത്തെ ആടിച്ചു കൊള്ളാം SG. (a vow) theatrical play. വില്ലു മുറിച്ചു കല്യാണമാടിച്ചാൻ AR. celebrated marriage.

Der. ആട്ടം, ആട്ടു, ആട്ടുക etc.

ആടോപം āḍōbam S. 1. Being inflated, flatulency GP 69. 2. ostentation, pride നരപതികളുടെ കലബലവിഭവം ഒക്കവേ ആടോപമോടെ പറഞ്ഞു കേൾപ്പിക്കെടോ Nal 2. 3. pomp ഏറ്റുമുരവാടോപം Nal. adv. ഉദ്ധതാടോപം ശമിച്ചു PT.

I. **ആട്ട** āṭṭa T. obl. case of ആണ്ടു; ആട്ടക്കന്നി A cow that calves every year. ആട്ടപ്പിറന്നാൾ yearly birthday. ആട്ടവിശേഷം annual feast SoM. B. [ണ്ടങ്ങ q. v.)

II. **ആട്ട** A bitter gourd ആട്ടങ്ങ med. (= ആ

III. **ആട്ട** C. Mahr. No. see സാട്ട.

ആട്ടം āṭṭam 5. VN. of ആടുക. Moving play, dance, comedy. പാട്ടും ആട്ടവും തുടങ്ങി, ഒരാട്ടവും അനക്കവും ഇല്ല perfect silence. ആട്ടം മുട്ടിയാൽ കൊട്ടത്തടത്തിൽ prov.

Cpds. ചക്കാട്ടം oil making.

നീരാട്ടം bathing, boating.

ആട്ടക്കാരൻ dancer, actor — N. pr. of a caste that play in temples. (17 in Taliparambu).

ആട്ടു āṭṭu VN. of ആടുക 1. Swinging ആട്ടുകട്ടിൽ ആടുക. 2. = ആട്ടം dance, play ആട്ടാല CC. 3. hooting രണ്ടാട്ടു കേൾക്കാം prov. അവനെ ആട്ടും പാട്ടും കൊടുത്തു പായിച്ചുകളഞ്ഞു drove him off by a sharp word. 4. hunting ആട്ടുനായ് dog for chase. ആട്ടുകേട്ട പന്നി prov.

act. V. **ആട്ടുക** (ആടുക) 1. To press oil ആട്ടുന്നവനെ നെയ്യാൻ ആക്കി prov. ആട്ടുക്കല്ല a mill B. 2. to hunt ഒരു മൃഗത്തെ ആട്ടി VilvP. ആട്ടിക്കടിയൻ hunting name of jackal. 3. to hoot ആട്ടുക്കൊട്ടുക drive off with abuse or ഹുങ്കാരം, എന്നെ ആട്ടി പുറത്താക്കി TR. 4. to drive away പശുക്കളെ ആട്ടിത്തെളിക്ക, പോത്തും മൂരിയും ആട്ടിക്കൊണ്ടു പോയി TR. took our cattle.

ആഡംബരം āḍambaram S. (drum from ആടുക) 1. Pride, pomp, show. ദിഗംബരാഡംബരവേഷം Bhr. യൌവനാഡംബരം കൊണ്ടു ദൈവത്തെ ധിക്കരിച്ചു PT. 2. celebration, ഉണ്ടായ്തുതും സ്വയംവരാഡംബരം, സ്വയംവരാഡംബരസ്ഥാനത്തു Nal. — parade; retinue V1.

ആഢകം āḍhagam S. A measure = 4 ഇടങ്ങഴി, a Marakāl CS.

ആഢകി S. Cajanus indicus (= തുവര).

ആഢ്യൻ āḍhyaǹ S. (√ അർഹ്?) Opulent, rich, ബലാഢ്യൻ powerful.

ആഢ്യന്മാർ 1. the chiefs, f.i. in war.

2. title of a class of Brahmans, chiefly the അഷ്ടഗൃഹക്കാർ, leaders in the old aristocracy of Malabar. ആഢ്യൻ നമ്പൂതിരിക്ക മേൽശാന്തി.

ആണ āṇa 5. (Tdbh. ആജ്ഞ) 1. Command. നമ്മുടെ ആണയും ആജ്ഞയും ലംഘിച്ചു, കമ്പഞ്ഞി ആണ തിക്കരിച്ചു TR. 2. oath, adjuration. വിശ്വാസം വരുവാൻ ആണ സത്യവും ചെയ്തു തരാം TR. പൊയ്യാണ perjury.

ആണയിടുക 1. to swear പള്ളിയെ പിടിച്ച്, അപ്പനെ പിടിച്ച് ആണയിടുക V1. also with Acc. ഗുരുവിനെ ആണയിട്ടാൻ swore by.

CV. ആണയിടുവിക്ക to put on oath.

2. to adjure, also cite, arrest. കമ്പഞ്ഞിപേൎക്ക് ആണയിട്ടു തടുത്താൽ അവർ കൂട്ടാക്കാതെ TR. അവന്റെ മേൽ തിരുവാണയിട്ടു (formula: വീരകേരളൻ പുറത്താണ, പൊന്നമ്പുരാനാണ etc.) 3. by, f. i. കണ്ണാണ, ഗുരുവാണ, എന്നാണ നിന്നാണ നേരാങ്ങളേ TP. തന്നാണ ഞാൻ എന്നുടെ കണ്ണു രണ്ടാണ ന്യായശസ്ത്രക്കാരിയിക്കയില്ല CC. നിങ്ങളാണ, ശിവൻ തൻ പാദത്താണ CG. രാമപാദങ്ങളാണ AR 2. — often shortened നിന്നാണെനിക്കില്ല (po.) I swear by thee, I have it not.

ആണം āṇam T. M. 1. Broth, soup. കോഴി യാണം; a dish of Maplas ആ. വെക്ക. — 2. (C. ആണി burst) ആ. കിറുക a field to burst by the heat of the sun = ചെടി എട്ടുത്തുപോക.

ആണത്വം āṇatwam (ആൺ q. v.) Manliness, also ആണത്താരം Mpl.

ആണി āṇi T. M. C. Te. (also S. from ആൺ) Peg, nail. ആ. മേട്ടുക to strike it, തറെക്ക to drive in. തമരാണി, തിരിപ്പാണി, പിരിയാണി screw. വണ്ടിയാണി axlepin, കടയാണി nail with a head (opp. പാപ്പാണി); also = എഴുത്താണി style.

2. what is like a nail or pin. പൊന്നാണി a sample to mark the മാററു Can S. ആണിചാൽ irrigation channel V1. (ആണി also bed for 4 plantain trees) — കരുപിന്റാണി (= കള്ളൻ) the last bit of matter in a boil, considered as its seed. — ആണി മെലൊക്ക comedones. — ആണിക്കണ്ണൻ a fish V2. — എല്ലിൻ ആണി head of bone.

3. the peg on which all depends, prime mover, ഇവൻ ഒർ ആണി എന്നറിക നൂററവക്കു Bhr 8. (said of Karṇa)

ആണിപ്പൊന്ന് എല്ലാമേ നാണിച്ചു പോം തൻ കാന്തി കണ്ടാൽ CG. finest gold.

ആണിക്കരം the choicest of any thing V1.

ആണിവേർ taproot.

ആൺ āṇ 5. (ആണി, അണ്ണൻ?) Male. — old pl. ആണ്ങൾ (q. v.) brother. — mod. pl. ആണുങ്ങൾ f.i. ആണുങ്ങൾ ആകിൽ പുറപ്പെടുക AR 6. (calling out the foe) നി ആണും പെണ്ണും അല്ലാതെ പോകം a nondescript (abuse).

Comp. ആണാട്ട ram.

ആണില്ലം house of bridegroom (of castes below Nāyers).

ആണില്ലക്കാർ bridegroom's relations.

ആണ്കിടാവ് boy, manly fellow. [child.

ആണ്കുട്ടി, ആങ്കുട്ടി, ആൺപൈതൽ (song) male

ആൺകതിര horse, stallion.

ആണ്പാട്ട 1. man's work. 2. male member V1.

ആൺപിറന്നവൻ = ആൺ man.

ആൺമത്തി etc.

ആണ്മരം male tree (so ആൺതെങ്ങ്, ആണ്പന, ആൺപപ്പായം etc.)

ആണ്ചുറി the lower half of a cocoanut shell.

abstr. N. 1. ആണത്വം, manliness. അവർ വലിയ ആണത്തം ആക്കി TR. they took it much amiss. ആണത്തക്കാരൻ a hero (vu.)

2. ആണ്മ bravery. ആണ്മതിരണ്ടൊരു നായകൻ CG.

I. **ആണ്ട āṇḍa** So. ആണ്ടാൽ (prh. ആൺ + തൈ) Young bamboo shoot കായലാണ്ട. ആ. പൊട്ടുക = മുള വരിക of any strong shoots.

II. **ആണ്ട** adj part. of ആളുക.

ആണ്ടങ്ങ (fr. ആണ്ടു?) & **ആട്ടങ്ങ** (II. ആട്ട) Wild cucumber V2.

ആണ്ടി āṇḍi T. M. C. Religious mendicant, worshipper of Subramanya, a Paṇḍāram, also called പഴനിയാണ്ടി (a caste of Yōgis V1.) ആണ്ടിയാട്ടം a certain dance V1. — hence പിലമ്പാണ്ടികൾ. ആണ്ടിയൂട്ട് feasting Paṇḍārams.

ആണ്ടു āṇḍu T. M. (T. യാണ്ടു Te. ഏഡു) 1. Year; prh. from ആഴുക comp. ആഴ്ച; ആണ്ടുമറുജാനാം = $365\frac{1}{4}$ days. Can S. ആണ്ടുവരേ, ആണ്ടൊന്നിനാൽ (doc.) yearly. ആണ്ടുതികഞ്ഞൊരു പുത്രൻ 1 year old, SiPu 2. ആണ്ടറുതി festival at the close of a year. Der. ആട്ട I. — 2. longer periods, a Jupiter cycle of 12 or 60 years രണ്ടാം ആണ്ടെക്കതിർ നുന്നൂറും ആണ്ടു (Jew. doc.)

ആതങ്കം āδaṅgam S. (ആ III തഞ്ച്) 1. Pain, grief; God is നിരാതങ്കൻ Bhr. അമ്പെല്ലുയാൽ ആ. പൂണ്ടുസിംഹം CG. 2. offence, hindrance കോഴികൾ ആ. പെയ്യു തുടങ്ങി CG. by crowing unexpectedly. ചാണക്യൻ ആ. ആയി Mud. proved a curse to the innocent.

ആതഞ്ചനം S. What causes to coagulate, whey (po.)

ആതതായി āδaδāyi S. (ആതതം drawn bow) Threatening one's life, felon (= വധത്തിന്നടുത്തവൻ).

ആതപം āδabam S. ($\sqrt{}$ തപ്) Sunshine പൊടിക്കൂട്ടം ആ. മൂടി പരന്നു നിരക്കവേ SiPu.

ആതപത്രം Umbrella ഏകാതപത്രയായുള്ളന്ന ഭൂമി Bhr. subject to one's protection (= ഏക ഛത്രം). [ണിക്കൂലി.

ആതരം āďaram S. (തര) Fare, freight = തോ

ആതി āďi 1. Duck (S. ആതി Turdus). 2. Tdbh. = ആദി.

ആതിത്ഥ്യം āďithyam S. (അതിഥി) Hospitality ആ. വഴിപോലെ ഇവൎക്കു ചെയ്യേണം KR. പ കപാലികളാൽ ആ. ചെയ്തു AR3. ആതിത്ഥ്യ വേലയും ആചരിച്ചു CG. — met. നല്ലവൻ നല്ല യുദ്ധാതിത്ഥ്യം KR3.

ആതിര āďira T. M. & തിരുവാതിര (S. ആ ൎദ്രാ) The 6th Asterism, star in Gemini.

ആതുരം āďuram S. (തുർ) 1. Diseased. 2. agitated = പരവശം — സന്താപങ്ങളാൽ ആതുരപ്പെട്ടു കി ടന്നുഴന്നു വേദിക്ക Si Pu4. കണ്ണാതുരയായി CC.

? **ആതുളി** āďuḷi (T. ആതാളി) Noise, buzz V1.

ആത്ത ātta 1. prob. Port. Anona squamosa & reticulosa (from America, in Hayti language Anon) ആത്തച്ചക്ക, ആത്തക്ക Custardapple.

ആത്തം āttam S. (ആ + ദത്തം) Taken, obtained; chiefly in adv. ആത്തമോദം Mud. cheerfully ആത്തവേഗം മണ്ടിനാർ CG. with all haste; ആത്തഗൎവ്വം deprived of pride.

? **ആത്തരം** (= ആതുരം? T. ആത്തിരം Te. ആത്രു) Necessity of engaging in a work V1.

ആത്താനം V1. = ആസ്ഥാനം.

ആത്തി ātti prh. അകത്തി or മലയാത്തി.

ആത്തുക āttuγa (= ആറ്റുക) പുഴയിൽ ഓളേ ആത്തിയിട്ടുന്നു TP. (= വിട്ടു)

ആത്തോൾ āttōḷ (T. ആത്ത, ആത്താൾ mother) also ആദിത്താൾ, — ലമ്മ, — ലന്മാർ Nambūtiri's wife (explained = അകത്തമ്മ, അകത്തേ യവൾ). ശ്രീദേവി ആദിത്തന്മാർ MR. (in Chāvacāḍu).

ആത്മാവ് ātmāvụ S. (√ അൻ, G. átmos, Athem in German) 1. Breath, life; soul, spirit. പരമാത്മാവ് the universal, ജീവാത്മാ വ് the individual spirit. ആത്മനികണ്ടു കണ്ടാ ത്മാനം ആത്മനാ AR 6. discover in the soul through the soul the one Soul of the world. ആത്മാവാത്മാവിനെ അറിയും prov. 2. heart, breast ആത്മാവുകൊണ്ടു വരിച്ചു ഞാൻ Nal. ആത്മാവിൽ കരം വെച്ചു, ആത്മാവിനെ തൊട്ടു സത്യം ചെയ്തു KU. 3. self, chiefly in comp.

hence: ആത്മകം (3) consisting in (= മയം) അന്തൎജ്ജഡദുഃഖാത്മകമാം ദേഹം KeiN 2. ആദിത്യരഥത്തിന്നു ചക്രമാകുന്നതു ഓരോ സംവത്സരാത്മകമായിരിപ്പൂതു. Bhg.

ആത്മജൻ (3) son, ആത്മജ daughter.

ആത്മജ്ഞാനം, — ബോധം (1) metaphysical intuition.

ആത്മപ്രശംസ (3) boasting ആ. മരണാൽ പരം Bhr 1. worse than death.

ആത്മരക്ഷ (3) preserving oneself, ആ. ചെയ്തു കൊണ്ടവർ ചെയ്തിൻ KR 5.

ആത്മവിത്ത്, ആത്മജ്ഞൻ (1) knowing the universal soul.

ആത്മഹത്യ (3) suicide, vu. അ'ഹത്തി.

ആത്മാൎത്ഥം (3) for one's own sake.

? ആത്മികയായിട്ടുന്ന പത്നി VCh. my own wife.

ആത്മീയം own (po.)

ആത്മ്യം personal ആത്മ്യശുദ്ധ്യാ Si Pu 3.

ആത്മോപദേശം metaphysics, explanation of ആത്മാ, അനാത്മാ & പരാത്മാ, the 3 constituents of existence (phil.)

ആദരം āďaram S. & **ആദരവ്** T. C. Te. 1. Respect, regard for. മല്ലാരിക്കാദരമില്ല SG. no favor. ആദരവോടെ CC. honorably. ആദ രവിൽ പൃച്ഛകൾക്കു നല്കി CG. kindly. ആദര വാൽ Anj. duly. 2. support, comfort എനി ക്ക് ഒർ ആദരവില്ല = no protection. ആദരവ തികം വന്നില്ല RC. no consolation (confounded with ആധാരം).

denV. ആദരിക്ക 1. to regard, ചൊന്നത് ആദരിയാതെ AR. not minding (= അനാ ദരിച്ചു); ദുൎന്നിമിത്തങ്ങളെ ആദരിയാതെ UR. ആദരിച്ചിരുത്തി honorably. 2. to support, console. എളിയവരെ ആ. Arb. ആദരിച്ചീ ടിനവാത്ത ഓതി രോദനം പോക്കിനാൽ CG. comforted the child.

Part. ആദൃതം honored ആദൃതരായുള്ളൊരാര ണർ CG.

ആദൎശം āďarŝam S. Looking-glass.

ആദാനം ādānam S. (√ദാ) Taking to oneself. ആ. ചെയ്ക, to receive. രാമനാൽ ജലധിയോടു ആ. ചെയ്യപ്പെട്ട ഭൂമി BrhmP. received from the sea.

ആദായം S. gain. ആദായപ്പെടുക, to be advanced. അതുകൊണ്ടു ഒർ ആദായവും നഷ്ടവും ഇല്ല MR.

ആദായ നികിതി income tax.

ആദി S. 1. beginning, first — നമ്മുടെ കാരണോന്മാർ നാൽ ആദിയായിട്ടു കൊള്ളക്കൊടുക്കകൾ TR. the transactions of this dynasty since the days of my ancestors. ആദിയായിട്ടു മാറി TR. changed again. ആദിഒടുവിൽ from beginning to end. 2. in comp. et cetera f.i. ഇത്യാദി, മലമൂത്രാദികൾ (= മുതലായ, തുടങ്ങിയുള്ള).

hence: ആദികാരണം original cause.

ആദികാവ്യം first poem in schools (Rāmāyaṇam).

ആദിദേവൻ original God.

ആദിഭൂതൻ the first ശില്പാദികൾക്കാദി ഭൂതൻ അപ്പുരം തീർത്താൻ KR 5.

ആദിരാജാവ് 1. first king. 2. the Māpiḷḷa ruler of Caṇṇanūr കണ്ണൂരിൽ രാജാ ബീബി TR.

ആദിയെ again (= ആദിയായിട്ടു) ആ. രണ്ടാമതു കോല്ക്കാരനെ അയച്ചു, ആ. പൈമാശി നോക്കിച്ചു TR.

ആദിവാചകം introduction (of a book) V1.

ആദിശേഷൻ the serpent Ananta.

ആദ്യന്തം 1. beginning & end. Vishṇu ആദ്യന്തവസ്തുവായ്നിളങ്ങി KR. God is ആദ്യന്തരഹിതൻ, the Vēdas are called ആദ്യന്തശൂന്യങ്ങൾ CG. 2. from first to last കാരണം ചൊല്ലിനാൻ ആ. KR. മണക്കുമ്പോൾ അംഗം കളിക്കും ആ. KR. from head to foot.

ആദ്യം first. — adv. at first, at once; as at first, again (= ആദിയേ) ആദ്യമേ കല്പിച്ചു MR.

ആദ്യവസാനം = ആദ്യന്തം f.i. വിസ്താരത്തിൽ ആദ്യഷ്ടി ആ. നടന്നിട്ടില്ല MR.

ആദിത്യൻ āditʼyan S. (അദിതി) 1. Son of Aditi (7 or 12). 2. Sun. ആ. ഉദിച്ചുയരുന്നതുപോലെ AR 1. ആദിത്യമണ്ഡലൻ RC. The circumference of the sun is computed at 95,100,000 Yōjana, Bhg. ആദിത്യഹൃദയം a mantram AR 6. ആദിത്യകണ്ണിൽ നീർകഴുകി TP. (a ceremony in drawing water).

ആദേശം ādēšam S. (√ദിശ്) 1. Order, command. — 2. substitute (gram.)

denV. ആദേശിക്ക V1. to command.

ആദ്യം ādʼyam S. see **ആദി.**

ആദ്രവിക്ക ādravikka S. (ദ്രു) Hasten towards, assault = ആപാതം V1.

ആധാനം ādhānam S. (ധാ) Placing, deposit ആ. ധരിച്ചിരിക്ക V1.

ആധാരം ādhāram S. (ധർ) 1. Support, prop, base ആ. പിടിക്ക V1. to take refuge. കഴിവാൻ ആ. ഇല്ല TR. the country is too insecure. ബോധിപ്പിപ്പാൻ ആധാരം ഇല്ല TR. we have not the means to pay. 2. the 6 or 12 chief regions of the human body, "location" of the വായു (= നില) ആ. ആറിൻേറയുടെ വിളങ്ങും ജീവൻ Anj. 3. M. document, bond, deed (also ആധാരിക, പ്രമാണം, കണമേക്കാല) എൻെറ തെളിവ് ആധാരത്തുപേണ ആകുന്നു MR. I prove my case altogether by documents. കീഴാധാരം, അടിയാധാരം documents of former transfer of property.

ആധി ādhi S. (ധ്യാ) 1. Care, anxiety, longing. നാട്ടാധിയായി homesick. ആധിയും വ്യാധിയും mental & bodily sufferings. 2. pawn VyM.

ആധിതൻ suffering mentally.

ആധിക്യം ādhikyam S. (അധികം) Overabundance; pre-eminence, authority, power. ഭൂമിയിൽ അ'വും അടക്കവും നിങ്ങൾക്കായിരിക്കട്ടേ, കർങ്ങൾക്ക് ആ. ശേഖിച്ചവൾ KU. you have the right to rule, they to sacrifice.

ആധിപത്യം ādhibatyam S. (അധിപതി) Sovereignty, supreme authority ദേവാധിപത്യം കൊടുക്കുന്നു Nal. (to heroes).

ആധീനം ādhīnam = അധീനം f.i. രാജ്യം സൂക്ഷ്മാൻെറ ആധീനമായ്പ്പോയി, നമ്പ്യാരെ ആധീനത്തിൽനിന്നിട്ടു നാം TR. I as subject of N.

ആധ്മാനം ādhmānam S. (ധ്മാ) Flatulence.

I. **ആന** āna C. Tu. M. (T. യാന, Te. ഏനു ഗു, C. ആനു = ഏന്തു to support) Elephant ആ നകഴുത്തിൽ കരേറി, — കഴുത്തേറി AR. ആന ഇരുത്തുക, നമസ്കരിപ്പിക്ക (in temples). നാ ട്ടാന tame elephant (opp. കാട്ടാന) തോക്ക വലി പ്പാൻ ന. ആനാ TR. Often in prov. ആനെക്ക മണി കെട്ടേണ്ട etc.

ആനകന്തി, — ഗുണ്ടി C. M. Ānagundi, residence of Cṛshna Rāyer KU.

ആനക്കളി children's play (ഏന്തുതുകേറി നി ന്നാന കളിപ്പതിന്നു CG.)

ആനക്കാശ്ശുവ medic. plant, so also

ആനക്കുറുന്തുവട്ടി a Hedysarum etc.

ആനക്കാരൻ elephant-keeper ആനയുടെ പു റത്ത് ആ. ഇരിക്കുമ്പോൾ prov. ആനക്കാർ TR.

ആനക്കാൽ an instrument in making roads.

ആനക്കുഷ്ഠം elephantiasis.

ആനക്കുഴി pit to catch elephants.

ആനക്കൊട്ടിൽ elephant's house.

ആനക്കൊമ്പു tusk, ivory.

ആനക്കോപ്പു elephant's trappings.

ആനക്കോൽ a measure of 4 kōl = 1 ദണ്ഡു.

ആനച്ചന്തം വെച്ചു നടക്ക stately walk.

ആനച്ചൊറിയൻ diseased with a scab (ആന ത്തോൽ, ഗജചർമ്മം).

ആനത്തലയോളം വെണ്ണ തരാം (song) as much as an elephant's head.

ആനനടത്തവും കതിരപ്പാച്ചലും ശരി prov.

ആനപ്പട, — പ്പടക്കൂടം elephant's pen, also ആ നപ്പന്തി, — ശാല.

ആനപ്പാവ് training an elephant — ആനപ്പാ വാൻ = ആനക്കാരൻ.

ആനപ്പിണ്ടി elephant's dung.

ആനമല N. pr. of the jungle behind Pālakāḍu.

ആനമുഖം വെക്ക TP. one of the 18 ആയുധാ ഭ്യാസം.

ആനമേൽ മണ്ണുനീർ the privilege of employing an elephant to convey earth, water (Syr. doc.)

ആനയടിവേർ, So. ആനച്ചുവടി (S. ഹസ്തിപാ ദം) Elephantopus scaber (med.)

ആനയടിവെച്ചതു the 5th stage of growth in a cocoanut palm, the stump 4 inches over-ground of the size of an elephant's foot ആ നയടി വിരിഞ്ഞു, ആനടിതൈത്തെങ്ങുകൾ MR.

ആനയിരുത്തി, — വിഴ്ക്കു, — ഴുൾ (Rh.) different plants.

ആനറായപ്പക്ഷി (= റാഞ്ചൻ) fabulous bird, an elephant-lifter. [Rh.

ആനവണങ്ങി or — വണക്കി Casearia ovata

II. **ആന** aM. T. = ആയിന, ആയ f. i. അവസ്ഥ യാനതു തിരുവുള്ളത്തേററി KU.

ആനകം ānaγam S. Drum. ആനകദുന്ദുഭി സൂനു CG. Cṛshna, son of Vasudēva.

ആനനം ānanam S. (√ അൻ) Mouth. ആന നശ്രീരത martial mien.

ആനന്ദം ānad'nam S. (√ നന്ദ) Joy, delight. There are 8 joys വിഷയാ —, ബ്രഹ്മാ —, വാ സനാ —, ആത്മാ —, മുഖ്യാ —, നിജാ —, അ ദ്വൈതാ —, ജ്ഞാനാനന്ദം Kei N 2. (phil.)

ആനന്ദബഹുലം VCh. = ഉപസ്ഥം.

ആനന്ദബാഷ്പം tears of joy.

ആനന്ദനം friendly reception V1.

den V. ആനന്ദിക്ക to rejoice. വെള്ളം (തൊട്ട്) ആ. a Nāyer custom, sprinkling every morning 7 times the water of their tank into the face. [bow.

ആനമനം ānamanam S. (നമ) Reverence,

ആനയനം ānayanam S. (നീ) Bringing. ആസനം ആ. ചെയ്തു Sk. brought, took.

den V. ആനയിക്ക 1. = വരുത്തുക (part. ആ നീതം) f. i. വസ്ത്രം ആനയിച്ചീടുക Nal 2. to solve, find. ത്രൈരാശികാനീതം Gan. found by the rule of three.

ആനായം S. Net വാപിയിൽ ആ. എല്ലാം നിരത്തിനാർ PT.

ആനായൻ ānāyaǹ (ആ II. ആൻ I.) Cow-herd ആനായമാതർ, — പ്പിള്ളർ, — ച്ചേരി CG.

ആനാവ് young cow, ആനാവുക്കുററൻ calf V1. 2.

ആനായത്തീട്ടു KU. The document by which Brahmans appointed kings for a period of 12 years each. (derived from ആനായർ,

since the ഏറാടിമാർ, or cowherds are regarded as the ancestors of the Kōḻikōḍu dynasty).

ആനാഹം ānāham S. (നഹ) Constipation (med.) [ലാനി etc.

ആനി = ആയിനി in N. pr. പൊന്നാനി, പന്ത

ആനുകൂല്യം ānuγūlyam S. (അനുകൂലം) Favour ദൈവാനുകൂല്യം നമുക്കില്ല, രാജാവ് ജഗന്തി കൽ ഏകാനുകൂല്യം നടത്തുന്നു Nal. rules impartially.

ആനുലോമ്യം ānulōmyam S. Natural order (opp. പ്രാതിലോമ്യം unequal marriages, etc.)

ആനൂപം ānūbam S. (അനൂപം) Marshy climate.

I. **ആൻ** ān T. So M. = ആ Ox or cow, hence ആനാവു young cow. [ക q. v.

II. **ആൻ** T. M. = ആയിൻ Conditional of ആക

ആന്ത ānδa (T. owl) A poisonous or unlucky animal മറുമരുന്നില്ലാത്ത ആന്തയും prov. (B. = chameleon V1. = ആമ).

ആന്തം ānδam So M. Spike to preserve fruit-trees from thieves.

ആന്തരം ānδaram S. (ആന്തഃ) Internal. ഇപ്രകാരം ആന്തരമായിട്ടുള്ള കാൎയ്യം ഗ്രഹിപ്പിച്ചു TR. the secret of the case. ആ. ഇല്ലാത്തവൻ superficial mind. ആ. ഉണ്ടു has courage, determination, resources.

ആന്തുറ, ആന്തൂർ ānδura N. pr. Fief under Calicut, from which are derived the ആന്തുറ നായന്മാർ potters also ആന്ത്യൻ KU. കലം ഉണ്ടാക്കുന്ന ആന്തിയന്മാർ TR.

ആന്തുക Fire to burn & rise (= ആളുക.) V1.

ആന്ത്രം āntram S. (അന്തരം G. 'enteron) 1. Entrails ആന്ത്രനോവു, — കൊളുത്തു, — വായു. 2. M. = ആന്ത്രവൃദ്ധി, ആന്ത്രവീക്കം a rupture, ആന്തിറവിൎത്തിക്കു നന്നു a med.

ആന്ദോളിക ānďōḷiγa S. (അന്ദോള) Swinging cot, litter = തൊട്ടിൽ.

ആന്ധ്യം āndhyam S. (അന്ധ) Blindness.

ആന്ധ്രം āndhram S. Telugu (Andhræ gens, Plin.)

ആന്യം ānyam T. M. (Tdbh. ആഹ്നികം) A day's work, day's hire or wages ഇനിയത്തെ ആനിയം തരിക (vu.)

ആന്യ ഊട്ടു daily meals given to Brahmans at the Mal. temples.

ആപഗ ābaġa S. (ആപഃ ocean or ആപഗ) River. [അങ്ങാടി.

ആപണം ābaṇam S. (പൺ) Market, shop

ആപതനം ābaδanam S. (പത്) Falling on. denV. പാപം ആപതിക്കും CC.

ആപത്ത്, ആപത്തി ābattu S. (പദ്) Mishap, ruin, danger. ആപത്തുകാലം opp. സമ്പത്തു prov. ആപത്തു വരും കാലം ആപത്തേ ഭവിച്ചിട്ടു KR. ആപല്ക്കാലത്തു ദുൎഗ്ഗയെ സേവിക്ക KU.

ആപന്നം (part.) afflicted, affected by.

ആപാദചൂഡം S. (ആ III) From head to foot ആ. അണിഞ്ഞ ആഭരണങ്ങൾ CC.

ആപാദമസ്തകം നോക്കി Nid. idem

ആപാദിക്ക ābādikka S. (പദ) To obtain പാക്കും പഴക്കയും ആപാദിച്ചു CG.

ആപീനം ābīnam S. (പ്യാ) Udder, ചൊരുന്നൽ po.

ആപ്തം āptam S. (ആപ) part. Reached, obtained, attached, trustworthy. ആപ്തവാക്കു undoubted declaration, as of Gods, authentic speech. ആപ്തമന്ത്രി confident. തനിക്കുള്ളൊരാപ്തന്മാർ VCh. ഇവിടെ ആപ്തമായിട്ട് ഒരു ആളെ അയക്ക TR. നമ്മൾക്കു വളരെ ആപ്തൻ (= വിശ്വസ്തൻ). — സമീപം ആപ്തവാൻ CC. came nigh.

ആപ്തി S. 1. acquisition. അടീഷ്ടാപ്തിയെ Sit Vij. to gain my wish. നാകലോകാപ്തിയിൽ കാൎയ്യം ഇല്ലെനിക്കു CG. what do I care about going to heaven. 2. trust V1.

ആപ്പ āppa Spoon, ladle V1. (T. അകപ്പ).

ആപ്പു āppu T. M. C. 1. Wedge, plug, what stops a crevice. ആപ്പും തട്ടി കവാടം അടെച്ചു (po.) bolted the door. ആപ്പും ചീപ്പും ഇടുക vu. — (hence മേലാപ്പു, മാറാപ്പു) 2. wad of gun, also ആപ്പം V1.

ആപ്പൻ N. pr. of men.

ആപ്യം āpyam S. (അപ്പ്) Watery, പിത്തവും ശോണിതവും ശ്ലേഷ്മവും സേചം വസ ആപ്യമായുള്ളതു VCh. — all drinkables, which digested produce മൂത്രം. രക്തം, പ്രാണൻ (med.)

ആപ്ലവം āplavam S. (പ്ലു) Bathing.

ആപ്സർ E. Officer ആപ്സരും ശിപ്പായ്മാരും TR. ആപ്പീസ് = office.

ആഫീൽ, അഫീൽ MR. E. Appeal

ആബദ്ധം ābad'dham S. (ബന്ധ) Bound to, connected — tie of yoke; ആബദ്ധമോദനായി CG.

ആബാധ ābādha S. (ബാധ) Segment of a triangle's base. Gan.

ആബ്ദികം ābd'iγam S. (അബ്ദം) Yearly — a Brahman ceremony ആ. കഴിപ്പാൻ TR. (= ശ്രാദ്ധം).

ആഭ ābha S. (ഭാ) Light, brightness. ആഭ കലർന്ന രത്നങ്ങൾ Mud. മന്ദഹാസാഭ Nal.

ആഭരണം ābharaṇam S. (ഭർ) Decoration, ornaments. മെയ്യാഭരണം, നവ നല്ലാഭരണങ്ങൾ RC. originally they were forbidden in Kērala; the most common are now: തോൾവള bracelet, കടകം wrist-ring. നെറ്റിപ്പട്ടം frontlet, ശിഖാമണി hairpin, കാതില or കുണ്ഡലം or കണ്ണുകടു ear-ring, മൂക്കുത്തി nose-ring, മാല necklace, ഊമ്മിക finger-ring, തള ankle-ring.

ആഭാഷണം ābhāšaṇam S. (ഭാഷ) Addressing. മനോഹരം ആബഭാഷേ CC. told his wish.

ആഭാസം ābhāsam S. (√ ഭാസ splendour, deceptive appearance). M. Low, vulgar സംസ്കൃതമൊഴിയുടെ ആഭാസം Arb. corruption (= തത്ഭവം) ആ. ആയപുര MR. mean building. സാക്ഷിക്കാർ ആഭാസന്മാർ MR. കലഹിനനായുള്ളോരാഭാസൻ എതിൎക്കാമോ Bhr. ആഭാസകലത്തിങ്കൽ ജനിച്ചു KR. — In phil. the individual soul is ആഭാസജീവൻ.

ആഭിചാരം ābhijāram S. (അഭി) Enchantment, sorcery (= മാരണമായുള്ളൊരാഭിചാരം ആചരിക്ക CG.) looking for omens to accomplish a sinister act. ആഭിചാരാദികൾ നന്നായി പഠിക്കും ദിവസം കഴിപ്പാനായി Mud. ആഭിചാരക്കാരൻ sorcerer.

ആഭിജാത്യം Noble birth Bhr. തൊപ്പിയിട്ടാൽ ജാതിക്ക് ആ വന്നു, പന്നിയൂർ കൂറ്റിലെ ബ്രാഹ്മണൎക്കു ആഭിജാത്യക്കുറവു വന്നു Anach.

ആഭിമുഖ്യം i. q. Simple ആ. ഭാവിച്ചു Nal. faced her. ഭാവിച്ചീടരുതവരോട് ആ. ചൊല്ലും Bhr. ആ'ത്തോടു കൂടവേ സമ്മാനിക്കും Mud. in presence.

ആഭീരൻ ābhīraǹ 1. An ābhīra, people near the Sindhu (= Ophir). 2. cowherd ആഭീരമണ്ഡലം എല്ലാം ഒട്ടൊണ്ടി AR.

7 **ആഭോജനം** ābhōjanam S. (ഭുജ) Water drunk by Brahmans out of their hands Vı.

ആമ āma T. M. C. (Tu. ഏമെ) Turtle of 3 kinds നാട്ടാമ (either കരയാമ, കാരാമ or വെള്ളാമ, the latter in fresh water.) കാട്ടാമ, കടലാമ. [യോഗം med.)

ആമത്തോടു tortoise shell (ആനപ്പല്ലും ആമ

ആമമുട്ടപോലെ (prov.) very soft.

ആമപറപ്പിക്ക to fly a kite.

ആമപ്പലക KU. seat of Brahmans, made of ചമത wood, in shape of a turtle (കൂൎമ്മപീഠം).

ആമസ്സഞ്ചി bag for betelnut, etc.

ആമം āmam S. 1. (G. 'ōmos) Raw, undressed, undigested. ആമാശയം stomach (opp. പക്വാശയം). 2. sickness, chiefly slimy stools. ആമജ്വരം diarrhœa with fever. 3. M. stocks for hands & feet തട്ടത്തു കൊണ്ടുപോയി ആമത്തിൽ ഇട്ടു TR. (= തോളം).

ആമണക്കു āmaṇakku T. M. (& ആവ— Te. ആമുഡം, C. അവുഡ്ലു S. ആമണ്ഡം) Castor oil plant ആമണക്കില, — ക്കിൻവേർ a med. [വെളുത്ത ആ.)

Kinds: ചിററാ — Ricinus communis (the best

പെരിയ ആ. Ric. inermis

ചെമ്പ്രാ — or പാണ്ടി ആ. Ric. africanus Rh.

ചുവന്ന ആ. (whence lampoil).

മലയാ — Ric. Tanarus.

കടലാ, — കണ്ടലാ, — കാട്ടാ Jatropha Curcas.

കൊടിയാ — Tragia camelia.

ആമന്ത്രണം āmantraṇam S. (മന്ത്ര) Call, inviting ആ. ചെയ്തു തേരിൽ കരേറി Nal. bid farewell (with an invitation).

denV. to invite, summon അവനോട് ആമന്ത്രിച്ചു ജരായൌവന.വിനിമയം Bhr. advised him to exchange.

ആമന്ദം āmand'am S. (മന്ദം) Slowly (ക്രമേ) ആ. പോന്നിങ്ങു വന്നു CG. by & by she became a woman.

ആമയം āmayam S. (ആമാ 2.) Sickness, hurt.

ആമലകം āmalaγam S. 1. Phyllanthus emblica, നെല്ലി. 2. N. pr. a temple തിരുനെല്ലി Sab. ജയം കരതലാമലകമായ്വരും Mud. as easily held as a നെല്ലിക്ക in the hand.

ആമാട āmāda (also ആടമാട) — Venetian or Moorish Zechin = വില്ലാശ്ശു V1. ഇല്ലാത്തവൎക്ക് ആമാടയും പൊന്നും prov.

ആമി āmi No M. (= കടെശ Rh.) A light timber tree, used for making yokes, the coals serve for gunpowder (= ഉതി Odina?)

ആമിഷം āmišam S. (ആമം) Flesh PT. ആമിഷാശി flesheater.

ആമീൻ Ar. āmīn, Native police officer MR.

ആമീൽ Ar. āmīl, Collector അങ്കാമി ആമീൽ. TR.

ആമൂലാഗ്രം āmūlāgram S. (ആ III.) From top to bottom V1.

ആമോദം āmōd'am S. (മുദ) 1. Joy. ആമോദിച്ച് CG. cheerfully. 2. fragrancy മീനായപ്പറ വന്നാമോദം ചെയ്യുന്നു നീ താനല്ലോ CG. smelled them out?

ആം ām 1. = ആകും (see ആകുക) It will be, also in S. interj. of agreeing. ആം എന്നുള്ളവർ GnP. those who can. 2. interj. of grief V1.

ആമ്നായം āmnāyam S. (മ്നാ) Tradition, holy scripture, po.

ആമ്പൽ āmbal T. M. (ആം T. wetness) A water-lily, which opens after sunset ആ. പിരിഞ്ഞുതായി CG. ആമ്പൽ കിഴങ്ങു, med. ആമ്പലിന്റെ അരി GP. എൻ ചിത്തമായുള്ളൊരാമ്പൽ CG. my mind seeks the moonlight of thy smiles. Chiefly:

രക്താമ്പൽ Nymphea Lotos.

വെള്ളാ — Nymph. alba.

ചിററാ — Nymph. stellata.

ചെറുചിററാ — Menyanthes cristata.

നെയ്തൽ — Men. Indica.

ഒട്ടല — Damasonium Indicum.

ആമ്രം āmram S. Mango tree, മാവ്.

ആമ്ലം āmlam S. (അമ്ല) Tamarind tree, പുളി.

I. **ആയം** āyam S. (ആ + ഇ) Income.

ആയവും വ്യയവും receipts & expenses ആയവെയങ്ങൾ നോക്ക vu. — ആയങ്ങൾ വന്നി പോലെ CG. revenues.

ആയക്കെട്ടു T. Tu. C. M. Settlement of land, register of assessment W.

II. **ആയം** M. 1. Either the prec. in വന്നായം, ഭവിച്ചായം, f. i. ഇനിപ്പുറം എങ്ങനെ വന്നായം എന്നറിഞ്ഞില്ല PT. how things will go with me (or from ആയി, ആയ്യ √ ആകുക). — also in നാരായം, കാലായം q. v. 2. lightness ആ. വരുത്തുക alleviate, ആ. കൊടുക്ക make nimble V1. 2. (B. slackness, comp. അയ).

ആയതം āyaδam S. (യമ) Stretched, long = നീണ്ട. ആയതമായ തോണി AR. ആയതമിഴിയാൾ Bhr. ആയത ചതുരശ്രം Gan. oblong.

ആയതി 1. length = ആയാമം. 2. futurity ആയതിക്ഷമൻ VCh. looking to future use.

ആയത്തം āyattam S. (യൽ) Dependant, tractable = ആധീനം; ആയത്തപ്പെടുക to be ready. (In So. ആസ്ഥപ്പാടു = ഒരുമ്പാടു V1.). Kings are described as സ്വായത്തസിദ്ധികൾ or സചിവായത്തസിദ്ധികൾ Mud. acting on their own conviction or on that of a minister.

ആയൻ āyan T. M. (ആ 2.) Cowherd, Veishya f. ആയി or ആച്ചി. — ആയകുലത്തിൽ പിറന്ന CC. ആയന്മാൎക്കു നാഥൻ CG. — ആയൎകോൻ 1. chief of cowherds CC. 2. Crshna Bhr.

ആയമ്പാടി, ഐമ്പാടി, അമ്പാടി 1. cowfold, village of herdsmen. 2. N. pr. of Tāmūri's palace, ആയമ്പാടി കോയിലകത്തു തമ്പ്രാട്ടി KU. chief lady in his establishment (see ഏറാടി).

ആയസം āyasam S. (അയഃ) Of iron f. i. ആ. ആയരൂപം Bhr. iron frame.

ആയാതം āyāδam S. (യാ) Happened = ആഗതം f. i. ആയാതഭോഗസമൃദ്ധി Nal.

ആയാസം āyāsam S. (യസ) 1. Exertion. ആയാസം ഒന്നും തുടങ്ങാതിരിപ്പിൻ CG. CC. overwork. 2. fatigue, trouble. ശമനായാസശമം വരുത്തി CC. refreshed themselves. ആയാസം പോക്കി CG. (= ആലസ്യം) — ആ. ആയൊരു തീയിലേ പായിച്ച പെയായി പോകമാറാക്കൊല്ലാതെ CG. don't drive her into despair & madness. 3. (compare ആയം II, 2.) nimbleness, അഭ്യാസത്താൽ ആയാസം വരുത്തി by fencing obtained full power of limbs; — opportunity, വട്ടം.

ആയിനി T.M. āyini (T. ആചിനി core of tree) = ആഞ്ഞിലി Artocarpus pubescens or hirsuta, a strong timber, കാട്ടുപിലാവ്.

പുളിയായിനി Webera corymbosa (its fruit കാട്ടുചക്ക.)

ആയിനിപ്പാട് 1. a mode of dunning, (prh. by sitting on a plank of Artocarpus wood, or from ആന്യം?) ആയിനി വിളമ്പുക to pay the expense of it. 2. meal given to bridegroom by bride's mother on marriage day (= പാച്ചോറു No.)

ആയിരം āyiram T.M. (C. സാവിരം S. സഹസ്രം) 1000. ആയിരം തേങ്ങകൊണ്ടു ഗണപതിഹോമം — ആയിരത്തൊന്നു നൽനമസ്കാരം S.G. ആയിരത്തെട്ടു കലശങ്ങൾ AR. for coronation. പാറൂർ പള്ളികാലിയാരും ആയിരവും കണ്ടു കാര്യം TR. letter to the chief men about P.

ആയിരക്കണ്ണി a dangerous ulcer.

ആയിരക്കണ്ണൻ thousand eyed.

ആയിരക്കാൽ മണ്ഡപം hall of 1000 pillars, as at Kumbhakōṇam.

ആയിരന്നാവറും ആവതല്ലോതുവാൻ CG. thousand tongued.

ആയിരപ്പന്തം candlestick with 1000 lights V1.

ആയിരമ്പുത്തി prov. thousand witted.

ആയിരോൻ Lord over 1000 Nāyer, അള്ളടത്ത് ആ. KU. also ആയിരോനഞ്ഞൂറു നായർ 1500.

ആയിലിയം āyiliyam (Tdbh. ആശ്ലേഷം) The 9th asterism, forefect of Leo, auspicious for Nāga worship.

ആയില്ലിയം a med.

ആയുധം āyudham S. (യുധ) 1. Weapon, arms (ഖഡ്ഗശൂലേഷു ചാപപ്രാസതോമരമുദ്ഗരയഷ്ടിശക്തിച്ചുരികാദികൾ AR 6.) ആയുധം എടുക്കുന്നാക്കവർ TR. the adult males. ബ്രാഹ്മണരെ കണ്ടാൽ ആ. വഴങ്ങേണം KU. present arms. ആയുധത്താണ Kum K. by my bow! 2. tool ആ. എടുക്കൽ installation by a sword conferred on each successive head of a family (also ഇണക്ക.)

ആയുധക്കത്തി Nāyer's war-knife കൈക്ക് ആ. കൊണ്ടു മുറിഞ്ഞു TR. (ഏറാട്ടുരക്കത്തി mod. മാപ്പിള്ളക്കത്തി.)

ആയുധക്കാരൻ sword-bearer, soldier.

ആയുധക്കോപ്പു armour, preparation for fight ആ'പ്പോടെ പോക TP.

ആയുധപാണി 1. fighting man. 2. title of the 36000 armed Brahmans, who performed Cshatria duty in Kēraḷa KU.

ആയുധപൂജ (= നവരാത്രി) feast in honour of the tools, which procure one's livelihood സരസ്വതിപൂജയും ആയുധം വെച്ച പൂജയും (8th Kanni) TR.

ആയുധശാല arsenal.

ആയുധാഭ്യാസം fencing exercise, taught by Paṇikkar (see കറുപ്പു). Of 18 kinds (പതിനെട്ടുവിദ്യ പഠിക്ക TP.) viz. 1. ഓതിരം 2. കടകം 3. ചട്ടുലം 4. മണ്ഡലം 5. വൃത്തചക്രം 6. സൂകരമാളം 7. വിജയം 8. വിശ്വമോഹനം 9. തിര്യഗ്മണ്ഡലം (അന്യോന്യം) 10. ഗമയാഖേടശഹരം 11. ശത്രുഞ്ജയം 12. സൌഭദ്രം 13. പടലം 14. പുരാജയം 15. കായവൃദ്ധി 16. ശിലാഖണ്ഡം 17. ഗദാശാസ്ത്രം 18. അനുത്തമം. Popular names are ആനമുകംവെച്ചും ചന്തംവെച്ചും കതിരമുകംവെച്ചും കുന്തൽവെച്ചും etc. TP.

ആയുസ്സ് āyussu S. (ആയു, √ അൻ, G. aiōn) 1. Life, long life നിങ്ങളെ ആയുസ്സോടു കൂടെ പോണം TR. I shall let you escape with your lives. ആയുസ്സില്ലാത്തവരല്ലോ മരിച്ചു, ആയുസ്സുററവർ ജീവിപ്പില്ല Bhr. ആ. രണേകളയുന്ന ഭടന്മാർ KR. ആ. എടുക്ക, നീക്കിക്കളക TR. to execute one. ആയുസ്സിന്നു ബലം ഉണ്ടാം, ആയിത്തിന്നു നന്നു a med. 2. lifetime.

ആ. വൎദ്ധിക്ക to live long, ആയുസ്സിന്നു കേടു prov. ആ. ഖണ്ഡിക്ക to terminate one's life. V1. നിൻ അൎദ്ധായുസ്സു കൊടുത്താൽ Bhr. half thy destined lifetime ആ. എത്താതതവൻ കത്തി ചിച്ചാലും ചാക ഇല്ല. vu.

ആയുരന്തം death. ആ'ത്തിൽ സ്വൎഗ്ഗം പ്രാപിച്ചു KR. ആ'ത്തോളം Nal 4.

ആയുൎബ്ബലം strong constitution.

ആയുൎഭാവം (= അഷ്ടമഭാവം.)

ആയുൎവ്വൎദ്ധനം lengthening the life (f.i. medicine).

ആയുൎവിനാശകാലം death (ആ. ആഗതം AR.)

ആയുൎവ്വേദം medical science.

ആയുശ്ശേഷം rest of lifetime അവന്ന് അല്പം ആ. ഉണ്ടാകയാൽ PT.

ആയുഷ്ടോമം celebration of life, a sacrifice KR.

ആയുഷ്മാൻ (f. ഷ്മതി) long lived — ആയുഷ്മാനാക Bhr. a blessing.

ആയോധനം āyōdhanam S. (യുധ) Battle. ആ'ത്തിന്നു കോപ്പിട്ടു Bhr. prepared to fight.

ആയ്യു. ഞ്ഞു āyya T. M. C. 1. To select, cull (hence ആരായ്യു) gather, array വിറക് ആഞ്ഞു വെക്ക heap up, കയിറു, നൂൽ ആ. coil up. കറുക ആഞ്ഞുവെക്ക put grass halms of equal length for a rite. 2. = അഞ്ചുക, to bend as for an exertion V1. പരിഘം ആഞ്ഞു AR 6. swung. തേർ ആഞ്ഞു പിടിച്ചു ശരകൊണ്ടടിച്ചു Bhr. pulled up. പാടവം ഉടയവർ തമ്മിൽ നേരെ ആസ്തടന്നറിഞ്ഞു RC. ഖഡ്ഗത്തിൽ ഒന്നാഞ്ഞടിച്ചാൻ PT. lifting up the arm. കപിമന്നൻ ആയ്യു പായ്യു RC. fled eagerly.

a.v. ആയ്യ to swing (2) വില്ലായിച്ചു തിരുമുടിയിൽ ഓങ്ങി അടിക്കും VeY.

ആരം āram 1. S. (Erz Ge.) Brass, also ആരക്കൂടം — ആര S. an awl. — ആരൻ S. Mars, G. ārēs. 2. Tdbh. ഹാരം string of pearls; മാറത്തു ചേരുന്നൊരാരം CG. പളുങ്കാരമോതിരം Pay.

ആരടം āraḍam No M. = താവാട്ടു (prh. ആറിടം from അറു; or = ആരൂഢം.)

ആരട്ടം āraṭṭam S N.pr. of a part of the Panjāb. famous for horses.

ആരണൻ āraṇan (T. ആരണം Vēdam, prob. from S. ആരണൻ stranger) Brahman, perhaps the name, by which they called themselves when entering the peninsula. ആരണർ കണ്ഡത്തിൽ അഗ്നികൾ CG. ആരണർ കോനായ നാരദൻ, ആരണാധീശനാം വാല്മീകി E.M. also hon. plur. ആരണവൎഗ്ഗം അനുഗ്രഹം നല്കി CC.

ആരമാ āramā A Venetian, = 5 Rupees V1.

? **ആരമ്പം** ārambam No. = ഓമന. (ആർ III.)

ആരമ്പമായി വളൎക്കുക, പോററുക fondly.

ആരമ്പക്കളി or ആരമ്പം കളിക്ക children to coax parents.

ആച്ചിമാർ പോററിയോർ ആരമ്പപ്പൈതൽ നീ (song) = ആരോമൽ. ആരമ്പക്കുട്ടി etc. darling

ആരംഭം ārambham S. (രഭ) Undertaking, beginning.

den V. ആരംഭിക്ക = തുടങ്ങുക, with Acc. പട ആരംഭിച്ചു വിളിച്ചു, ആരംഭിച്ച കൎമ്മങ്ങൾ TR. വ്യവഹാരം ആ MR. with Dat. പ്രവൃത്തിക്ക് ആ. MR. took up the work.

part. ആരബ്ധം begun, വിലാപ്യങ്ങളാൽ ആരബ്ധമായുള്ള ശബ്ദപങ്ക്തികൾ Nal.

ആരഭ്യം to be taken in hand ആരഭ്യമായൊരു ബാണാഗ്രഹം CG.

ആരംഭണ alacrity V1.

ആരംഭി diligent; clever workman V1.

ആരൽ āral T. M. (T. also fire) 1. An eel (So M. ആരോൻ) Clitoria ternatea. 2. (T. ആര) Marsilea quadrifolia = നീരാരൽ; പുളിയാരൽ Oxalis (in GP. നീരാറൽ, പുളിയാറൽ).

ആരവം āravam **ആരാവം** S. (രു) Cry, noise യുദ്ധാരവം etc.

ആരവാരം T. M. Tu. clamorous multitude, (C. ആരാവാരം retinue, train, prh. from ആരുക) feastly pomp ആരവാരങ്ങളും സിംഹനാദങ്ങളും Nal. വീരർ പോരിടെ ആ. മിളെച്ചു RC. warcry.

ആരവാർ see ആരുക.

ആരാട്ടുക, ആരാടിക്ക ārāṭṭuγa No. (T. ആരാട്ടു = ?contraction of താരാട്ടു Winslow) കുട്ടിയെ ആ. To soothe or lull a child to sleep. see ആട്ടുക & ആർ III.

ആരാധനം ārādhanam S. (രാധ) 1. Gaining, performing. 2. (= ആരാധന) worship, esp. with flowers മാലയെ ആ. ചെയ്യു കൂപ്പി Nal.

ആരാധനചെയ്ക & ആരാധിക്ക to worship. അവനെ ആ. ചെയ്തു CartV. രാമൻ വില്ലി നെ ആരാധിച്ചു AR. (before using it).

ആരാമം ārāmam S. (രമ) Pleasure garden പൂങ്കാവു; ആ. എല്ലാമേ ആരാഞ്ഞുഴന്നു CG. (a grove.)

ആരായ്ക, ഞ്ഞു ārāyɤa T. M. C. Te. [Tu. to rake together.] (prob. ആയ്ക with Inf. ആര) To seek, search, examine ആരാഞ്ഞു Syr. doc. നാരായണനെ ആരായേണം CG. ക്രമ്മം ആ രാഞ്ഞു വന്നീടേണം Vet C. to get a turtle. ആ രായ്കവേണ്ട Bhr. വേദങ്ങൾ തന്നെപ്പിന്നാരാഞ്ഞു ഴന്നു CG. ആരാഞ്ഞുനോക്ക to examine, — ? ആരായ്ച്ചനോട്ടം a certain divination V1.

ആരാൽ ārāl S. (Ved. distant) Near ആ. വീണു AR.

ആരുക, ന്നു āruɤa (T. Te. to abound, have richly, prh. from √ ആരു) C. Te. T. Tu. chiefly the Inf. ആര Richly, satisfactorily. കൈയ്യാ രവണങ്ങി, കയ്യാരതൊഴുതു RC. (with both hands) ഒരംററിന്നന്നും വയറാര പിണം നല്കി RC. to vultures in battle — a belly-full for their offspring. ആരവാർമുല full breast, hence ആരവാർമുലയാൾ Bhr. ആരവാർമുല നല്ലാൾ RC.

adj. part. past. മധുവാൎന്ന പൂവിടെ RC. (= പൂ ണ്ട, ഉള്ള.) നീടാൎന്ന ആൾ CG. tall man. ഗുണ മാൎന്നവർ the good. മേരുനേരാൎന്തവൻ RC. as high as Mēru. മോദം ആൎന്നീഴും ഫലം the joy-giving fruit. ചേണാൎന്ന സമ്പത്തു overflowing wealth, ആന്നു (sic.) ചൊന്നാൻ CG. decidedly.

adj. part. fut അകിലാരും കൊങ്ക, അഴകാരും നിൻവാചകം RC.

fin. v. അപായം ആൎന്നു CC. they died (= പ്രാ പിച്ചു).

v. root in Comp. (= ആരും) താരാർമാതു Bhr. the Lotus-born lady Lacshmi വടിവാർ. വി ല്ലു RC. well shaped bow.

ആരുണ്യം āruṇyam S. = അരുണത, Of glowing anger മുഖം ആ. പൂണ്ടു ചമഞ്ഞു CG.

ആരൂഢം ārūḍham S. (part. രുഹ) 1. Ascended. അശ്വാരൂഢൻ mounted. ആരൂഢന്മാർ, ആരൂഢസമാധികൾ KeiN. perfect philosophers. ആരൂഢമോദാൽ Nal. (= ജാതം). 2. Mal. a ruined house or family = മുമ്പു ഉള്ള തറ വാട്ടു.

ആരോഗ്യം ārōgyam S. (അരോഗം) Health, strength; also of trees കഴങ്ങിന്റെ ആ. പോ ലെ TR.

ആരോപം ārōbam S. (രുഹ caus.) Laying on, imputation, charge, also ആരോപണം. den V. ആരോപിക്ക = ചുമത്തുക to inflict; സ ല്ഗുണം ആ. VCh. to attribute virtues. ദോ ഷം ആ. to charge with faults.

ആരോമൽ ārōmal (ആർ = അരു) 1. Darling ആരോമൽ പൈതൽ CG. 2. pleasantly, happily ആ. സുഖിച്ചിരുന്നീടേണം PT. ആ. വന്ദനം ചെയ്തു etc. (po.)

ആരോഹം ārōham S. (രുഹ) Rising, ascent. പുരവരം ആ. ചെയ്യാൻ KR. went up into (see ആരൂഢം.)

ആരോഹണം ascending (f.i. സ്വൎഗ്ഗാ — the death of kings KU.); rise in singing MC. den V. ആരോഹിക്ക to ascend രഥം ആ. BR.

I. **ആർ** ār T. M. (= യാർ) Who? pl. & indef. sing. ഈ എഴുത്തു ആരെതു (& ആരേതു) TR. whose = ആരുടെ — അവരിൽ ആരാരുടെ അ ടിക്കു ആണു മുറിഞ്ഞതു MR. (repeated with distributive signification). ആരും ഇല്ല there is none, I have no friend. ആരും ഓരും (= അ വരും) ഇല്ലാത്തവൻ V1. left alone in the world. ആരാൻ (fr. ആർ, ആയിൻ see ആകുന്നു) ആ രാനും whosoever, any one, the next best, ആൎക്കാനും വേണ്ടാ none wants it; also declined ആരാന്റെ, ആരാനോടു KR. ആരാൻ ആരാൻ തന്നെ prov. the who is it remains a who is it.

Old forms ആരെനും (fr. എന്നിനും) & ആരേലും (ഏലിലും) ആരേലും വന്നു കണ്ടാകിലോ CG. — ഗൃഹം ആരുടെ വാൻ CC. whose can it be?

II. **ആർ** 1. (T. sharpness) Chip, splinter, as of bamboos മുളയാർ. വിരലിന്നു ആരുകൾ പാച്ചി

drove splinters between finger & nail ആർ കന്താം, ആരിൻകന്തം spear of Areca wood; shaft of spear (=അലക) ആരിക്കോൽ pointed stake. 2. (T. splendour) ആരരല്ലം പൊന്നു CG. shining gold. (Comp. ആരക).

III. ആർ=അരു (bef. Vowels) ആരുയിർ Bhr. The precious life, ആരഴൽ തീരുമാറു Bhg 6. love-sickness; prh. ആരോശ (ഒച്ച) V1. contralto (?)

IV. ആർ=ആറു f. i. ഉച്ചത്തിലാമ്മാർ നിലവിളിച്ചു Mud. ആർചൂടും ഈശൻ Siva crowned with Ganga.

ആൎക്കുക, ൎത്തു ārkuγa T. M. (T. also to fight comp. II ആർ) 1. To cry aloud, roar, shout. ആൎത്തുവറക to vociferate, മൂന്നനില ആൎത്തു (in solemnities). ആൎത്തുപുകഴ്ത്തിനാർ AR. shout of triumph. 2. prh. to blaze up, rise ആൎത്തെരിയുന്ന അഗ്നി (po.) or roaring fire?

VN. ആൎക്കൽ, ആൎപ്പു in ആ. വിളിക്ക, ആൎപ്പിടുക; also ആൎപ്പരിക്ക to halloo.

CV. ആൎപ്പിക്ക 1. make to shout. 2. പൊടി ആൎപ്പിച്ചു Bhr. stirred up, raised dust.

ആൎങ്ങോടു ārṅṅōḍu (ആർ T. Bauhinia tree, ആൎമ്പകോടു its branch, symbol of the ചോഴ Rāja) N. pr. The Vaḷḷuvar dynasty, which had to celebrate the Mahāmakham feast at Tirunāvāi, until dispossessed by the Tāmūri. ആങ്ങോട്ടുസ്വരൂപം KU. ആൎങ്ങോട്ടുപറെക്ക MR. by the A. measure.

ആൎജ്ജനം ārjanam S. (ഋജ) Acquiring. denV. നല്ല ഗുണങ്ങൾ ആൎജ്ജിക്കേണം PT.

ആൎജ്ജവം ārjavam S. (ഋജു) Straightness, sincerity, justice.

ആൎത്തം ārtam (ആ + ഋ) part. Afflicted അവൾ ആൎത്തയായി CG. suffered (in childbirth). ആൎത്തനായി Mud. despairing.

ആൎത്തനാദം shriek, groan, alarm, lament.

ആൎത്തപരായണനായ നാരായണൻ N. the help of the distressed.

ആൎത്തി S. 1. affliction വിയോഗാൎത്തി Nal. ആൎത്തികളയുന്ന തീൎത്ഥം KR. a saving water. — vu. ആൎത്തിയില്ല he is not poor. 2. chiefly thirst ആ. പിടിക്ക pant after water, etc. 3. (comp. ആൎക്ക) crying out.

ആൎത്തവം ārtavam S. (ഋതു) The menses. ആ. ചെറുകം, ആൎത്തവാരിഷ്ടാദികം Nid.

ആൎദ്രം ārdram S. 1. Wet, moist ചേലകൾ ആൎദ്രങ്ങളായി CG. by bathing. ഭൂമി ആൎദ്രയായി (by moonlight) refreshed. ആൎദ്രഗന്ധങ്ങളെ കൊണ്ടു തളിക്ക Nal. 2. soft, mellow, feeling അന്യനിൽ പ്രേമാൎദ്രഭാവം ഭവിക്കുമോ SiPu 3. are strangers pitied. കരുണാൎദ്രബുദ്ധ്യാ AR. from compassion.

ആൎദ്രത compassion = ആൎദ്രഭാവം, എന്നുടെ ദുഃഖം കണ്ടാൽ ആൎദ്രത ഭവിക്കേണം Nal. കല്ലിന്നും ആ. ഉണ്ടാം Bhr. even a stone would melt.

ആൎയ്യം āryam S. (അൎയ്യ Ved. faithful, or √അർ ploughman) 1. Belonging to the Āryas, the conquerors of India, (opp. ദാസ്യ, ശൂദ്രൻ). ആൎയ്യന്മാരുടെ മതം കൈക്കൊണ്ടു Mud. the mountain prince embraced Hinduism ആൎയ്യനോടു പരുഷം ഉണ്ടോ പറയുന്നു Mud. a Brahman; but also Veishya, ആൎയ്യൻ = ചെട്ടി loc. 2. Sanscrit ആൎയ്യവാക്ക pure Sanscrit. ആൎയ്യ എഴുത്തു the modern Mal. alphabet, as used for S. writing ആൎയ്യത്തിൽ എങ്കിലും കൎണ്ണാടകത്തിൽ എങ്കിലും ഒരു കണക്കു TR. 3. suiting an Ārya, noble, respectable രക്ഷകൾ സംബന്ധംകൊണ്ടു് എന്റെ വംശം ഏററം ആൎയ്യമാം KR. will be highly ennobled. പോററിയ ആരിയ തത്ത TP. a noble parrot. ആൎയ്യമതി Mud. magnanimous.

hence: ആൎയ്യ Pārvati ആൎയ്യയെ സേവിച്ചാർ CG. ആൎയ്യക്കരനാടു KU.?

വടക്കു് ആൎയ്യനാടു KU. the Tuḷu country.

ആൎയ്യപട്ടർ & ആൎയ്യംപട്ടർ a kind of foreign Brahmans.

ആൎയ്യപ്പടിക്കൽ palace entrance — N. pr. the residence at Caṇṇanūr = അറക്കൽ KU.

ആൎയ്യമാൻ the Gayal ox, mistaken for a deer.

ആൎയ്യംവാൾ 1. a foreign medicine. 2. a royal attribute, ആൎയ്യം പട്ടുപുടവയും KU.

ആൎയ്യവേള Cleome viscosa, a med.

ആൎയ്യാവൎത്തം the gathering place of the Āryas; the country between Himālaya & Vindhya ആൎയ്യാവൎത്തമാം പുണ്യഭൂമണ്ഡലേ Si Pu 3. from whence the Kēraḷa Brahmans were introduced KU.

ആൎയ്യാസ്യം Sanscrit language? വൈയാകരണൻ എങ്കിൽ ആ. നമുക്ക് എത്രയും കൌതുകം Nal 4.

ആൎഷം āršam S. (ഋഷി) What originates with Rishis — what is revealed, plain (opp. മാനുഷം invented, artificial).

ആൎഹതർ ārhatar S. (അൎഹത്ത) Jainas (po.)

ആറു āru T. M. C. Te. (Tu. ആജി) VN. of അറുക 1. Way=വഴി. ആറുവായ്, ആറുവാ V1. the cry by which the road is cleared before a nobleman. Hence ആറേ=വഴിയേ f.i. ചെയ്യുവാറേ, ചെയ്തുവാറേ after having done.

2. manner ഇപ്പാറു thus. അപ്പത്തിന്നു നല്ല ആർ ഉണ്ടു, നല്ല ആറെടുത്തു ചുട്ടു well baked. — Esp. with adj. part. തോന്നുമ്പാറ് Bhr. the way it appears. ലഭിച്ചവാറെങ്ങനെ Mud. how did you get? കേട്ടവാറാക്കില്ല TP. did as if he had not heard. ദുരിതങ്ങൾക്കു തക്കവാറു Sab. according to each one's sins. നാണമില്ലാതവാറെങ്ങനെ CG. how did you become so impudent? — Chiefly with future part. മരിപ്പാറായി was about to die. മംഗലമാമാറിരുന്നു lived happily. തപസ്സിന്നാമാറെഴുന്നെള്ളി KU. retired for penances. കാമത്തീമാറുമാറെ Bhr. to quench the fire of love. — The form വരുമാറായി "was about to come" — is often contracted in വരാറായി; hence arises the semblance of an Inf. അവിടെ ആണ് ചെന്നു കിടക്കാറ് MR. there we use to sleep; (occasionally also the form of an Inf. തരികാറാകണം TR. may you be pleased to give). For particulars see grammar. — Many Cpds. പൂക്കവാറ കൊണ്ടാറ് etc. explained by phrases like അങ്ങു ബോധിച്ചവാറായിട്ടു രശീതി കൊടുത്തു TR.

3. river T. M. (Te. ഏറു) ആറുനീന്തും, ആററിൽ തുഴവില്ലം prov. രക്താറായി ഒഴുകി UR. ചെറിയ തോടുകൾ അനേകം ആറുകൾ താരം KR. crossed rivers — ആറേ through the river (more in So M.; No. പുഴ.)

4. (=അറു) six T. M. C. Te. (Tu. ആജി) ആറാം sixth ആറാമൻ, — മചൻ. ആറായിരം 6000. ആറാറ് 6×6. & each 6. ആറും നാലും 6 Shāstras & 4 Vēdas, or 6 നയം & 4 ഉപായം.

Cpds. ആറാടുക (3) v. n. to bathe CV. ആടിക്ക f.i. an idol.

VN. ആറാട്ടു bath, esp. of idols with procession, ആനയില്ലാതെ ആറാട്ടോ prov. ശൂരിയാറാട്ടു cattle-fair. ഭഗവതിന്റെ ആറാട്ടുനാൾ അടുത്താൽ കൈമുറിഞ്ഞും ചോര വീഴരുതു TP. no blood to be shed on any account.

ആറാട്ടുകളം idol's bathing-tank.

ആറാട്ടുതറ=വെടിക്കോട്ടു.

VN. ആറാട്ടം bathing — met. തിട്ടം കൊണ്ടാറാട്ടം prov.=പിരളം.

ആറാം വാരി (4) the side near the ribs.

ആറാഴ്ച (4) ceremony for finding out a hidden thing ആ. വെക്ക V1. 2.=നഷ്ടം വെക്ക.

ആറുകാൽ (4) 1. insect=വണ്ടു. 2. like other names of the bee, the shrub കയ്യുന്നി.

ആറാങ്കര=ആററിൻപുറം (3) bank of river.

ആററിങ്കൽ (3) N.pr. residence of Travancore queen.

ആറുകാൽ (3) river's channel.

ആറു തിരുത്തു (3) regulation of streams.

ആറുളേ (3) sacrificial grass=കുശ.

ആറുനോററു പോക (3) to be under a vow to bathe & fast. ആറുനോററിങ്ങനെ ചെന്നു പാൎത്തു Nal. went my way governed by one single thought, unmindful of hunger, etc.

ആററുപുറം (3) towards the river തിരുവഞ്ചാടാററുപുറം ചെന്നു TP.

ആറു വഴിവിചാരം (3) Tr P. superintendence of timber, floated from the jungles.

ആറുവായ് (1)=ആറുവായി.

ആറുവെപ്പു MR. land formed by river's sediment; superior ground for fruit-trees (opp. കരവെപ്പു).

ആറുക, റി āruγa T. M. C. Te. (Tu. ആജു) √ അറുക v. n. 1. To go off, be extinguished.

കാട്ടുതീ ആറിയാൽ Bhr. ചൂടാറാത്ത ഉള്ളിക്ക Nid. താപം ആറുന്നു, (also താപത്തിന്ന് ആറാസ്സന്നിളു CG.) കണ്ണുനീർ ആറുമോ Bhr. 2. esp. grow cool ചോറെല്ലാം ആറിച്ചമഞ്ഞു CG. dinner waits. കാമത്തി (or കാമാൎത്തി) ആറുമാറു Bhr. to appease or satisfy the lust. 3. to dry up (ആറിയാൽ ഉരലിൽ ഇടുക a med.) as land, washed hair, wounds പുണ്ണാറിവരിക. 4. to heal, be allayed, calmed ദുഃഖം ആ. = ശമിക്ക. ആറാത്ത incurable.

VN. ആറൽ. = തണുപ്പു ഉലച്ച്. [ആറിട്ടുക).
CV. ആറിക്ക, ആറിടുക (esp. of clothes ഉണ്ട്

ആററുക, ററി v. a. 1. To cool, allay, calm. ആററരുതാത ദുഃഖം RC. inconsolable. 2. to dry തലനാർ ആററി; birds to trim their plumage, മുണ്ടു തടവി ആററുക to smoothen king's cloth with hands instead of iron. 3. v. n. (? = ആരുക or T. ആൻറൽ ആലുക) to grow richly, thrive തലനാർ ആററി പോക.
VN. ആററൽ see foll.
CV. ആററിക്ക.

ആററ ātťa 1. A small bird, decoy-bird, sparrow V1. 2. darling ആററപ്പൈതൽ, ആററേ O my dear! കങ്കിക്ക് ഒർ ആററക്കെറുപ്പം (= ശബ്ദം) ആയി, ഒർ ആററക്കിടാവേ ഉള്ളു TP. (see foll.)

ആററൽ VN. (ആററുക 3) 1. Growing; healthy, magnificent growth ആററലോട് ഒരു മകൾ ഉണ്ടായി Bhr. a big girl. ഉള്ളിൽ ആററലായമാരമാൽ Anj. filling the soul. 2. activity, carefully looking after. 3. = ആററ f. i. ആററൽക്കിടാവിനെ CG.

ആററം 1. Much മുകളേറി ആററം പറന്നേക്കല്ലേ TP. don't fly too high. 2. (= വാച്ചതും fr. വാസ്സു, to thrive) something, somewhat തീയിലോ വെള്ളത്തിലോ ആററം വീഴുമോ lest he fall in fire or water (or any other danger) നിനക്കാറററിവുണ്ടോ TP. നീ ആററം പോയോ TP. did you perhaps go?

ആല āla T. M. C. Tu. (Tdbh. of ആലയം or ശാല) Shed as for sugar-mill, workshop, cow-house. ആലെക്കൽനിന്നു പാൽകടിച്ചാൽ prov. ഏഴാലക്കന്നും TP. the cows of 7 stables. ധേനുക്കൾ ആലക്കലൊമാറു ചെന്നു CG. in the evening. — oil-mill കോൽ ഉറച്ച ആലയും ചക്കും ഒക്കൊന്നുള്ളു prov. — workshop of blacksmith കൊല്ലൻ പണി എടുക്കുന്ന ആലയിൽ കടന്നു TR. ആലെക്കമേറുക V1. go to shop or office. നരിയാല pit or shed to catch tigers.

ആലം ālam S. 1. Broad. 2. poison ആ. ഉണ്ടൊരരനെ ജഗന്നാഥ Bhg. poison swallowing Siva. വാളും ആലവും അഞ്ചുവൊരു കൊട്ടപ്പും RC. 3. M. (T. Dalbergia) a tree = വേഴ, used to make mortars. ആലത്തുരൽ ആലത്തിന്റൊ കരുന്നു, ആലത്തിലയിൽ ഇട്ടു a med. [Mpl. 4. Ar. 'ālam. world, ആലം പടെച്ചോൻ അള്ള ആലങ്ങാട്ടു N. pr. (3).

ആലംബനം ālambanam S. (√ ലംബ) Depending on, support നമുക്ക് ഒർ ആലംബനം ഇല്ല AR 6. (lamentation of widows).

ആലംബം the same (= ആശ്രയം) ലോകവാസികൾക്ക് ആ' മായെഴും മൂലമായി CG. പല്ലൊടിയുടെ അഗ്രം ആലംബമാസ്സിലില്ലുന്നു Bhr 16. to stand on.

denV. ആലംബിക്ക. 1. rest on മരക്കൊമ്പാലംബിച്ചു നില്ക്കുന്നു KR 5. to hold to. 2. to assume a form (രൂപം ആ.), religion (മതം) seize ധൈൎയ്യം ആലംബ്യ AR. = കൈക്കൊണ്ടു.

ആലംഭം ālambham S. (ലഭ) Seizing, killing; violent death.

ആലയം ālayam S. (ലീ) Dwelling house, f. i. ദേവാലയം, ബ്രഹ്മാലയം etc. കരുണാലയം merciful, etc.

ആലവട്ടം ālavaṭṭam T. M. C. Te. (S. ആലാവൎത്തം from T. ആലുക to move = അല) 1. A fan in shape of umbrella, made of peacock's feathers വട്ടം ഒന്നിടുന്ന ആ'വും തഴയും KR. ചുററും ചുഴന്നിടും ആ'ങ്ങളും (Royal insignia & good omen). 2. a pankā.

ആലവാലം ālavālam S. (അൽ III) Watering bed round trees (തടം).

ആലശീല ālaśīla M. (√ ആലുക T. to move) Disquietude, trouble, cares. ആ. അവനില്ല how happy he is. ആ'കൾ ഇന്ന രാജ്യത്തു ഭാവിക്കരുതു, രാജ്യമേതാക്ക് ഒർ ആ'കൾ കൂടാതെ കണ്ടു

രക്ഷിക്ക TR. disturbances, rebellious attempts. ഢീപ്പ(വി)ന്റെ പാളയം വന്ന നാട് ഒക്കയും ആ'യായ സമയത്തു TR. general consternation.

ആലസ്യം ālasyam S. (അലസ) 1. Weariness, fatigue. (നോമ്പാൽ ആലസ്യം a med. a symptom) കഞ്ഞി കുടിക്കാഞ്ഞൊരാലസ്യം TP. being knocked up. പുലൎന്ന ൧൫ നാഴിക ചെന്നപ്പോൾ കോലത്തിരിയണ്ണന്റെ ആലസ്യം വൎദ്ധിച്ചു TR. his Highness died. 2. idleness, ആലസ്യവാൻ slothful V1.

ആലാത്തുക, ത്തി ālāttuγa To bawl, halloo V1. (comp. ആലിക്ക).

ആലാപം ālābam S. (ലപ) Talk. അന്യാലാപം വേണ്ടാ VCh. let her not talk with strangers.

denV. ആലാപിക്ക 1. ആനന്ദഭൈരവി etc. രാഗം ആ. to hum a tune (Brahmans). 2. to speak.

[ആലാത്ത് V1. No.

ആലാസ്സ് ālās Ar. lahās, A large cable, also

ആലി āli T. M. C. (ആൽ III) 1. = ആലിപ്പഴം Rain's fruit, hail. ആലിപ്പഴത്തിന്ന് അരണകൾ പോലവെ KR. like the thanks of lizards for hail, also ആലങ്കട്ട V1. 2. oyster NoM. — 3. Ar. ʿali N. pr. (Mpl.)

ആലിക്ക ālikka a M. (T. ആവലിക്ക to huzza) General shout, as in war or feast V1.

ആലിംഗനം āliṅganam S. (ലിംഗ) Embrace. ആ. ചെയ്ക to embrace.

ആലിമികൾ Ar. ʿālim, Learned men (Mpl.)

ആലീഢം ālīḍham S. (ലിഹ) Attitude of shooting (po.)

ആലുക, ന്നു āluγa 1. (T. M. C. to move = അല, spread = ആറൽ) v. n. തീ ആലുന്നു The fire spreads V1. = ആളുക. 2. to be spent, go to end, No. എണ്ണ, വിറക ആന്നു പോയി, നെയി ആലാത്ത വിളക്ക economical lamp. 3. ആന്നു ചൊന്നാൻ CG. = ആൎന്നു (see ആരുക). 4. v. a. to heap up (past ആലി V1.) കുട്ടി ആലുക, ഉറു ആ. to make a straw stack (Coch.)

ആലേപനം ālēbanam S. (ലിപ) Paint, perfume ആ'നാദികൾ കൊണ്ടലങ്കരിച്ചു UR.

ആലോകം ālōγam S. View, interview.

ആലോകനം looking at.

ആലോക്യ AR. having seen. അ പനാൽ ആലോക്യൻ CG. to be looked upon by him.

ആലോചന Investigation, reflection (T. consultation).

denV. ആലോചിക്ക to consider. ഈ അവസ്ഥകൾ നോക്കി ആലോചിച്ചതിൽ MR. on considering these circumstances.

ആലോലം ālōlam S. (ലോല) Shaky ആ'മായിപോക = മറിപ്പാറാക No.

I. **ആൽ** āl T. M. (Tu. ലാ) = VN. ആകൽ "Being there", by, through, തുവലാൽ ഒന്നു Bhr. one of. നാടാലും പാതി, മുതലാലും പാതി TP. half of (see gram.)

II. **ആൽ** T. C. M. (ആലുക) Ficus Indica പേരാൽ, വടം S. The different kinds: അത്തിയാൽ Fic. glomerosa, അരയാൽ Fic. relig. ഇത്തിയാൽ Fic. Benjamina. കാട്ടാൽ Fic. citrifol. കല്ലാൽ Fic. maisorensis (or Hibiscus populneoides) ചിറയാൽ, ചുവന്ന ആൽ Fic. infectoria (തവിട്ടാൽ black poplar tree V1.)

ആലുഴി its falling roots (Palg.)

ആലങ്കായ്, ആലമ്പഴം its fruit.

ആലിൻപാൽ its milk.

ആൽത്തറ കെട്ടുക to wall in a large banian tree ആ'മേൽ അങ്ങിരുന്നു CG. നികംഭില യിൽ ആ. AR 6.

III. **ആൽ** (waving = അല) a M. 1. Water കന്നിനും ആലുക്കും അധിപതി KU. explanation of Tāmūri's title കുന്നലക്കോനാതിരി. 2. (= അല്ലൽ or അഴൽ) trouble. ആലിൽ വീണു, നിണക്ക് ആലും അഴലും ഇല്ലല്ലൊ No.

ആവണം āvaṇam T. (Tdbh. ആപണം) Market, street. (?)

ആവണക്കല്ല് (V1. — ണി —) a trough near a well (താളിപിഴിവാൻ).

ആവണപ്പലക KU. Brahman's stool. കൃഷ്ണാസനം (see ആമ2).

ആവണക്ക see ആമണക്ക in CG. ആവിണക്കെണ്ണ റി ആമവാതം ശമിക്ക castor oil.

ആവണി āvaṇi C. T. Te. (= ശ്രാവണം) 5th month, ചിങ്ങം.

ആവണിവട്ടം KU. yearly change of the Brahminical string).

ആവതി āvaďi SoM. (= ആവി) Breath, vapour. ആ. ഇടുക = ശ്വസിക്ക V1.

ആവതു see ആകുക II. (possibility).

ആവനാഴി āvanāḻi T. M. (T. also ആവം M. ആവനാഴിക) Quiver Sk. = തൂണി.

ആവരണം āvaraṇam S. (വർ) 1. Screening (= തിരോധാനം V1). 2. obstructing ആവരണം വിക്ഷേപം ഈ രണ്ടു ശക്തികളും HNK. താമസഗുണം ര ശക്തിയായിരിഞ്ഞീടും KeiN. (namely ആവരണം & വിക്ഷേപം negative & positive activity).

ആവൎത്തം āvartam S. (വൃത്ത) 1. Whirlpool. ജായകളായുള്ള ആ'ത്തിൽ പോയി ചെന്നടൻ ആണാം കേണം VCh. falling in love. — hair-curled ആവൎത്തചക്രങ്ങൾ പത്തു ഉണ്ടിവറ്റെക്ക Nal 4. (horses) — the navel is compared to ആ. CG. 2. gathering of men (ആൾവൎത്തം).

ആവൎത്തി returning ഒരാവൎത്തി ചെന്നു Nal. once more. (ആവൃത്തി better.) [regularly.

ആവൎത്തനം revolving, repeating, observing denV. എണ്ണ ആവൎത്തിച്ചു കാച്ചേണം med. again.

ആ'ച്ചു പറക to repeat. അന്നു തന്നെ ആവൎത്തിക്ക നൃപൻ VyM. to revise the decree.

ആവലാതി āvalāďi T. M. (So. — ളി & — ധി) 1. Vexation ആ'പ്പെടുക V1. to be distressed. 2. grumbling, complaint ആവിലാതിക്കു ചെന്നാൽ PT. ആവിലാതി അന്യായങ്ങൾ കേൾപ്പിപ്പാൻ, യജമാനന്മാൎക്കു ആ. എഴുതി അയക്ക, ആ. സങ്കടങ്ങൾ കേട്ടു തീൎക്ക TR.

ആവലാതിക്കാരൻ So. plaintiff, No. a vexer.

ആവലി āvali S. Row, drove.

ആവൽ āval 1. (T. desire) hence ആവലാതി? 2. a large bat So. (T. ആവാലം) ആവല്ക്കു ആവൽ വിരുന്നു വന്നാൽ prov. — flying fox = പാറാൻ (loc.) 3. a medic. tree (purgat.) ഞാവൽ ആ. മയിലാഞ്ചി KR 4. prh. = ആവിൽ.

ആവശ്യം āvaśyam S. (അവശ) 1. Necessity. പല ഉരുപ്പിടിക്കു ആ. ഉണ്ടായി vu. എന്നെ സ്മരിക്ക നീ ആവശ്യകങ്ങളിൽ SiPu 3. in straits (word of a God). ആ. പോക്കുക V1. to deliver. ഒരം കാൎയ്യത്തിൽ വിസ്തരിപ്പാൻ. ആ. കണ്ട എല്ലാവരും Arb. all who were deemed necessary for the enquiry. 2. needful, requisite അവന്റെ ആവശ്യം പ്രകാരം പറയേണം MR. speak as he dictates. — It often serves for "must", either with the Nom. of the thing required (കല്പന വരിക വരെ ആവശ്യം TR. also with the old Inf. ആയതു താങ്കൾ അറിയനുക്കു വരെ ആ. understand: ആയിരിക്കുന്നു); or with the Dat. or 2nd Adv. (ചന്തുവിന്നു കൈക്കാൎക്കു ആ. ഉണ്ടായി TR. Ch. wanted coolies പിടിപ്പാൻ ആ. ഇല്ല MR. പോവാൻ നമുക്കു ആ. വന്നു TR.) or with the addition of വേണം (in different forms: അയക്കേണ്ടു ആവശ്യം ഇല്ല TR. കൊടുക്കേണം എന്നുള്ളതു നമുക്കു ആ. ഇല്ല I don't want to give away. പറയേണ്ടതു ആ'മാകുന്നു MR.)

ആവശ്യക്കാരൻ mod. = മുട്ടുള്ളവൻ.

ആവശ്യപ്പെടുക mod. to want, wish for = വേണം.

ആവശ്യമായി (= വേണ്ടി for) കാലികൾക്കും വെള്ളം കുടിപ്പാനും ആ. കുഴിപ്പിച്ച കുളം MR.

ആവസിക്ക āvasikka S. (വസ) To rest on as a God on a person (ദേവതാവാസം); dwell in, sojourn for a time വന്നാൽ ആ'പ്പതിന്നായി AR. ആവാസശാല കെട്ടി ഉണ്ടാക്കി Bhr 6. tents of army. ഭൂപതിയുടെ പുഴലവും ആവാസശാല കെട്ടി മരുവി Mud 7. bivouacked.

സൎവ്വലോകാവാസൻ (po.) the Deity (pantheistically viewed) as spread throughout the universe.

? **ആവാടുക, ടി** āvāḍuγa v. n. To be aired. ആവാട്ടുക v. a. to air V1. (ആവി).

ആവാഹനം āvāhanam S. (വാഹ) Invitation; quickening an idol, stealing the presence of a God for a newbuilt temple. നീ ആവാഹിച്ചാൽ വേണ്ടും ദേവന്മാർ വരും Bhr. ഇന്ദ്രനെ ആ'ച്ചു; ഭൂസുരന്മാരിൽ മഹാദേവനെ ഭൂസുരസ്ത്രീകളിൽ പാൎവ്വതിദേവിയെ ആവാഹനം ചെയ്തു SiPu 3. worshipped Brahmans as if they were incarnations of the 2 Gods. ശ്രീഭഗവതിയെ ആവാഹിക്ക KU. to make to come. ആവാഹിച്ചു

ള്ളൊരു വെണ്മഴുവാൽ CG. on which he had invoked a Deity.

den V. ആവാഹിക്ക (see prec.), ആവഹിക്ക, to enter, possess, as a demon.

ആവി T. M. C. Te. 1. Breath, life. a M. ആവി തെളിന്തേകിനാൻ RC. granted life. ആവിയുൾക്കൊടിയൊരിടർ വന്നാണ്ടായി RC. in the soul. ആവിക്കു തുമ്പം അവക്ക് ഏതും വരാ RC. ആവി ഇടുക to yawn, sigh (കോട്ടാവി see കോട്ടു).

2. vapour, steam ആവിക്കലം 1. ley of ashes ആ'ത്തിൽ മുക്കുക V2. to soak clothes in ley. (comp. ആവതി.) 2. steamer B.

3. T. M. tank (=ആഴി) ആവിയിൽ താമര.

4. =ആവിൽ. ആവിക്കുരുന്നു, ആവിയുടെ വേർമേലെ തൊലി ഉത്തമം GP.

ആവിയാടു=a kind of goat (കൊരിയാട്ടു) ആവിയാട്ടിൻ പാൽ ഉഷ്ണം, നൈ തുമ്പോലം ലഘു GP.

ആവിക്ക a M. (T. Te. to gape) To desire V1. (see ആവൽ).

ആവിലം āvilam S. Foul ആ'മായ ജലം Brhmd.

ആവിൽ āvil Cœsalpinia bonducella ആ'കുരുന്നു മരുന്നു നല്ലൂ CG. ആവിലേതൊലി a med. (=ആവി 4.)

ആവിസ്സ് āvis, **ആവിഃ** S. (=ആവിഷ്) Manifestly ആവിരാനന്ദം, ആവിർമ്മുദാ Bhg.

ആവിർഭവിക്ക to come to the light, appear അതു ചെയ്വാൻ ആ. നിൻചിത്തത്തിൽ Mud. (=തോന്നുക).

part. ആവിർഭൂതം; ആവിഷ്കൃതം from ആവിഷ്കരിക്ക to manifest, declare publicly. അവരുടെ മുന്നിൽ ആവിരാസീൽ CC.=പ്രത്യക്ഷമായി.

ആവിഷ്ടം āvišṭam S. (ആവേശിക്ക q. v.)

ആവീരം āvīram M. Beng. (T. ആവിര C.) Cassia auriculata. പൊന്നാവീരം Cassia occidentalis, (So. പൊന്നാരവീരൻ) പൊന്നാവീരകം ഇടിച്ചു a med.

ആവു āvu 1. 2nd fut. of ആകുക q. v. 2. interj. [Ah!

ആവൃതം āvṛtam S. (ആവരണം) Covered ഇരുൾകൊണ്ടു ആ'നായി സൂര്യൻ KR.

ആവൃത്തി āvṛtti S. (ആവൎത്തം) A turn, time ഹാരകത്തെ എത്ര ആവൃത്തി കളയാം Gan. as many times as. പതിമൂന്നിന്റെ ആ. ഇരുപത്താറു Gan. the double of.

ആവേശം āvēšam S. (വിശ) Entering, penetration, possession by spirits, (ആവേശപ്പെടുക to be possessed, inspired) engagedness of mind വീടുകാൎയ്യങ്ങളിൽ അവൾക്ക് ആ. ആകയാൽ PT. നിന്നാമങ്ങൾ മാനിനിക്കു മന്മഥന്നുടെ ആവേശമന്ത്രമായ്വന്നു കൂടി CG. thy very names inspire her with love.

ആവേശക്കാരൻ demoniac.

denV. ആവേശിക്ക to enter, be occupied with മാനിൽ ആ'ച്ചിതു ചിത്തം സീതെക്കു Bhr. usurp. അട്ടിക്കു നിങ്ങൾക്കു ആ'പ്പതിന്നരുതു VilvP.

part. ആവിഷ്ടം 1. possessed, engrossed. 2.=ആവേശം; ഉൽക്കാമ്യ ഭ്രമിച്ചിതു കലിതൻ ആവിഷ്ടത്താൽ Bhr 3. [sure.

ആവേഷ്ടനം āvēšṭanam S. (വേഷ്ട) Enclo-

ആവോലി āvōli So. ആകോലി No. ആവേലി V1. Pomfret; Stromateus P.

വെള്ള ആ. Str. candidus.

കാർ ആ. Str. niger.

ആശ āša S. 1. (√ അശ reach) Quarter (=ദിക്കു) എട്ടാശ പൊട്ടുംവണ്ണം അട്ടഹാസം ചെയ്തു AR. പത്താശാന്തവും നിറഞ്ഞു BhrmP 7. 2. ആശസ്സ് Ved. =ആശംസ). a.) hope വരൊറന്നും കട്ടൊന്നാം ആശ വിടാ prov. അതിന്ന് ആശ വിട്ടും TR. shall not hope for it. ഇന്നു നമ്മുടെ ആശ തീൎന്നു TR. I have lost all hope. കൊട്ടുന്ന കൈക്ക് ആശയും കൊണ്ടു കൈക്കു ഭീതിയും prov. സ്വപ്നത്തിൽപോലും ആശ കരഞ്ഞൊരു കാന്തശ്നം SiPu. a hope hardly nourished in dreams. നാളയും ഉണ്ടാം എന്നുള്ളൊരാശ കോലണ്ട CG. don't nourish the hope. പൂൎവ്വോപകാരിക്ക് ആശ പറഞ്ഞു ചതിപ്പവൻ അധമാധമൻ KR. who deceives by raising false hopes. ആ. കൊട്ടുകരുതു prov. b.) desire, longing പൊന്നാശ മണ്ണാശ, പെണ്ണാശ etc. വിത്തത്തിൽ ആശ പറുക GnP. നിന്നാശ കണ്ടില്ലൊരുവൎക്കും അയ്യോ Anj. Alas none longs after thee. ആശ നിശ്ചയം നാശം വരുത്തും—with Loc. അതിൽ ആശ വെച്ചു (also അതിന്ന്, അവളോടു—മുതല്ക്കാശ പെരുത്തു Anj.)

ആശപ്പെടുക to covet, fall in love.

ആശാപാശം കാട്ടുക, പാശം to allure.

ആശാഭംഗം disappointment.

denV. ആശിക്ക to desire, hope.

ആശംസ āšamsa S. = ആശ 2.

denV. ആശംസിക്ക to wish V1.

ആശങ്ക āšanga S. (ശങ്ക) Misgiving V1.

denV. ആശങ്കിക്ക to suspect.

ആശയം āšayam S. (ശീ) Receptacle, chiefly mind ദേവനെ ആ'ത്തിൽ വെച്ചു Bhr. (= ധ്യാനിച്ചു) ആശയേ ചിന്തിച്ചു PT.

ആശരൻ āšaran S. (voracious) Rāxasa ആ'നായി പന്തീരാണ്ടു വസിക്ക Si Pu.

ആശാൻ āšān T. SoM. Schoolmaster (= ആചാൎയ്യൻ q. v.)

ആശാരി T. M. carpenter, (fem. ആശാരിച്ചി) said to be of Brahm. offspring, sculptor of idols, also of stone. ആശാരിയുടെ ചേൽ ആമിയും ഒട്ടവും കഷ്ടം prov. also മേലായാരി TP.

ആശാളി So. Garden-cress, better അശാളി.

I. **ആശി** āši S. Serpent's fang.

ആശീവിഷന്മാർ Bhr. serpents.

II. **ആശി** Tdbh. = ആശിസ്സ S. (ശാസ) Prayer, blessing. മികാശികളും ക്രീനർ RC. ആശിയും ചൊല്ലി Bhr. വാഴ്ക എന്നാശി ചൊല്ലി AR. ദേശികൻ നല്കിനൊരാശിയും പൂണ്ടു CG. ഉത്തമ വചനങ്ങൾ ആചിക്രി RC.

ആശിസ്സ് & ആശീസ്സ S. അവളോടാശിസ്സ പരിഗ്രഹിച്ചു Bhr.

ആശീൎവ്വാദം blessing (& ആശീൎവ്വചനം) ആചാൎയ്യനോട് ആ. വാങ്ങി ദക്ഷിണ ചെയ്തു Bhr1. സഖ്യകളുടെ ആ. കൈക്കൊണ്ടു KR. their thanks. അനേകം ആശീൎവ്വാദം TR. (= സലാം) അവളിൽ കൈവെച്ച് ആ. ചൊല്ലി VilvP.

den V. ആശീൎവ്വദിക്ക to bless. ഇത്തരം ആ'ച്ചു ചൊന്നപ്പോൾ Mud. മുനി ആ'ച്ചയച്ചു KR.

ആശു āšu S. (G. 'ōkos) 1. Quickly, soon. ആശുപോയിട്ടിനാൻ. 2. = ആശുവ്രീഹി rice ripening during the monsoon. [VCh.

ആശുകാരി resolute; ആശുകാരിത്വം വേണം

ആശുഗം swift (arrow Sk. wind) ആശുഗവേഗേന Bhr. [impurity, പുല.

ആശൌചം āšaujam S. (ശുചി) Ceremonial

ആശ്ചൎയ്യം āščaryam S. (ചർ) 1. Wonderful, strange, welldone!

ആശ്ചൎയ്യൻ a marvellous person.

2. wonder, admiration ആശ്ചൎയ്യകരമായ തപസ്സ് KR. astonishing.

ആശ്ചൎയ്യപ്പെടുക to wonder.

ആശ്രമം āšramam S. (ശ്രമ) 1. Hermitage, പൎണ്ണശാല f. i. കാട്ടിൽ ആ. തീൎത്തു പാൎക്ക. 2. the 4 stages of Brahminical life, Brahmačāri, Gṛhasta, Vānaprastha, Sannyāsi ആ. ദീക്ഷിക്ക KU. to observe the rules of each ആ.

ആശ്രയം āšrayam S. (ശ്രി) 1. Support, to what one leans, refuge, ആ. ഇല്ലാതവൎക്ക് ഈശ്വരൻ ആ. prov. Mud. ആ. അവൎക്ക് എന്തു AR. how are they to help themselves? ജ്യോതിസ്സുങ്ങൾ എല്ലാററിന്നും ആ. ധ്രുവൻ Bhg. the centre round which the stars revolve, axis = തിരിക്കുററി. 2 protection & reliance രാജാവ് എന്നല്ലാതെ മററ് ആ. അവൎക്കില്ല KR. they rely altogether on the king. കമ്പഞ്ഞിയിൽ ആ'മായി നില്ക്ക TR. to stand under the Government of the HC. രാജാവിന്റെ ആ. പിടിച്ചു പുറമെ സഞ്ചരിക്കുന്നു TR. to remain abroad under the Rāja's protection. പലരും കമ്പഞ്ഞി ആ. പിടിച്ചു പന്തലിൽ വന്നു TR. resorted to the harbour under the HC.'s protection. 3. any dependence or relation, also adj. ആ മൎമ്മം ദന്താശ്രയമായി MM. that vital spot is near the teeth; most of the മൎമ്മം are അസ്ഥിആശ്രയങ്ങൾ etc. ബാഹുജന്മ കൎമ്മാശ്രയം തന്നേ ഉള്ളു Bhr. the Cshatrias' business is action.

denV. ആശ്രയിക്ക (part. ആശ്രയിച്ചു & ആശ്രിച്ചു) 1. to seek support, have recourse to നിൻപാദം ആശ്രയിച്ചു AR. താനും ശത്രുപക്ഷത്തെ ആശ്രിച്ചിതോ Mud. has he joined the enemy? ആശ്രയിച്ചുണ്ണുന്നവൻ PT1. living by service. 2. to trust, believe ബുദ്ധമുനിമതം ആശ്രിച്ചു Mud. adopted Buddhaism. 3. to have some connexion with ജ്ഞാനം ആശ്രിച്ചു ശോകം കളക AR. to expel grief through philosophy. ഇതിനെ ആശ്രയിച്ചു പറഞ്ഞു Bhr. = സംബന്ധിച്ചു, കുറിച്ചു; രാജധൎമ്മം

ആശ്രിച്ചു ഭീഷ്മർ അറിയിച്ചു Bhr. Bhishma explained about a king's duties.

part. ആശ്രിതൻ dependant, client, believer ആശ്രിതവത്സലൻ loving his dependants (God, king) ആശ്രിതവാത്സല്യം Bhr.

CV. ആശ്രിതന്മാരെ ആശ്രയിപ്പിച്ചെഴും ഈശ്വരന്മാർ CG. make them feel secure, nourish their reliance.

ആശ്രവം **āśravam** S. (ശ്രു) Promise.

part. ആശ്രുതം promised.

denV. ആശ്രവിക്ക to engage V1.

ആശ്ലേഷം **āślēšam** S. (ശ്ലിഷ) Embrace പാശാശ്ലേഷം വേർപ്പിട്ടു PT. untied.

denV. തങ്ങളിൽ ആശ്ലേഷിച്ചു Bhr. ഗാഢം ആശ്ലിഷ്യ AR. —

part. ആശ്ലിഷ്ടം embraced.

ആശ്വയുജം, ആശ്വിനം **āśvayujam** S. The month കന്നി (അശ്വിനി).

ആശ്വസിക്ക **āśvasikka** S. (ശ്വസ) To breathe up, recover from a fit, be relieved, consoled, rest വേർകൊണ്ടു തളൎന്നാശ്വസിച്ചു AR. എന്നാശ്വസിച്ചു CC. flattered herself.

part. ആശ്വസിതം, ആശ്വസ്തം.

CV. ആശ്വസിപ്പിക്ക to refresh, comfort, soothe. ആശ്വസിപ്പിൻ എന്നു ചൊല്ലി നിന്നാശ്വസിപ്പിച്ചു CG. മമ പിതാക്കന്മാരെ ആശ്വസിപ്പിക്ക നീ AR. console my bereaved parents.

ആശ്വാസം 1. relief, comfort ദീനം അസാരം ആ. ഉണ്ടു, പറഞ്ഞ് ആ. വരുത്തി TR. — also ആശ്വസ്തത. 2. time for breathing, section തൃതീയാശ്വാസം 3rd chapter.

ആഷാഢം **āšāḍham** S. (അഷാഢ from സാഢം) Month കൎക്കടകം or മിഥുനം.

ആസക്തൻ **āsaktaǹ** S. (സഞ്ജ) Cleaving to, attached, devoted.

ആസക്തി attachment, zeal. രംഭയിൽ ആ. കൊണ്ടു രമിച്ചു പോയി KR.

ആസംഗം 1. = ആസക്തി. 2. uninterrupted.

ആസനം **āsanam** S. (ആസ) 1. Seat, stool രാജാ —, സിംഹാ — throne. 2. fundament ആസനം മുട്ടിയാൽ, ആ'ത്തിൽ പുൺ prov. എരുമ്പ് ആസനത്തിൻ കീഴിൽവെക്ക TR. (torture).

part. ആസീനൻ seated.

ആസന്നം **āsannam** S. (സദ്) Near. ആസന്നകാലം impending death.

ആസാദ്യം obtainable V1. പാതാളം ആസാദ്യ CC. going to Hades.

ആസാരം **āsāram** S. (സർ) Shower ആ. ഇടങ്ങീട്ടിനാൻ വാസവൻ Bhr. Indra rained.

ആസുരം **āsuram** S. (അസുര) Diabolical, savage (as marrying by purchase).

ആസുരി 1. surgery. 2. the 9th ദ്വാരം of the human body = ഉപസ്ഥം VCh.

ആസ്കന്ദിതം **āskand'iδam** S. (സ്കന്ദ) Gallop.

ആസ്കന്ദനം attack, assault.

ആസ്തരണം **āstaraṇam** S. (സ്തർ) Spreading mat, carpet പുഷ്പാസ്തരണതുല്യം AR.

denV. ആസ്തരിക്ക = വിരിക്ക V1.

ആസ്തി **āsti** 5. (from അസ്തി?) Property, substance, riches ആസ്തികൾ ക്ഷയിപ്പിക്ക, വൎദ്ധിപ്പിക്ക (doc.); പടെക്ക് ആസ്തിവക TR. the financial means for war (opp. ആൾ, തോക്ക).

ആസ്തിക്കാരൻ wealthy.

ആസ്തികൻ S. (opp. നാസ്തികൻ) 1. believer in the reality of God & world. 2. M. = ആസ്തിക്കാരൻ, hence

ആസ്തിക്യം 1. faith ആ'ത്തോടു ചൊല്ലു, ആ'മുള്ള ജനം ബഹുമാനിക്കും Bhr. 2. M. ആസ്തിക്യം. ഇല്ലായ്ക കാരണാൽ SiPu 3. from poverty.

ആസ്തേ **āstē** P. āhistē, Gently, slowly.

ആസ്ഥ **āstha** S. (സ്ഥാ) 1. Regard for, care നന്ദനന്തന്നിലുള്ളാസ്ഥയാലേ CG. സജ്ജനാചാരത്തിൽ ആ. ഉണ്ടെങ്കിൽ SiPu. if you mind the laws of good breeding. 2. longing for ആസ്ഥയാൎന്നു വഞ്ചിക്കുമ്പോൾ CG. if determined to cheat. ആസ്ഥ തഴപ്പിച്ചു വാത്സയാൽ kindled the affection afresh.

ആസ്ഥപ്പാടു So. disposition, provision for PP. hence ആസ്ഥമാക്കുക to prepare for, get ready V1. (= ആയത്തം) ആസ്ഥനായുള്ള വിരിഞ്ചൻ CG.

ആസ്ഥാനം Assembly; hall of audience ആസ്ഥാനവാസികൾ CG. ministers, courtiers, etc.

ആ. പുക്കു Bhr. ആ'ത്തിൽ നിന്നോടി വന്നു CG. (Brahma surprised); generally:

ആസ്ഥാനമണ്ഡപം (also ആസ്ഥാനമന്ദിരം CG.) Royal hall KU. ആ'പ്പേ രത്നസിംഹാസനം പ്രാപിച്ചു Bhr. ആ. പുക്കു ഞെളിഞ്ഞു മരുവിനാൻ SiPu. (a conqueror).

ആസ്ഥാനി the same (V1. court-house).

ആസ്പദം āspad'am S. (പദം + ആ) Seat, place (= സ്ഥാനം) സംശയത്തിന്ന് അല്പവും ആ. ഇല്ലാത്ത MR. exempt from the slightest suspicion. ആപത്തിന്നാസ്പദം Bhr. occasion for. — God is called മോക്ഷദാ കരുണാസ്പദം CG.

ആസ്യം āsyam S. (ആസ് L. os) Face, mouth ആസ്യം (sic.) കൊൾക to cast in the face, knock against one V1.

ആസ്വദിക്ക āsvad'ikka S. (സ്വദ്) To taste മുന്തിരിങ്ങ തൻ ഫലം ആ'ക്കുന്ന പോലെ SiPu.; met. സ്ത്രീയെ Bhr. ത്വന്നാമസങ്കീർത്തനം ആ. Anj. വാസ്സലർ, മുല, ഉടക്കാമ്പു etc. AR.

ആസ്സ് ās P. (ആച് V1.) Mill, ആസ്സുകൾ (ആചക്കല്ല് V1.) pair of millstones.

ആഹതം āhaδam S. (ഹൻ) Beaten V1. denV. ഭേരി ആഹനിക്ക to strike drum Bhr. മുഷ്ടി ഉരുട്ടിപ്പിടിച്ചു — അവൻ മേനിയിൽ ആഹനിച്ചാൻ CG.

ആഹരണം āharaṇam S. (ഹർ) Fetching. denV. ആഹരിക്ക to fetch.

ആഹാരം (taking to one's self) Food പിലാവിന്റെ കായി കടിയാന്മാൎക്ക് ആ'ത്തിന്ന് ആകുന്നു TR. ആഹാരങ്ങളും ഇല്ല നിദ്രയും ഇല്ല KR. no meals.

denV. ഫലമൂലം ആഹാരിച്ചു AR 6. lived upon.

ആഹവം āhavam S. (ഹ്വേ = ഹ്വാ) Calling out, battle, fight. Bhr.

ആഹുതി S. (ഹു) sacrifice മാംസാഹുതികളും ചെയ്യുന്നു Nal. ആ. ആക്ക to offer up. ഇന്നൊരാഹുതി ചെയ്യിന്നേൻ എൻ ഉടലംകൊണ്ടേ RC.

part. ആഹുതം sacrificed.

ആഹൂതം called.

ആഹാ āhā interj. ആഹാ തൊഴിച്ചു കരഞ്ഞു ചൊന്നാൻ SG.

ആഹേയം āhēyam S. (അഹി) Snakish ആഹേയഹതന്മാരായാൽ Bhr. died from snakebite.

ആഹ്നികം āhnikam S. (അഹൻ) What is done daily, in a day or by day (f. i. കൎമ്മം), Tdbh. ആന്യം.

ആഹ്ലാദം āhlād'am S. (ഹ്ലാദ) Gladness.

ആഹ്വാനം āhvānam S. (ഹ്വാ) Call, summons ആ. ചെയ്തു = വിളിക്ക. [called Rāma.

ആഹ്വയം name. രാമാഹ്വയൻ the person

ആളാനം āḷānam S. Post to which elephants are tied കെട്ടുകുറി; ആളാനബന്ധകരി HNK.

I. **ആളി** āḷi S. 1. = ആവലി Row ആളികെട്ടി നടക്ക to march in procession. 2. S. (ആൾ? female friend തോഴി pl. ആളിമാർ, — ജനങ്ങൾ.

II. **ആളി** T. M. C. (ആളുക) Holder വില്ലാളി, തേരാളി, പടയാളി, നീരാളി etc.

I. **ആളുക, ളി** āḷuγa No. = കാളുക To cry out, roar (C. ആലു SoM. ആലിക്ക).

ആളിപ്പു (loc.) an explosion.

II. **ആളുക, ണ്ടു** T. M. C. Tu. (Te. ഏലു) 1. To rule അരചാണ്ടു തുടങ്ങി Pay. നാടാളും ഇവൻ KR. പടയാണ്ടോർ RC. officers; to tend കാലികൾ ആണ്ടു നടന്നു Bhr.

2. to possess, have ഗുണമാണ്ട = ഉള്ള; ബലമാളുമവൻ RC. കനിവാളുന്ന CG. gracious വകനിവാണ്ടു നല്കുവതിന്നു Swarg. to hold & show mercy. ജയമാണ്ടരുളുക; വിസ്താരമാണ്ട KR. extensive. മയ്യഴിയിൽ ആണ്ട പുഴ TR. the river at Mahe. കയ്യാണ്ടവൻ he that has the power V1. തങ്ങളെ ആണ്ടോൻ CG. their lover (or Lord); with Acc. ഈ ഗുണങ്ങളെ ആളുന്ന പുത്രൻ CG.

— CV. in കയ്യാളിക്ക f.i. അവരുടെ പക്കൽ കയ്യാളിച്ചു PP. delivered up to them.

(Another modern ആണ്ട see under ആൻ in ആകുന്നു.)

ആൾ āḷ T. M. C. Tu. (in Tu. & Te. woman, hence the fem. term ആൾ, അൾ) comp. prec. 1. A person, പെണ്ണാൾ a female, മക്കൾ രണ്ടാൾ both sons, ആളും ആയുധവും നൂറ്റി TR.

garrisoned the forts. ആളെ അയക്ക to send. നാം ആളെ അയച്ചവനെ പിടിച്ചു TR. they seized my messenger. ഈ നമ്പ്യാന്മാർ ൧൦ ഇരുവരും ൧൦ മുന്നൂറും ആളും ഉണ്ടാകുന്ന ആൾ തന്നെ TR. ആളുവില കല്ലുവില prov. 2. an able person അവൻ ആളായി has become a man. താൻ ആളായി പുറപ്പെടുക V2. to undertake a responsibility. With Dat. & 2nd adv. able, നീ എന്നെ രക്ഷിപ്പാൻ ആളല്ല Lit. thou art not the wife to nurse me. ഇതു ചെയ്വീടു വാൻ ആളു ഞാൻ Mud. I shall do it. ഒക്കെ ക്കുമാൾ qualified for all. അതു സഹിപ്പാൻ ആളാകയില്ല TR. it will be intolerable.

ആളാക്ക to bring up well; to appoint to an office; to fit for.

3. servant, slave. ആൾ കൊള്ളുക to buy a slave V1. 4. measure of a man ഒരൊരാൾവെള്ളം, രണ്ടാൾ പുറം വെള്ളം ഉണ്ടു MR. ആൾപ്പുറം എകച്ചയായി; മൂവാൾക്കോ പതിററാൾക്കോ prov.

Comp. ആളടിമ (3) VyM. slave.

ആളക്കൊല്ലി money (mankiller).

ആളായ്മ (2) capacity, So.

ആൾമറ the wall surrounding a well.

ആളെടി battlement of fort B.

ആൾക്കാട്ടി a mocking bird (B. Job. = hawk?)

ആൾക്കാർ (3) dependants ഉഭയവമ്മരും രാജവമ്മരും ആൾക്കാരൊട്ടു കൂടി (doc.), ഒററുകാരൻ ആൾക്കാർ മുതലായവർ MR. hired servants.

ആൾക്കാശു a venetian V1. (a kind of ആമാട).

ആൾക്കുറിയൻ a bird in Trav.

ആൾക്കൂലി (3) slave's hire.

ആൾചിതം (2) fitting a man; proportions of a person. [another person.

ആൾപ്പാട്ടം (3) rent of a slave lent out to

ആൾമാററം disguising the person. ആ. വിദ്യ the art of assuming any form. ആ'മായി (or — ത്താലേ) മറഞ്ഞു പോയി TP. made herself invisible.

ആൾരൂപം image (of gold, silver) കാളിക്ക് ആ. ൧൦ തരുവൻ SG.

ആല്മാരി ālmāri Port. = അലമാരി Almeira.

ആല്വാർ ālvār & ആഴ്വാർ T. M. C. Te. ("the rulers" or "the humble") Title of the 12 Vishnu apostles. see ആഴ്വാൻ.

ആഴക്കു āḻakkụ (T. C. ആഴാക്കു) A handful = പോത്ത (prh. from അര ഉഴക്കു) the $\frac{1}{8}$ of a നാഴി = 5 ചക്കു CS.

പഴഞ്ഞാഴക്ക a half āḻakku, $\frac{1}{16}$ Nāḻi.

ആഴം āḻam T. M. C. (√ അഴ in അഴുങ്ങു) Depth, deep place. ആ. നോക്കുക to sound a place, sift a person or matter. — met. ആഴമുള്ളവൻ a deep man — ആ. പൂണ്ട മോദം CG. ആഴമുള്ള കുഴിക്കു etc. prov.

ആഴാതി So. a class of Pagoda attendants.

ആഴാന്തൽ So. = പലകപ്പയ്യാന Bignonia Indica.

ആഴി āḻi T. M. C. (ആഴുക) 1. The deep, ocean ആഴിയും ഊഴിയും sea & land, നാലാഴി ചുററിനൊർ ഊഴി KR. ആഴികൾ the 4 oceans, ആഴിയെ കടഞ്ഞു CG. (പാലാഴി etc.); ആഴിവർണ്ണൻ, ആഴിനേർവർണ്ണൻ Crshna, black as the sea. ആഴിമാനിനി, ആഴിമാതു Laxmi. ആഴിമാതാളുന്ന പൈതൽ CG. ആഴിപ്പെണ്ണാളുന്ന കാർവ്വർണ്ണൻ Laxmi's husband (or = ശ്രീമാൻ).

2. reservoir നീരാഴികൾ; പൊടിച്ചാഴിയിൽ ഇട്ടു Bhr. in a tank.

ആഴിയാറു N. pr. Coḍungulūr KU.

3. roundness (from 1. ആഴിയെക്കൊണ്ട് അരഞ്ഞാണിട്ടിരിക്കുന്ന ഊഴി PT.) ആഴി വില്ലു RC. round bow, So. പോരാഴി = ചക്രം disk, കണയാഴി ring. — ആഴി So. funeral pile.

4. ആഴിരാജാവ് KU. the "seeking", title of Arakkal, as ruler of the Lakkadives (= ആലിരാജാവ് & Ali Rāja).

5. ആഴിക്കുഴിക്കാണം (prh. = അഴിവു) a kind of mortgage W.

ആഴുക, ന്നു āḻuγa T. M. C. (Te. ലൊഗ്ഗു) (√ ആഴ) v. n. Sink = താഴുക; vu. ആണ്ടു sank to the bottom. ഭാരമൊടാണ്ടു & ഭാരം കൊണ്ടു താണു Bhr 1. ആണ്ടുപോയവഞ്ഞെരും വീണൊരു നാഴി CG. (mark of pregnancy) ആനന്ദവാരിയിൽ ആണ്ടുകിടന്നു CG. ദുഃഖസമുദ്രത്തിൽ വീണൊണു Vil.

Inf. ആഴ, ആഴേ deeply. ആഴക്കുഴിക്ക as for planting cocoanuts, അരചിരലാഴ കുറി ച്ചാൽ MM.

VN. ആഴ്ച T. M. (T. കിഴമ the same) 1. a sunset, weekday തിങ്കളാഴ്ച etc. 2. = ആഴ്ചവട്ടം a week. ഒരാഴ്ചവട്ടത്തിൽ കൊണ്ടുപോന്നീടു വൻ RS.

ആഴ്ച്ചുറ daily or weekly duty; regular bath with oil on Wednesday & Saturday.

ആഴ്ത്തുക, ഴ്ത്തി v. a. to sink, immerse ഒരാന റിരിൽ ആഴ്ത്തികളകയും ചെയ്തു KU. വെള്ള ത്തിൽ ചെട്ടി ആഴ്ത്തുവാൻ ഭാവിച്ചു TR. a torture.

ആഴവാഞ്ചേരി (ആഴ്വാൻ) N. pr. of a Brahman village, the head of which ആ. തമ്പ്രാക്കൾ is the leader of the പന്നിയൂർക്കൂറു (near Tirunāvāy, in Adinātha) KU.

ഇ I

ഇ Found in Tdbh.'s: before initial ര, ല, ട as ഇരാശി, ഇലവംഗം, ഇടക്ക; — instead of ഋ as ഇടവം; — inserted, as കാരിയം, വരിഷം. In Dravidian words it changes with ഉ as in ഇത, ഇരി — glides into എ before Cerebrals & Liquids, as ഇടം, എടം; ഇര, ഇറങ്ങു, ഇല, ഇളയ etc.

ഇ i 5. This, hence ഇവൻ, ഇതു. — The following Consonant is doubled: ഇക്കാലം this time. ഇച്ചെയ്തതു (po.) this thing done. ഇന്നിങ്ങൾ (po.) you here. — It stands for the first person: ഇജ്ജനങ്ങളെ പാലിക്കേണം (po.) preserve us. ഇദ്ദേഹം I.

ഇകൽ iγal T. M. (T. ഇക, C. ഇക്ക put down, destroy) Fight. ആങ്ങുചെന്നികൽ കിട്ടുമോ RC 4.

ഇകല്പുളം = പോർക്കളം, in RC. ഇകല്പുളംപുക ന്താൻ 34 ഇകല്പുളത്തിടെ 57. (also Mpl. song ഇകലിൽ പൊരുതു). [അമ്പുരാനെ).

ഇകറുക ? = അകറുക (po. ദുഃഖം ഇകറുന്ന

ഇകക്ക, ന്തു T. aM. ഇകന്ത ദാശരഥി RC. the conquering Rāma.

ഇക്ക ikka Ar.? Uncle = കാരണവർ (Mpl.)

ഇക്കു ikku aM. (ഇക or ഇറുക്കു) = ആപത്തു, തട in RC. ഇക്കുവില്ലയെന്നു said, there was no trouble. [ക്കു) — also V1.

ഇക്കട്ടു T. C. Tu. straits, difficulty (from ഇറു

ഇക്കളിക്ക (T. എക്കു) to draw in the stomach B.

ഇക്കിളി V2. = കിക്കിളി tickling.

ഇക്കിൾ S. ഹിക്ക (No. എക്കിട്ടു) & ഇക്കിട്ടം hickup V1. — ഇക്കിൾ ഒ പ്രകാരത്തിൽ Nid.

ഇക്കേറി C. Tu. M. The residence of the Bednur Lingaite kings — ഇക്കേറിസംസ്ഥാനം their kingdom — ഇക്കേറിപ്പണം, — വരാഹൻ their coins.

ഇക്കേറിയാൻ N. pr. the king, who subdued the North of Colanāḍu KU.

ഇക്ഷു ikšu S. Sugarcane (Te. ഇഞ്ചു from ഇൻ) ചക്കിൽ അകപ്പെട്ടോർ ഇക്ഷുപോലെ CG.

ഇക്ഷ്വാകു 5. N. pr. First king of Ayōdhya Brhm P.

ഇങ്കിരീസു iṅgirīsu Ar. (from Inglese) English (KU.) ഇങ്കിരിയസ്സു കൊല്ലം the Christian era, A. D. (T. R.) [spark) Firefly B.

ഇംഗണം iṅgaṇam aC. (ഇൻ, കണം sweet

ഇംഗിതം iṅgiδam S. (ഇംഗ് to move) 1. Gesture, shrug, hint ഇംഗിതാകാരങ്ങളും ചേഷ്ടയും അ റിയേണം VC. 2. intent, purpose (= ഹൃൽഗത ഭാവം). ഇംഗിതം ഹിതം പറഞ്ഞു PT 3. gave the proper explanation. — ഇംഗിതം പോലെ ഭുജി ക്ക = യഥേഷ്ടം Sil.

ഇംഗിതജ്ഞൻ Sk. knowing one's thoughts, God. ഇംഗിതജ്ഞന്മാർ AR 6. who know to take hints.

ഇംഗുദി iṅgudi S. a med. plant (Terminalia Catappa ?) — ഇംഗുദി മരത്തിൻ നിഴലതിൽ ചെ ന്നു KR 2.

ഇങ്ങു iṅṅu T. M. (ഇം = ഇതു) 1. In this direction, here. 2. to me, to us. ഇങ്ങുകൊണ്ടുതാ TR.

bring me them here. പുത്രൻ ഇങ്ങേകൻ പോതും KR. (= എനിക്കു).

ഇങ്ങേയാൽ, ഇങ്ങോൻ our man.

ഇങ്ങനെ (അനേ), ഇങ്ങിനെ 1. thus (= ഇക്കണക്കു, ഇത്തരം) — ശത്രുസംഹാരത്തിന്നു ഇ. എന്നില്ല Bhr. no rule as to how. 2. ഇങ്ങനേ ഭൂമിതലേ ശയിച്ചു Nal 3. just (= വെറുതെ) without any preparations. ഇങ്ങനെത്ത such (ഇ. മഴ etc.)

ഇങ്ങിടേ, ഇങ്ങിട here, hither (po.)

ഇങ്ങുന്നു (നിന്നു) 1. from here, hence. 2. from me or us. — Often Abl. for Nom. ഇങ്ങുന്നു സമ്മതിക്ക ഇല്ല TR. we shall not agree. 3. also the 2nd person, with whom the speaker identifies himself ഇങ്ങുനിന്നയക്കേണം ശിഷ്യരിൽ ചിലരെയും AR. please send (from here your) disciples. [വന്നു KU. to us.

ഇങ്ങോക്കി (നോക്കി) hither. അങ്ങുന്നിങ്ങോക്കി

ഇങ്ങോട്ടു (പട്ടു) 1. hither, this way. 2. the 1st person ഇങ്ങോട്ടു ചോദിച്ചു TR. asked me. ഇങ്ങോട്ടു വിരോധികളായവർ MR. my enemies. ഇങ്ങോട്ടേതും ഉപകരിയാതു KR. (= നമുക്കു). 3. the nearer of two parties ഇങ്ങോട്ടു ചതിക്കുന്നവരെ അങ്ങോട്ടു നശിപ്പിച്ചാൽ PT 3. അങ്ങോട്ടു അപകൃതി ചെയ്യില്ലെങ്കിലും ഇങ്ങോട്ടു ഉപദ്രവിക്കും ദുർജ്ജനം PT 2. പണം കൊടുത്താൽ ഉഭയം ഇങ്ങോട്ടു വിട്ടു തരാൻ MR.

ഇച്ചിരി iččiri = ഇത്തിരി Very little.

ഇച്ഛ iččha S. (√ ഇഷ് seek, wish) Wish, desire അവന്റെ ഇച്ഛ പോലെ അവൻ നില്ലാതെ TR. ഇച്ഛയാ ചാടി PT 4. jumped lustily.

ഇച്ഛക്കാരൻ, ഇച്ഛാനുസാരി selfwilled = സ്വേച്ഛക്കാരൻ. [one's wish.

ഇച്ഛാനുകൂലം, ഇച്ഛാനുരൂപം agreeable to

ഇച്ഛാപത്ഥ്യം diet according to the patient's liking (med.) [ഇഷ്ടം).

denV. ഇച്ഛിക്ക to desire, wish, will (part. ഇച്ഛു desirous (po.)

ഇജ്യ ijya S. (√ യജ്) Sacrifice (po.)

ഇഞ്ച iǹja SoM. = ഞാങ്ങ, അത്ത്, Acacia Intsia (√ ഇഞ്ചു T. ഇങ്കു C. Te. be soaked, dry up) — ഇഞ്ചക്കുരുന്നു GP 65.

ഇഞ്ചി T. M. green ginger. Amomum Zingiber (S. ചിഞ്ചാടം? Zingiber = ചിഞ്ചിവേർ) — പച്ചിഞ്ചി, ഉണക്കിഞ്ചി or ചുക്കു. ഇഞ്ചിത്തൊലി a med. —

ഇഞ്ചിച്ചാറു the juice of ginger. —

ഇഞ്ചിതിന്നവൻ very angry, silly. — (kinds: കാട്ടിഞ്ചി Zing. Zerumbet, മലയിഞ്ചി Alpinia Alleghas).

ഇഞ്ചീൽ, ഇഞ്ജീൽ Ar. iǹjīl = Evangelium, the New Testament (Mpl.)

ഇഞ്ചിളിപ്പു iǹjiḷippu (loc.) Fear, awe, modesty. — ഇ. ഇല്ലാത്തവൻ who touches every thing, a bore, impudent.

ഇട, എട iḍa 5. (√ ഇടു) 1. Place = ഇടം. hence അവിടേ, ഇവിടേ & the old Loc. നെഞ്ചിടേ തറെക്കും VC. in the heart, പൊഴിയുന്നവിടേ (po.) where it rained.

2. interval, place between വീരൻ ഇടേപ്പുക്കു RS. rushed on. ഗോകണ്ണം കന്യാകുമാരിക്കിടെ ചെരമാർനാടു KU. കോലം തുടങ്ങി വേണാട്ടോടിടയിൽ KU. മരത്തിൻ ഇടയിൽ മറഞ്ഞു (KR.) മാൎഗ്ഗത്തിൻ ഇടക്കിടേ PT 3. at intervals along the road. മുടിയോടു അടിയിടേ അലങ്കരിച്ചു Mud. അടിയോടു മുടിയോടിട Anj. ചുങ്കസ്ഥാനവും അായുമായിട്ടു എത്ര ഇട പോരും TR. what distance.

3. interval of time — occasion, leisure കുറയ ദിവസത്തേ ഇട ഉണ്ടായി TR. ൨ ദിവസത്തിൽ ഇട തരാം TR. അതിന്നു ഇടയിൽ till then. നാലുമാസത്തേക്കു ഇട വാങ്ങി MR. ൨ മാസത്തിൽ ഇടെക്കു within 2 months. ഇതിന്നിടേ ൧൦ ദിവസത്തിലകത്തു within the last 10 days. ഈയിടേ somewhat before this. അശ്വമേധത്തിന്റെ ഇടയിൽ ജ്യോതിഷ്ടോമം KR. after. അടിയന്തരം കഴിയുന്നതിൽ ഇടെക്കു TR. as long as the feast lasts. — ദാരിദ്ര്യത്തിന്നു ഇട വരും, ഇട കൊടുത്തു, ഇടകൾ പോം VCh. opportunities will be lost.

4. middle, waist. — what's internal പടയിലും ഇടയിലും at home & abroad. ഇടമുട്ടും പട മുട്ടും KU.

5. measure, chiefly weight. നെല്ലിട a.) interstice of the size of a grain. b.) weight of a rice

grain; so എള്ളിട, പണമിട പത്തു കഴഞ്ച് CS. ഇടെക്കിട weight for weight, like for like (ഇടെക്കിട മാറുക to barter goods V1.) ഗജഹസ്തത്തിനോടിടയൊത്തു വിളങ്ങും ഇട KR 3.

Cpds. ഇടക്കട (4) middling; alternately (2).

ഇടകലരുക (2) v. n. to be mixed together, — v. a. to mix well. VN. ഇടകലച്ച്.

ഇടക്കട്ടി (5) equal weights.

ഇടക്കരി പിടിച്ച (കണ്ടം) നടക്ക MR 215. an under-farm (?).

ഇടക്കാൽ (2) post of rails.

ഇടക്കാഴി (2) branch of river V1.

ഇടക്കിട = repeatedly, often.

ഇടക്കുടിയാൻ, ഇടക്കാണക്കാരൻ an under-tenant.

ഇടക്കൂടുക (2). v. n. to mix with, intermingle, grow dense or full. മിന്നലും മഴക്കാറും വന്നിടക്കൂടി Nal 3. ശരങ്ങൾ ഇടക്കൂടി AR 6. ബന്ധുലോകം ഇടക്കൂടി നടന്നാർ CC. പെണ്ണുങ്ങളോട് ഇടക്കൂടി രസിക്ക SG. ജ്ഞാനം വന്നിടക്കൂടാ ChR. is not to be fully obtained. കടലോടിടക്കൂടിന ഭൂമി ChVr. encompassed by.

ഇടക്കൂട്ടുക to occasion ബോധിപ്പാൻ ഇ'ട്ടേണമെ Genov. = സംഗതി വരുത്തുക.

ഇടക്കെട്ടു (4) a.) girdle = അരക്കെട്ടു. b.) enclosed passage B.

ഇടക്കേടു (3) unnecessary, indifferent.

ഇടക്കൊഴുവൻ (2) under-tenant B.

ഇടച്ചുരുക് (2) a bit of gold between beads B.

ഇടചേരുക (2) v. n. to join, unite — v. a. ഇടചേക്ക to reconcile — ഇടചേച്ച് agreement.

ഇടച്ചേരി N. pr. barony in Cadattunāḍu TP. ഇടശ്ശേരി കഴ്ചൽ KU.

ഇടത്തുക്കുക (2) to fill up closely.

ഇടത്തൂട് (3) theft B.

ഇടത്തരം (4) middling, inferior ഇടത്തരമാത്തങ്ങ = വന്നിങ്ങ —

ഇടത്തറക്കാരൻ of the common sort of men.

ഇടത്തൊണ്ട (4) ഇ. വിറെച്ച ചൊന്നാൽ KR 5. choked.

ഇടനാഴി (2) passage between two rooms B.

ഇടനിര (2) a partition, middle wall.

ഇടനില്ക്ക (2) to be bail for one V1.

ഇടനീതി (loc.) = ചീമട്ടാല.'

ഇടനെഞ്ച് (4) (po.) heart.

ഇടനേരം (3) the afternoon.

ഇടപറക (2) to speak for one, intercede. പെൺ കെട്ടിന്ന് ഇടപറക match making V1. 2.

ഇടപഴക്കം No. = കുറെ പഴക്കം slight acquaintance. So. experience.

ഇടപട്ടുക, ഇടപെട്ടുക (2) to be involved in an affair, fall in with. ആ കാൎയ്യത്തിന്മേൽ ഒന്നും ഇടപെട്ടതും അല്ല TR. did not meddle with. എറിഞ്ഞതു നെഞ്ഞോടിടപെട്ടു RC 31. happened to strike. അവരെ പൊരുത് ഒഴിപ്പാൻ ഇടപെട്ടമ എല്ലാം RC 125. all he undertook. — യുദ്ധസംഗതി ഇടപെട്ടു സഹായിക്കാം will help in war. — കാൎയ്യം ഇടപ്പെട്ട വൈരം എല്ലാരിലും (po.) anger on account of business. ചേറനാട് ഏറനാട് എടപെട്ടിട്ടുള്ള മിക്കകളിലെ ലഹളകൾ TR.

ഇടപാട, ഇടവാട് 1. business, affair, transaction. കൊള്ളക്കൊടുക്ക ഇടവാട്ടും ഇരിക്കുന്നു (jud.) he trades also. കണക്കിടവാട്ടു തീൎക്ക settling accounts. 2. quarrel, contention. ഇടപാട്ടുകൾ പറഞ്ഞു തീൎത്തു TR. പണംകൊണ്ട് അവരുമായി ഇടവാട് ഉണ്ടോ TR. 3. intercourse, acquaintance, No. 4. final adjustment of a price or business V1.

ഇടവാട്ടുകാരൻ a dealer, quarreller.

ഇടപോക്ക (2) acquaintance, experience B.

ഇടപോരുക (2) to be distant, of sufficient width. കാലവും ഇടപോരാ (3) the time is too short, Mud.

ഇടമുട്ട് (vu. എടമുട്ട്) = ഇടവഴിമുട്ടുക.

ഇടമുറിയാതേ (2.) uninterruptedly. ഇറുമ്പുകൾ ഇടമുറിയാതെ പോക TrP.

ഇടയത്താഴം the first night of newly married Tiyar.

ഇടയായുധം gear, തോക്കിന്റെ ഇടയായുധങ്ങൾ TR.

ഇടയാൾ (2. 4) a middle person, intercessor അതിന്നു ഞാൻ ഒരു ഇടയാൾ അത്രേ TR.

ഇടയാട്ടം (2) So. doubt, also ഇടയിളക്കം.

ഇടയിടുക, ഇടവെക്ക (3) to discontinue — (2) to leave an interstice.

ഇടയിടെ (3) again & again, repeatedly.

ഇടയോടു, എടോടു potsherd put between the ricepot & the hearth.

ഇടവരമ്പു narrow & low ridge in ricefields.

ഇടവഴി (2) midway, byway, lane, ditch between two walls. വീട്ടിന്റെ തെക്കേ ഇടവഴി MR.

ഇടവിടുക (2. 3) to be interrupted, stop, intermit. ആയുധം എടുത്തവർ കൎമ്മം ഇടവിട്ടു KU. give up. — ഇടവിടാതെ, ഇടകഴിയാതെ incessantly. — ഇടവിടായ്മ, continuation.

ഇടശരി V1. ഇടസരി regular change, as of beads & gold. മണികനകം ഇടസരി കലൎന്നുള്ള മാല Mud. (also called ഇടമണി).

ഇടം, എടം, ഏടം **idam** 5. (√ ഇടു) 1. Place, spot. f. i. പാരിടം, മന്നിടം. ഇടം കൊടുക്ക to give room. — അവ്വിടത്തിൽ there, എന്നിടത്തിൽ in, with me. നിന്റെ എടം കഴിച്ചുകൊൾ mind thy station, duty. ഇങ്ങില്ല നാം ഒരിടമായി RC 77. (= പാത്രം).

2. house, mansion of vassals, Nāḍuvāḷis. എടവും മാടവും തീൎത്തു KU. ഒരുവനെ കളഞ്ഞൊരിടം രക്ഷിക്കേണം Bhr. preserve a house by the sacrifice of one person. പുത്തൻ ഇടപ്പണി എടുപ്പിക്കുന്നു TP. to build a mansion. എടത്തിമ്പടി Nāyer house (loc. എടുത്തുമ്പടി). Also said of supposed mansions of ghosts etc. = രാശി f. i. നാലാം ഇടം (= ഭൂതപ്രേതാദികൾ) കോപിച്ചു, നന്നാക്കി വെക്ക to undo evil influences (superst.)

3. measure, portion, also of time. അറിവുള്ളേടത്തോളം TR. as far as he knows. അറിഞ്ഞേടം പറയാം Mud. അവിടം ഒട്ടു പരപ്പിൽ പറയേണം Bhr 1. on this head I must enlarge. മൂന്നു കൂറിൽ ഒർ എടം കഴിച്ചു = $\frac{1}{3}$. നിന്റേടം കഴിക്ക pass thy days. ഇവിടം കഴിഞ്ഞിട്ടു വരാം TR. (= ഇട). കഴിഞ്ഞേടം കഥ Mud. the former part of the story (opp. പിന്നേടം = കഥെക്കിനി മേലേടം Mud.) — വാപ്പാനെ കാണാതേടംകൊണ്ടു TR. during all the father's absence. ഉത്തരം എത്തുവിടത്തോളത്തേക്കു TR. till an answer arrives വന്നിടത്തു TR. എന്നിടത്തു (= പോൽ). — പറഞ്ഞു നില്ക്കാൻ ഇടം ഇല്ല TP.

4. left side = ഇടത്തുപുറം, — ഭാഗം. — ഇടത്തിട്ടു നാവു വലത്തിട്ടില്ല did no more speak. ഇടത്തിട്ടുപോക f. i. when meeting a dog, woman (superst.) ഇടത്തോട്ടു തെറ്റി MR.

5. width, breadth. ഇടമുള്ളതു spacious ഒരു കോൽ നീളവും ൧ കോൽ ഇടവും ൪ കോൽ കനവും CS. ഇടം എഴും മാൎവ്വിടം RC 26. broad chest. ഇടന്തകം ഒൺ കടൽ RC 104. broad sea.

Cpds. ഇടങ്കാൽ (4) left foot.

ഇടങ്കെട്ടു very bad, as വഴി, വാക്കു Palg.

ഇടം കെട്ടവൻ (1) inconsistent — (5) narrow-minded.

ഇടങ്കേടു T. SoM. inconsistency — contrariety, harm. — ഇ. കാട്ടുക to oppose.

ഇടങ്കൈ, ഇടത്തു കൈ (4) the left hand. — ഇടങ്കൈ എന്നും വലങ്കൈ എന്നും രണ്ടു കൂട്ടക്കാരർ ഉണ്ടു TR. two factions, chiefly of Tamil low castes. ഇടങ്കൈജാതി അന്യായം TR. the complaint of the left hand caste. — ഇടങ്കവംശം also ഇടങ്കർ Chāliyars, that worship only Bhagavati (opp. വലങ്കർ.)

ഇടത്തല left side. തോണി ഇടത്തല തെറ്റി went to the left.

ഇടത്തൻ left handed V1. also ഇടങ്കൈക്കാരൻ, ഇടങ്കൈപാങ്ങുള്ളവൻ, ഇടമാനക്കൈക്കാരൻ.

ഇടത്തോതു shield TP.

ഇടത്തുടു (4) left side. — the wife, as being the left hand of the husband. — opposition, what is inadmissible. — heresy V1. ഇടത്തുടു കാട്ടി മടക്കുക to confute V2.

ഇടത്തുടുകാർ heretics (Nasr.)

ഇടന്തോൾ വെട്ടി KR. the left arm.

ഇടപ്പക്കം (2) meal of king's attendants B.

ഇടപ്പുറം left side അവളുടെ ഇടപ്പുറത്തു നില്ക്കുന്നു KR.

ഇടപ്പെടുക (5) to be wide. കൺ ഇടപ്പെടത്തുറന്നു നോക്കി RC 56. (or ഇടപെടുക? see under

ഇട) — നീണ്ടിടംപെട്ടിരിക്കുന്ന നേത്രം DM. broad eyes.

ഇടപ്രഭു (2) a petty prince, of whom the KM. counts 1400 in Kēraḷa (S. വീരാള) also ഇടവാഴി KU.

ഇടമിടർ (5) difficulty of speech from joy or grief B.

ഇടമ്പിരി (4. പുരി) a shell with the spiral turning from left to right. — also = ഇടവകം B.

ഇടവക 1. the principality of an ഇടപ്രഭു f.i. ചുഴലി സ്വരൂപം, നെല്ലെട്ടക്കാട്ടിൽ the 2 chief vassals of Cōlatiri with 12 കാതം land, 300 Nāyer, 12,000 fanam yearly income KU. ചുഴലി ഇടവകയരെ കാണ്മം TR. ആറ് ഇടവകയിൽ ൫൨ കാരണവർ KU. 2. jurisdiction V1. parish (Nasr.)

ഇടവലം (4) both sides, neighbourhood, ഇടവലം പോലെ നമുക്ക ആക്കി തരേണം. ഇടവലം കൊടുക്കുംപ്രകാരം TR. according to the taxes paid all around. — (also separated). ഇടത്തു വലത്ത് അഴിഞ്ഞ കഴിക്കാണം TR. the tenure as observed in the country. തന്റെ ഇടത്തും വലത്തുമായി പോവാൻ TP. to go with friends. തന്റെ ഇടത്തും വലത്തുമായി TP. with shield & sword. — adj. ഇടവലം രാജ്യങ്ങളിൽ TR.

ഇടവാഴി = ഇടപ്രഭു, who has ഇടവാഴ്ച KU.

ഇടവിതാനം (1) space, air V1.

I. **ഇടക്ക** **iḍakka** Tdbh. (ഢക്കാ) A double drum ഇടക്കമദ്ദളം ഉടുക്കുശംഖവും KR.

II. **ഇടക്ക, ന്ന** aT. aM. To dig, split ഇടന്തവ അനേകം കൂട്ടം ഇട തുടന്തു RC 70. (said of arms).

III. **ഇടക്ക, ക്കി** (ഇടം 5) To widen a place V1.

ഇടങ്ങ് **iḍaṅṅụ** C. T. Strait (= ഇട).

ഇടങ്ങാറ് (ഇടങ്ങ്) & ഇടങ്ങേറ് q. v.—difficulty, contrariety, oppression, want. ചെറിയ കാര്യത്തിന്ന് ഇങ്ങനെ ഇടങ്ങാറ് ആക്കിയാൽ TR. raise such difficulties about it.

ഇടങ്ങാഴി, ഇടങ്ങനാഴി, ഇടങ്ങഴി (ഇടങ്ങ്, നാഴി) a measure, $2\frac{1}{4}$ വിരൽ deep, $5\frac{1}{2}$ broad, holding 4 Nāḷi, ' or 57,600 grains of കഴമനെല്ല് (its mark ന്ന). The smaller kind ചെലവിടങ്ങഴി is used in houses, the പാട്ടിടങ്ങഴി, larger by 10 or 20 pct. serves to pay the പാട്ടം. വലിയ ഇടങ്ങാഴിക്ക നൂറു നെല്ല് TR. ൧൦൦൦ ഇടങ്ങാഴി നെല്ലിന്ന് ൭൦ ഉറുപ്പിക വില കണ്ടു TR. (in 1798).

ഇടങ്ങേറ് = ഇടങ്ങാറ് q. v.—(B. ഇടങ്കേട്?) — ഉത്തരം ഇടങ്ങേറില്ലാതേ കട്ടമയിൽ കൊടുത്തയക്ക TR. without harassing delays. നമുക്ക പെരുത്ത് ഇടങ്ങേറുണ്ടു, നമ്മോട് ഇടങ്ങേറാക്കി TR. treated us harshly. എനിക്കിടങ്ങേറു ചെയ്യു RC 63. എന്നാൽ ഇടങ്ങേറുണ്ടാം CG.

[To walk with difficulty.

ഇടന്തുക, **iḍanduγa** ഇടന്തി നടക്ക (ഇട 2)

ഇടപം see **ഇടവം**.

ഇടപ്പള്ളിനമ്പിയാതിരി N. pr. The chief of the 36,000 armed Brahmans, residing near Parūr, endowed with Parašu Rāma's sword KM.

ഇടമ്പുക **iḍambuγa** MC. 1. = ഇടന്തുക 2. To stumble, knock against, oppose.

ഇടമ്പൽ contrariety B.

ഇടയൻ **iḍayaǹ** (m. ഇടച്ചി f.) T. M. (ഇട 4) The middle caste of shepherds & cowherds, rather foreigners in Mal. കൊട്ടമലക്കാരൻ എടയൻ രാമൻ TR.

ഇടയുക, ഞ്ഞു **iḍayuγa** T. M. Te. (ഇട 2) 1. To hit against, press against കലവും കടവും തങ്ങളിൽ ഇടഞ്ഞു V1. അഴിഞ്ഞു സേതുക്കൾ ഇടഞ്ഞു വെള്ളം CC. നടയിൽ ഇടയും ഒരു പട കളുടെ ഘോഷം Nal 2. 2. to fall out, quarrel, compete. മാരുതം ഇടയ നടന്നു RC 23. quicker than the wind. വാൾ ഇടഞ്ഞ കണ്ണാൾ RC 60. ഇടി ഇടയിന്ന ചൊൽ RC 63. — അവർ വേദം കൊണ്ട് ഇടഞ്ഞു disputed about religion KU. തമ്മിൽ ഇടഞ്ഞു പോയി (vu.) ഇടയാതേ peaceably. 3. to converse V1. ഇടഞ്ഞറിക = പരിചയിക്ക V2. അവനോട് ഇടഞ്ഞില്ല had no intercourse with him V2.

VN. ഇടച്ചൽ 1. quarrel നമ്പ്യാരും താനുമായിന്നു കൊല്ലം ഇടച്ചലായി കഴിഞ്ഞു വരുന്നു MR. വാനവരോടു് ഇടച്ചൽ ചെയ്യാൻ RC 93. to war. 2. family discord, separation ഇടച്ചൽ തീക്ക to reunite. 3. intercourse V1.

CV. ഇടയിക്ക to disunite, separate, also ഇടെക്ക.

ഇടർ iḍar T. M. C. Te. (√ ഇടു) 1. Impediment, hindrance ഇടർ ഒഴിയ unhindered; unchecked AR 5. 2. trouble, grief (po.) അതിനാൽ ഇടരുററാർ Bhr 1. were troubled. കപികൾ ഇടരോടു പറഞ്ഞു പതിച്ചു (Sit Vij.) ഉലകത്തിനെ ഇടർ പോക്കിനാൻ RC 22. ഇ. മുട്ടി Bhg. perfectly satisfied.

ഇടറുക, റി iḍaruγa T. M. C. (and ഇടരുക B.? see prec.) 1. To stumble, trip. നടന്നാൽ ഇടറും (prov.) 2. to falter, hesitate. ഇടറീടുന്ന വാക്യവും VyM. തിരുമനസ്സു് ഇ° TP. to waver, doubt. 3. to quarrel V1.

VN. ഇടച്ചു് 1. stumbling. മാൎഗ്ഗങ്ങൾക്കും ഇടച്ചു വരാ ഇല്ലാമങ്ങൾക്കോ CG. 2. hesitation, blundering. നോക്കും വചനവും ഇടച്ചുകൂടാതെ കണ്ടു. 3. quarrel മുതൽ ചൊല്ലി ഇടച്ചു് VyM. disputes about money. തമ്മിൽ അങ്ങോട്ടും ഇങ്ങോട്ടും വാക്കിടച്ചു ഉണ്ടായി TR. ഇടച്ചു് തീക്ക to pacify V1.

ഇടററു stammering from grief? ഉള്ളമെറെഴിന്നു വെന്തു പെരുത്തിടം ഇടററു തട്ടി പിയൎക്ക മെക്രുവി RC 78.

ഇടല iḍala (ഇടു) A wood, burning very quickly ഇടല ചുടലെക്കാകാ (prov.)

ഇടവം iḍavam T. M. Tdbh. (ഋഷഭം) 1. Taurus. 2. = ഇടവഞായറ് the 2nd month (May — June).

ഇടവപാതി KU. beginning of the monsoon, general armistice till തുലാപത്തു.

ഇടവകം (S. ഋഷഭകം) the horn of the Himālaya bullock — a med. root. [പിവരൻ RC 41.

ഇടവൻ Tdbh. ഋഷഭൻ a hero. ഇടവനാം ക

?ഇടവൽ iḍaval A butterfly V1.

ഇടി iḍi T. M. C. Te. (√ ഇടു) 1. A stroke, blow, shock. കന്നുകൾ ഇടികടി (po. of animals) പത്തു് ഇടി, (f. i. in road making). 2. bruising, pounding. ഇടിപൊടിയും പ്രകാരം (po.) 3. thunderbolt ഇടിവെട്ടീട്ടു വൃക്ഷം പോയി പോയി MR. so ഇടിപൊട്ടുക, കറെക്ക, ഇടിമുഴങ്ങി it thundered CC. ഇടിപൊട്ടുമ്മനേ V1. suddenly. ഇടിപ്പെടുക V1. to happen suddenly. ഇടി തുടൎന്ന ചൊൽ RC 33.

ഇടികല്ലു് (2) a betel pestle.

ഇടികുഴൽ (2) a betel mortar, used by toothless persons. [GP 68.

ഇടിച്ചക്ക (2) young jackfruit hashed & fried

ഇടിത്തീ (3) flash of lightning,

ഇടിപൊടിയാക്കി reduced to dust, of furious combat, ruthless destruction.

ഇടിമരം (1) a rammer, gunrod.

ഇടിമിന്നൽ (3) flash of lightning.

ഇടിമുഴക്കം (3) thunder, ഇടിയൊലി RC 33.

ഇടിയപ്പം balls or cakes of ഇടിയൂന്നി.

ഇടിയുണ്ണി a kind of cake (also ഇടിയൂന്നി).

ഇടിയൂന്നി a kind of vermicelli.

ഇടിയുരൽ mortar for husking rice, also a vermicelli-mould.

ഇടിവാൾ (3) fork of lightning.

ഇടിവാളം (3) the lump of gold, supposed to be contained in the thunderbolt, and found when it strikes into cowdung.

ഇടിവെട്ടു് (3) clap of thunder.

ഇടിവേർ & ഇടുവേർ പൊട്ടുക the stone of a fruit to burst & emit roots.

ഇടിക, ഞ്ഞു iḍiγa T. M. C. Te. (ഇടി) 1. To crumble, fall to pieces, be split as മതിൽ, ചിറ, കടലിന്റെ വിളമ്പു — മട്ടൽ ഇടിഞ്ഞു of a cocoanut plant growing. — met. നെഞ്ചകം ഇടിഞ്ഞിടിഞ്ഞു Bhr. 2. to be powdered. മരുന്നിടിയുന്നില്ല (med.) 3. to fall, be reduced, as price (വില ഇടിഞ്ഞു) degraded — ഇടിഞ്ഞ ജാതി rather a low caste.

ഇടിക്ക v. a. 1. To beat, bruise അരി ഇടിക്ക to pound rice V1. മേഘങ്ങൾ ഇടിക്കും PT 2. അടിക്കയും തങ്ങളിൽ മുട്ടുകൊണ്ടിടിക്കയും മാന്തുകയും (po.) 2. to demolish, break down. കിളകൊത്തി ഇടിക്ക MR. വാതിൽ ഇടിച്ചു തുറന്നു (robbers) TR. 3. to humble. ഇടിച്ചുപറക (po.) = താഴ്ത്തി പറക to abuse. 4. v. n. of palpitation നെഞ്ഞു് ഇടിക്കും a med. Nid.

VN. I. ഇടിച്ചൽ 1. demolition, ruins V1. 2. dejection. ഇസ്സാമായവൎക്ക് ഒക്കയും ഇടിച്ചൽ ആയി Ti. (since Tippu's death).

II. ഇടിപ്പു ruination V1.

III. ഇടിവ് demolition, despondency, degradation. — (with ആക & ആക്ക).

ഇടിയ a piece of wood, to beat the ground, or to stop a passage.

ഇടിച്ചി (fem. of ഇടിയൻ) N.pr. in ഇടിച്ചിമല.

ഇടിഞ്ഞിൽ idiññil T. SoM. Small earthen lamp V2.

ഇടിയൻ idiyaǹ (ഇടിക്ക) A Canarese caste അവിൽ ഇടിക്കുന്ന കൂട്ടർ.

ഇടുക, ട്ടു iḍuγa T. M. C. Te. 1. To put, place, plant, wear. കവചം ഇട്ടു Mud. put on, so ആഭരണം etc. — വെററിലക്കൊടി, വള്ളിയിട്ടു planted MR. — ഇട്ടുകെട്ടുക to lay up. ഇടാതെ ഇട്ടുപൂണ്ടു he trades without stock V1. 2. to cast, throw. ഇട്ടുകളക f. i. കടലിൽ to throw away TR. നാശ്ശം ചോറിടുക to give. ഇട്ടുവിടുക to discharge, ഇട്ടേക്ക (വെക്കുക) to abandon. 3. action in general നീണ്ട കയറിട്ടു ഞേന്നു ചാവേൻ Pay. തോലിട്ട വാദ്യങ്ങൾ leather instruments. പങ്കിടുക to divide, ആണയിടുക to swear. അവളെ വയലിൽ ഇട്ടു തച്ചു TR. (=വെച്ചു, നിന്നു). 4. aux. V. denoting a completed action. പോയിട്ടു has gone; giving also active signification to a v. n. as ആറീടുക. — The part. ഇട്ട് strengthens the 1st adverbial, by emphasizing the power of the past tense. എന്നെ തടവിൽ ഇട്ടിട്ട് ൨ മാസത്തിൽ അകമാശുന്നു TR. it is nearly 2 months that I have been placed in arrest; stands before Negatives ചെയ്യിട്ടില്ല and 2nd futures കൊട്ടുത്തിട്ടേ ഉള്ളു; also with causal power ഇവിടെ കിടന്നു മരിച്ചിട്ടു കാൎയ്യവും ഇല്ലല്ലോ TR.; പറഞ്ഞിട്ടു നില്പാൻ ഇടം ഇല്ല TP. cannot stop for conversation; becomes meaningless ആയിട്ട്=ആയ്.

CV. ഇടുവിക്ക, ഇടീക്ക to make to put etc., also ഇടുക്കുക (old) f. i. വേറിടുമ്മു RC 23.

Cpds. ഇടുകാട് burying place.

ഇടുകുഴി a grave which sinks, supposed to cover a wicked person. — a trap-doorway B.

ഇടുപടി a gateway.

ഇടുക്ക iḍukkŭ T. M. C. (Te. ഇട്ടു, comp. ഇട, ഇടർ) 1. Narrow passage ഇടുക്കുവഴി the space between two fingers V1. 2. straitness, difficulty, poverty, also ഇടുക്കം. 3. claws of lobster.

ഇടുങ്ങുക v. n. To be straitened, contracted, pinched. കണ്ണിന്റെ പോള ഇടുങ്ങിയവൻ with swollen eyelids.

ഇടുക്കുക, ക്കി v. a. to confine, press, pinch (as a crab).

ഇടുപ്പു iḍuppŭ T. SoM. (ഇട 4) The hip.

ഇട്ട iṭṭa Tdbh. വിഷ്ഠ in മൂക്കിട്ട Mucus of nose.

ഇട്ടം iṭṭam Tdbh. ഇഷ്ടം, perhaps, hence: ഇട്ടരചൻ V2. and ഇഷ്ടരചൻ checkmate.

ഇട്ടറ iṭṭaṙa (ഇട്ടു) No. Wooden block with a notch, used by carpenters to wedge in planks etc, in order to work them. [cake.

ഇട്ടലി iṭṭali T. M. (Te. C. ഇഡ്ഡെന) A kind of

ഇട്ടൽ iṭṭal ഇട്ടപ്പുറം, ഇട്ടമേൽ The terrace around the houseyard. — also compound=വളപ്പു. — ഇട്ടൽ നട്ടിരിക്കുന്നു (loc.) — ഇട്ടപ്പുറത്തേ ഒരു മാവും മറഞ്ഞുനിന്നു TR. also ഇട്ടക്കൊള്ളു.

ഇട്ടി iṭṭi T. M. C. Tu. (Tdbh. യഷ്ടി) 1. Stick, spear വേലുകൾ, ഇട്ടികൾ Mud. മരമിട്ടി RC 28. കന്തം മുറിച്ച് ഇട്ടിയാക്കരുതു (prov.) 2. a Brāhman girl B. 3. N. pr. of men So. & Palg.

ഇട്ടിക്കോമ്പിയച്ചൻ N. pr. The Rāja of Pālakādu TR. (ഇട്ടിക്കോമ്പി മന്നവൻ PT.) — In a Pālakādu inscription of Collam 430 he is called the nephew of ഇട്ടിപ്പഞ്ഞിയച്ചൻ.

ഇട്ടിക iṭṭiγa Tdbh. ഇഷ്ടക Brick.

ഇട്ടികക്കല്ല് laterite.

ഇട്ടൂഴി, iṭṭūḻi ഇട്ടു വീട്ടിയതു (ഇട്ടു) Unreserved transfer of landed property KU. (=അട്ടിപ്പേറു).

ഇഡ iḍa S. & ഇള Praise of Gods—earth (po.)

ഇണ iṇa T. M. (C. Te. എണ) 1. Pair, couple. 2. clothes in one woof. — കാലിണ, കണ്ണിണ, കൈയിണ (po.) ഇണപെററ സഹജൻ KR. twin brother. ഇണയോടെ കന്നിയാലപ്പൂട്ട്

എടുത്തു TP. 2. mate, companion, union ഇണയില്ല തുണയില്ല (vu.) ഇണ തമ്മിൽ പിരിവതിൽ (Mpl. song) lovers' parting. ഇണ ഒത്ത അരക്ഷണം പിരിയാതെ VC. not leaving his mate for a moment. ഇണയില്ലാത്തവനോട് ഇണ കൂടിയാൽ (prov.)

Cpds. ഇണചേരുക to pair, as birds MC., be matched ചക്രാസ്ത്രങ്ങൾ ഇണചേൎന്നാൽ ഈ പ്രപഞ്ചം നാസ്തി Cr Arj. if two come together.
ഇണ പിരിക to be separated ഇണ പിരിയാതെ നടന്നു ലക്ഷ്മണൻ KR.
ഇണമാനം slight difference in accounts V1.
ഇണയാക്ക to match.

ഇണക്കം iṇakkam T. M. (ഇണങ്ങുക) 1. Concord, peace, union. ഇരുവരെയും ഇണക്കം വരുത്തി reunited them TR. പിണക്കം ഇല്ല ഇണക്കം ഉണ്ടു Mud. ഇണക്കം പറഞ്ഞിട്ടും സമ്മതിക്കാതെ Ti. rejected his proposals for peace. 2. submission, tameness. ബുദ്ധിയിൽ അസാരം ഇണക്കം ഉണ്ടു TR. his mind is somewhat broken, weakened.

ഇണക്ക് 1. Agreement. 2. certificates given by proprietor to mortgagee. പാട്ടത്തിന്നും കാണത്തിന്നും മുറിച്ച് ഇണക്ക വാങ്ങീട്ടുള്ള ഇണക്കുകൾ രണ്ടും MR. certificate from owner to lessee, that he has let his estate ഇണക്കുമുറി — deed of notice of sale to a 3rd party — authority to lessee to transfer his interest in the property ഇണക്കച്ചീട്ടു W. — also counter-document given by occupant to the proprietor announcing his having transferred his interests in the property. കാണം വാങ്ങി നിലം ഒഴിഞ്ഞ് ഇണക്ക് അയക്ക (=Palg. ഒഴിവുമുറി) — ഇണക്കു പിടിച്ചു പാട്ടത്തിന്നു വാങ്ങി — ഇണക്കുതീർ തിരിച്ചു കൊടുത്തു — MR. transfer of the family sword to the heir apparent (loc. = ആയുധം എടുക്ക).

ഇണങ്ങുക 1. To agree കണ്ണിന്ന് ഇണങ്ങിയ കാന്തി CG. pleasing to the eyes. നന്നായിണങ്ങീല നാട്ടിൽ ഉള്ളോർ Mud. were not overcontented with the new ruler. കണ്ണിനിൽ ഇണങ്ങും ഉറക്കം CG. sleep so dear to the eyes. ഉള്ളിൽ ഇണങ്ങിനേൻ എന്നു നോക്കുന്നു CG. 2. to make peace, stand well with one രാജാവും ഇ ക്രിസ്ത്രമായി ഇണങ്ങി Ti. തമ്മിൽ ഇണങ്ങി — ഇണങ്ങാതേ പിണങ്ങി കൂടാ prov. ഗണികജനങ്ങളോടിണങ്ങി VC. 3. to grow mild or tame V1.

ഇണക്കുക, ക്കി v. a. 1. To pacify, reconcile, tame ഭവാനെ ചന്ദ്രഗുപ്തനോട് ഇണക്കിട്ടുവാൻ Mud. കടിപ്പിക ഇണക്കുക TP. 2. to rehearse, teach a drama കളി ഇണക്കി = തരണിച്ചു V1.

ഇണങ്ങ് Relationship, those of the same caste. ഇണങ്ങിൽ കേൾപ്പിച്ചു TR. complained to the caste. ദോഷം തട്ടി ഇണങ്ങും ഇല്ലാതാകും PT. to lose caste. അവനെ ഇണങ്ങിന്നു പുറത്തു വെക്ക to suspend (for a time) from caste privileges.
ഇണങ്ങൻ, — ത്തി kinsman = ചാൎച്ചവൻ.

ഇണയുക, ഞ്ഞു iṇayuγa (ഇണ) 1. To agree well, suit. രാമണീയഗുണങ്ങൾ ഇണഞ്ഞു CC. 2. to subside = ഇളെക്ക, as rain V1.

ഇണെക്ക v. a. 1. To unite, couple. രണ്ടു കാഷ്ഠങ്ങൾ തമ്മിൽ ഇണച്ചിട്ടഗ്നിയെ ഉണ്ടാക്കി KR4. (for a sacred purpose). ഇണെച്ചുചേൎക്ക, കെട്ടുക etc. 2. ഇണെച്ചിരിക്ക to be equal V1.

ഇണർ iṇar (T. flower bunch) Fish-spawn (തരിയുള്ള ഇ. roe. തരിയില്ലാത്ത ഇ. milt.)

ഇണ്ട (T. garland, C. clot) A swarm. വണ്ടിണ്ട തങ്ങളിൽ ചേൎന്നു മണ്ടും, വണ്ടിണ്ടയാകും അകമ്പടിമണ്ടി CG. —
ഇണ്ടയിടുക to be thronged.
ഇണ്ടന്തിരി uproar അയ്യം വിളികൊണ്ട് ഒർ ഇണ്ടന്തിരി TP. ചെണ്ടത്താളം കൊണ്ട് ഇ. etc.
ഇണ്ടൽ (& ഇണ്ടർ ചെങ്കിന നയനങ്ങൾ RC 19.) vexation, sorrow. ഇണ്ടൽപെരുതായിരിവതും ഭൂവിയിൽ വീഴ്ത്തും ആർ RC 15. ഇണ്ടലും പൂണ്ടു ചമഞ്ഞു CG. were affrighted. ഇണ്ടൽ നല്കും (po.) might make jealous. ഇണ്ടൽ ഉണ്ടാകും നമുക്കു PT1. we shall rue it.

ഇണ്ണുവെച്ചു കാട്ടുക (loc.) To point at one with the middle finger bent (obsc.)

ഇതം iδam S. (ഇ to go) Gone, reached (po.) 2. Tdbh. ഹിതം fit, pleasant. ഇതത്തിൽ പോക

ന്നോൻ (po.) willingly. മാലോകൎക്കിതമുള്ള വചനം Mud. രാമനിതമായി KR. ഇതം കിളൎത്തേർ RC. well fitted chariot. ഉറുമി എടുത്തിട്ട് ഇതം നോക്കുന്നു TP. tried whether the sword would fit him. ഇത് ഒത്ത ഉറുമി a suitable blade TP.

ഇതഃ iďaḥ S. (ഇദം) & അതഃ Hence (po.) ഇതഃപരം CC. thereafter.

ഇത iďa (T. new cultivation) 1. Sprout, shoot. 2. a small fence V1.

ഇതെക്ക, to sprout. അടവി ഇതെച്ചീടും = Bhr 5. = അകെക്കും.

ഇതരം iďaram S. (pron.) Other, different, as in മന്ദേതരം quickly (po.) ഇതരജാതി low caste. ഇതരേതരം = പരസ്പരം.

ഇതവു iďavu a M. T. = ഇതം 2. Pleasantness മല്ലാരിക്കിതവിനോടുള്ളൊരു നാസാ VC. —

adj. ഇതവിയ കാലാൾ RC 18. well appointed footsoldiers.

ഇതൾ iďaḷ T. ഇതഴ്, അതഴ് (S. ദളം?) Flower leaf, ovaria of fish. താമരപ്പൂവിന്നു പതിനായിരം ഇതൾ Bhg 5. താമരയിതൾ പോലെ വിശാലമാം കോമളനയനങ്ങൾ KR 4.

ഇതാ iďā (T. ഇതോ from ഇതു) Behold here. നീ ഇതാ പറക്കുന്നു PT 1. (also ഇതു കാപുരുഷൻ PP.)

ഇതി iďi S. (pron. ഇ) Thus. In quotations = എന്നു — ഇതി ദ്വിതീയതന്ത്രം thus ends the 2nd Tantram.

ഇതിഹാസം (ഇതി+ഹ+ആസ thus it happened) legend, tradition, history മഹാഭാരതം ഇതിഹാസം Bhr 1.

ഇതു iďu ഇത് 5. (ഇ) This thing. ഇതുവരേ hitherto. plur. ഇവ, also ഇതുകൾ (vu.)

ഇത്ത itta (loc.) Slaver = ഒരൊത്ത.

ഇത്തരം ittaram (തരം) This kind, thus — ഇത്തരം പറഞ്ഞു PT. ഇത്തരം വാക്ക TP. (often ഇത്തുരം vu.)

ഇത്തി itti ഇത്തിയാൽ T. M. 1. Waved leaved fig-tree, Ficus Venosa. ഇത്തിത്തോൽ മഞ്ഞും a med. അത്തി ഇത്തി അരയാലും പേരാലും KR 4. 2. a parasitical plant ഇത്തിക്കണ്ണി Loranthus coriaceus (= പുല്ലുന്നി). kinds:

വലിയ ഇ. Lor. longiflorus.

വെളുത്ത ഇ. Lor. elasticus.

കനലിമേൽ ഇ. Lor. globosus (Rh.); see ഇത്തിൾ.

ഇത്തിര ittira (ഇ, തിര) So much, mod. ഇത്ര. എന്തിനിത്ര വളരെ പറയുന്നു GnP. ഇത്ര എളുപ്പമായി so easily.

ഇത്തിരി (vu. ഇച്ചിരി) very little — ഇത്തിരി നേരം ഇന്നും പൊരുതീടേണം Bhr.

ഇത്തിൾ ittiḷ 1. Oyster shells, used as lime, vu. ഉത്തിൾ. പല്ല് ഇത്തിളായി നാറുക Nid. 2. Cpds.

ഇത്തിൾക്കൊള്ളി & ഇത്തിക്കൊള്ളി Epidendron tesseloid. ഇത്തിൾക്കുടം, ഇത്തുക്കുടം the same or another parasite (comp. ഇത്തി).

ഇത്തിൾപന്നി (1) an armadillo MC. [such.

ഇത്ഥം ittham S. = ഇതി Thus (po.) ഇത്ഥംഭൂതം

ഇത്യ itya S. = പോയി VetC. (ഇ).

ഇത്യാദി ityādi S. (ഇതി, ആദി), ഇത്യാദികൾ = എന്നു തുടങ്ങിയുള്ളവ, മുതലായവ.

ഇത്ര itra (ഇത്തിര) So much, so many. ഇത്ര എല്ലാം പറയേണമോ AR 2. നീ ഇത്രെന്നു അസത്യം പറഞ്ഞു എങ്കിൽ VyM. only so much. ഇത്ര എന്നല്ല innumerable. എങ്ങനെ നാം വളൎന്നിത്രയായെന്നും ഓരാതെ Si Pu 2. — it is declined ഒന്നിന്റെ ഇത്രയാൽ ഒന്നു CS. a fraction of one by so much. ഇത്രത്തോളം until this time ഇത്രത്തോടവും TR. [in each.

repeated: ഓരോന്നിൽ ഇത്തിത്ര (jud.) so much

ഇത്വരി itvari S. (ഇ to go) Unchaste woman.

ഇദം iďam S. This (po.) ഇദാനീം now (po.)

ഇദ്ധം idďham S. (ഇധ്) Kindled. ഇദ്ധസന്തോഷം Nal 2. adv. with flaming joy (po.)

ഇദ്ധ്മം S. small sticks for fuel (po.)

ഇന iňa No. ഇനി So. Wing of building തെക്കിനപുര, കിഴക്കിനിയിൽ MR. (perhaps only a formation syllable as in ചെപ്പിന etc.) വടക്കിനയും പടിഞ്ഞാററയും ൨ പുര ആകുന്നു MR.

ഇനം iňam T. a M. 1. Class of animals ഈ പശു നല്ല ഇനം V1. പുള്ളിനങ്ങൾ RC 22. കളിററിനം RC 38. 2. = ഇണ്ട swarm, വണ്ടിനമോ ലീല CG.

ഇനൻ inaǹ S. (√ ഇൻ strenuous) Lord — sun (po.) ഇനകുലജാതനൃപന്മാർ KR.

ഇനാം Ar. (in'ām) Gift, present, grant; also ഇനാമത്തിന്നു വേണ്ടി MR.

ഇനി ini T. M. (√ ഇ, Tu. = ഇന്നു) Henceforth, hereafter, yet, still, more. (with future) എത്ര നാൾ ഇനി പാൎക്കും PT 3. ഇനി ഇല്ല TR. there is no more (to be given). ഇനി മേല്പെട്ടു — ഇനി ഉണ്ടോ ജീവിച്ചിരിപ്പാൻ പോകുന്നു KR. — ഇനി ഒരിക്കൽ once more. ഇനിയത്തെ ആഴ്ച next week. — ഇനിയും. 1. again. ശേഷം വത്തമാനം ഇനിയും ബോധിപ്പിക്കാം TR. — ഇനിയുള്ളവരെ പേർ TR. the names of the others. 2. not yet പൃരിക്ക പോയവൻ ഇ. വന്നില്ല Bhr.

ഇനിക്കു iǹikkụ = എനിക്കു.

ഇനിയ iǹiya (5. ഇൻ sweet) ഇനിയ പൈമ്പാൽ, ഇനിയ ചൊൽനായികേ RC. ഇനിതനയൻ Sweet son. ഇനിയ പട Bhr. fine army. — neuter ഇനതായി RC 117.

ഇനിപ്പം (= ഇൻപം) കണ്ടാൽ ഒരികവൈും ഇനിപ്പവും RC 37. — also ഇനിമ (അഗസ്ത്യനുടെ ഇനിമചേർ കഴൽ RC 126.)

ഇനിസ്സ് inissụ (Ar. ജിനിസ്സ്, മിനിസ്സ്) Kind, sort.

ഇന്തു inδu Tdbh. (സിന്ധു.)

ഇന്തുപ്പു rocksalt from Sinde (med. = സൈ[ന്ധവം.)

ഇന്തുജാതിക്കാർ = Hindus.

ഇന്തുസ്ഥാനം വാക്കിൽ TR. = Hindustani.

ഇന്ദിര ind'ira S. = ലക്ഷ്മി. — ഇന്ദിരമണവാളൻ Vishnu (po.)

ഇന്ദീവരം ind'īvaram S. Blue lotus (po.) ഇന്ദീവരേക്ഷണേ Nal 4.

ഇന്ദു ind'u S. Moon.

ഇന്ദുകരങ്ങൾ moon-rays CC.

ഇന്ദുധരൻ Sk. Shiva.

ഇന്ദുമുഖിമാർ, ഇന്ദുനേർ ആനനമാർ CG. ഇന്ദുനേർ നടയാൾ Bhg 8.

ഇന്ദുശേഖരൻ Shiva. — N. pr. king of No. Mal. [KM.

ഇന്ദ്രൻ ind'ran S. (= ഇനൻ) 1. The king of the Gods ദേവേന്ദ്രൻ; ഇന്ദ്രാണി his wife, ഇന്ദ്രത്വം, ഇന്ദ്രപദം his sovereignty. — ഇന്ദ്രനോടു ഒക്കും സ്വാമി PT 1. ഇന്ദ്രക്കാററു east-wind V1. 2. lord താപസേന്ദ്രൻ the great devotee, കാകേന്ദ്രന്മാർ PT. etc.

ഇന്ദ്രജാലം "Indra's net." — sorcery, superior juggling. ഇന്ദ്രജാലക്കാലക്കാരൻ എത്രയും Nal 4. ജഗത്തു മോഹിക്കും മഹേന്ദ്രജാലവും KR. (the grand deception of worldly lust.)

ഇന്ദ്രധനുസ്സ്, ഇന്ദ്രവില്ലു rainbow.

ഇന്ദ്രനീലനിറത്തിൽ KumK. sky-blue, sap[phire.

ഇന്ദ്രലോകം (പ്രാപിച്ചു) the heaven of the Gods & heroes.

ഇന്ദ്രവല്ലി Cissus pedata, used in Mal. for [സോമവല്ലി.

ഇന്ദ്രാദികൾ, ഇന്ദ്രാദിദേവകൾ etc. KU.

ഇന്ദ്രിയം S. (ഇന്ദ്രൻ) 1. Male power, semen. മാനസമഴിഞ്ഞു ഇന്ദ്രിയസ്ഖലനം വന്നു ബാലനു Bhr 1. = ഇന്ദ്രിയം വീഴുക (vu. ഒരംണം വീണു TP.) emissio seminis. 2. organ, sense. a.) ജ്ഞാനേന്ദ്രിയം = ശ്രോത്ര ത്വക് ചക്ഷു ജിഹ്വ ഘ്രാണം, their objects (വിഷയം) ശബ്ദ സ്പൎശ രൂപ രസ ഗന്ധം. b.) കൎമ്മേന്ദ്രിയം organs of action വാൿ പാണി പാദം ഗുഹ്യ ഗുദം, their objects വചനം ദാനം ഗമനം ആനന്ദം വിസൎഗ്ഗം. c.) in Vēdānta 4 അന്തരിന്ദ്രിയം (മനഃ ബുദ്ധി അഹങ്കാരം ചിത്തം.)

ഇന്ദ്രിയഗ്രാമം ജയിക്ക AR 6. to subdue the whole of the senses and organs, ഇന്ദ്രിയജയം, നിഗ്രഹം.

ഇന്ദ്രിയജിതൻ, ഇന്ദ്രിയവശഗൻ sensual.

ഇന്ദ്രിയവൃത്തി (1) carnality V1. —

ഇന്ധനം indhanam S. (inflaming) = ഇദ്ധ്മം. also met. ഉൽകണ്ഠയാകിയൊരിന്ധനം CG.

ഇന്ന inna T. M. (C. ഇന്ത from ഇ) pron. This, such. ഇന്ന നാൾ ഇന്ന മാസം date & month as may be the case. — It is chiefly used for the indefinite what: ഭോജ്യങ്ങൾ ഇന്ന ദിക്കിൽ ഇന്നവ എന്നും അതിൽ ത്യാജ്യങ്ങൾ ഇന്ന ദിക്കിൽ ഇന്നവ എന്നും എല്ലാം അവൾ ചെയ്തു Bhr. ഇന്ന നേരത്തെന്നും ഇന്നവരോടു എന്നും ഇന്നവണ്ണം വേണം ഇല്ലേതുമേ Bhr. (she does not care when, with whom, how, etc.)

ഇന്നു innụ T. M. C. Tu. (ഇ) This day. ഇന്നേക്കു പത്തു ദിവസമായി it's just 10 days MR.

ഇന്നേക്കു മൂന്നാം ദിവസം കാണും Bhg. ഇന്നതൊട്ടു ഇന്നിമേൽ Bhr 1. henceforth, for ever. — ഇന്നേത്തെ ചെലവിന്നു PT 1. for today's meal. ആ ദുഃഖം ഓൎത്താൽ ഇന്നേടം സുഖമല്ലെ Bhr 3. the present time. ഇന്നേയളനേരവും KU. till now. — Also = ഇന്നി henceforth എന്നെച്ചാൽ ഒഴിഞ്ഞു ഏതും കേൾക്കയില്ലിന്നിവൻ CG.

ഇന്നലേ (C. Te. നിന്ന) yesterday ഇന്നലേക്കു (emph.) TR.

ഇന്നാ "here" (calling cows to feed, etc.)

ഇന്നാങ്കം innāṅgam T. M. (T. ഇന്നൽ = ഇണ്ടൽ) Vexation, trouble. കാൎയ്യത്തിന്നു ഇന്നാങ്കം വെക്കാതെ കണ്ടു TR. without obstructing. ഇന്നാങ്കമായിട്ടിരിക്കുന്നു Nal 4. are with difficulty kept under control.

ഇന്നാൾ innāḷ (നാൾ) 1. = ഇന്നു. 2. The past [day.

ഇന്നി inni = 1. ഇനി f. i. പരമപുരുഷ്ഷേ നിൻ മനസ്സിൽ ഇന്നിയും കരുണയില്ലയോ KR 2. 2. = എന്നി f. i. വാട്ടമിന്നിയേ RC.

ഇൻപം inbam 5. (ഇനിയ) Pleasure, delight (chiefly of 2 kinds ചിററിമ്പം short pleasures, പേരിമ്പം bliss. po.) ചെവിക്കു ഇമ്പം പറക V1.

ഇനവകകൾ invaɤaɤaḷ Tdbh. ഇലവക S. 5 Stars in the head of Orion.

ഇപ്പടി ippaḍi T. M. (പടി) Thus ഇപ്പടിക്കു അറിയും സാക്ഷി (doc.) also in letters ഇപടിക്കു N. N. = എന്നിപ്രകാരം = I am yours etc.

ഇപ്പി ippi So. (ചിപ്പി) ഇപ്പിയും നാകണവും a med.

ഇപ്പിപ്പൂട്ടിൽ A pearl oyster V1.

ഇപ്പുറം ippuṟam T. M. (പുറം) 1. This side. 2. temporal ഇപ്രകാരം ഡിപ്പു ഇങ്ക്രിയസ്സമായി സാവധാനമാക്കിയതിന്റെ ഇപ്പുറം പടക്കോപ്പുകൾ കൂട്ടിയതും ഇല്ല TR. never since the last peace. പത്തു കൊല്ലത്തേ ഇപ്പുറമുള്ള ചമയത്തിന്നു MR.

ഇപ്പോലെ ചേതം വന്നാൽ TR. = ഇതു പോലെ.

ഇപ്പോൾ ippōḷ (പോഴ്) Now, just, soon (vu. ഇപ്പം) ഇപ്പോഴോ എന്നു ചോദിച്ചു CG. and how are you now?

ഇബാദത്തു Ar. 'ibādat. Service (of God) പടെച്ചോന്റെ വേണ്ടി ഇബാദത്തു ചെയ്യേണ്ടതിലെക്കുള്ള നിസ്കാരം Mpl.

ഇബിലിസ്സ് Ar. iblīs Devil, rogue. Mpl.

ഇഭം ibham S. Household. — elephant (in മത്തേഭം).

ഇഭ്യൻ wealthy person (po.)

ഇമ ima T. M. a C. (& ചിമ) Eyelash. — ഇമയവർ a M. Gods ഇമയവർപകയവൻ RC 23. — ഇമയാട്ടുക to wink V1.

ഇമനിമീലിക smartness B.

ഇമെക്ക to blink, twinkle ചിരിച്ചും കണ്ണിമെച്ചും മിഴിയാതെ Bhr. ഇമെക്കുമുൻ RC. കണ്ണിമെക്കുന്ന മുമ്പെ KR. ഇമെപ്പളവിൽ in a moment V1. [Pārvati.

ഇമം imam Tdbh. (ഹിമം) ഇമമലമങ്ക RC.

ഇമരുക imaruɤa (T. to sound, C. to evaporate) Of acute pain, toothache, etc. (loc.) VN. ഇമച്ചു.

ഇമാൻ Ar. see ഒരുമാൻ, Faith, honor.

ഇമ്പാ imbā A hunting call കൂയി ഇമ്പാ ഇമ്പാ (huntg.)

ഇമ്മി immi T. M. A fraction, $= \frac{1}{21}$ Anu (അണു) or $\frac{1}{494802}$ or $\frac{1}{2150400}$ CS.

ഇമ്മിണി No. ever so little = ഇത്തിരി ഇമ്മിനി പരിന്തൽ Pay.

ഇയ iya a T. a M. (= T. ഇചൈ) To agree, meet. ഇയമൊഴിമാർ RC 142. തോലി ഇയഞ്ഞു RC. were defeated. അടിത്തതും ഇയഞ്ഞു was well beaten RC.

ഇയങ്ങുക T. M. (C. എസഗു) to move steadily. In grammatical usage f. i. കൎവ്വൽ S. = ചെയ്യിയങ്ങുന്നു — രക്ഷിച്ചിയങ്ങുന്നവൻ (po.) = പോരുന്നവൻ.

ഇയമ്പുക T. a M. sound എന്നതു ഒന്നിയമ്പിനാൻ RC 5. he said.

ഇയലുക, ന്നു T. a M. To agree, go fairly, be proper = ക്രുടുക, ചേരുക. — ചൊല്ലിയലും famous CG. ശോകം, കൗതുകം അകതളിരിൽ ഇയന്നു PT. ആമോദം ഇയലവേ KR. joyfully. ചഞ്ചലം ഇയലാതെ VCh. മോക്ഷങ്ങൾ പുക്കിയലാതേ GnP. ഭയം ഇയലുമോർ ChVr. those who fear.

ഇയൽ 1. = ഇയലുന്ന f. i. പടൻചൊല്ലിയൽ നികമ്പൻ RC. the far famed N. 2. what is proper. ഇയൽ അറിയാത RC 7. വളകൾ ഇ ശലോട് ഇളകം Mpl. song.

ഇയററുക to cause, induce. ആനന്ദം ഉള്ളിൽ ഇയററുംവണ്ണം, ഇണ്ടദുഃഖം ഇയററി CG. inflict. ബാണങ്ങൾ ഇയററി = പ്രയോഗിച്ചു CG. തോററം ഇയററ വല്ലം RC 4. ധൎമ്മം എന്നിയെ ഉള്ളതിയററൊല്ല RC 30. do but what is lawful.

ഇയത്ത് iyattu̥ S. So much (po.)

ഇയ്യിടയിൽ (ഇ + ഇട 3) Before this.

I. **ഇര ira** T. M. C. Te. 1. Food of birds, snakes, infants, met. of arms. അവനെ ഇരയാക്കി PT 3. ate him. തന്നിൽ എളിയതു തനിക്കിര (prov.) prey. വാൾക്കിരയാക്കി Bhr. തീക്കനല്ക്കിരയാകം PT. ശരനിരെക്ക് ഒർ ഇരയാക്കി RC 31. 2. livelihood. ഇരതെണ്ടി തന്നെ പകലും കഴിഞ്ഞു (Tir. Anj.) 3. bait, worms, Ascarides etc. ഇരയിടുക to bait. വലിയഇര = പാമ്പൻ. ഇരമുഴക്കം helminthiasis (med.) 4. see ഇരെക്ക II.

II. **ഇര** S. (= ഇഡ refreshment) also speech. — T. sound, whence ഇരെക്ക.

ഇരക്കുക, ന്നു irakkuγa T. M. To beg, ഇരന്നുണ്ടു Pay. ഇരന്നു നടക്ക to ask alms; with Soc. രാജ്യം നിന്നോടിരന്നുകൊണ്ടു Bhr.; also Acc. നിന്നെ ഞാൻ വന്നിരക്കുന്നു KR. തൊഴുതിരക്കുന്നേൻ KR 2. to beg hard. യുദ്ധം ഇരന്നു CC. called out.

VN. ഇരപ്പ് 1. begging. ആ ദേശത്തിരപ്പില്ല. beggarly ഇരപ്പുകാഴ്ചം. 2. bit of bridle (loc.) 3. see ഇരെക്ക.

ഇരപ്പൻ, ഇരപ്പാളി beggar ഇരപ്പാളിയായാൽ മഹാകഷ്ടം PT 2.

ഇരപ്പാളിത്തനം, — ളിത്വം mendicity. ഇരപ്പുത്തനം പോകയില്ല (prov.)

ഇരങ്കോൽ irangōl and **ഉരങ്കോൽ** Large stick (as of beggars?), club, distinct from ചൂരൽകോൽ. ഒർ എരങ്കോൽവടി MR. 2. pole of boatmen. ഇരങ്കോൽ കുത്തുക (loc.)

ഇരച്ചൽ VN. of ഇരെക്ക.

ഇരഞ്ഞി iraǹǹi M. C. Tu. = ഇലഞ്ഞി f. i. ഇരഞ്ഞിത്തൊലി a med. ഇരഞ്ഞിമാമലർ RC 116.

ഈ'യും ചന്ദനവും മുറിക്ക TP. for burning a corpse. [ന്ന കാൽ ഇരടും (prov.)

ഇരടുക iraḍuγa (= ഇടറുക) To stumble നട

ഇരട്ട iraṭṭa T. M. (ഇരണ്ട്, ഇരു) 1. Double. ഇരട്ട പെറുക, ഇരട്ട കുട്ടികൾ twins. ഇരട്ടപ്പല്ല് grinders MC. ഇരട്ട വാൾ two edged V1. മരം ഇരട്ടയായി CG. ഇരട്ടയടക്ക 2 betelnuts grown together. — ഇരട്ടത്തലച്ചി the paradise flycatcher MC. (= കൊണ്ടലാത്തി) — ഇരട്ടത്തലയൻ പാമ്പ് a certain viper. 2. odd (= യുഗ്മം) ഒററയോ ഇരട്ടയോ V1. ഇരട്ടപ്പെട്ടതു Gan.

ഇരട്ടി double, twice as much. (with Dat.) അതിന്ന് നാലിരട്ടി 4 times as much. (with Loc. ആ രാശിയിൽ ഇരട്ടിയായി Gan.) — വഞ്ചിച്ച പാൎത്ഥയിൎവെണ്ണകൾക്കിരട്ടി കൊൾവിൻ CG. — adv. ഉപജീവിച്ചാൽ ഇരട്ടിനോക്ക a med.

ഇരട്ടിക്ക v. a. & n. to double, multiply രണ്ടിനെ ഇരട്ടിച്ച നാലു Gan. ഒന്നു കൊടുത്താൽ ഇരട്ടിക്കും ഇക്കാലം (po.) ഒന്നുക്കു നാൽ ഇരട്ടിച്ചു തന്നു TR. paid four times the amount (= കണ്ടു). [MR.

VN. ഇരട്ടിപ്പു f. i. ചെലവ് ഇരട്ടിപ്പായി വരും

ഇരട്ടിമധുരം Glycorrhiza glabra. [teal.

ഇരണ്ട iraṇḍa ഇരണ്ടപ്പക്ഷി Wild duck,

ഇരതം iraδam Tdbh. രസം Mercury. ഇരതം മുക്കഴഞ്ച് a med.

ഇരമ്പുക irambuγa (II. ഇര) To bluster, be loud (loc.) — [breathing V1.

ഇരമ്പൽ the roar of the sea, difficulty of

ഇരവതി iravaδi Tdbh. രേവതി The 27th asterism. ഇ. പട്ട ദാനം KU. a ceremony.

I. **ഇരവു iravu̥** T. M. C. Te. (ഇരക്ക) A thing lent. ഇരവ് ഇരക്ക to borrow. ഇരവ് വാങ്ങി (loc.) of clothes, ornaments, etc. ഇരവുതലയാക്ക loc. to endanger one's head.

ഇരവൽ T. So. Palg. ഇ. വാങ്ങിച്ച ആഭരണം VyM. borrowed.

II. **ഇരവു** T. M. Te. രെ Tu. ഇരു C. ഇരൽ (ഇരു II.) Night = ഇരാ, രാ. In po. ഇരവുപകൽ = രാപ്പകൽ PT 5. [Pay.

ഇരാശി irāṡi Tdbh. രാശി f. i. മേടമിരാശി doc.

ഇരാവുക irāvuγa T. M. (=അരാവുക) To file, vu. രാകുക.

ഇരിക്കുക, ഇരുന്നു irikkuγa (√ ഇരു T. M. C. Te.) 1. To sit, remain, be in a place. ഇരുന്നു ഭക്ഷിച്ചു, ഇരുന്നുണ്ടവൻ രുചി അറിയാ, ഇരിമ്പും തൊഴിലും ഇരിക്ക കെട്ടും (prov.) being unoccupied. — ഇരിക്കുന്നവൾ maidservant. ഇരിക്കുന്ന അമ്മമാരുടെ വാതിൽ പോലെ (prov.) unsteady. — ഇരുമൂന്നു ശാസ്ത്രം ഇരുന്നു പോയിതോ KR. are the 6 Shāstras abolished? — Neg. ഇരിയാതേ & ഇരാതേ (po.) 2. Aux. V. ഇരുന്നിരുന്നു was sitting; often contr. നിന്നിരു = നിന്നിരുന്നു, പോയിക്കുന്നു etc. കണ്ടിരിക്കവേ സൎവ്വം കണ്ടീല എന്നായി even whilst looking at. —

Inf. & VN. ഇരിക്ക 1. being (നല്ലിരിക്ക etc.) ഇരിക്കക്കട്ടിൽ a couch. ഇരിക്കിടം = ഇരിപ്പിടം — ഇരിക്കത്തഴമ്പു callosity of the posteriors, as of monkeys MC. 2. ഇരിക്കവേ, — ക്കേ there being, whilst there is.

VN. ഇരിപ്പു 1. sitting, residence, position. ഓലപ്പെട്ടിയിൽ തറവാട്ടിൽ ഇരിപ്പുണ്ടു MR. ഇരിപ്പു പഞ്ഞികൊണ്ടിതത്തിൽ നിൎമ്മിച്ചു KR. a seat in the boat. 2. balance = നില്പു, ഇരിപ്പു മുതൽ, ഇരിപ്പുള്ളതു. 3. (loc.) മാംസത്തിൻ ഇരിപ്പുകൾ flakes (B. Job 41.)

ഇരിപ്പിടം residence, lodging. (from 2nd rel. part. fut. നിങ്ങൾ ഇരിപ്പേടത്തു TR. where you are) ചതുരംഗസേനെക്ക് ഇരിപ്പിടം പോരാ KR. ഇരിപ്പിടം കെട്ടിയേ prov. അൎത്ഥം ആപത്തിന്നിരിപ്പിടം Bhg.

ഇരിങ്ങാടിക്കുട, ഇരിങ്ങാണിക്കോട് N. pr. A Brahman Grāmam No. of Calicut TR. KU.

ഇരിണം iriṇam S. Desert, salt-soil ഇരിണഭൂമി KR.

ഇരിപ്പ് = ഇരുപ്പു, ഇരിപ്പപ്പൂ GP 67.

ഇരിമ്പ്, ഇരുമ്പ് irimbụ (ഇരു II.) T. M. C. Tu. (Te. ഇനുമു) Iron. — obl. case in ഇരിപ്പെഴുകെ പ്രയോഗിച്ചു Bhg 6. RC. iron club. — ഇരിമ്പാല blacksmith's shop. —

ഇരിമ്പകം an iron — wood (Hopea. Buch.) —

ഇരിമ്പഴിയിലിട്ടും തൂക്കി TP. hanging the body of a criminal in chains & letting it rot therein without burial — a severe punishment in former days.

ഇരിമ്പുലക്കയുമായി RC 34. a pestle = മുസലം. —

ഇരിമ്പുമരം a Sideroxylon. —

ഇരിമ്പുതാഴ്ത്തി (anchor = ചീനി).

ഇരിയുക, ഞ്ഞു iriyuγa T. M. 1. To creep, മേലിൽനിന്ന് ഒക്കയും ഇരിയുന്നു crawling sensation. — No. പാമ്പ്, തേൾ, പേരട്ട, ഇറുമ്പ് ഇ. = ഇഴയുക. 2. (T. ഇറു) to wrench off, twist off, pluck (as fruits, branches) ഓല ഇരിഞ്ഞു കളക, കായിരിക (a single plantain from the bunch) ചക്ക മുറിച്ചു ചുള ഇരിഞ്ഞു. — ഇരിഞ്ഞു വിട്ടതു നേരേ CG. (the mother, her infant from the breast).

ഇരിക്കായും കടിക്കായും fruit purloined or [picked.

VN. ഇരിച്ചൽ 1. prickling sensation. 2. plucking.

ഇരിഷിമാർ DN. Tdbh. ഋഷി.

I. ഇരു, ഇരി iru ഒരർ before vowels, T. M. C. Tu. (Te. ഇരു) Two, whence ഇരണ്ടു, രണ്ട്. — ഇരുവർ two persons, പന്തിരുവർ 12. — many Compounds, as:

ഇരുകര both shores.

ഇരുകൂട്ടക്കാരും PT 3. both parties.

ഇരുചാൽ ploughing twice.

ഇരുതല മൂൎഖൻ = ഇരട്ടത്തല q. v.

ഇരുനാഴി(ൽ)പ്പാട്ടം "two measures out of four" equal division of the crop between proprietor & tenant W.

ഇരുനൂറു 200. — ഇരുനൂററുകാർ in Coch. R. [Cath. descendants of slaves.

ഇരുപതു 20.

ഇരുപരിഷയും, ഇരുഭാഗക്കാർ MR.

ഇരുപാട്ടുകാർ both parties.

ഇരുപുറം both sides.

ഇരുമണിപെറുക്ക B. gleaning.

ഇരുമാ $\frac{1}{10}$.

ഇരുമുന two-pointed, two-edged.

ഇരുവാൽ ചാത്തൻ Numidian crane (S. കരേട്ടു).

ഇരുവഴിനാട്ടു, ഇരുവൈനാട് N. pr. the district SE. of Tellicherry once governed by Nambyār under Cōlattiri TR.

II. ഇരു To be dark.

VN. ഇരവു, രാ night.

ഇരുട്ടു, ഇരിട്ടു T. M. darkness, = ഇരുൾ. ക്രൂരിരിട്ടു പാർ എല്ലാം പരന്നു CG.

ഇരുതി? **irudi** (ഇരിക്ക) In the phrase നമുക്കനാട്ടിൽ ഇരിതി പൊറുതിയാക്കി തരിക TR. allow me to reside unmolested.

ഇരുത്തം Sitting, staying. ഇരുത്തമായി he is settled there, also ഇരുത്ത്.

ഇരുത്തി 1. a seat, bench. 2. = ഇരിക്കുന്നവൾ a maid ഇരുത്തിയെ വെച്ചതു പോലെ (prov.) 3. = ഋദ്ധി (med.)

ഇരുത്തുക CV. (of ഇരിക്ക) 1. To seat, place, detain, settle. ഞങ്ങളെ രാജ്യത്തു തന്നെ ഇരുത്തി രക്ഷിപ്പാൻ TR. (= ഇരിപ്പാറാക്കി) induce us to remain. രാജാവെ ഇരുത്തുവാൻ KR. ധനം വരുത്തിയാലും ഇരുത്തുവാൻ പണി KR. difficult to keep riches acquired. ആനയിരുത്തി KU. presented, gave. 2. v. n. to sink or settle as a load (loc.) — to walk (hon. loc.)

ഇരുത്തിക്ക 2nd CV. to cause to seat, present ആന തന്നെ ഇരുത്തിച്ചു കൊള്ളാം SG. (as vow to a temple). ഓളെ മറയിൽ ഇരുത്തിച്ചു TP.

ഇരുന്നൽ **irunnal** T. M. C. (II ഇരു) Charcoal of blacksmiths (= നീറിവേവിക്കുന്ന കരി).

ഇരുന്നല്ക്കാരൻ collier V2.

ഇരുപ്പ **iruppa** T. M. (C. Te. ഇപ്പ) Bassia latifolia with an oilfruit ഇരിപ്പെടെ പൂവിൻനിറം KR 3. ഇരിപ്പയെണ്ണ GP. see ഇലിപ്പ.

ഇരുവി **iruvi** A drug (T. panicum).

ഇരുവിൾ **iruvil** vu. ഇരുൾ Dalbergia Sisu, red timber.

ഇരുളി a large spider.

ഇരുവേരി, — ലി **iruvēri** T. M. (Tdbh. ഹ്രീവേര?) Andropogon muricatum, med. root and perfume; prh. "double rooted." ഇരുവേലിയോട് അരച്ച ചന്ദനം Nid. GP 76.

ഇരുസാൽ, ഇരിസാൽ (Ar. **irsāl**) Remittance. ഇരുസാൽ അയക്ക, കഴിഞ്ഞ ഇരുസാൽ MR.

ഇരുൾ **iruḷ** 5. (II. ഇരു) Darkness, blackness. ഇരുൾനിറം brown (loc.) — ഇരുൾചായൽ ജാനകി, ഇരിളണികുഴലാൾ RC. black haired. — ഇരുൾമയക്കം dusk. — obl. case ഇരുട്ടു (= ട്ടു).

ഇരുൾക്ക, ണ്ടു to grow dark. ഇരുണ്ടമേഘം KR. ഇരുൾച്ച cloudy weather = മങ്ങൽ. — കൺ ഇരുണ്ടു = കാഴ്ച പോയി V1.

ഇരുട്ടുക, to darken, obscure (loc.)

ഇരുളർ "the black" a caste of jungle dwellers; also agrestic slaves.

ഇരുളാൻ V1. a sparrow-hawk, see ഇറളൻ.

I. **ഇരെക്ക** **irekka** T. M. (II. ഇര) To pant, snore, bluster, roar as sea വാരിധികളും ഇരെച്ച് ഒക്കവെ കലങ്ങുന്നു Bhr 5. (before a storm).

ഇരച്ചൽ 1. noise as of sea, bowels, hum, buzz, murmuring, also ഇരെപ്പ്. 2. the appearance of cracked, uneven wood (loc.)

II. **ഇരെച്ചു** കെട്ടുക No. 1. To bind two cocoanuts together (loc. = ഇരിക?) ചെകരി ഇരച്ചു തങ്ങളിൽ കെട്ടിയാൽ ഒർ ഇരത്തേങ്ങാ. 2. coition of dogs.

ഇറ **iṟa** T. M. (√ ഇറു) 1. The eaves of a house, also ഇറകാലി V2. ഇറയറം V1. — പീടികയുടെ അകത്തുന്ന് ഇറയത്തു വീണു (jud.) കിഴക്കേ ഇറയത്ത് ഇരുന്നു MR. ഇറ പാർത്തു കേൾക്കുന്നു an eaves-dropper, ഇറ പാർത്തു നിന്നാർ Mud. ഇറ അരിയുക (after thatching). 2. ഇറ = തിറ taxes, tribute (old). 3. a certain fee for land-tenure B.

Cpds. ഇറക്കല്ല്, ഇറങ്കൽ entrance stair.

ഇറക്കാരാണ്മ (3) freehold B. lands held by a small acknowledgement of superiority to a higher lord. ഇറക്കാരാണ്മയോല W.

ഇറച്ചില്ലുവെക്ക begin to thatch.

ഇറയകം, ഇറയം veranda കോലായ്.

ഇറയ ചെറുമർ a low caste near Pālakāḍu (allowed to draw near houses up to their eaves).

ഇറയലി (3) grant, as of gardens for certain services So.

ഇറയുത്തരം, ഇരോത്രം the beam resting on the pillars of the veranda.

ഇറവരി 1. line of the eaves. 2. (3) royal taxes So. W.

ഇറവാരം veranda V1.

ഇറവെള്ളം വീഴുന്ന സ്ഥലം മാത്രം അവകാശം ഉള്ളു MR. ഇറവെള്ളം എറുമ്പിനു സമുദ്രം prov.

ഇറക് iṟaɣu T. Te. M. 1. Wing, fin = ചിറ ക്. എന്റെ ഇറക് ഒടിഞ്ഞു പോയി (fig. my protection is gone). 2. Trav. one flap of the binding = പുസ്തകത്തിന്റെ അട്ട.

ഇറങ്ങുക iṟaṅṅuɣa T. M. (C. Te. to bow) VN. To descend, go down (കടലിൽ ഇറങ്ങുവാൻ PT 1.), disembark, be swallowed. പെണ്ണു തറവാട്ടിന്ന് ഇറങ്ങി TR. ഇല്ലത്തുനിന്നു പുറത്തിറങ്ങി MR. left the house. (നിലത്തിൽ) ഇറങ്ങി നടപ്പാൻ തക്കവണ്ണം ആക്കി തന്നു MR. permitted to cultivate a rice-field. തനിക്കിറങ്ങിയാൽ prov. when eaten. പാൽ പഴം നീർ ഇറങ്ങാത നാൾ (po. when dying). അഞ്ചിൽ ഇറങ്ങിയ രണ്ടു Gan. = ⅖. മനസ്സിറങ്ങായ്ക reluctancy V2.

VN. ഇറക്കം 1. Descending, slope, abatement, ebb (= വേലി ഇറക്കം). ഇ. വരുക to ebb. ദീനം ഇറക്കം വെച്ചു he is getting better. മനസ്സിൽ ഇറക്കം shaking of a resolution. 2. a disease beginning with headache & ending in boils etc.

VN. ഇറക്ക No. — ഒന്നു രണ്ടു ഇറക്ക് വെള്ളം a swallow of water.

I. a. v. ഇറക്കുക, ക്കി To put down, unlade (ചരക്ക്, ആൾ), to expel (പെണ്ണിനെ), to swallow (വിഷം) നീർ ഇറക്കുക a med. ബാലശാപം ഇറക്കിക്കൂടാ (prov.) ഇറക്കേണ്ടു സമയം as long as I live. മരം മുറിച്ചു പുഴയിൽ ഇറക്കുക, വെള്ളക്കാരെ വെടിവെച്ചു ചുരം ഇറക്കേണം TR. (drive down), അതിനെ താഴ്ത്തി ഇറക്കി PT 2. let it down. നിലങ്ങളിൽ വിത്തും വിളവും ഇറക്കി MR. planted. അവനെ ഇറക്കിക്കളഞ്ഞു dispossessed the tenant. അവളെ ഇറക്കി അയക്ക Anach. send out of the house. കാമലീലയിൽ മാനസം ഇറക്കിനാൻ Bhr 3. became absorbed in. ദൈവം ഇറക്കിയതു God's gifts. ഭൂമിയിൽ ഇറക്കുക VC. (a dying man. superst.)

2nd. CV. ഇറക്കിക്ക f.i. വില ഇറക്കിച്ചു MR.

II. ഇറക്കുക, ന്നു iṟakkuɣa T. 1. To die — M. to become lean. നന്നായിറന്നു പോയി (loc.) 2. to burst, as flower, cocoanut bunch, breaking forth out of the spatha. = വിടരുക.

ഇറച്ചി iṟačči T. M. Te. (ഇര, in Te also ഇറ) Flesh, meat (ഇ. കൂട്ടുക). ഇറച്ചിക്കു പോയോൻ, ഇറച്ചി തിന്മാറുണ്ടു (prov.) [of Mpl.

ഇറമുളാൻ Ar. Ramazān, the fasting month

ഇറമ്പ് iṟambu = ഇറ Eaves, brow of hill, edge. ചെള്ളത്തിന്റെ ഇറമ്പിൽ ഇരുന്നു Arb. close to the tank.

ഇറമ്പുക iṟambuɣa 1. To bluster = ഇരെക്കുക — ഇറമ്പൽ panting V1. 2. ഇറമ്പി കുടിക്ക to suck, sip (loc. — also ഇറുമ്പിക.)

ഇറയാൽ iṟayāl Port. Real, a dollar. തുണിറയാൽ Spanish dollar, also വെള്ളി ഇരയാൽ MR.

ഇറയ്യുക iṟayuɣa (TC. to sprinkle, √ ഇറു.) ഇറെക്ക To bale out. ആഴി തന്നെ കരങ്ങൊണ്ടിറച്ചിട്ടങ്ങുഴി എങ്ങും ജലമയമാക്കുവൻ KR 4.

ഇറവ് (= ഇറക്കം) watershed.

ഇറവൻ, ഇറവാളർ hilltribe of basket-makers. ഇറവക്കളി KU. (= കറവക്കളി).

ഇറവുള്ളാളൻ a hawk (also എറിവെള്ളാടൻ & ഉള്ളാടൻ) vu. ഇറളൻ MC.

ഇറാൻ, റാൻ iṟāṅ (T. ഇറയൻ king from ഇറ 2.) Sire, used in answering princes.

ഇറാൽവെള്ളം = ഇറവെള്ളം prov.

ഇറുക, റു iṟuɣa T. M. C. Te. 1. To drip, drop. ഇററിററു വീഴുന്നൊരു കണ്ണുനീർ Bhr. അവന്നിററിററു ചോര വരുന്നു Bhr. in drops. 2. of splitting pain. ചെവി പാരം ഇറുന്നതു Nid 31. ചുണ്ടു രണ്ടും ഇറുന്നിട്ടു നൊന്തു കീറി Nid 34.

ഇററിക്ക (1) a. v. To dribble.

ഇറുകുക, കി iṟuɣuɣa T. C. Te. ഇറുങ്ങിപ്പോക M. To become tight, close.

ഇറുങ്ങടെപ്പു sudden darkness.

ഇറുക്കം tightness (= മുറുക്കം), covetousness.

ഇറുക്ക 1. = ഇറക്കം 2. crab's claws = ഇടുക്കു.

ഇറുക്കകാൽ, ഇറുക്കക്കാൽ 1. crab's claw MC 2. 2. a lobster.

ഇറുക്കാക്കോൽ a cleft stick for collecting the bones of a burnt corpse. — loc. also a stick bent into the shape of & used as fire-tongs.

ഇറുക്കുക, ക്കി 1. To tie tight, catch as a crab, കൊട്ടിൽ കൊണ്ടു ഇറുക്കുക. ചുണ്ടു കൊണ്ടു ഒരു മാംസം ഇറുക്കി കൊണ്ടുപോയി SiPu.

ഗരുഡൻ കൊമ്പെ ഒരു കാൽകൊണ്ടിറുക്കി എ ടുത്തു KR 3. കൈ ഇറുക്കിക്കൊൾക to be close fisted V1. 2. the river to have a narrow bed V1.

ഇറുക്കിക്ക denV. of ഇറുക്കം = ഞെറുക്ക q. v.

ഇറുമ്പ് irumbu M. C. T. An ant, see ഉറുമ്പു, എ — ഏയിന്നിറുമ്പു (= ഇഴയുന്ന) TP.

ഇറുമ്മുക irummuγa 1. പല്ലിറുമ്മുക To gnash teeth, also ഇറമ്പൽ V1. 2. to shiver B.

ഇററിക്ക see ഇറുക.

ഇററിക്കണ്ണി = ഇത്തിക്കണ്ണി (loc.)

ഇററു ittu 1. Past of ഇറുക q. v. 2 a particle (either from ഇൽ + ഉ, or ഇരു) f. i. അ മ്പതിററുപത്തു = 50 × 10. ചാത്തികണ്ടതിററാൽ പാതി കണ്ടു TR. half of the assessed produce.

ഇല ila T. M. C. Tu. എല (perhaps fr. ഇള) 1. Leaf of trees, plants = ചപ്പ്. the leaf that serves for a plate. (in Malabar the plantain leaf). ഇലയും പലയും വരിക TP. preparation for meal ഇലയിട്ടേടത്തു തിന്നുന്നവൻ (S. സൎവ്വാന്നീനൻ who eats wherever he finds a meal, without caste scruples). 2. the betel leaf ഇലയമൃതു KU. ഇലയമൃതെത്തു കൊള്ളുന്നു V1. the king chews betel. 3. spoke of wheel ചക്രത്തിൻ ഇല (see ഇല്ലി). 4. = അലക blade f. i. കത്തിയുടെ ഇല jud. No. [eating off.

ഇലക്കണ്ടം a piece of a plantain leaf used for

ഇലക്കറി curry of green vegetables. [plant.

ഇലക്കള്ളി So. = തിരുക്കള്ളി the milk-hedge

ഇലക്കുടിഞ്ഞിൽ a hermitage.

ഇലച്ചുന signet ring B.

ഇലച്ചൽ a sprig B.

ഇലമുളച്ചി the airplant (loc.)

ഇലവാണിയൻ, — ച്ചി green-grocer B.

ഇലകുക ilaγuγa T. a M. To shine, twinkle. നലംഇലകം വാനരൻ, ചെങ്ങിലകിന തേർ RC.

ഇലക്കണം ilakkaṇam Tdbh. ലക്ഷണം 1. Symptom അതിന്ന് ഇലക്കണം തണ്ണീർദാഹവും a med. 2. the higher grammatical dialect (loc.)

ഇലക്കിയൻ ilakkiyaǹ N. pr. A low caste that bring plantain leaves for plates into the temples (Talip.)

ഇലഞ്ഞി ilaǹǹi T. M. ഇരഞ്ഞി C. Tu. Mimusops elengi (S. ബകുളം). ഇലഞ്ഞിപ്പൂ, ഇ'ക്കുരു GP. med.

ഇലന്ത ilanda T. M. C. Zizyphus jujuba (S. കൎക്കന്ധു) നരിയിലന്ത a plant V1.

ഇലവം, ഇലവ് ilavam T. M. C. The silk-cotton tree, Bombax pentandra (= പൂള). — മുള്ളിലവ്, കണ്ടിലവ് species of the same. — ഇലവമ്പഞ്ഞി its cotton.

ഇലവങ്ങം ilavaǹǹam (Tdbh. ലവംഗം?) Wild cinnamon, Laurus Cassia ഇലവങ്ങമ്പട്ട, ഇലമങ്ങത്തൊൽ (a med.) its bark GP.

ഇലാക്കു ilākku Tdbh. ലാക്ക, ലക്ഷം Aim ബാലിവായുരസ്സും ഇലാക്കായുടൻ KR.

ഇലാവുക ilāvuγa = ഉലാവുക, To take a walk കല്ലെരിപ്പുറത്തുന്നെലാവുന്നതു TP.

ഇലി ili (T. nonexistence) $\frac{1}{21600}$. ഒർ ഇലി കൊണ്ടു ഗുണിച്ചാൽ, ഇലികളെ ഗുണിച്ചു Gan. — used for a reis ($\frac{1}{400}$ Rup.) or വിനാഴിക (astr.)

ഇലിപ്പ ilippa = ഇരുപ്പ. ഇലിപ്പപ്പൂവിന്നാണ്ടാം മൊട്ടും KR 5.

ഇല്മ് Ar. 'ilm Science ഇല്മും ദീനും കൎമ്മവും ഒത്തിട്ടു സുൽത്താൻ Ti. as clever & religious as energetic.

ഇൽ il 5. (√ = ഉൾ, to be in a place) 1. House, spot, in many Compounds as കോയിൽ, വാതിൽ. 2. Loc. എന്നിൽ in me, Cond. ചെയ്കിൽ in case of doing. [(med. against poison).

Cpds. ഇല്ലട്ടം roof, — ഇല്ലട്ടക്കരി T. M. C. soot

ഇല്ലറം = ഗൃഹധൎമ്മം. ഇല്ലറക്കറി = ഇല്ലട്ടക്കരി.

ഇല്ല, ഈല illa T. M. C. (Tu. ഇജ്ജി = ഇല്ലത്തു, Te. ലേ) neg. fut. of ഇൽ. Does not exist, there is not. — no, not. ഇല്ലാക്കുന്ന വീരൻ RC. destroying hero. — past ഇല്ലാഞ്ഞു. advl. ഇല്ലാതെ without. ഇല്ലാതാക്ക to annihilate. — rel. part. ഇല്ലാ (f. i. ഇല്ലാച്ചൊൽ aspersion, denial വെള്ളം ഇല്ലാട്ടിക്ക PT1. = ഇല്ലാത), ഇല്ലാത (with വണ്ണം, വഴി etc.) ഇല്ലാത്ത. 1. which is not. ഇല്ലാത്ത വാക്കുകൾ, അവസ്ഥകൾ, ഇല്ലാത്ത ഉ ണ്ടായങ്ങൾ അറിയിച്ചു TR. false insinuations. ഇല്ലാത്ത ചരിങ്ങൾ ഉണ്ടാക്കി തീൎക്ക TR. created wantonly new divisions. 2. in which there is not ബുദ്ധിഇല്ലാത്തദേഹം.

ഇല്ലയോ, ഒരംലയോ (question) 1. in conveying

blame etc. 2. in surprize: കേട്ടില്ലയോ ഭ വാൻ Mud. ought you not have heard?! നീ അറിവീലയോ PT.

ഇല്ലല്ലൊ, ഒരംലല്ലോ (അല്ല + ഓ) 1. strong negation. 2. negation implying regret, blame, etc. നീ വന്നീലല്ലൊ KU. what a pity you did not then come.

ഇല്ലല്ലി (അല്ല + ഒരം) = ഇല്ലയോ 2: മുള്ളു തറച്ചി ല്ലല്ലി CG. surely he cannot have run a thorn into his foot.

ഇല്ലേ 1 = ഇല്ലയോ 1 — 2 = ഇല്ലല്ലോ 1: ഞങ്ങൾ ഏതും പിഴച്ചില്ലേ Mud. oh, we have done no wrong.

VN. ഇല്ലായ്മ, ഇല്ലായ്ക, ഇല്ലായ്കം not existence, poverty, want (f.i. ഇഷ്ടമില്ലായ്ക, സ്നേഹമി ല്ലായ്ക Mud). ഇല്ലായ്മചെയ്ക = ഇല്ലാതാക്ക.

ഇല്ലം illam T. M. (= ഇൽ) House, പെണ്ണില്ലം bride's house ഇല്ലവും കലവും Esp. 1. Brahminical house, നമ്പൂരിയുടെ ഇല്ലം അടെച്ചു കെട്ടി ച്ചു TR. ഇല്ലം പുത്തനായി പണിയിക്ക PT 5. 2. title of a Sūdra distinction, the കിരിയത്തു നായർ (944 in Kēraḷa) or നാലാം വീട്ട ശൂദർ. 3. any of the 10 Pulayar classes. 4. Mukkuvas are നാലില്ലക്കാർ.

Cpds. ഇല്ലക്കൂറ് W. ഇല്ലക്കൂറിലേ വക TR. private property of a Rāja (opp. സ്വരൂപക്കൂറു), which on his promotion he assigns to his heir.

ഇല്ലന്നിറ എന്നും കാലും കളവും ഉള്ളവർക്കേ വേണ്ടു (prov.) a ceremony in the month of Cancer, to prepare for a rich harvest.

ഇല്ലപ്പേർ family-name.

ഇല്ലാവഴിക്കാർ distant relations.

ഇല്ലക്കാർ do. (3) സംബന്ധം ഇല്ല ഒരു ഇല്ല ക്കാർ jud. not exactly a relation, only of the same lineage. Mpl.

ഇല്ലി illi (T. a leaf, prh. from ചില്ലി) 1. Bamboo, chiefly its small branches; the bamboos in shape of rays, which bear the roof of an umbrella; the spokes of weaver's wheel. ഇല്ലി ച്ചുട്ട വെണ്ണീർ പോലെ ആക്ക = മൂലനാശം. 2. Saccharum sara ശര S. 3. a Goddess represented in the play of Malayers. ഇല്ലിയും മക്ക ളും കെട്ടിക്ക (med. for ശീതപനി).

Cpds. (1) ഇല്ലിക്കൂട്ടത്തിൽ ഒരു ഇല്ലിക്കോൽ വെ ട്ടി MR. [cluster V1.

ഇല്ലിപ്പട്ടിൽ = ഇല്ലിക്കൂട്ടം, ഇല്ലിക്കോട്ട bamboo

ഇല്ലിക്കൂടകി, ഇല്ലിവാതിൽ venetian blinds V1.

ഇവൻ ivaṅ m. ഇവൾ f. ഇവർ pl. (ഇ) pron. dem. This.

ഇവ pl. n. (obl. case ഇവററ്; of this a vulgar Plural is formed: ഇവററുകൾ, അവററുകൾ So. ഒരംററിങ്ങൾ, ആയിററിങ്ങൾ No. Mpl. said of low castes & cattle); also vu. ഇവു കൾ.

ഇവിടം, ഇവിടേ (ഇടം, ഇട) 1. here ഇവിടേ ക്ക് hither, ഇവിടേനിന്ന്, ഇവിട്ടന്ന് hence. 2. also temporal (ഇടം 3) ഇവിടം കഴിഞ്ഞി ട്ടു വരാം TR.

ഇവ്വണ്ണം, ഇവ്വാറ് (ആറ്), ഇവ്വഴി thus.

ഇവ iva S. As സമം ഇവ sealike (po.)

ഇശൽ iśal aM. (T. ഇചൽ) Resistance V1. = ഇയൽ.

ഇശെക്ക (= ഇയ) T. Te. aM. to join, as planks V1. [ചോരിച്ച Ti.

ഇശാരത്ത (Ar. ishārat) Sign. ഇചാരത്താക്കി

ഇശ്ശി iśśi ഇച്ചിരി vu. ഇശ്ശിനേരം പൊരുതേ കഴിയാവു Bhr. ബ്രഹ്മാവും ഇശ്ശിളുവ് എന്നു GnP. "he is but a low Brahmin കറുകനമ്പിടി". also emph. = many, much (loc.) [ങ്ങൾ).

ഇഷം išam S. Autumn ശരൽ (കന്നിതുലാമാസ

ഇഷു išu S. (√ ഇഷ് throw, G. 'ios) Arrow. ഇഷുചാപാളി AR 6.

ഇഷുധി quiver. —

ഇഷീക reed (po.)

ഇഷ്ടക išṭaγa S. (√ യജ്) Brick, also ഇട്ടി ക. ഇഷ്ടകൾ പക്ഷീന്ദ്രാകൃതി ചമെച്ചു (KR. for sacrifice).

ഇഷ്ടം išṭam S. (part. of ഇഷ് to wish) 1. Wished, acceptable, dear. ഇഷ്ടൻ m. ഇഷ്ട f. 2. wish, desire, love. ഇഷ്ടം ഇല്ലായ്മയും എനിക്കു നാലപ രെയും DN. — ഇഷ്ടം പറക to speak in order to please. — ഇഷ്ടമാട്ടുക to flatter, be obsequious. പതിമാക്ക് ഇഷ്ടമാട്ടുന്നവൻ SiPu. സുയോധന ന് എത്രയും ഇഷ്ടം ആടുന്ന വൃദ്ധൻ Bhg. to indulge, truckle. ഇഷ്ടമല്ലാപ്പെണ്ണു തൊട്ടതെല്ലാം

കററം, ഇഷ്ടം മുറിപ്പാൻ അത്ഥം മഴ (prov.) ഇഷ്ടം വാഴ്ക to gain one's affections V1. (vu. ഇട്ടം.)

Cpds. ഇഷ്ടക്കാരൻ agreeable friend.

ഇഷ്ടക്കേട് displeasure. ഇ. വരുത്തുക to disgust.

ഇഷ്ടപ്രദൻ who grants your wish.

ഇഷ്ടാനിഷ്ടം liked & disliked, ഇഷ്ടാനിഷ്ടപ്രാപ്തിക്കു തുല്യൻ equal to good & bad fortune.

ഇഷ്ടാനുഭവം merriment V2.

ഇഷ്ടാനുസാരം according to wish.

ഇഷ്ടാൎത്ഥം the desired object.

ഇഷ്ടി išṭi S. (യജ്). Sacrifice. നാട്ടിലെ പുഷ്ടിക്ക് ഇഷ്ടി ചെയ്യതിന്ന് ആട്ടിനെ കൊന്നു PT 3. ഇഷ്ടിശേഷത്തെ ഭുജിക്കുന്നതു യോഗ്യമല്ല ബ്രാഹ്മണിച്ചും ഹോമിച്ചും കളവിൻ Bhg.

ഇസ്ത്രി (H. istrī) Smoothing iron. ഇ. ചെയ്യു [to iron.

ഇസ്ലാം (Ar. islām) 1. Islam. ഇസ്ലാം മാൎഗ്ഗത്തിൽ ഉള്ള മയ്യാഴ TR. 2. the Mussulmans. ഇസ്ലാമായ ഉടപ്പിറപ്പിന്ന് ഒക്കയും ഗുണങ്ങൾ കാണും TR. പുതിയ ഇസ്ലാമ്മാർ TR. converts (chiefly from the Mukkuvas).

ഇഹ iha S. Here. ഇഹലോകം, ഇഹകാലം, ഐഹികം, ഇഹം this world (opp. പരം) ഇഹപരങ്ങളിൽ in both worlds.

I. ഇള iḷa S. = ഇഡ Earth. ഇളയായ്യുമങ്ങളെല്ലാരിളൻ Bhr 1. [Bhg 5.

ഇളാവൃതം the central continent (see വൎഷം)

II. ഇള iḷa 5. (Te. എല, ലെ, Tu. ഇളി) adj. √ To be tender, young, weak. — also noun in ഇളകൊൾക, ഇളപ്പെടുക.

VN. ഇളപ്പം slightness, worthlessness, disgrace. ഇ. പറക to abuse. നമക്കിളപ്പം ത്രിലോകം ഉണ്ടു MR. (= ലാഘവം, താഴ്ച) പടെക്കിളപ്പം വന്നു Bhr. നമുക്കു വരുന്ന ഇളപ്പവും വലിപ്പവും TR. my reputation.—ഇളപ്പത്തിൽ basely.

VN. ഇളമ 1. youth, tender age. 2. junior Rāja, co-regent. ഇളമയിൽനിന്നു കല്പിച്ചു (= ഇളമപ്പട്ടം, ഇളങ്കൂറു), സുതനെ ഇളമയാക്ക KR 2. ഇളമക്കാരിൽ ഒരു സാസ്സ്, ഇളമസാസ്സവൎക്കൾ TR. junior officer, assistant.

denV. ഇളമിച്ചു വരിക to grow again as a half broken branch (loc.) — എണ്ണ ഇളിച്ചുപോയി a med. = തണുപ്പു പററി the med. oil has lost its virtue No. & So.

adj. part. ഇളയവൻ young, younger. ഇളയതു n. 1. അവൻ എനിക്ക് എളയത് younger than I. ഇളതായി Bhg. Bhr. 2. lower class of Brahmans, who act as kings' cooks, Purōhitas for Sūdras etc. pl. ഇളേതന്മാർ V1. 3. the 2nd minister of state at Calicut. തിനയഞ്ചേരി ഇളയതു KU.

Cpds. ഇളകൊള്ളുക 1. to sprout. എന്നുമെ എൻ മനക്കുരുന്നു തന്നിൽ ഇളകൊള്ളും മൈഥിലി RC 148. 2. = ഇളപ്പെടുക to be worsted. ധാവളത്തില ഇളകൊള്ളാം അരവിന്ദനയനാ, കരുതിക്കളികൊണ്ടു ഇളകൊണ്ടിതു കാന്തി ഉലോം RC.

ഇളങ്കതിർ young ears. ഇളങ്കായ് etc.

ഇളങ്കഴുക പായ്യു RC 18.

ഇളങ്കാററു zephyr.

ഇളങ്കുളിർ കൊങ്ക RC. [ഇളയ തമ്പുരാൻ.

ഇളങ്കൂറുവാഴ്ച the dignity of the 2nd prince,

ഇളഞ്ചൂട് lukewarm.

ഇളനീലം bluish.

ഇളന്തച്ചർ shipwrights (Pay.)

ഇളന്തല the thin end, as of timber, cadjan (opp. മൂന്തല).

ഇളന്തേങ്ങാ GP 69. ഇ. കറിക്കാകാ prov.

ഇളനീർ unripe cocoanut. ഇ. കുടിക്ക. ഇളനീർ കുഴമ്പു, ഇളനീർ തണ്ണീററിൽ കുടിക്ക a med. ഇളനീർ ശീതളം ഏല്പം GP.

ഇളപ്പെടുക to be brought low, be worsted, disgraced. സമ്പത്തു വിചാരിച്ചാൽ ഉമ്പർകോൻ ഇളപ്പെടും SP. ഇളപ്പെട്ട നീചനാസ്സുരിക PT 1. [Shiva. Bhr.

ഇളമതി young moon ഇളമതി അണിഞ്ഞവർ

ഇളമധു fresh honey, Mud.

ഇളമാൻ കടവറിയാ (prov.)

ഇളമ്പക bivalve shell, Mytilus. ഇളമ്പകത്തോട്ടിൽ നായ് കയറി (prov.)

ഇളമ്പനി = നീരാൽ slight fever, feverish feeling.

ഇളമ്പാകം 1. the upper part of something fried. 2. = മെഴുപാകം.

ഇളമ്പുല്ലു മാനിന്ന് ഇഷ്ടം Nal 1. fresh grass.

ഇളമ്പ്രായം tender age, also of trees.
ഇളംബുദ്ധി, ഇളമനസ്സ fickleness.
ഇളമന്ദഹാസം imperceptible smile Nal.
ഇളയച്ചൻ, — പ്പൻ father's younger brother, younger aunt's husband.
ഇളയച്ഛൻ കല്യാണം Levirate marriage (loc.)
ഇളയമ്മ the wife of the above, younger aunt. എന്റെ എളെമ്മരെ മകൻ (Mpl.)
ഇളയരശ് co-regent. അവനെ ഇളയരശായിട്ട് അഭിഷേകം ചെയ്തു KR 2. [TP.
ഇളയുച്ച: നേരം ഇ. ആകുവോളം almost noon
ഇളവൻകായ് young fruit, chiefly pumpkin.
ഇളവാപ്പ = ഇളയപ്പൻ Mpl.
ഇളവിത്ത് f. i. മാരുള തന്നിളവിത്തു KR 3.
ഇളവെയ്യിൽ opp. കടുംവെയ്യിൽ.
ഇളവേന്തൻ Laxmaṇa RC 25. (ഇളമയും വമ്പും ഈട്ടം ഇലക്കണൻ). [the monsoon.
ഇളവേർ പൊട്ടുക fresh roots shooting out in

ഇളകുക, കി iḷaγuγa (T. to grow soft, ഇള) n. v. To move, shake, fluctuate. ഇളകുന്നയും ഇളകാത്തയും മുതൽ (doc. = ചരാചരം). വയറിളകുക to have a motion (med.) ഹൃദയം ഇളകുക to be touched, feel inclined. പട ഇളകി മണ്ടി fled Mud. മുയൽ ഇളകുമ്പോൾ prov. to start പന്നി ഇളകി കൂടിയാൽ (huntg.) be roused.

VN. ഇളക്കം 1. shaking, fluctuation, irresolution. ഇളക്കം ഇല്ലാത്ത പ്രകാശം പോലെ SidD. ഇളക്കത്താലി a necklace TR. 2. flux ചോര ഇളക്കം TR. 3. infringement കല്പനെക്ക് ഇളക്കമില്ല Bhr 1.

a. v. ഇളക്കുക, ക്കി 1. To move, shake, stir. അംഗങ്ങൾ ഒന്നും ഇളക്കുവാൻ ശക്തിയില്ല Nal 4. ഒന്നും ഇളക്കാതിരിക്ക Nal. to keep quiet. അവളെ കൈയും ഇളക്കി TR. let go. നന്നായി പറഞ്ഞു മനസ്സിളക്കി Nal. touched her. ആരുനയം കൊണ്ടു മനസ്സ് ഇളക്കി KU. persuaded. രാജ്യത്തെ പറഞ്ഞ് ഇളക്കി TR. seduced him. കോട്ട ഇളക്കി forced the fort. പണം ഇളക്കുക to take out the purse. അകമ്പടിജനത്തിൽ ഇളക്കരുതാതവർ TR. "the unshaken", title of faithful vassals. വടക്കേ പുറത്ത് ഇളക്കരുതാതേ കണ്ടവർ, ഈ നാട്ടിൽ ഇളക്കരാശുപ്പെട്ടവർ TR. chief inhabitants. 2. to disturb, interrupt തപസ്സ് ഇളക്കുക KR. (= വിഘ്നം വരുത്തുക). അമ്മ ചൊന്നത് ഇളക്കരുതു Bhr 1. disobey കാണം ഒന്നിളക്കാത്ത ലോഭം Nal 3. not interrupted by any gift. — also to cast out: അവളെ എന്തിളക്കാത്തതു UmV. for caste-offences. 3. v. n. to stir. യാത്ര തുടങ്ങീതിളക്കി പെരുമ്പട Mud. (പാമ്പ്) ഇളക്കുമ്പോൾ കടിക്കും (prov.); even of plants തിരുൾ ഇളക്കി prov.

CV. ഇളക്കിക്ക to get into motion, set on f. i. a dog വയറ് ഇളക്കിച്ചു ordered a purgative, ഉയിർ ഇളക്കിച്ചൊടുക്കും RC 96.

ഇളപ്പം iḷappam VN. 1. Of ഇള q. v. 2. of ഇളക്ക turn അഞ്ചിളപ്പം പറഞ്ഞു 5 times (loc.)

ഇളവ് iḷavu̥ VN. of ഇളെക്ക Remission, holiday B. കാൽക്ഷണം ഇളവില്ലാത്ത PP. unremitting.

ഇളി (T. C. = ഇള, ഇഴി) Contemptuous grin.
ഇളിക, ഞ്ഞു to fret, as children ഇളിഞ്ഞൊററം ഉഴന്നു നിന്നേൻ Bhg 4. (words of a boy) to be in rage, No.; ഇളികിൽ അടികൊള്ളുക നിശ്ചയം (po.)
ഇളിയൻ — കളിയിൽ ഇ. പെണ്ണൾ പിടിയൻ prov. No. = തകരാക്കാരൻ a cross person.
VN. ഇളിച്ചൽ to be roused, as a lion.

ഇളിക്ക, ച്ചു 1. To grin, as dogs, monkeys. ജമ്മനായിളിച്ചു Bhr. ക്രുദ്ധനായിളിച്ചു കൊണ്ട് എത്തുവാൻ മടി വരാ VC. ഇളിച്ചു കാട്ടുക to show the teeth MC. 2. = ഇളിക.
ഇളിച്ചവായൻ (1) monkeylike, insolent, fool ഇളിച്ചവായന് അപ്പം കിട്ടിയ പോലെ (prov.)
VN. ഇളിപ്പു grinning, neighing, nonsensical talk. [മാപ്).

ഇളിഞ്ഞിൽ iḷiññil A certain tree (കളിർ

ഇളിഭ്യം iḷibhyam = ഇളിപ്പു; in V1. ഇളിപ്പിയം An affront. പാരം ഇളിഭ്യമാകുന്നിത് എല്ലാവർക്കും Bhg 4. all will mock. ഇളിഭ്യം കലർന്നാൻ Bhg 8. was offended. ഇളിഭ്യം കലർന്നു ഖിന്നനായി നിന്നു ചിരുമ്മി Bhg. a cross child = ഇളിക.
ഇളിഭ്യൻ a fool = ഇളിച്ചവായൻ.

ഇളമ്പു iḷumbu Fissure കല്ലിന്റെ ഇളമ്പുകൾ, ചുവരിന്റെ ഇളമ്പിൽ ഇരിപ്പു MC. the centipede.

ഇളെക്കുക, ച്ചു iḷekkuγa T. M. C. ഇളി (√ ഇ ള) 1. v. n. To slacken, subside, abate കോപം, ഭീനം; എന്നാൽ എല്ലാ വീക്കവും ഇളെക്കും a med. കൊഴുത്ത ദേഹം ഇളെച്ചു പോകുന്നു KR. to dwindle. നിരൂപിപ്പാൻ ഇളെക്കേണ്ട, കേൾ പാൻ ചൊല്ലുവാൻ ഇളെക്കരുത് Mud. be not remiss, tired with. കിഞ്ചന നേരം ഇളെച്ചീടാതെ ചഞ്ചലമായുഴുന്ന തോൽതുരുത്തി Kei N. 2. v. a. to remit, make to rest. ദാഹം ഇളെച്ചു Mud 1. quenched it, also: bore it. ഉറക്കിളെക്കുക to keep down the sleep, as in vigils. യത്നം ഇളെച്ചാൻ slackened Bhr. കടം ഇളെച്ചു കൊടുക്ക to remit. കാവു പറയുന്നതും ഇളെച്ചു RC 13. forgave. 3. നൂൽ ഇളെക്ക to wind up thread (T. ഇഴെക്ക). [ഇളവു q. v.

VN. ഇളച്ചൽ weariness, ഇളപ്പാറുക to rest V1.

ഇഴ iḻa T. M. C. (ഇഴു to draw) A single thread നൂലിഴ, long hair ഒർ ഇഴമുടി TP. — plat of grass or straw, the line of a wound V1. ഇഴക്കോൽ knitting needle.

ഇഴപ്പണി trellis work.

ഇഴയുക, ഞ്ഞു 1. to trail, creep, crawl രക്തത്തിൽ വീണിഴയും കൊടിക്കൂറ Bhr. ഇഴഞ്ഞു തുടങ്ങിനാർ കല്ലിലും മുള്ളിലും പൂഴിയിലും CG. infants. താൎക്ഷ്യൻ സംഭ്രമിച്ചിഴഞ്ഞു Bhg 8. വചസ്സുകൾ ഇഴഞ്ഞു പോകുന്നതുമില്ല KR. he does not drawl. 2. to draw together, rub as two branches V1.

ഇഴജാതി reptiles (ഇരിയുന്നു).

ഇഴെക്ക, ച്ചു T. M. C. 1. To drag, pull കാലൻ കെട്ടി ഇഴെക്കുന്നു VC. തലമുടി പിടിച്ചിഴെച്ചു കാനനത്തിലാക്കി Si Pu 4. ൧൦൦൦ കാതം എട്ടത്ത് അരക്കാതം ഇഴെക്കൊല്ല (prov.) make difficulties about. 2. to patch, mend = ഇഴെച്ചു കൂട്ടുക, as clothes, planks. ഇഴെച്ചു മുറുക്ക to brace. 3. രോമം ഇഴെച്ചു നില്ക്ക V2. (= കൊൾമയിർ horripilation).

VN. ഇഴച്ചൽ creeping.

VN. ഇഴപ്പ് propelling force of current etc.

CV. ശോക്കളെകൊണ്ടു ചാട് ഇഴെപ്പിച്ചു = വലിപ്പിച്ചു PT 1.

ഇഴക്കം iḻakkam T. M. (ഇഴക്ക to lose) Loss in ഒപ്പിഴക്കം inadvertance.

ഇഴൽ V1. remissness, defect.

ഇഴിക, ഞ്ഞു iḻiγa T. M. C. To descend = കിഴിയുക. കട എടുത്തിഞ്ഞപ്പോൾ (jud.) ഉലകിഴിഞ്ഞു = അവതരിച്ചു KU.

a. v. **ഇഴിക്ക, ച്ചു** To lower, ചരക്ക് ഇ. Pay. to land. ഇഴിച്ചു വെച്ചു took down a pot from fire etc.

ഇഴുക, കി iḻuγa (T. ഇഴചു = എഴുതു) 1. To daub, rub. മെയ്പൂച്ചാലിഴകി RC 145. കചമതിൽ ഇഴുകം കുങ്കമം Nal 2. കൊങ്കയിൽ ഇഴുകിട്ടും കളഭം Bhr. 2. to soil = ഇഴുങ്ങുക; എന്തിനിങ്ങിഴുകിയ വസനം ധരിക്കുന്നു Nal. 3. = ഇഴിക to fall, sink. കണ്ണുനീർ തിണ്ണം ഇഴുതുടങ്ങി CG.

ഇഴുക iḻuγa the longer planks of a cot (loc.)

ഇഴുക്ക, ത്തു iḻukka T. M. C. ൟത്തു, ൟള Te. ഇഗ്ഗു — To draw, take off clothes, see ഇഴ, ഇഴെക്ക.

ഇഴുങ്ങുക iḻuṅṅuγa ഇഴുക 2. വസ്ത്രം ഇഴുങ്ങി പോയി (മുഷിഞ്ഞു) Be soiled.

ഇഴുക്കുക, ക്കി 1. v. a. of ഇഴുക To solder B., make dirty No. ഇഴുക്കു, vu. ൟക്കു dirty clothes. 2. മുസലം ഇഴുക്കികളഞ്ഞു UR. avoided, warded off (?).

ഇഴുക്കം rubbing, polish B.

ൟ

Ī

ൟ ī 1. T. M. C. Te. = ഇ This. ൟയാൾ this person. ൟയോളവും നേരം KU. still. 2. T. = ൟച്ച fly in ൟയാമ്പാററ moth. 3. interj. of pain. ൟ എന്നു ചൊല്ലുന്നോർ ഇല്ലയാതം CG. — met. of disgust. ആരെക്കൊണ്ടു ൟ എന്നു പറയിച്ചില്ല vu.

ൟങ്ക = ഇഴുക്ക q. v.

ൟങ്ങുക = ഇഴിക്കുക.

ൟക്ഷണം īkšaṇam S. (ൟക്ഷ) Seeing, eye. ൟക്ഷണികൻ seer, fortuneteller (ദൈവജ്ഞൻ).
ൟക്ഷിതം seen (po.) part.

ൟഞ്ഞ īňňa T. M. (ഇഞ്ച So. ചീഞ്ഞ) Mimosa Inga, Intsia, the bark of which is used in bathing (also അത്തു) ൟഞ്ഞപ്പശകൊണ്ടു തേച്ചു Sil. [ടു TP. being soiled.

ൟഞ്ഞുക = ഇഴഞ്ഞുക. ഉടുത്ത ഉടുപ്പുട ൟഞ്ഞി

ൟച്ച īčča (T. ൟ, Te. ൟഗ) Fly. കാട്ടീച്ച gad-fly. നഞ്ഞീച്ച No. = കണ്ണീച്ച്. ബ്രഹ്മാവാലിയായി ഈച്ചയിരുമ്പോളം GnP.
ൟച്ചത്തോൽ the fibres of a reed, brought back from feasts in jungle temples.
ൟച്ചമരം No. a jungle-tree (the capsules of which when bursting are said to discharge flies. — ൟ. പൊട്ടിട്ടുണ്ടായിരിക്കും prov. accounting for swarms of flies).

ൟടു īḍu 5. (VN. of ഇടുക) Placing, hence പിന്നീടു. 1. stability, durability, strong, close texture. ൟടുള്ളതു വാങ്ങാവൂ KU. (opp. കേടുള്ളതു). 2. pawn, equivalent. ൟടുകിട്ടു പന്നിയെ കൊടുത്തു So. barter. 3. what is equal, matches. 4. So. bank, natural or artificial.

Cpds. ൟടടുക്ക (3. 1) two parties to close. നായന്മാർ വന്നീടടുത്തു TP.
ൟടററ (മണികൾ KR.) incomparable.
ൟടാരുക (1) to be solid, strong, fine. ൟടാർ പടക്കോപ്പു RC. വീട്ടുകൾ ൟടാൎന്ന തീൎക്ക, ൟടാൎന്ന ശോഭന po. ൟടാൎന്ന നിന്നുള്ള ലീല CG. capital story. [etc. Vı.
ൟടിടുക (3) to fight as with fists, elbows,
ൟടുകൊടുക്ക (2) to pawn, compensate.
ൟടുകോരുക (4) to throw up a bank.
ൟടുചെല്ലുന്ന (1) to be durable as പുടവ Vı.
ൟടുനില്ക്ക (1) to be durable, (2) stand security B.
ൟടുമാടു (4) a bank B.
ൟടുമുട്ടു (1. 3) resistance, meeting of equal forces, encounter. തമ്മിൽ ൟ'ട്ടായി പോയി they fell out. ൟ'ട്ടായിട്ടു വെടിവെച്ചു (as last resource). ൟ'ട്ടാക്കുക to drive into a corner. തമ്മലിൽ കണ്ടു ൟടുമുട്ടി TP. they closed.

ൟടുവെപ്പു treasury of state in Cochin.
ൟടെത്തുക (1) to last.
ൟടെഴും 1. = ൟടാൎന്ന f.i. കേടകന്നീടെഴും പൈതൽ CG. 2. comparable. ജനകപുരം ഈടെഴും കല്യാണം Nal.
ൟടേറുക 1. to last. 2. to be happy.
ൟടേററം (everlasting bliss T.) ഇപ്പാട്ടു പാടിക്കളിക്കുന്നോൎക്കു ൟ. വാഴുംനെടുമംഗലം (or: for ever) Ram.

ൟടുക, ടി īḍuγa (T. ൟണ്ടു to join fr. ഇൺ) aux V. 1. v. n. To be അല്ലലീടി ഓടിനാർ RC. = ഉണ്ടായി, പൂണ്ടു. മന്നവൎക്കീടിനൊരാസനം CG. = ഉള്ള, ചന്ദനമീടിനകന്നു CG. = ചന്ദനകന്നു. 2. v. a. to act. താളത്തിൽ ഇടിക്കളിച്ചു തുടങ്ങി CG. to do ചെയ്യീടിനാൻ = ചെയ്യാൻ (po.)
ൟട്ടം T. M. collection (= ഇണ്ടു) ൟ. കൂട്ടുക to heap up conically. ശ്ലേഷ്മം വൎദ്ധിച്ചാൽ വായു അതിനെ നാഡിയുടെ ഇടത്തേ താൻ വലത്തുതാൻ ൟട്ടം കൂട്ടുമ്പോൾ Nid. accumulate.

ൟട്ടി īṭṭi 5. (Tdbh. യഷ്ടി?) Staff of spear — a pike. ഭിണ്ഡിപാലങ്ങൾ ൟട്ടികൾ SitVij. (comp. ഇട്ടി; ൟല്ലി).

ൟഡിതം īḍiδam S. (ൟഡ, ൟൾ) Praised, po.

ൟണം īṇam 1. = ഇന്ദ്രിയം vu. — 2. So. A singing noise, also ൟണക്കം. 3. regularity B. (= ഇണ?).

ൟതി īδi S. Public calamity (6, അതിവൃഷ്ടി അനാവൃഷ്ടി മൂഷികം ശലഭം ശുകം പ്രത്യാസന്നം).

ൟതു īδu = വീതം in നൂറീതു etc. at the rate of 100.

I. **ൟത്ത ītta** So. ൟന്തൽ (ൟന്തു T. Te. ൟചൽ C. Tu.) Phoenix dactilifera. [prov.
ൟത്തപ്പഴം date GP. ൟത്തപ്പഴം പഴുക്കുമ്പോൾ
ൟന്തപ്പഴം Vı. = ൟത്തപ്പഴം.
ൟന്തപ്പന B. a species of date-palm.
ചിററീന്ത Boswellia thurifera (കുര S.)
ൟന്തൽ = ൟന്ത, kinds: [പച്ചക്കായി GP.
ചിററീന്തൽ Phoenix farinifera. ചി'ലിൻെറാ
കാട്ടീന്തൽ Elate sylvestris Rh.
ൟന്തു (Tu. ഇന്ദ്) a Cycas (Todda Pana of Rh.) ൟന്തങ്ങാമധുരം GP. ൟന്തിൻപട്ട its

branch or leaf. ഈന്തിൻപൊടി flour made from its fruit, food of the poor.

kinds: കാട്ടീന്തു, മലയീന്തു. [ഈന്തപ്പാട്ടം Nid.

II. ഈത്ത So. Spittle, also ഇത്ത (= കേഴൽ V1.)

ഈത്തു ittu C. ഈച്ചു, ഇരസു S. ഈഷാ? prh. ഇഴത്തു) The pole or shaft of a plough No. = തണ്ടിക, ഏർകാൽ.

ഈദൃശം īdṛśam S. (ഇദ + ദൃശ) Such (po.)

ഈനാമാനി īnāmāni (ഇനാം? ഹീനം?) Mean, low.

ഈനാം ചാത്തി, ഈനാം പക്കി, ഈനാം പൂച്ചി ഈനാം പേച്ചി So. an evil spirit.

ഈന്ത etc. see ഈത്ത.

ഈപ്സ īpsa S. (desid. of ആപ) Desire.

ഈപ്സിതം part. desired. [കഴിഞ്ഞുപോയി Mpl.

ഈമാൻ īmān Ar. Faith, credit അവന്റെ ഈ.

ഈമ്പുക īmbuγa (see ഈമ്പുക T. ഇഴു sweetness C. ഈണ്ടു drink) To suck, lick, sip. (f. i. മാങ്ങ, മുല, വിരൽ etc.). പലർ ഈമ്പും അ ഞ്ചി തന്നിക്കെങ്കിൽ prov. anything very attractive.

ഈമ്പി = ലോഭി miser.

CV. ഈമ്പിക്ക.

ഈയം īyam T. M. (Tdbh. സീസം) Lead = കാരീയം, വെള്ളീയം being pewter. കാരീയം വെ ള്ളീയം എന്നിത്തരം KR. കറുത്ത ഈയം കണ്ണിന്നു നന്നു, വെളുത്തീയം വിരേചനകരം GP.

ഈയ്യക്കോൽ lead pencil.

ഈയാമ്പാറ്റ īyāmpāťťa (ഈ 2.) Moth, winged termite; also grasshopper. [കലം PT 2.

ഈയൽ (T. ഈച്ചൽ) winged termite, ഈയൽ

ഈയിടേ īyiḍē (see ഇട 3) Quite lately.

ഈര īra 1. So. = അട്ടിച്ചപ്പാ. 2. Cyperus Iria Rh.

ഈരം T. M. 1. Dirt, moisture, also ഈറം. 2. So. urinary passage ഈരപ്പാട്ട.

ഈരങ്കൊല്ലി, ഈരാങ്കൊല്ലി T. M. washerman.

ഈരിക്ക to grow damp V2.

ഈരവെങ്കായം T. Palg. (B. small red onions) & ഈരുള്ളി T. Palg. (B. onion) = നീരുള്ളി No. allium cepa.

ഈരൽ īral T. M. (Tdbh. യകൃൽ) Liver.

ഈരിതം īriδam S. (ഈർ) Emitted, as word, po.

I. **ഈർ** īr T. M. C. Te. Two = ഇരു. ഈരഞ്ഞൂറു Bhr. 1000, ഈരണ്ടു by twos, ഈരായിരം 2000, ഈരാറു 6, ഈരാൾ 2 persons' depth, ഈരിഴയുള്ള ശീല double threaded etc. ഈര ടിയായളന്ന Anj. [ഈർച്ചവാൾ.

II. **ഈർ** Splitting, sawing T. M. ഈർവാൾ saw = ഈരുക 1. to saw, split, p. ഈൎന്നു f. i. ഈൎന്ന മരത്തിന്റെ കണ്ടി CS. അൎദ്ധമീൎന്നിരിക്കുന്ന ഓത PT 1. half sawn. ഈരുന്ന വാൾ കൊണ്ടു മെയ്യിലങ്ങീരുമ്പോൾ CG. in hell. 2. p. ഈൎന്ന (C. ഈച്ചു to comb out nits) to comb hair V1. ചകര to card MC. നാർ to comb cocoanut fibres — CV. ഈരിക്ക.

VN. ഈർച്ച sawing ഈർച്ച തുടങ്ങി PT. [TR.

ഈർച്ചക്കാരൻ sawyer, ഈൎക്കാരും മഴക്കാരും

ഈർച്ചപ്പൊടി sawdust.

ഈർച്ചവാൾ saw.

III. **ഈർ** T. M. C. Te. (also ഈരു C. Te. & ശീർ C.) Nit ഈർ എടുത്താൽ തലയിൽ പേൻ കുലിയോ prov. ഈൎക്കൊല്ലി, ഈർവലി, പേനിർവലി a small comb.

ഈൎക്കിൽ īrkil T. M. (T. ഈൎക്കു, വീൎക്കു straw for picking teeth, Te. ഈരികലു bits) also ഈൎക്കിൽ, ഈൎക്കൽ, ഈൎൽ No. ഈളക്കോൽ So. Stalk of cocoanut leaf, mid-rib of any palm leaf, used നാവു വടിപ്പാൻ. മൂത്രപ്പാരത്തിൽ ഈ. കടത്തുക a torture. ഈ. കുത്തിച്ചിച്ചയെ കഴ പ്പോറി Sil.

ഈൎക്കിലി = മാച്ചിൽ, broom (loc.)

ഈൎമ്മം īrmam 1. S. (അൎമ്മസ്സ്) Wound.

2. M. & ഈൎമ്മൻ (ഈരം) damp cloth ഈൎമ്മം മാറാതെ പോതന്നു TP. without changing the cloth in which she bathed ഈൎമ്മനോട് അടുത്തു പോക (in ശേഷക്രിയ) — also ഈ ൎമ്മൻ മുണ്ടു.

ഈൎഷ്യ īrśya S. (ഈൎഷ്യ to be angry, L. ira) Envy, malice. അവനു എന്നോടുള്ള ഈൎഷ്യ, ഞങ്ങളുടെ നേരെ അവൎക്കുള്ള ഈൎഷ്യത MR.

ഈൎഷ്യപ്പെടുക to envy.

ഈറം īram (T. M. ഈരം) 1. Moisture, dampness. 2. dirty as clothes ഈറമാക്ക to soil (comp. ഈറക്ക). 3. = ഈറൻ wet cloth, ഈ. മാറുക to change it after bathing.

ഈറൻ wet cloth നനഞ്ഞവനും ഈറനില്ലതു നിഞ്ഞവനു ദുഃഖം ഇല്ല prov. (V1. ഈറാൻ) = ഈഴ്മൻ. [Elate palud.)

ഈറമ്പന Caryota urens (or marshy date tree, ഈറമ്പനി a cold fit, ശീതജ്വരം.

ഈറു īru (T. end, fr. ഇറു) 1. So. ഈറ Anger, fury, from ചീറുക or ഈൎഷ്യ (which in V1. is written ഈറിച്ച a M.) ഈറുകാട്ടുക to be spiteful, in rage V1. 2. splitting pain (v. n. ഇറുക 2). 3. ruin V1.

ഈറുക, ഈറിപ്പോക to be angry.

VN. ഈറൽ f.i. šūrpanakha ചെന്നീറലോടെത്തിപ്പിടിച്ചു KR 3.

ഈറിക്ക 1. to rage, be in a huff V2. 2. rice, plantations etc. to grow weakly V1.

CV. ഈറിപ്പിക്ക to provoke V2.

ഈറെക്ക So. (fr. ഈറ) to be angry.

ഈററം 1. No. displeasure. 2. So. womb of animals.

ഈററ īťťa 1. (ഇറുക്ക, C. ഈരു to pull = ഇഴക്ക) Stinginess. 2. a miser.

ഈററക്കോരൻ the avaricious Kōran.

ഈററൻ, ഈററമായൻ miser, also പണക്കാരൻ ഈററയൻ എന്നു prov.

3. So. a reed, ഈററക്കാടു a jungle of such, also ഈററയഴി — ഈററക്കുഴൽ a reed used as pipe.

denV. ഈററിക്ക to keep tenaciously, lay up. ഈററിച്ചു നേടും ധനം Anj. ഈ'ച്ചും ഇറുക്കിച്ചും (മുതൽ) ഉണ്ടാക്ക prov.

ഈററം īťťam (from ഈനുക T. C. Te. to bring forth) The womb of animals.

ഈററപ്പുല So. = ഈററുപുല B.

ഈററപ്പുലി പോലെ വരുന്നതു എന്നു (Cochin, MC.) like a tiger with young (see foll.)

ഈററു T. M. 1. Bringing forth ഈററിന്നു വേണ്ടുന്ന പെണ്ണുങ്ങൾ SG. 2. the infant, young of animals. [ളിരീററിനം (elephants).

ഈററിനം (2) RC. herd of young animals ക

ഈററില്ലം (1) the hut built near the house for lying in അമ്പുകൾ കൊണ്ടവൻ ഈ. ഉണ്ടാക്കി SG. also ഈററുഗൃഹം പുക്ക. ഈററുശാലയിൽ പുക്ക id. (So. ഈററുപുര).

ഈററുകാരി So. nurse to a woman in childbed.

ഈററുനോവു (1) pains of childbirth, hence ഈററുവിളി, ഈററുവേദന.

ഈററുപാമ്പു = മുട്ടയിൽ പൊരുന്നിരിക്കുന്ന പാമ്പ്; ഈററുപുലി = പെററുകിടക്കുന്ന പു. (comp. ഈററം) (to exemplify ferociousness).

ഈററുപുല uncleanness after childbirth ഈ' യിൽ അങ്കം ഇല്ല TP. (a Nāyer law).

ഈററുമന്ത്രം ഓതുകവേണം SG.

ഈററുവാതിൽ os uteri (& ഈററ —).

ഈററെടുക്ക 1. So. to be in labour B. 2. midwifery, the work of വേററി KU. ഈററെടുപ്പാൻ ഇരട്ട പെററു prov. (said of physicians infected with the disease of their patient).

ഈററെടുക്കുന്നവൾ No. = ഈററുകാരി.

ഈല īla = ഇല്ല often in po. & vu.

ഈശൻ īšan S. (ഈശ to possess, rule) 1. Lord. 2. God; Siva. 3. able ആർ കടപ്പാൻ ഈശനായി CCh.

ഈശക്കോൺ Gan. 1. = ഈശാനമൂല NE. 2. an angle (opp. നിരൃതിക്കോൺ) in geometry. Gan.

ഈശാനൻ (part.) ruler — ഈശാനമൂല the NE. point, guarded by Siva.

ഈശിത, ഈശിത്വം supremacy, f.i. സുരേശത്വം the rule over the Gods.

ഈശിതാവ് ruler (po.)

ഈശ്വരൻ 1. Potent, ഇച്ശിച്ചതെല്ലാം വരുത്തുവാൻ ഈശ്വരൻ Nal 2. (able = ആൾ). 2. Lord, God; often interj. ഈശ്വരൻ എന്നേ ചൊല്ലുവല്ലു CG. I can but say: it's God's doing. കാണായിപ്പെട്ടുള്ള ഈ'ന്മാർ the Brahmans. Often of idols ഈ'ന്മാരെ കണ്ടാൽ KU. when visiting temples. 3. esp. Siva = മഹേശ്വരൻ; ഈശ്വരന്മാരെ പ്രതിഷ്ഠിച്ചു KU. built and restored temples. [God's favour.

hence: ഈശ്വരകടാക്ഷത്താൽ ജയിച്ചു TR. by ഈശ്വരപരീക്ഷ ചെയ്യേണം PT 1. get evidence from God, ordeal. [new idols.

ഈശ്വരപ്രതിഷ്ഠകഴിക്ക TR. consecration of ഈശ്വരപ്രാൎത്ഥന prayer. എന്നു സാധുക്കൾ ഈ. ചെയ്തുകൊണ്ടിരിക്കുന്നു TR.

ഈശ്വരമുല്ല (So. ഈശ്വരമൂലി) Helicteres Isora. Rh. (= കരളേകം).

ഈശ്വരസേവ divine (or Siva's) worship മതിലകത്തുനിന്നു കത്തി കൊട്ടപ്പിക്കയും മറ്റും ചില ഈ'യും കഴിപ്പിക്ക TR.

ഈശ്വരസങ്കല്പത്താൽ, ഈശ്വരാനുഗ്രഹംകൊണ്ടു, ഈശ്വരാജ്ഞയാൽ TR. by God's blessing or order, providentially.

ഈശ്വരാർപ്പണം see അർപ്പണം.

ഈശ്വരി Goddess, Kāḷi ഈശ്വരിമാരായ ദേവതമാർ CG.

ഈശ്വരോപാസനം worship of God.

ഈഷൽ īšal S. 1. Very little. ഈഷൽ ഈഷൽ by little & little, ഈഷദുഷ്ണം lukewarm, ഈഷദ്ദോഷം peccadillo. — അഹോരാത്രങ്ങൾക്ക് ഈ'ഭേദം Bhg. days & nights nearly equal.

ഈഷല്ക്കാരൻ V1. stingy. 2. M. doubt, displeasure (comp. ഇഴൽ) ഈഷൽ എന്നിയെ Matsy. ഈ. വിനാ VivR. എന്നതിന്നീഷൽ ഇല്ല KR 5. [Bhg. don't doubt.

denV. ആരും മന്നീഷലിച്ചിടായ്കിൻ ഏതുമേ

ഈഹ īha S. Longing, in നിരീഹൻ.

part. ഈഹിതം attempted, wished.

ഈള īḷa S. 1. = ഈഡ Praise. 2. T. So M. phlegm.

part. ഈളിതം praised.

ഈളി īḷi S. 1. A Turkish sword (C. a sickle) 2. a cudgel; burnisher (loc.)

ഈളിനാരകവുമ്മിഴനാരകം KR 4.

ഈളിച്ചു പോക (ഈൾ = ഈർക്കിൽ) f.i. തെങ്ങ് etc. To shoot up & be slender No.

ഈഴക്കോൽ īḻakkōl So. (= S. ഈഷ) Shaft of plough V1. also ഈഴിക cartpole.

ഈഴം īḻam T. M. (Tdbh. of Pāli Sīhaḷa = Simhaḷa, ചിങ്ങളം) Ceylon. ഈഴം കണ്ടവർ ഇല്ലം കാണുക ഇല്ല prov.

ഈഴവൻ, f. ഈഴവത്തി (old ഈഴോത്തി) N. pr. a caste immigrated from Ceylon, whence they are said to have introduced the cocoanut tree (= തീവർ, ചേകവർ) KU.

ഈഴക്കരിമ്പു a red sugarcane.

ഈഴത്തെങ്ങ് a cocoanut tree with orange-coloured fruits.

ഈഴച്ചേമ്പു (vu. ഈഴേമ്പു V1.) a large yam.

ഈഴപ്പെരുമാൾ V1. a sovereign said to have come from Ceylon.

I. **ഈഴ്കുക, ഴ്കി īḻkuγa** = ഇഴക്കുക 1. To put off clothes വിഴ്ക്കുക. 2. to soil clothes ഈക്കുക.

II. **ഈഴ്കുക, ഴ്ത്തു** = ഇഴക്ക C. M. To drag. തലമുടിപിടിച്ചു വലിച്ചും ഈഴ്ത്തും, ഈഴ്ത്തു സഭയിങ്കൽ Bhr.

ഉ

U

Found in Tdbh's before ര, ല, as രൂപം ഉരുവം, ലോകം ഉലക, also രുമി, ഉറുമി. Initial ഉ is sometimes lost, as ഉവാവു, വാവു; ഉലാവുക, ലാവുക. Before Cerebrals & Liquids, which are followed by അ, it glides into ഒ, as പുടവ poḍava, ഉറപ്പു orappu.

ഉ aT. aC. Tu. A demonstrative √, correlative with അ & ഇ (1. the middle between two. 2. what is above. 3. that, yonder). Perhaps surviving in the adj. part. fut. തൊഴുവതു, ആവതു, ചെയ്യതു & in the poet. forms of the finite Verb വന്നുതേ came, ചെയ്യിന്നതാകിൽ RC. Hence ഉം.

ഉകമരം uγamaram (Dillenia speciosa) Careya arborea, പീലു. [ceana Rh.

മലയുക = S. ആക്ഷോടം old dict. Aleurites molu-

ഉകം uγam aM. T. = യുഗം World V1.

ഉകാരം uγāram 1. The letter ഉ. 2. = ഊ, ഹൂ interj. കരത്തിന്നുകാരം ഗുരുത്വം crying hu, (prov.) [the nail V1.

ഉകിർ uγir T. Te. C. Tu. Nail, the flesh near

ഉക്ക ukka H. Ar. hukka. A pipe.

ഉക്കം ukkam T. M. (√ ഉ = നടു) 1. Middle, hip. ഉക്കത്തെടുക്ക SG. to carry a child. ഉക്കത്തു പുണ്ണുള്ളവനു prov. 2. side ആരാന്റെ ഉക്കത്തു പാൎക്ക sit under one's jutting roof.

ഉക്കച്ചൊറി (1) carbuncle boil. [2. helpless.
ഉക്കററവൻ 1. hip-shot (thro' debauchery).
ഉക്കററിരിക്ക (loc.) to sit resting on the haunches (also ഉക്കിച്ചിരിക്ക).
ഉക്കൽ = ഉക്കം T. M. 1. ഉക്കൽ തന്മേൽ തട്ടിക്കൊണ്ടു Bhr. വലഭത്ത, ഇടഭത്ത ഉ. 2. ഉക്കലിൽ പൊട്ടിയതു stalks springing up from & near the root of some kinds of rice-plants & forming a കണ്ട. [night patrol V1.

ഉക്കളം **ukkaḷam** T. Te. aM. Advanced guard,

ഉക്കഴുത്തു **ukkaḻuttụ** (ഉ) Women's neck-ornament, gold collar V1. also ഉക്കൊട്ടു So M. ഉക്കഴുത്തു കഴുത്തിൽ ഉറപ്പിപ്പാൻ മിക്കതും ൧ നാഴിക താമസം po.

ഉക്കു **ukkụ** (C. Te. steel, strength = ഊക്കു, ഉരിക്കു) പട്ടണത്തിൽനിന്നെ ഉക്കുസംഭാരം ൭ വലിയ തോക്കു വന്നു TR. (letter of Coḍagu rāja) Ammunitions?

ഉക്കുക, ക്കി **ukkuγa** (C. Tu. to boil up. T. ഉക to fall) 1. To start, lean to one side as one falling പന്ത് എട്ട് ഉക്കി പോയി (loc.) 2. V1. to rot in water as wood T. C. Tu.

ഉക്കുടി **ukkuḍi** (ഉ) Veranda or outside corner of a house. ഉ'യിൽ പാക്ക to live homeless on the bounty of others.

ഉക്തം **uktam** S. (part. വച്) Said, a saying. — ഇതം ഭൃഗുവിനാൽ ഉക്തനായ രാമൻ Brhm P. addressed, spoken to. —
ഉക്തി word. ബൌദ്ധന്മാരുടെ ഉക്തി വീണു KU. the B. were defeated in argument.
ഉക്തവാൻ, ഊചിവാൻ po. having said.
ഉക്ഥം a Vedic sentence.

ഉക്ഷം **ukšam** S. & ഉക്ഷാവ് Bull.
ഉക്ഷിതം sprinkled രക്തത്തിനാൽ ഉക്ഷിതാംഗനായി PT.
ഉക്ഷ്യം KR. the 2nd day of Aśvamēdham.

ഉഖ **ukha** S. Pot, saucepan. — also ഉരൽ.

ഉഗ്രം **ugram** S. (ഉജ = വജ) 1. Vehement, passionate, as വാക്കു. — ഉഗ്രമൂൎത്തി terrible. 2. heat of sun or pepper.
നാസി ഉഗ്രം a complaint of the nose V1.
ഉഗ്രത 1. vehemence. 2. intensity of heat, etc.
ഉഗ്രൻ Siva.
ഉഗ്രശൂല a certain colic. ഉ'ലെക്കു ലക്ഷണം പുളി തട്ടുമ്പോൾ ഏറേ നോക a med.
ഉഗ്ഗ്രാണം 1. loftiness, pride V1. ഉഗ്ഗ്രാണിക്കുന്നു V. (B. ഉക്രാണം crying from anger). 2. T. C. Te. Tu. storehouse, granary. ഊണിന്നും ഉഗ്ഗ്രാണത്തിന്നും മുമ്പു prov. foremost in the matter of provender.

ഉങ്ങു **uṅgu** So. = ഊക്കു Strength (C. Te. ഉക്കു). ഉങ്കൻ = ഊക്കൻ.

ഉങ്ങുണം **uṅguṇam** S. = ഉൽകുണം Bug, louse.

ഉഞ്ഞു **uññụ** = പുഞ്ഞു Bauhinia variegata, yields lampoil.

ഉചിതം **ujiδam** S. (part. ഉച, wont, suiting) 1. Proper, suitable ഉചിതവരം തരുവൻ Nal 2. സുന്ദരീരത്നം ലഭിപ്പാൻ ഉചിതൻ deserving to get. തങ്ങൾ തങ്ങൾക്കുചിതന്മാരായ ശിക്ഷർ Bhr. ഉചിതക്കുട്ടി fine, strong child. 2. M. manly feeling of honour.
ഉചിതം കെട്ടവൻ a reprobate.
ഉചിതക്കാരൻ a man of honour V1.
ഉചിതം ചെയ്യു to retaliate ഉ. നടത്താതെ KU.
ഉചിതമുള്ള നായർ ഇന്ന് ഒന്നും ഇല്ല TP. നല്ല ഉയിതം കാട്ടി (vu.) ഉചിതത്തിന്നിളെച്ചീടൊല്ല (Anj.)

ഉച്ച **ućća** M. 1. (S. ഉച്ചം) Top. ഉച്ചയിൽ കട്ടമയും KU. (= ഉച്ചി) ഉച്ചന്തല crown of the head V1. ഉച്ചെണ്ണ see ഉച്ചി. 2. height of sun, noon ഉച്ചെക്കേത്തേച്ചോറു വെക്ക TP. to cook dinner. ഉച്ചെക്കകത്തു forenoon അകത്തു മൂടി ഉ. exactly at noon. ഉച്ചതിരിഞ്ഞു afternoon. — also height of age, ഉച്ചയായി he is above 50 years.
ഉച്ചമലരി Pentapetes phoenicea, its flower ഉ'പ്പൂ GP.
ഉച്ചെലി a plant, also ഒച്ചെലി ഉച്ചെലിയിൻ തോൽ ഉഴിക TP. a home remedy.
ഉച്ചമാളൻ (മഹാകാളൻ) a Paradēvata.

ഉച്ചു **uććụ** (C. purging, Te. ഉരുച്ചു) 1. In ഉച്ചു പിടിക്ക also ഉന്തു പിടിക്ക to become mouldy or slippery as after rain B. 2. Palg. = ഉപ്പുശി, ഉപ്പുച്ചു. 3. No. = ബുദ്ധിപരന്ത്യ — ഉ. പിടിച്ചവൻ, ഉച്ചൻ a crack-brained man.

ഉച്ചം **uććam** S. (ഉൽ + അഞ്ചു) High, height, ഉ'ത്തിൽ പഞ്ചഗ്രഹം നില്ക്കുന്ന കാലത്തിങ്കൽ

AR. zenith or meridian. Esp. of sounds ഉച്ചത്തിൽ പാടുക, കരക, നിലവിളിച്ചു കേഴും CG. ഉ. ചിരിച്ചു Bhr. ഉച്ചനാദങ്ങൾ Brhm. ഉച്ചമായുള്ള ഘോഷം loud. — ഉച്ചനീചതങ്ങളും Nal. ups & downs.

ഉച്ചതാ (opp. നീചതാ) rising, superiority.

ഉച്ചണ്ഡം uččaṇḍam S. (ഉൽചണ്ഡം) Rash.

ഉച്ചയം uččayam S. (ചി) Collecting, knot of gown കണങ്കെട്ടു.

den V. പുഞ്ജങ്ങളും ഉച്ചയിച്ചു CC.

ഉച്ചരിക്ക uččarikka S. (ചർ) ഉച്ചാരണം To utter, pronounce, as മന്ത്രം ഉച്ചരിയാതെ Bhr. So. വേദോച്ചാരണം, നാമമാ, etc.

ഉച്ചാരം excrements (po.)

ഉച്ചാരൻ, ഉച്ചാരൽ, ഉച്ചാൽ Festival in honour of Bhūdēvi's menstruation on Mayara Sankrānti (end of Jan.); similar to the februations of the Romans. ഉ. വരഞ്ഞു നില്ക്ക to keep its 3 days of rest by abstinence from all work except hunting. ഉച്ചാൽ തൊട്ടു വിത്തു പോയി superst. (curse resting on work done during these days) ഉച്ചാര പിറന്നാൾ അനുഭവം എടുക്ക MR. യാതൊരു ഉച്ചാരല്ക്ക പണം തരുമ്പോൾ doc. (as on Quarter days).

ഉച്ചാടനം uččāḍanam S. (ചട) Expelling evil [spirits.

ഉച്ചി učči T. M. C. Te. = ഉച്ച 1. The crown of the head ഉച്ചികുടുമയും KR. മണക്കുമ്പോൾ ഉച്ചി തണുക്കും KR. ഉച്ചി ഉറെക്ക B. to pour oil on the head of children. ഉച്ചെണ്ണ vu. oil poured on the head.

ഉച്ചിപ്പൂ flowerlike ornament for the crown of the head. ഉച്ചിയിൽ അണിയും പുഷ്പം Pay.

ഉച്ചൈഃ uččeis S. (adv. instr. pl. ഉച്ചം) Aloud, also ഉച്ചൈസ്വരം louder.

ഉച്ഛിഷ്ടം uččhiṣṭam S. (ശിഷ) Leavings of meal ഭുക്തശേഷമായുള്ളൊരു ഉ. KR.

ഉച്ഛൃംഖലം uččhr̥ṅkhalam S. Unfettered.

ഉച്ഛ്രയം uččhrayam S. (ശ്രി) Rising, height. ഉച്ഛ്രിതം high.

ഉച്ഛ്വസനം uččhvasanam, ഉച്ഛ്വാസം S. Breathing up, sigh കോപവും ഉ'വും വേണ്ടാ KR. (rage.)

ഉജീനം ujīnam = ഉപജീവനം.

ഉജ്ജയിനി ujjayini S. (ജി) N. pr. Capital of Avanti, G. Ozēnē, Vicramāditya's residence.

ഉജ്ജ്വലിക്ക ujjvalikka S. (ജ്വൽ) To flame up, shine forth ഉജ്ജ്വലവീര്യനായി വാഴുന്നു Mud. brilliant courage. ഉജ്ജ്വലിച്ചു ചൊല്ലി Bhr. broke forth in rage. ഉ'ച്ചിടും വിയോഗാഗ്നി Nal. [break out.

CV. അടങ്ങുന്ന കോപം ഉ'പ്പിക്ക Mud. to let

ഉജ്ഝിതം ujjhiδam S. (part. ഉജ്ഝ = ഉൽ + ഹാ) Left, forsaken. ഉജ്ഝിതമാണ്ടുള്ളൊരാനനം CG.

I. **ഉട uḍa** T. M. (ഉടു) 1. Belonging to; hence ഉടെ postpos. of Genitive. എന്നുടെ or എന്നുടയ mine (see ഉടയ). 2. (C. ഉടിയ) cloth, dancer's pantaloons, esp. തിരുവുട royal or idol's garment.

ഉടയാട royal dress പുലിത്തോൽ ഉ'കളും SiPu. തിരുവുടയാട ചാർത്തുക daily dressing of idol KU.

ഉടവാൾ royal sword (prh. from ഉടൽ).

ഉടകലമാന തേർ RC 39. (കലം T. = ആഭരണം) ornamented or ornamental?

ഉടനീളം full height of a person, whole length of a house, beam, etc.

II. **ഉട** 1. Groin, വസ്തിപ്രദേശം (C. Te. ഉടി lap = ഒടി) ഉടെക്കു ചവിട്ടു കൊടുക്ക. 2. B. testicle of oxen.

III. **ഉട** = ഉടവു Breaking, castration.

ഉടങ്ങു uḍaṅṅu (C. Te. T. to be compressed).

ഉടക്ക 1. catch, latching, notch. അമ്പിൻ ഉ. incision in the arrow. 2. obstruction, dispute, dunning, quarrel. (= ബുദ്ധിമുട്ടു, നിബ്ബന്ധം) ഉ. കാട്ടുക V1. to insist on. ഉ. കൊണ്ടുകിട്ടും you may wring it from him. ഉടക്കുത്തരം ചെയ്തു മുക്കോണ്ടതു KU. (in ordeals). No. ഉടക്കുത്തരം പറക = തറുതലപറക. 3. obstinacy, war. ഉടക്കിനായിരിട്ടു കെട്ട മനക്കാമ്പിനോടു RC. with a mind intent upon revenge. [MC. harpoon.

ഉടക്കുളി bearded dart. ഉ'യമ്പു, ഉ'കന്തം ചാട്ടി

ഉടക്കൻ troublesome, daring V2.

ഉടക്കുക, ക്കി to catch hold of, resist, wrestle. തട്ടപ്പെൻ എന്നുടക്കുവോർ ആർ RC. who will dare me? ഉര ചെയ്യാൻ ഉടക്കിനതു RC. tried to relate. പോരുടക്കീട്ടക എന്നോട്ടു കൂടവേ KR. ഉടനുടൻ അസ്ത്രം ഉടക്കി ക്കുന്നോരട CC. [മ്മിച്ചു വസിക്ക KR.

ഉടജം uḍajam S. Hermitage, പൎണ്ണശാല ഉ. നി

ഉടഞ്ഞാൺ uḍaǹǹāṇ (C. Te. odyāṇam) Gold chain round the loins (fr. ഉട or ഉടൽ) = തുടർ.

ഉടൻ uḍan 5. (ഉട്ടു) 1. Together with. 2. at once, forthwith നായാട്ടിന്ന് ഉദ്യോഗം ഉടൻ തുടൻ്ന്താൻ CC. ഉടൻ തന്നേ വിചാരിച്ചു TR. ആ ഉടനേ MR. at that very moment. അടിയന്തരം കഴിഞ്ഞാൽ ഉടനേ TR. immediately after. — with adv. part. ചെയ്യുടൻ, & adj. part. ചെയ്യു ഉടനേ.

ഉടനുടൻ again & again.

Cpds. ഉടനടി So. at once.

ഉടഞ്ചാവു, ഉടന്തടി (or ഉടങ്കട്ടു) ഏറുക widow to be burned with her husband. ഉടന്തടി കൂട്ടുവാൻ കരുമ്പെട്ടാൾ VCh.

ഉടമ്പെട്ടുക to agree SoM. T.

ഉടമ്പടി 5. agreement, contract ഇരുകക്ഷികാരും ഉ. പ്രകാരം നടന്നു Arb.

ഉടന്മ V1. friendship; see ഉടമ.

ഉടപ്പം uḍappam So. (ഉട I) Relation, connexion, friendship ഉടപ്പം ഏറീടും അവരുമായി Bhr. — ഉടപ്പമൊടെ 1. properly = ഉടമയോടെ. 2. (prh. fr. ഉടക്കുക) strongly. ഒട്ടുമക്കണം എന്ന് ഉടപ്പമൊട്ടു പറഞ്ഞുറപ്പിച്ചു Bhr 1. contended that he must be killed.

ഉടപ്പിറപ്പു uḍappiṟappu (T. ഉടൻ a M. ഉടൽ) Uterine brothers (ഉടപ്പിറന്നവൻ) & sisters. ഉടപ്പിറന്നവൎക്കു പല്ലുതൂത്തു RC. also ഉടപ്പിറവി B. brotherhood. [Moslems. ഇസ്സലാം ഉടപ്പിറപ്പു TR. the brotherhood of

ഉടമ uḍama 5. (ഉട I) 1. Property, jewels. 2. relation, friendship (= ഉടന്മ). 3. propriety. കടവടി ഉടമയോട് എടുത്തു Mud. ഭയമുടയവർ ഉ'യോട്ടു പോരുവിൻ Bhr. quit only! 4. similarity. വീരനോട് ഉ. തേടുവാൻ അഭിപ്രായം Mud. wish to be like a hero.

hence: ഉടമക്കാരൻ 1. proprietor, owner, കുടി ഉടമക്കാരൻ MR. 2. natural protector, next relation. ആ പെണ്ണുങ്ങടെ ഉടമക്കാർ TR.

ഉടമത്താനം (സ്ഥാനം) V1. relationship.

ഉടമസ്ഥൻ owner, as of house, etc. പറമ്പിന്റെ ഉ., കളം ഉ. MR.

ഉടമ്പു uḍambu T. M. (= ഉടൽ) 1. Body. ഉടമ്പു ചെറിയവൻ V1. of small stature. ഉടമ്പിന്നു തേക്കു MM. തിരുവുടമ്പുടയുമാറു RC. 2. anus ഉ. പുറത്തു വന്നു the rectum.

ഉടമ്പറ B. closet.

denV. ഉടമ്പിക്ക (loc.) = സ്വാരുപിക്ക. മാ പണം ഉ'ച്ചു laid up. [ക്കടൻ PT. = ഉള്ള.

ഉടയ uḍaya 5. (ഉട I) Possessing മമുടയ മ

ഉടയാൻ Lord, in ഉടയാർവള്ളി a medicinal creeper (a med.) = ആനച്ചുക്കര.

ഉടയവൻ 1. owner. With Nom. നയങ്ങൾ ആറും ഉ. KR. who has acquired the 6 N. എന്നടെ പേരുടയോനുമാക്കി Mud. With Acc. ഞങ്ങളെ ആർ ഉടയോർ AR. who is to protect us, since father is dead? 2. elder relations (see ഉറോർ) with Gen. പെണ്ണിന്റെ ഉടയവൻ = ഉടമക്കാരൻ. എനിക്കു വേറെ ഒരു ഉ'ർ ഇല്ല TR. no protector. ഉ. ഒന്നു കരഞ്ഞാൽ മതി (opp. ബന്ധു). 3. God, also ഉടയതമ്പുരാൻ. — ഉടയോർ title of Maisūr & Codagu kings TR.

ഉടയതു 1. possessed നീ തന്നെ നമുക്ക് ഉടയതു TR. art mine. 2. possessing, owner, lord; with Acc. ആർ എന്നെ ഉടയതു, പിന്നെ ആർ ഉള്ളു എന്നെ ഉടയതായി Brhm. no father! നിങ്ങൾ ഉടയതു തമ്പുരാനേ TP. I have thee only, O God, to look to; with Dative നമ്മുടെ ഗുണത്തിന്നും മോക്ഷത്തിന്നും ഉടയതായിരിക്ക TR. share my lot.

ഉടയക്കാരൻ No. owner ചരക്കിന്റെ, പശുവിന്റെ ഉ. TR.

ഉടയത്വം (ത്വം) Lordship V2.

ഉടയുക, ഞ്ഞു uḍayuγa T. M. Tu. (C. Tu. ഒട comp. ഒടി) 1. To break as pottery, nuts, etc. ഉടഞ്ഞൊരു ചട്ടി SiPu. തേർ ഉടഞ്ഞഴിഞ്ഞു വീണു AR.; to be breached, കോട്ട ഉടഞ്ഞു Ti.; to be broken as enemy കടുമ്പകയാളി എല്ലാപ്പോൾ ഉടഞ്ഞു പട തിരിഞ്ഞു മണ്ടി KR. 2. to break as sea. കടൽ ഉടഞ്ഞിങ്ങു വരുന്നതു പോലെ പട വരികിൽ KR. മുറുക്കു ഉ. to become untwisted,

ശരീരം ഉ. emaciated. ഉറെച്ചുള്ള മനസ്സ് ഉണ്ടാകിലും ഉടഞ്ഞു പോം KR. broken mind. ഈ മതം ഉടയും will fall to pieces.

VN. ഉടവു (rare). = III ഉട.

a. v. ഉടെക്ക 1. To break in pieces. ചിരട്ട എങ്കിലും ഉടെക്കേണം prov. മുട്ടയെ കൊട്ടി ഉടെച്ചാൽ Bhr. കോട്ട ഉ. SitVij. to breach. മുതൽ സൂക്ഷിച്ച പെട്ടി തച്ചുടെച്ചു TR. chest was burst open. 2. met. മാനസത്തിൻ കാഠിന്യം ഇത് ഉടെക്കേണം CG. 3. So. to castrate. ഉടെച്ച മൂരി V2. = കാൽകെട്ടിയതു. ചാത്തനെ ഉടെച്ചാൽ MC. capon.

ഉടലം uḍalamaM. = ഉടൽ. ഉടലങ്ങൾ ശകലങ്ങളായി, വല്ലുടലം എങ്ങും ആഭരണമാക്കിനാൻ RC.

ഉടൽ T.M.C. Te. (VN. ഉടുക) 1. body, also trunk. ഉടലിൽ ഒഴുകിന രുധിരജലമതു തുടെച്ചു Mud. on the tortured body. ഉടൽപടിവും അടപ്പിടമകളും ഉടയ ഭീമൻ Bhr. ഉടലോടു ചേൎന്നാർ ചിതയിൽ Bhr. a Sati. 2. life. ഉടല്പുനാശം വരാതെ Bhg. ഊരും ഇല്ല ഉടലും ഇല്ല vu. neither influence nor security. 3. texture of clothes. 4. ഉടൽ പിറന്നുള്ളവർ Bhr. prh. = ഉടൻ (see ഉടപ്പിറപ്പു).

I. **ഉടു** uḍu = ഉഡു Star? a kind of fish.

II. **ഉടു** (old √ to have on, hence ഉട, ഉടൽ).

ഉടുതുണി clothes ഉ'ക്കും കടിക്കുന്ന വെള്ളത്തിന്നും മുടക്കം ഇല്ല has to live.

ഉടുപുടവ woman's garment. ഉടുത്ത ഉടുപുട TP.

a.v. **ഉടുക്ക, ത്തു** T. M. C To dress (also as v. n. അച്ഛനെ പോലെ ഉടുക്കുന്നേൻ CG.) put on, chiefly the lower garment തററുടുക്ക in the closer, വിട്ടുടുക്ക in the looser way. ഏകമാം വസ്ത്രംകൊണ്ടു വ പേർകളും ഉടുത്തു Nal 4. ഉടാത്തവൻ naked. ഒരു പെണ്ണിന്നു ഉടുപ്പാൻ കൊടുത്ത നായർ, ഉടുപ്പാൻ കൊടുക്കുന്നവൻ temporary husband. (ഉണ്മാൻ കൊടുക്കുന്നവൻ the uncle). ഉടുപ്പാൻ തരട്ടേ ഞാൻ TP. may I marry you?

VN. ഉടുപ്പു dressing; clothes.

CV. ഉടുപ്പിക്ക (old ഉടുത്തുക V1.) 1. to dress another. 2. to marry കെട്ടി ഉടുപ്പിച്ചു കൊണ്ടു വരിക No.

ഉടുകൽ uḍuγal a M. A time, turn (ഉടി sudden-ly = പൊടുക്കനെ, prh. crash, comp. ഉടയുക) നാൽ ഉ. 4 times. പലവുടുകാൽ V1. 2. = ഊടേ.

ഉടുക്ക uḍukka T. M. (& ഉടുക്കു C. Tu.) A tabor, resembling an hourglass = തുടി. മദ്ദളം ഉടുക്കുകൾ നൽതകിൽ മുരചുകൾ ഇവ കൃത്തിഎന്നിയേ ഉണ്ടോ VCh.

ഉടുപ്പി, ഉടുപ്പു (ഉഡുപ) uḍupi T. M. C. Tu. N.pr. Temple & മഠം in Canara.

ഉടുമ്പു uḍumbu 5. 1. Iguana, Lacerta Monitor, used for wounds ചത്ത ഉടുമ്പിന്റെ പുണ്ണും MM. ഉ. വാതപിത്തഹരം GP. കൈക്കു നല്ലുടുമ്പിന്തോൽ ഇട്ടു കെട്ടി KR. gloves? ഉടുമ്പു നാവു medicinal against scorbute. — Two kinds: കാർ — (So. മണ്ണു, — മലയു —) & പൊന്നു — (So. ചിററു —). 2. the inner wooden bolt (തഴുതു, ഓടാമ്പൽ).

denV. ഉടുമ്പിക്ക horripilation (loc.)

ഉടെക്ക uḍekka v. a. of ഉടയുക q. v.

ഉട്ടം ഏട്ടുക്ക uṭṭam (Te. ഉട്ട C. ഉണ്ടു bubble, Beng. ഉട് to rise up) The water to come up, as in well watered fields.

ഉട്ടുരുട്ടു uṭṭurūṭṭu All the articles in a house (prh. ഉട്ടു = ഉടമ, ഉരുക്കൂട്ടു).

ഉഡുപം uḍubam S. Raft, crescent.

ഉഡു star, ഉഡുപതി moon AR.

ഉഡുംബരം uḍumbaram S. (& ഉദു....) Ficus glomerata.

ഉഡ്ഡീനം uḍḍīnam S. (ഡീ) Flying, soaring.

ഉണങ്ങുക uṇaṅṅuγa T. M. Tu. C. (Te. ഒട്ടു) To dry, fade, heal as wound; also metaph. അന്ന് എനിക്കു തട്ടിയ മുറി എപ്പോൾ ഉണങ്ങും when shall I get over it! ഉണങ്ങിയ, ഉണങ്ങാത്ത അടക്ക TR. betelnut dry & fresh.

VN. 1. ഉണങ്ങൽ in ഉണങ്ങലരി rice not boiled in the husk (also ഉണക്കലരി = പച്ചരി opp. പുഴുങ്ങലരി).

2. ഉണക്കം dryness ആ കരച്ചൽ കേട്ടാൽ ഉണക്കമരം പൊട്ടി പാൽ വരും TP. dry wood would be moved to tears.

3. ഉണക്കു dryness ഉണക്കിഞ്ചിക്കഴഞ്ചു a med. കാററത്ത് ഉണക്കില പറക്കുമ്പോലേ TP. — ഉണക്കുമീൻ (opp. പച്ചമീൻ).

CV. ഉണങ്ങിക്ക to heal മുറി ഉണങ്ങിപ്പാൻ ചെലവു (jud.)

a. v. ഉണക്കുക, ക്കി T. M. to put to dry, air, dry (വസ്ത്രം, മത്സ്യം, ഓല etc.)

ഉണരുക, ൎന്നു **uṇaruγa** T. M. (C. ഉണറു to come forth) 1. To awake ഉറക്കം ഉണൎന്നുപോം ഗുരുവിനു Bhr. will be disturbed. മുന്നേപ്പോലെ ഉണൎന്നു വന്നീടേണം Brhm. be resuscitated, ശബ്ദം ഉണൎന്നു broke forth. 2. to watch, care രാമകാൎയ്യാൎത്ഥം ഉണൎന്നിരിക്ക AR. to be up for R. ഖിന്നനായുണൎന്നുടൻ ചൊല്ലിനാൻ KR. having collected himself. 3. to be conscious, perceive. God is തന്നിലേതാൻ ഉണൎന്നില്ലാറിന്നും മീതെ Bhr.

VN. 1. ഉണൎച്ച watchfulness.

2. ഉണൎവ്വ intelligence, smartness ഉണൎവ്വെഴും RC. lively (monkey). ഉൾക്കാമ്പിൽ ഉണൎവ്വേറം ഉണ്ടു Bhg. ഉള്ളം നല്ലുണൎവ്വുള്ളോർ ഇല്ലാരും AR.

a. v. ഉണൎത്തുക 1. to awaken, rouse ഗായകന്മാർ പള്ളി ഉണൎത്തി KR. ഉറക്കം ഉണൎത്തി Bhg. എന്നാടനെ നിദ്ര ഉണൎത്തുവാൻ KR. 2. to inform ഒന്നുണൎത്തീടുന്നേൻ KR. എന്ന് ഒരു വാൎത്ത ഉണൎത്തി CG. hinted that. എഴുന്നെൾവാൻ അവനോട് ഉണൎത്തി KR. exhorted. തിരുവടിക്ക് ഒന്നുണ്ടുണൎത്തുന്നു KR. with Dat. or Soc.

CV. ഉണൎത്തിക്ക to inform a superior, with double Acc.; also Dat. ഇക്കാൎയ്യത്തിന്ന് ഉ. ഇല്ല TR. The heading of letters from subjects to ministers: N. ഉണൎത്തിക്കേണ്ടും അവസ്ഥ TR.

ഉണിൽ **uṇil** (see C. ഉണറു in prec.) Eruption, vesicle as of itch. — also = ചുണിൽ. ഉ. നൊട്ടുക, കളുക to squeeze it.

denV. ഉണിലിച്ചു വരിക a vesicle to form.

ഉണിത്തിരി **uṇittiri** & **ഉണ്ണിത്തിരിമാർ** (prob. ഉണ്ണി) N. pr. A caste of Ambalavāsis (82 in Taḷiparambu).

ഉണ്ട **uṇḍa** 5. (= ഉരുണ്ട? C. Te. Tu. also ഗുണ്ടു) Ball, globe, clot, bullet. ഉ. ഉരുട്ടേണം TP. make balls. അമൃതിൻ തേനുണ്ട CG. globule of nectar. ഉണ്ടയും മരുന്നും കെട്ടിച്ചു KU. (for war).

ഉണ്ടക്കൊൾ gunshot-wound.

ഉണ്ടനൂൽ good thread.

ഉണ്ടപ്പാച്ചൽ distance of gunshot.

ഉണ്ട മുറിക്ക, ഇടിക്ക to make bullets TP.

ഉണ്ടവല small fishing net. നമ്പൂരിക്ക് എന്തിനു ഉ. prov.

ഉണ്ടവില്ലു pellet bow.

ഉണ്ട വെക്കുക to coagulate.

ഉണ്ടറുതി see under ഉണ്ണുക.

ഉണ്ടിക & ഹുണ്ടിക **uṇḍiγa** H. huṇḍi 1. Bill of exchange. 2. stamp. ഉ. കത്തുക to stamp V1.

ഉണ്ടികക്കലം (Coch.) money bags sent to Collectors = മുടിപ്പു.

ഉണ്ടികകലശം So. treasure-box.

ഉണ്ടികപ്പണം So. money deposited.

ഉണ്ടു **uṇḍu** 5. (old fut. of ഉൾ) 1. There is, exists (opp. ഇല്ല). 2. is present വേണുന്നതിനു ഞാൻ ഉണ്ടു CG. സ്മൃതികളിൽ ഉണ്ടു it is written. 3. as aux Verb: a.) with VN. വരിക ഉണ്ടു I shall come. കാണേണ്ടുക ഉണ്ടു Bhr. we must see. ശിക്ഷ്യൻ ആകയും ഉണ്ടു he is. — also part. Nouns പറഞ്ഞതും ചെയ്തതും ഉണ്ടു I certainly said & did. പേശാൽ വരുന്നതുണ്ടു ഞാൻ VetC. അവനെ കിട്ടിയാൽ ഒട്ടും പാൎക്കാതേ കൊട്ടത്തയക്കുന്നതും ഉണ്ടു TR. we shall. വീഴുവതുണ്ടു CG. I shall fall. ചിന്തിപ്പതുണ്ടോ CG. will he remember. മുവാണ്ടുണ്ടു കാണാതു ഞാൻ Nal. I have not seen — കഴിക്കേണ്ടതുണ്ടു TR. — with VN. in അൽ. അവനെ കാണൽ ഉണ്ടോ TR. are you in the habit of seeing him? പെട്ടി തുറക്കലും എടുക്കാറും ഉണ്ടു. MR. b.) with finite Verb, often adverbially inserted പുകഴ്വാൻ ആശ ഉണ്ടുള്ളിൽ ഉണ്ടാകുന്നു EM. ഒന്നുണ്ടു ചൊല്ലുന്നു, ഉണ്ടു വരുന്നു Mud. he comes already. ഒന്നുണ്ടു വേണ്ടു KU. കോഴിയെ ഉണ്ടു പിടിക്കുന്നു TR. it is the fowls they seize. എന്നു കേൾപ്പുണ്ടു ഞാൻ, എന്നുണ്ടോ തോന്നി CG. did you really fancy? ഹേമത്തിനുണ്ടോ നിറക്കേടകപ്പെട്ടു AR. In the past chiefly with ഇട്ടു: ഒക്കവേ പോയിട്ടുണ്ടു Bhr. 4. by a sort of ellipsis it stands in some phrases for the Copula; so in measuring distances: ഗിരിയുടെ ഔന്നത്യം ൧൦൦ യോജന ഉണ്ടു KR. പറഞ്ഞതു വേപ്പിച്ചു ഉണ്ടെത്രയും Nal.; esp. after തുണ etc. അവൻ എനിക്കു തുണ ഉണ്ടു; ബന്ധു, കൂട്ടുണ്ടു ഞാൻ, ഗംഗാധരൻ സഹായം ഉണ്ടു etc.

v. n. ഉണ്ടാകുക, യി to come into existence, exist ഒരു പെണ്കുട്ടി ഉണ്ടായി TR. was born. ജീവൻ ഉണ്ടാം Bhg. The other combinations as in ഉണ്ടു f.i. അവനെ കാണുക തന്നെ ഉണ്ടായിരുന്നില്ല MR. ചെലവിന്നു തരുമാറുണ്ടായിരുന്നു TR. used to grant an allowance. ഉണ്ടായത് ഒക്കയും ഉണ്ടായി TR. has happened (& is no more to be changed).

v. a. ഉണ്ടാക്കുക, ക്കി to bring into existence, create, make.

CV. ഉണ്ടാക്കിക്ക to get made, bring about കമ്പഞ്ഞിക്കു എന്നോടു ദ്വേഷം ഉണ്ടാക്കിച്ചു TR. ചെട്ടിയെ കൊണ്ടു പപ്പടം ഉണ്ടാക്കിച്ചു കുട്ടിയാൽ Anach.

ഉണ്ണാക്ക unnākku So. (ഉൾ) = അണ്ണാക്ക. so ഉണ്ണാടി വിറെക്കും CG. = ഉൾനാടി.

ഉണ്ണി uṇṇi 1. T. M. C. Tu. (ഉണ്ണുക eater) Tick on cows, dogs (നായുണ്ണി). പലയുണ്ണി large tick. പാലുണ്ണി pimples on the face of infants. പോത്തിന്മേൽ ഉണ്ണി കടിച്ചതു prov. 2. suckling, young, infant. ൧൦, ൧൨ ആണ്ടുണ്ണിയായിട്ടും പോയി GnP.

അന്നുണ്ണി son of one day's connexion (vu.)

അന്നുണ്ണി ഫലങ്ങൾ annual vegetables (opp. നാലു് അനുഭവം), for every day's consumption.

ഉണ്ണിക്കാലത്തു Anach. [darlings.

ഉണ്ണിക്കിടാങ്ങൾ ഉറങ്ങുന്ന നേരത്തു CG. the

ഉണ്ണിക്കുമാരനമ്പിയാർ KU. the first minister of Cōḷikōḍu. [Parappanāḍu.

ഉണ്ണിത്തമ്പാൻ (& കഞ്ഞിത....) a prince f.i. in

ഉണ്ണിത്തണ്ടു = So. & Palg. = വാഴക്കാമ്പു No. വാഴപ്പിണ്ടി So.

ഉണ്ണിതിരിക to assume the appearance of a babe. മാങ്ങ ഉണ്ണിതിരിഞ്ഞു the blossom has developed a fruit. പാൽ ഉണ്ണി തിരിഞ്ഞു milk spoiled (= പൊരുക).

ഉണ്ണിമാങ്ങ young mango.

(എൻ) ഉണ്ണിപ്പൈതലേ endearing call.

ഉണ്ണിമാർ 1. Brahman boys. 2. a class of Nāyer in Travancore or "Ambalavāsis" (Coch.) 3. yolk of eggs. [Anj. infancy.

Abstr. N. ഉണ്ണിത്വമായി കഴിയും ആളികാലം

ഉണ്ണുക്കൻ (ഉണ്ണിച്ചെക്കൻ) a weak slender man.

ഉണ്ണുക, ണ്ടു uṇṇuγa T. M. C. Tu. (ഉൾ) 1. To eat പാൽ, മുല ഉണ്ണുക CG. to suck. ആയതു ഭോഗം ഉണ്കിൽ KeiN. enjoy. 2. chiefly to eat rice, ഉണ്ട ഉണ്ണി ഓടിക്കളിക്കും prov. ഉണ്ട വീട്ടിൽ etc. (see കണ്ടുകെട്ടുക). ഉണ്ട ചോററിൽ കല്ലിടരുതു do not render evil for good. അവന്റെ ചോറുണ്ടുപോയി I am once indebted to him. കഞ്ഞിപാത്തുണ്ണുന്നതു prov. to make a meal on Canji. 100 പേക്കുമ്മാനായി Mud.

VN. ഊൺ, ഊട്ടു (old ഉൺ in ഉണ്ടുതിരുക Pay.) eating, meal.

CV. ഉണ്ണിക്ക, ഊട്ടുക.

ഉണ്ടറുതി "end of enjoyment" deed of acquittance. ഉണ്ടറുതി ആധാരം MR. a mortgage, in which the mortgagee occupies the estate at a fixed rent, out of which he pays the amount of the interest on his loan, & such proportion of the principal, as shall liquidate it in a specified number of years W. ഉണ്ടറുതിപാട്ടം or കാണം a lease of grounds, paying the rent for all the years agreed to in advance.

ഉണ്ടറുതിപണയം deed assigning a property for a certain time, to enable the lender of money to pay himself the principal & interest from the usufruct.

ഉണ്മ uṇma T. M. (ഉൾ) Reality, truth. നിന്നുടെ ധമ്മത്തിൻ ഉണ്മയെ കാണ്മാനായി CG. to try the reality of thy justice. ഉണ്മയോടെ ധരിക്ക Bhr. to believe firmly. ബാലന്മാർ ചൊല്ലെല്ലാം ഉണ്മയായി വന്നിടാ CG. എങ്ങൾ കൊതിക്കുന്നതു ഉണ്മയാവു CC. be realized. ഉ. വരുത്തുക V1. to extract the truth.

ഉണ്മോർ uṇmōr (part. fut. of ഉണ്ണുക) ഉ'ര ഭാഗ്യം prov. [ful question).

I. **ഉത** uδa S. (ഉ = ഉം) And, also; or? (doubt-

II. **ഉത** T. M. C. A kick, rebound.

ഉതയുക V1. ഉതെക്ക to kick, rebound, offend, cheat V1.

VN. ഉതപ്പു V1. striking against an offence.

ഉതം udam Tdbh. ഉദം. Water ചോലയിൽ ഉതങ്ങൾ ചാടുമപ്പടി ചൊരിപെയ്തു RC. like springs. — ബാലവാതം കറഞ്ഞീടിനാൻ Mud 3. = ഉക്ക (or ഇതം?)

ഉതകുക, കി udaγuγa 5. 1. To serve, be at hand & of use, help, conduce എനിക്ക് ഉതകുന്നില്ല V1. does not suit. നടപ്പിന്നുതകാത്തത് എന്തു Bhr. ദുഃഖം തീൎപ്പാൻ സഖ്യത ഉള്ളവർ ഉതകീടേണ്ടു CrArj. ഉതകിയവൻ protector. ഉതകിവെച്ച കറിക്കും KU. 2. (C. Te. ഒദവു) to prosper, thrive മനസി സുഖമുതകിന കളത്രം PT.

VN. I. ഉതക്കം help ഉതക്കത്തിന്ന് അയക്കേണം, ഉറപ്പും ഉതക്കവും ചെയ്തു Ti.

II. ഉതവി id. പടച്ചവൻ ഉതവി ചെയ്തു Mpl. ഉതവികൾ ചെയ്തു SidD.

III. അള്ള ഉതെപ്പാട്ടു തന്നു God helped (Mpl.)

ഉതറുക, റി udaṟuγa 5. 1. To be in hurry or confusion ഉതറിപാക V1. = തത്രപ്പാടു. 2. to shake off തട്ടിയങ്ങുതറിയും പെട്ടന്നു പോയി KR. (a struggling cow dragged away).

ഉതളം udaḷam Cerbera odollam, with round poisonous fruit സുഖദുഃഖാദികൾ വെള്ളത്തിൽ ഇട്ട ഉതളങ്ങപോലെ prov. (always turning).

ഉതളി (also ഉതളിക) bladder ഊതി വീൎപ്പിച്ച ഉതളി പോലെ Nid. = വസ്തി V2.

denV. ഉതളിക്ക to be inflated, puffed up.

ഉതി udi better ഒതി Odina pinnata, planted near pagodas.

ഉതിക്ക So. (= ഊതു?) to hiss, as snakes.

VN. ഉതിക്കൽ = ചീറൽ V2.

ഉതിരുക, ൎന്നു udiruγa T. M. C. Tu. (Te. ഊഡ്ചു) To fall, drop as fruits, leaves, moult as feathers, drip through a sieve. പല്ലുകൾ ഉതിൎന്നുപോം VCh. മലരടിയിൽനിന്നുതിരും പൊടികൾ KeiN.

VN. ഉതിൎച്ച, (ഉതിൎമ്മ B.)

ഉതിൎമ്മണി grain dropped നിത്യം ഉ. പെറുക്കികൊണ്ടു വൃത്തി കഴിച്ചു Bhr.

a. v. ഉതിൎക്ക 1. to cause to drop അവൾക്കു പല്ലുതിൎത്തു RC. ദേവപാദപങ്ങൾ പൂമലർ ഉതിൎത്തിതു Bhg. ഇറച്ചി എല്ലാം ഉതിൎത്തു കൊണ്ടു a med. (of a boiled fowl). 2. to shed tears T. ഉതിൎക്ക തുടങ്ങിനാൾ, അവൻ ചാരത്തു ചെന്നങ്ങുതിൎക്കത്തുടങ്ങിനാൻ CG.

CV. കണ്ണായിരത്തിലും ഉതിൎപ്പിച്ച വാൎത്തു RS.

ഉതിർ udir (= കതിർ Te. ഉദ്ദരി low ridge) Little heaps of ground for planting rice in marshes.

ഉതിരം udiram Tdbh. രുധിരം Blood. ഉ. കടിപ്പാൻ TP. ഉധിരം കണക്കെ ഇട്ടിരിക്കും രക്തകഷ്ഠം, അതിന്നു കൊത്തി ഉധിരം കളക a med. to bleed. [with blood offerings.

ഉതിരകാളി a Maya worshipped by Nāyers

ഉതിരം വാൎച്ച bloody flux.

ഉതിരക്കുറിച്ചേടം KU. a certain income of Rājas.

ഉതെക്ക see ഉത II.

ഉൽ, ഉദ് ul, ud S. Up, out (see ഉച്ച —, ഉച്ഛ —, ഉജ്ജ —).

ഉൽകം S. longing for.

ഉൽകടം S. excessive, raging. ഉ'മായ പേമഴ, — കോപം, ഉ'നായ മാനവൻ CG.

ഉൽകണ്ഠ S. regretting (with raised neck) ഉ'ാവിനോദനാൎത്ഥം Mud. to mitigate the grief of separation.

ഉൽകൎഷം S. excellence ഉ. വരുത്തുക to aggrandize V1. രൂപോ, — ഗുണോ — Mud.

denV. ഉൽകൎഷിക്ക to excel V2.

ഉൽകൃഷ്ടം eminent സൎവ്വോൽകൃഷ്ടന്മാർ എന്നേ പറയാവു KR 4. നികൃഷ്ടമായ്തിനെ ഉ'മായിട്ടു വിചാരിക്ക Arb.

ഉൽക്രമം irregularity.

ഉൽക്ഷേപണം S. throwing up.

ഉൽഖാതം S. dug up, eradicated.

ഉൽഗതം S. come up.

ഉൽഗളിക്ക S. to drop forth. കഥാമൃതം വക്ത്രത്തിൽനിന്നു Brhm 1. [KR.

ഉൽഗാതാവ് priest that sings the Sāma Vēda

ഉത്തംസം uttamsam S. Head ornament കുലോത്തംസൻ Mud. first of a tribe. അത്യുത്തമോത്തംസേ AR. (Voc. fem.)

ഉത്തമം uttamam S. (superl. of ഉദ) Highest, best, chief (opp. അധമം); virtuous.

ഉത്തമപുരുഷൻ 1. excellent man. ഉ'ഷോത്തംസരത്താം AR. 2. first person (gram.)

ഉത്തമൎണ്ണൻ (ഋണം) creditor VyM.

ഉത്തമാംഗം head.

ഉത്തമോത്തമം best of the best.

ഉത്തരം uttaram S. (comp. of ഉദ) 1. Higher. 2. left, northern. 3. later, subsequent. 4. answer = പ്രത്യുത്തരം f.i. എന്നു് ഉ. എഴുതി TP. wrote back. ഉത്തരവും പ്രതിയും prov. 5. command, letter. അയപ്പാന്തക്കവണ്ണം ഉ. വന്നു, also ബുദ്ധി ഉത്തരം, കല്പന ഉ. TR. 6. recompense, revenge. അതിൻ ഉത്തരം വീട്ടുവാൻ PP. also adv. നമ്മെക്കുത്തരം സൎവ്വനന്മ നല്കും Nasr. po. 7. preponderance ഉത്തമാംശനം മാംസോത്തരം, മദ്ധ്യമം ഗോരസോത്തരം, അധമം ലവണോത്തരം Bhr. 8. additional അഷ്ടോത്തരം ശതം Nal. = 108. 9. beam, chiefly that which supports the lower roof (see ഇറ, ചുവർ, പാട്ട). 10. = ഉത്രം.

Cpds. ഉത്തരക്കല്ല് (9) the stones which bear the roof. (മച്ചിന്റെ) ഉത്തരക്കള്ളിയിൽ (9) വെച്ചു TP.

ഉത്തരക്രിയ (3) obsequies = ശേഷക്രിയ.

ഉത്തരഖണ്ഡം (2) the land from Cumbaḷam to Cōṭîśvara river KM.

ഉത്തരഭാഗം (3) opp. പൂൎവ്വഭാഗം; (2) ദക്ഷിണഭാഗം.

ഉത്തരഭൂമി (2) North country, Tuḷu etc. KM.

ഉത്തരം ചെയ്ക (4. 6) 1. to answer for, make amends for, pay penalty, give satisfaction. ലോകദോഷത്തിന്നു് ഉ. ചെയ്ക PP. to atone for. 2. revenge. കൊന്നതിന്നു് ഉ. ചെയ്‌വാൻ ഭാവിച്ചോണ്ടിരിക്കുമ്പോൾ TR. വല്ലനാൾ അവൻ ഇതിന്നു് ഉ. ചെയ്യുകൊള്ളും KR.

ഉത്തരം ചോദിക്ക id. മുമ്പേ ഇപ്രകാരം ഉണ്ടായാൽ തമ്മിൽ തന്നെ ഉ. ചോദിപ്പാറാകുന്നു TR. used to fight it out among themselves.

ഉത്തരവാദം (4) responsibility, security.

ഉത്തരവാദി 1. defendant. 2. answerable for കണക്കിന്നു പ്രത്യേകം ഉ'മേനോൻ, ജന്മഭോഗത്തിന്നും നികുതിക്കും എന്നാൽ ഉ. ആവാൻ കഴിയുന്നതല്ല MR.

ഉത്തരവാദത്വമായി നടത്തുക (doc.) be responsible for.

ഉത്തരവു C. T. (4. 5) command, leave.

ഉത്തരായണം (2) sun's progress towards north; the former half of the year (opp. ദക്ഷിണായനം).

ഉത്തരായണപക്ഷി = ചക്രവാകം.

ഉത്തരിക്ക V1. = ഉദ്ധരിക്ക & ഉത്തരം ചെയ്ക TR.

ഉത്തരീയം (1) upper garment ഉ'ങ്ങൾ നീക്കി ഭോജനം VCh.

ഉത്തരോത്തരം (1) more & more.

ഉത്തരണം uttaraṇam S. (തർ) Passing over. part. ഉത്തീൎണ്ണം crossed. [മണി a med.

ഉത്തറാക്കം Tdbh. രുദ്രാക്ഷം f.i. ഉ'ത്തിന്റെ

ഉത്താനം uttānam S. (തൻ), Lying on the back. 2. met. M. ഉത്താനബുദ്ധികൾക്കുണ്ടോ വിവേകവും PT. supine, shallow-brained.

ഉത്താലം uttālam S. (താലം) Eminent, quick.

ഉത്താരം uttāram Tdbh. 1. T. = ഉത്തരവു Leave. 2. = ഉദ്ധാരം debt, chiefly without interest. പണം ഉ. വെച്ചു തരേണം, ഉ. കൊടുക്ക TR. to advance a sum. ഉ. കൊടുപ്പിക്ക demand it back. 3. C. Tu. land given by Govt. at a favorable assessment.

ഉത്തിരി uttiri (൨) = ഇത്തിരി V1.

ഉത്തുംഗം uttuṅgam S. High, tall.

ഉത്ഥാനം uthānam S. (സ്ഥാ) Rising. ഉ. ചെയ്ക Nal. (from bed), to get up (for fight), to pay respect to superiors.

ഉത്ഥാപനം raising.

ഉത്ഥാപ്യ AR. having raised.

ഉത്ഥിതം part. risen. ഉത്ഥിതം ഹോമധൂപം AR.

ഉത്തിഷ്ഠ (Imperative) arise!

ഉത്രം utram, & ഉത്തിരം (Tdbh. ഉത്തരഫല്ഗുനി) 12th asterism, tail of Leo. ഉത്രമാം നക്ഷത്രം കൊണ്ടവർ വിവാഹം ചെയ്തു UR1. ഉത്തിരനക്ഷത്രത്തിൽ ചെയ്തിക്ക വിവാഹം KR. ഉത്രാടം (S. ഉത്തരാഷാഢ) 21st asterism, shoulder of Sagittarius. [head of Andromeda.

ഉത്രട്ടാതി (S. ഉത്തരഭാദ്രപദം) 26th asterism,

ഉൽപതിക്ക ulpaďikka S. (പത) To fly up, leap up, as monkeys KR. ശബ്ദം അംബരമാൎഗ്ഗത്തോളം ഉ'ച്ചു AR. rose to the sky.

ഉൽപത്തി ulpatti S. (പദ) 1. Birth, origin. 2. history കേരളോല്പത്തി. 3. M. ricelands

(= വയൽ, ഉഴവു) ൧000 നെല്ലിന്റെ ഉല്പത്തി TP. അവർ ഉ'യും പറമ്പും ഒക്ക നടക്കയും ചെയ്യുന്നു TR. they cultivate low & high grounds. ഉ. വേണ്ടുവോളം വിളയും Bhr 1. രാജ്യത്ത് ഉ. നടക്കായ്കയാൽ TR. there being no cultivation. ഉ. ഉടയവൻ landlord V1.

ഉൽപന്നം (part.) arisen from, produced എന്നിൽ ഉ'ൻ ഇവൻ Bhr. my child. ഉല്പന്നമോദനായി joyful. ഉൽപന്നജാഗരയെങ്കിലും CG. tho' she was wide awake.

den V. ഉൽപന്നിപ്പിക്ക to impregnate V1.

ഉല്പലം ulpalam S. Lotus = ചെങ്ങഴിനീർ കിഴങ്ങു; in comp. ഉല്പലമകൾ Bhg. = മലർമകൾ Laxmi, ഉല്പലരിപുകുലകീൎത്തി Bhr. = സോമവംശം ഉല്പലാക്ഷി blue eyed AR.

ഉല്പാതം ulpāδam S. (ഉല്പതിക്ക) Jump, prodigy, portent കെല്പാൎന്ന ഉ. ഓരോന്നു വന്നു CG.

ഉല്പാദം ulpād'am S. (ഉൽപത്തി) Birth.

ഉൽപാദനം procreating പുത്രോല്പാദനം.

ഉൽപാദിക്ക v. a. 1. to engender മക്കളെ പരസ്ത്രീകളിൽ ഉൽപാദിച്ചാൻ Bhr. 2. v. n. to be born ശബ്ദവും ഉ'ച്ചു Bhr. (of conception).

CV. ഉൽപാദിപ്പിക്ക to engender പുത്രരെ ഓരോന്നിൽ ഉല്പാദിപ്പിച്ചു പതുപ്പത്തവൻ CG.

ഉൽപുളകാംഗം AR. = പുളകം q. v.

ഉൽപ്രേക്ഷ ulprēkša S. A simile.

ഉൽപ്ലുതം ulpluδam S. Overflowing ഉ'കോപം KR. [കൽ CG.

ഉത്ഭടൻ ulbhadaǹ S. Excellent ഉ'രായ രക്ഷി

ഉത്ഭവം ulbhavam S. (ഭൂ) Coming into existence, birth. കേരളോത്ഭവം KU. = ഉൽപത്തി 2.

den V. ഉത്ഭവിക്ക to be conceived or born. (part. ഉത്ഭൂതം born, ഉത്ഭൂതയായി Si Pu.)

CV. ഉത്ഭവിപ്പിക്ക to engender. പുത്രരെ Bhr. സ്വാമികൾ സങ്കടം ഉ. PT.

ഉത്ഭിത്തു ulbhittu S. (ഭിദ്) Sprout.

ഉത്ഭ്രാന്തി ulbhrāndi S. = ഭ്രാന്തി Bhr.

ഉത്സംഗം ulsaṅgam S. Lap സീതയെ വാമോത്സംഗേ ചേൎത്തു KU. ഉ'ത്തിൽ ചേൎത്തു CG. (= മടിയിൽ).

ഉത്സൎജ്ജിക്ക ulsarǰikka S. To dismiss, abandon. ഉത്സൃഷ്ടം part. = ത്യക്തം.

ഉത്സവം ulsavam S. (beginning) Feast day, also തമ്പുരാന്റെ ഉ. നാൾ TP. ഉ. ഘോഷിക്ക Bhr. to celebrate a feast. മത്സ്യങ്ങൾക്കു ഉ. ആഘോഷം (by an innundation). അവനെ മൃത്യുപുരം തന്നിൽ ഉ. ആക്കി CG. = killed him. നയനോത്സവം, കണ്ണോത്സവം etc. CCh.

ഉത്സാദനം ulsād'anam S. Clearing out, വംശോത്സാദനം വരുത്തുക PT. to destroy.

ഉത്സാഹം ulsāham S. 1. Energy ഉ. ഉണ്ടെങ്കിൽ അത്താഴം ഉണ്ണാം prov. 2. strenuous exertion നടക്കേണ്ടും കാൎയ്യത്തിന്നു ഉ. ഉണ്ടാകും TR.

ഉത്സാഹി zealous, persevering.

denV. ഉത്സാഹിക്ക to endeavour; to exert oneself ഉത്സാഹിക്കുമ്പോൾ കാൎയ്യവും സാധിക്കും KR 4.

CV. ഉത്സാഹിപ്പിക്ക to excite, encourage കാൎയ്യം സാധിച്ചീടുവാൻ അവരെ ഉത്സഹിപ്പിക്കേണം (sic.) KR.

ഉത്സുകം ulsuγam S. (= ഉൽകം) Anxious about.

ഉത്സേകം ulsēγam S. Flowing over, arrogance.

ഉദക് ud'ak (ഉദ് + അഞ്ച്) Upwards, north.

ഉദഗയനം = ഉത്തരായണം.

ഉദകം ud'aγam S. (√ ഉദ to flow, wet) 1. Water ഉദകവാർ ചടയൻ RC. Siva. 2. obsequies ഘോരയിൽ മജ്ജനകന്നുദകം ഇഹനല്കി Mud. I shall perform. 3. = നീർ freehold ക്ഷേത്രത്തിന്ന് ഉ. ചെയ്ത നിലം TR. made over.

ഉദദാനം 1. giving water to travellers. 2. = ഉദകക്രിയ obsequies. 3. ജലനീർ KM. (see ഏകോദകം). [യ്യു Bhr.

ഉദകക്രിയ = ഉ'ദാനം. ഗംഗയിൽനിന്ന് ഉ. ചെ

ഉദകപിണ്ഡം = ഉ'ദാനം. അവൎക്കുദകപിണ്ഡങ്ങൾ കഴിച്ചു Bhr. funeral ceremony for relations.

ഉദഗ്രം ud'agram S. (അഗ്രം) Prominent ഉദഗ്രയായുള്ള പ്രതിജ്ഞ ചെയ്തു KR.

ഉദധി ud'adhi S. (ഉദം = ഉദകം) Sea.

ഉദന്തം ud'anδam S. (to the end) Report = വൃത്താന്തം f. i. അജാമിളോദന്തം Bhg. story of A. ഉ. ഗ്രഹിച്ചാൻ CC.

ഉദയം ud'ayam S. (ഇ) Rise, as of stars & sun, of recollections or thoughts; getting on. ചിന്തിച്ച് ഉദയങ്ങൾ കാംക്ഷിച്ചു Mud. meditated on saving plans. ഉപദേശസൂൎയ്യൻ ഉ. പ്രാപിച്ചു KeiN.

ഉദയകാലം morning.

ഉദയവൎമ്മൻ N. pr. the first Cōlattiri Rāja.

der V. ഉദിക്ക (part. ഉദിതം) to rise. അന്നു ദിനം ഉദിച്ചു KR. സൂൎയ്യൻ, ചന്ദ്രൻ etc. മകന്റെ രൂപം കണ്ണിൽ ഉദിച്ചു came up. മാനസത്തിൽ ചിന്ത ഉദിത്തിതു RC. നിൻ അകതാരിൽ ഉദിച്ചവാറെങ്ങനെ Bhg. നാവിൽ ഉദിക്ക സല്കൃഥ Anj.

CV. ഉദിപ്പിക്ക f. i. ആനന്ദം ഉദിപ്പിപ്പതു RC. create joy. പാദപത്മം എന്നുള്ളിൽ ഉദിപ്പിച്ചേൻ Bhg. called up the image of.

ഉദരം ud'aram S. 1. Belly. 2. uterus (hence സഹോദരൻ). 3. dropsy. ഉ'ത്തിന്റെ ഉത്ഭവം Nid. = മഹോദരം.

ഉദരപൂൎത്തി = വയറു നിറെക്കുക.

ഉദരരോഗം disease of the stomach (& ഉ. 3).

ഉദരശൂല a med., a colic.

ഉദരാഗ്നി digestive power = ജഠരാഗ്നി.

ഉദാനൻ ud'ānaǹ S. (അൻ) One of the 3, 5 or 10 airs, വായു.

ഉദാരം ud'āram S. Excellent (ഉദ് + അർ); generous, liberal. ഉദാരൻ. ഉള്ളിൽ തെളിഞ്ഞുണരവേണം ഉദാരമൂൎത്തേ (prayer). — adv. സ്തുതി ചെയ്യുദാരം CCh.

ഉദാരത 1. excellency, esp. generosity, munificence. 2. M. negligence (= ഉദാസീനത) — vu. ഉ'ക്കേടു. ഉദാരതകൂടാതെ V2. diligently. വലിയ ഉദാരതക്കാരൻ most careless. പണി ഉ'യാക്ക & ഉദാരത്താക്കുന്നു vu. neglects his work.

ഉദാവൎത്തം ud'āvartam S. Obstruction of fluids, a class of diseases; also ഉദാവൎത്തനം Nid.

ഉദാസീനൻ ud'āsīnaǹ S. (ആസ്.) Sitting aside, unconcerned, neutral ശത്രുമിത്രൊദാസീനഭേദം ഇല്ല Bhr 1. (in God).

ഉദാസീനത neutrality, carelessness, inattention. ജന്മികളുടെ ഉ. കൊണ്ടു നടത്താതെ തരിശായ്ക്കിടക്ക MR. by the owner's indifference.

ഉദാഹരണം ud'āharaṇam S. Illustration, example.

ഉദാഹൃതം mentioned. — denV. ഋഷഭം ഉദാഹരിച്ചു CCh. related.

ഉദിതം ud'iδam S. 1. part. of വദ്, Spoken. 2. ഉദ് + ഇ see ഉദയം, ഉദിക്ക.

ഉദീച്യം ud'īčyam S. (ഉദക്) Northerly. ഉദീച്യന്മാർ KR. the Northerners.

ഉദീരിതം ud'īriδam S. (√ ഈർ) Spoken. പിന്നെ എന്നുദീരണം Nal. why talk more!

ഉദീൎണ്ണം excited ഉദീൎണ്ണകോപേന CC.

ഉദുംബരം (old) = **ഉഡുംബരം** (mod.) S. Ficus glom.

ഉദ്ദണ്ഡൻ uddaṇḍaǹ S. Whose stick is raised, tyrant ഉ'രായുള്ള രാജാക്കൾ.

ഉദ്ദീപനം uddībanam S. Exciting.

ഉദ്ദേശം uddēšam S. 1. Pointing out, intention, aim. 2. ഉ. ഒരുലക്ഷം So. = ഏകദേശം.

denV. ഉദ്ദേശിക്ക to point or aim at, have in view. ഉ'ച്ചു പറഞ്ഞു hinted at, alluded to (part. ഉദ്ദിഷ്ടം).

ഉദ്ധതൻ uddhaδaǹ S. (ഹൻ) Arrogant, rude PT. also of Cṛshṇa ഉ'നായിട്ടു യുദ്ധം തുടങ്ങിനാൻ CG. — [ലCC.

മിടുക്കൻ എന്നുള്ളൊരു ദ്ധതത്വം നടിക്കാ

ഉദ്ധരിക്ക uddharikka S. (ഹർ) ഉദ്ധരണം 1. To take out, get out ശല്യോദ്ധരണം ചെയ്തു AR. pulled the arrow out. 2. to rescue, save, extricate. ഉദ്ധരണാൎത്ഥം Nal. in order to deliver. രുഗ്മിണിയെ ചെന്നുദ്ധരിക്കേണമേ CG. (from a forced marriage) — part. ഉദ്ധൃതം.

CV. ഉദ്ധരിപ്പിക്ക to effect the recovery, deliverance etc. പുണ്യക്ഷേത്രം ഉ'ച്ചു Brhm. get Parašu Rāma to restore the inundated Gōcarṇa. അവളെ ഉ'ച്ചു Bhr. brought safely back.

ഉദ്ധരണി a small ladle. 1. of അഗ്നിഹോത്രി. 2. in šakti worship. [ത്താരം. —

ഉദ്ധാരം 1. = ഉദ്ധരണം. 2. a loan, see ഉ

ഉദ്ധാരണം = ഉദ്ധരണം f. i. ബ്രാഹ്മണൎക്കു ഉ. കുറെക്ക KU. failed to protect duly the Brahman colonies.

ഉദ്ധവം uddhavam S. (ഹു) 1. Feast. 2. ഉ'ൻ N. pr. a Yādava ഉത്തമരാവുള്ളൊരുദ്ധവർ, ഉ'ർ തന്നോടു കൂടി നിരൂപിച്ചു CG. 3. influential, rich man V1.

ഉദ്ധൂതം uddhūđam S. (ധൂ) Shaken up, fanned യുദ്ധകോലാഹലാരവൊടു ജഗത്ത്രയം ഉ'മായി UR. ഉ'മായിത് ഉവ്വി AR.

ഉദ്യതം udyađam S. (യമ്) Raised; ready, zealous ചെയ്വാൻ അത്യന്തം ഉദ്യതയായി.

ഉദ്യമം = ഉത്സാഹം; യുദ്ധോദ്യമം കണ്ടു AR.

ഉദ്യൽ udyal S. (ഉദിക്ക) The rising sun. ഉദ്യൽ പ്രജാഗരം AR. rising with the sun.

ഉദ്യാനം udyānam S. (യാ) Going forth; park. ഉദ്യാനഭംഗം KR 5. destroying the royal garden, ഉദ്യാനവീഥി etc.

ഉദ്യുക്തൻ udyuktaǹ S. (യുജ്) Endeavouring ഹിതം വക്തും ഉ. AR. trying to advise. മരണോദ്യുക്തന്മാരായി KR. resolved to die.

ഉദ്യോഗം 1. S. exertion, industry നായാട്ടിന്ന് ഉ. തുടൎന്നാൻ CC. അതിന്ന് ഒർ ഉ. വേണ്ടു Mud. ഉ. ഉണ്ടായാൽ അത്താഴം ഉണ്ണാം prov. 2. M. T. office, employment ഒരു ഉ. ചെയ്യു TR. to hold an office. ഉ. ആക്കി തരിക to appoint to an office. സൎവ്വാധികാൎയ്യക്കാർ എനിക്ക് ഈ ഉ. കൊടുത്തു TR.

ഉദ്യോഗസ്ഥൻ (mod.) officer of Government.

ഉദ്യോഗി also ഉദ്യോഗശാലി Genov. active, zealous.

denV. ഉദ്യോഗിക്ക to be strenuous, to endeavour.

CV. ഉദ്യോഗിപ്പിക്ക to rouse, instigate.

ഉദ്യോതം udyōđam S. (better ഉദ്ദ്യോതം) Brightness. ഉദ്യോതശരീരൻ AR.

ഉദ്രം udram S. (ഉദം) Otter, നീൎന്നായി.

ഉദ്വസിക്ക udvasikka S. (വസ്) To change abode.

CV. ഉദ്വസിപ്പിക്ക see പ്രസാദം 3. — നമസ്കാരവും ചെയ്തു ഉ'ച്ചു AR. dislodged, killed.

ഉദ്വഹൻ udvahaǹ S. (വഹ്) Carrying on (the family), descendant സിന്ധൂദ്വഹനാകം സിന്ധുക്ഷോണൻ Mud.

denV. ഉദ്വഹിക്ക to marry.

ഉദ്വാഹം marriage = വേളി.

ഉദ്വേഗം udvēgam S. (വിജ്) Excitement, perplexity, care. — ഉദ്വിഗ്നൻ part.

ഉന്തി unđi T. a M. (see foll.) Navel ഉന്തിയിൽ എഴുന്നതെല്ലാം (huntg.)

ഉന്തുക unđuγa T. M. Tu. (compare ഉത) 1. v. n. To protrude, as proud flesh, ruptures. ഉന്തിയ കണ്ണു, പല്ലു V1. prominent. 2. v. a. to push, thrust, shove ഉന്തികയററിയാൽ prov. വാതിൽ ഉന്തിപിടിക്ക to press against. ഭീതിയെ ഉന്തി അകററു CG. ചന്തി ഇല്ലാത്തവൻ ഉന്തി നടക്കം prov.

VN. 1. അവർതമ്മിൽ ഉന്തലും തള്ളലും ആയി vu.

2. ഉന്തു a push, shove ഒഴകുന്ന തോണിക്ക് ഒർ ഉന്തു prov. ഉന്തും തള്ളും ഉണ്ടായി TR. ഉന്തു കലങ്ങുക B. to be muddy.

CV. ഉന്തിക്ക to cause to push.

ഉന്ദുരു und'uru S. Mouse = എലി.

ഉന്നതം unnađam S. (ഉദ് + നമ്) Elevated, high. ഉ. പെരിയശ്രുലം RC. ഉന്നതകായന്മാർ KR. giants. ഉന്നതസ്വഭാവത്തെ ത്യജിച്ചു വിനീതനായി Si Pu. ഉന്നതമായി കേണു KR. (= ഉച്ചത്തിൽ).

ഉന്നതി 1. height ഉ. പോരാഞ്ഞു CG. not being tall enough. ഉ. കെട്ടുതോററീടിനാൻ Bhg. ഉന്നതിലുന്നതം Sk. the very highest. 2. advancement ഉന്നതിക്കായിട്ടു പ്രയത്നം ചെയ്തു PT. (opp. അധോഗതി Nal.)

ഉന്നമിക്ക to bow = നമിക്ക.

I. ഉന്നം unnam (Te. ഉന്നി, Tdbb. ഉണ്ണം) Stuffing, the cotton of ഉന്ന മുരിക്ക or പൂളകായിൻ മജ്ജ (silk-cotton).

II. ഉന്നം (T. thought) So. Mark, butt.

ഉന്നുക T. M. (C. ഉന്തു, Tu ഉമെടി) 1. To think എന്നുണ്ണി RC. തന്നിൽ ഉന്നീട്ടുക ഇല്ലതു നിശ്ചയം Bhg 4. 2. to aim at, have in view. ഉന്നിപാൎക്ക to consider steadily.

Freq. ഉന്നിക്ക 1. = ഉന്നുക; എന്നുടെ വമ്പിഴ ഉന്നിച്ചുകൊണ്ടു പൊറുക്കേണമെ CG. pardon me for (= വിചാരിച്ചു). ഉന്നിത്തു കൊള്ളരുതു മന്നവനെ RC. 2. to presume, doubt. ഞാൻ ഉന്നിക്കുന്നു CG. I fancy, I may compare. ശമിപ്പാൻ ഉന്നിച്ചീടരുതിനി CC. ഉള്ളം മയ

ഞ്ഞി ഉന്നിച്ചു ചൊല്ലി CG. 3. = ഊന്നിക്ക to rise into existence മനക്കാമ്പിൽ ഉന്നിച്ച മാരാർത്തി SiPu. (= ഉളിക്ക, ഉണ്ടാക).

ഉന്നിദ്രം unnidram S. Sleepless. ഉന്നിദ്രനായൊരു മന്മഥൻ CG. ഉന്നിദ്രകാന്തി കലന്ന രത്നം PrC. ലോകർ എല്ലാം ഉ'ന്മാരായി മേവുന്നു CG.

ഉന്മത്തം unmattam S. (മദ്) 1. Mad, deranged; also ഉന്മച്ചം V1. = ബുദ്ധിയിളക്കം. 2. (vu. ഉമ്മത്തം) Datura.

ഉന്മദം, ഉന്മാദം madness, extravagance, presumptuousness. ഉന്മദം പൂണ്ടുള്ള നന്മൊഴിമാർ CG. ladies in the height of passion. ഉന്മാദം പറക V1. talk madly, proudly.

den V. ഉന്മദിക്കയോ ഭവാൻ Nal.

ഉന്മനസ്സ് unmanassu S. Excited. പോവതിന്നുന്മനസ്സായി CG. (= ഉൽകം).

ഉന്മീലനം unmīlanam S. (മീൽ) The opening of eyes ചക്ഷുരുന്മീലിതകാലത്തു സൃഷ്ടിയും AR.

ഉന്മുകം unmuγam S. Firebrand. ഉ. ചെവികളിൽ കടക്കുന്നതു പോലെ Bhr. ഉജ്ജ്വലിക്കും ഉ. ചെവി പൂകുന്നോ CG.

ഉന്മുഖം unmukham S. Looking up, expecting.

ഉന്മൂലനം unmūlanam S. Eradication.

ഉന്മൂലം unrooted. ജന്മസഞ്ചയത്തെ ഉന്മൂലനാശം ചെയ്യു KeiN. കലം ഉന്മൂലനാശം വരുത്തുക AR. Bhr.

ഉന്മേഷം unmēšam S. (മിഷ്) 1. Opening of eyes, twinkling. ഉന്മേഷനിമേഷങ്ങൾ, പങ്കജൻ തന്നുടെ ഉ. CG. (opp. സങ്കോചം). 2. cheerfulness = പ്രസാദം f. i. of bright prospects. അതിന്ന് ഉ. ഇല്ല the business does not look up. കൃതികളുള്ളിൽ ഉ. കറഞ്ഞു Bhr. bad omen. വാക്കുകൊണ്ട് ഉള്ളത്തിൽ ഉ. പൊങ്ങിച്ചാൻ CG. gladdened her.

den V. ഉന്മിഷിക്ക f. i. വിരാൽപുമാൻ നമ്മുടെ ഹൃദയത്തിൽ ഉന്മിഷിച്ചീടുവാണ്ണം Bhg. to expand, shoot up.

mod. ഉന്മേഷിക്ക f. i. എന്മനം തന്നിലെ പണ്ടുന്മേഷിച്ചുള്ളവ ഉണ്ടയോ CG. are my feelings of old truth?

ഉപ uba S. (G. ὑpo, L. sub) Towards, under, [etc. as ഉപകഥ episode.

ഉപകരണം ubakaraṇam S. Implements. ഉ'ങ്ങൾ തീർത്തു Bhr. all the accessories. സകലയാഗോപ'ങ്ങൾ KR. materials, tools. രാജോപകരണം royal insignia.

ഉപകരിക്ക 1. to favour, benefit. അപ്രകാരം ചെയ്യാൽ ഉ'ച്ചു എന്നു വിചാരിക്കും TR. shall consider it as a favour. ഒരുതാൻ ഏതാനും ഉ'ച്ചതിൻ പ്രതിക്രിയ ചെയ്യാതെ KR. not rewarding for obligations conferred. — With Dat. പെററുവളർത്തിയ അമ്മെക്ക് ഉ'പ്പാൻ KR. to serve his mother (= ഉപകാരം ചെയ്യു). 2. to be benefitted. എന്നാൽ ഉ'പ്പാൻ തരം വന്നില്ല KR. could draw no profit from me (= ഉപകാരമാക).

CV. (ഗണിതത്തിന്ന്) ഉപകരിപ്പിക്ക MC. to make to serve, use it for. —

ഉപകാരം service, benefit, favour (opp. അപകാരം) ഉ. ഇല്ലാത്ത ഉലക്ക prov. useless. ഒന്നിനും ഉ. ഇല്ല of no use. നിങ്ങളെ കൊണ്ട് ഒർ ഉ. ഇല്ലാതെ പോയി TR. was left without any assistance from you.

ഉപകാരജ്ഞൻ grateful.

ഉപകാരസ്മരണം ingratitude.

ഉപകാരി benefactor.

ഉപകാര്യ royal tent, പടക്കുടി V1.

ഉപകൃതി = ഉപകാരം. ഇങ്ങനെ ഉ. ചെയ്യുതിന്നു PT.

ഉപക്രമം ubakramam S. Taking in hand, setting about. ചൂതുകൊണ്ട് ഉ. ചെയ്യിക്ക Nal. stratagem, plan.

ഉപഗമം ubaġamam S. Acceding to.

ഉപഗ്രാമം ubagrāmam S. Suburb.

ഉപചയം ubaǰayam Accumulation — (part. ഉപചിതം collected).

ഉപചാരം ubaǰāram S. (Tdbh. ഓശാരം) 1. Drawing nigh, civility, salutation. ഷോഡശോപചാരങ്ങൾ കൊണ്ടു പൂജിക്ക DM. 16 modes of honoring & worshipping. — ഉപചാരവാക്ക compliment, thanks. — ശീതോപചാരങ്ങൾ ഒന്നും തണ്ണപ്പിന്നു ഹേതുവാകുന്നില്ല Nal. 2. practice, usage. — present, grant.

den V. ഉപചരിക്ക to honor, serve അപ്പനെ

ശില്പമാകമാറുപചരിച്ചീടിനാൾ PT. treated her guest well. കടിലന്മാരോടുപചരിച്ചാൽ ChVr. have courteous intercourse.

ഉപജീവനം ubajīvanam S. (vu. ഓശീനം) 1. Livelihood, subsistence. ഉ. കഴിക്ക to support life. 2. food ഉപജീവനവസ്ത്രതൈലം VyM. (claims of അനന്തിരവർ). സ്നാനോപജീവനാനന്തരം Nal. after a bath & a meal. ഉപജീനം വേണ്ടാസ്സു. ഉപജീനം അരുതാതെ ഇരിക്ക a med. no appetite. ഉള്ള അരികൊണ്ടേ ഉജീനം വെപ്പാൻ Mpl. song.

ഉപജീവി living upon.

den V. ഉപജീവിക്ക 1. v. n. to subsist on. 2. v. a. to take food. യാതൊന്നും ഉ'ച്ചാൽ അപ്പോഴേ ഉപജീവിക്കരുതു a med. have no appetite ഫലം ഉ'ച്ചു Bhr. ate.

ഉപദംശം ubad'amśam S. Condiment. ശാകോപദംശമോ ഭൂഷലാ'മോ Nal. (= കറി). മധുരോപ'ം CCh.

ഉപദേവത ubad'ēvaδa 1. Subordinate Deity. ഉ'മാർ ആകാശമാൎഗ്ഗേ പുകണ്ണു AR 6.

ഉപദേശം ubad'ēśam S. 1. Advice, ചെയ്യുന്നല്ലുപദേശം PT. ത്രുവലിന്റെ ഉ. തിരിച്ചു കൊടുത്തു KU. യന്ത്രത്തിന്റെ ഉ.; അതിന്റെ ഉ. പറഞ്ഞു showed him the secret & use of the contrivance. കോട്ടയിലെ ഉ.; ൧൦൦ ഉ. കാതിലേ ചൊല്ലു prov. അനന്തരം ഉ. ഉണ്ടായി ശോപസ്ത്രീക്കു PT 1. she hit on a plan. 2. instruction, doctrine ജ്ഞാനോപദേശം etc.

den V. ഉപദേശിക്ക 1. to advise, അതിന്നൊരു മരുന്നു ഉ. a med. to prescribe. 2. to inform, teach. പലവും അവനോട് ഉ'ച്ചു Mud.; with Dat. എനിക്കു മാൎഗ്ഗം ഉ. Nal.

ഉപദിഷ്ടം part. താപനോപദിഷ്ടമാം മന്ത്രം SiPu. ഭൂതോപദിഷ്ടം.

ഉപദേഷ്ടാവ് teacher, also ഉപദേശി (mod. christ. usage No. ഉപദേഷ്ടാവ് = So. പട്ടക്കാരൻ ordained minister; ഉപദേശി catechist, reader).

ഉപദ്രവം ubadravam S. (ദ്രു) 1. Calamity, oppression, കടിയാന്മാൎക്ക് ഉ. ചെയ്യ TR. കള്ളന്മാരുടെ ഉ. TR. nuisance of robbers. ഉ. മാറുക to remedy it. 2. (vu. ഉപദ്രം, ഓദ്രം V1.) = ഭേചതോപദ്രവം possession by evil spirits. ഉപത്തിറദോഷം a med.

ഉപദ്രവക്കാരൻ, ഉപദ്രവി molester, oppressor.

den V. ഉപദ്രവിക്ക, vu. — ദ്രിക്ക to molest, annoy, persecute — (part. ഉപദ്രുതം).

ഉപധാനം ubadhānam S. Pillow. പട്ടുപ'ം KR. കാല്ക്കലും തലെക്കലും നല്ലുപ'ങ്ങൾ Nal. —

ഉപധി fraud (po.) [ക്കോട്ട V2.

ഉപനഗരം ubanaġaram S. Suburbs = പുറ

ഉപനയനം ubanayanam S. (bringing to the teacher) Investiture with the Brahm. string (8th — 16th year); also ഉപനയം f.i. നമ്മുടെ കുഞ്ഞിക്കു വരൽ ഉപനയത്തിന്നു (sic.) മുഹൂൎത്തം നിശ്ചയിച്ചിരിക്കുന്നു TR.

den V. ഉപനയിക്ക, vu. ഉപനിക്ക (നീ √) to invest ഉപനിച്ചിതു താതൻ കുമാരനെ Bhg. ഉപനിച്ചിതു ബാലന്മാരെ AR.

(ഉപനീതൻ part.)

CV. ഉപനിപ്പിക്ക f.i. ഉപനിയാത്ത ഉണ്ണിയെ ഉപനിപ്പിക്ക KU. royal custom of paying for the investiture of poor youths.

ഉപനിധി ubanidhi S. Deposit.

ഉപനിഷത്ത് ubaniśattu S. (സദ്, sitting at the feet of another) 1. Esoterical doctrine മൊഴികൾ ഉ'ത്താകയാൽ Bhr. secret. 2. explanations of Vēdas മുപ്പത്തുരണ്ടുപനിഷത്തും Tatw.

ഉപപതി ubapaδi S. Paramour.

ഉപപത്നി concubine.

ഉപപത്തി ubapatti S. (പദ്) Coming to pass, convenience. ഇവിടേക്ക് ഉ. ആകുന്നതു വ്യാസം കൊണ്ടു വൃത്തം വരുത്തുവാൻ ചൊല്ലിയതു തന്നെ Gan. mathem. demonstration. [Venial sin.

ഉപപാതകം, — പാപം ubapāδaγam S.

ഉപപ്ലവം ubaplavam S. (പ്ലു) Assault, calamity (as eclipse) — നിരുപപ്ലവൻ God CCh.

ഉപപ്ലവ്യം N. pr. capital of Matsyas. Bhr.

ഉപമ ubama S. (മാ) Resemblance, comparison, simile. — In Compounds അമരോപമൻ godlike, etc. [പ്പതിന്നു VetC. to compare.

ഉപമാനം, ഉപമിതി the same. ഉപമിതി വരി

den V. ഉപമിക്ക to compare (part. അനുപമിതം VetC. incomparable).

ഉപമേയം comparable.

ഉപമാതാവ് ubamāďāvu S. Wetnurse.

ഉപയോഗം ubayōğam S. (യുജ്) Adhibition, use. തെളിവിലേക്ക് ഉ'മായി MR. served for proving. വിളെക്ക് ആ വെള്ളം ഉപയോഗപ്പെട്ടു MR. was used for.

denV. ഉപയോഗിക്ക 1. v. n. to be serviceable മുമ്പിലെവ പിന്നേവറ്റിങ്കൽ ഉ'ക്കും Gan. the former species are of use in the later. തെളിവിലേക്ക് ഉ'ക്കുന്നു MR. helped to sustain the plea. 2. v. a. = അനുഭവിക്ക f. i. നളീജലം ഉ'ച്ചു KR. (= സേവിച്ചു) drank.

ഉപരതി ubaraďi S. (രമ്) Cessation (also ഉപരാമം). ഉ. വ്യവഹാരങ്ങളുടെ ലോപം KeiN. (philos.)

ഉപരാജാവ് ubarājāvu S. Viceroy.

ഉപരി ubari S. (Gr. ŷper, L. super) Over, above = മേൽ; നിറഞ്ഞു വാനവർ ഉപരി സൎവ്വരും Bhr. രാമോപരി ചെയ്തു ശപഥം AR. sworn by R. ഉപരി എന്തോ futurity (= ഭാവി).

ഉപരിക്രീഡാരതം KM. modus coeundi, also ഉപരിസംഭോഗം Anach.

ഉപരോധം ubarōdham S. (രുധ്) Obstruction വഴിയിൽ ഉ. എന്നിയേ പോക AR 5. ഉ. ചെയ്യാൻ UR. forced the virgin.

ഉപലം ubalam S. Stone.

ഉപവനം ubavanam S. Grove, park.

ഉപവസിക്ക ubavasikka S. To fast, also ഉപോഷിക്ക (√ വസ്). അദ്ദിനം ഉപവസിച്ചു Bhg. ജലാഹാരനായി ഉ'ച്ചു Nal. അളിന്നേകത്തിന്നു നീ ഇന്ന് ഉ'ക്കേണം KR.

CV. ഗുരുവുപവസിപ്പിച്ചു KR.

ഉപവാസം fasting, of 2 kinds മാസോപവാസം, മന്ത്രോ'ം — റിത്ര്യോപവാസേന ദേഹം ഉപേക്ഷിപ്പൻ AR.

ഉപവി, ഓപി ubavi V1. 2. Love ഉപവിക്ക to love V1. (see ഉവക്ക).

ഉപവീതം ubavīďam S. (√ വ്യാ) = പൂണുനൂൽ.

ഉപശമനം ubašamanam S. Putting to rest. Partic. ഉപശമിതം f. i. കലം അഖിലം ഉപശമിതമാക്കി Nal. extinguished the race.

ഉപശാന്തി alleviation, antidote. അതിന്ന് ഉപശാന്തികൎമ്മങ്ങൾ തുടങ്ങി TR. to counteract the ജാതകഫലം.

ഉപശ്രുതി ubašruďi S. A word accepted as omen. നല്ല ഉ'കൾ കേട്ടാലും ഏറാവും ശ്രേഷ്ഠം KU. കഷ്ടമായുപശ്രുതി കേട്ടിതു പലതരം Bhg.

ഉപസത്ത് ubasattu S. (സദ്) A part of the Jyotištōma sacrifice ഉ'ത്തിനെ ചെയ്തു Bhr 12.

ഉപസംഹൃതി PT. = സംഹൃതി.

ഉപസൎഗ്ഗം ubasarğam S. Preposition, as പ്ര, ഉപ etc. (gram.)

ഉപസ്തരണം ubastaraṇam S. Sprinkling, strewing; condiments as ghee.

denV. ചന്ദനവും കൊട്ടത്തു ഇലയിൽ ഉപസ്തരിച്ചു KU. gave curry and ghee.

ഉപസ്ഥം ubastham S. (lap) Pudenda. ഉ. ഒഴിക്ക കന്യ കാമിനം prov.

ഉപസ്ഥിതം ubasthiďam S. (സ്ഥാ) Standing near. കാലം ഉ'മായി.

ഉപഹാരം ubahāram S. Offering to superiors (= പൂജാദ്രവ്യം) also ഉപഹൃതം V2.

ഉപാകൎമ്മം ubākarmam S. Preparation for Vedic study. ഉ. കേരളത്തിൽ ഇല്ല.

ഉപാഖ്യാനം ubākhyānam S. (ആഖ്യാനം) Episode Bhr.

ഉപാഗമം ubāğamam & — മനം S. Access.

ഉപാംഗം ubāṅgam S. 1. Appendix to അംഗം. — അംഗോപാംഗങ്ങൾ. ഉപാംഗ ശാഖാദികൾ Bhr 1. 2. sectarial mark.

ഉപാദാനം ubādānam S. 1. Appropriating a handful of rice given in charity ബ്രാഹ്മണൻ ഉ. എടുത്തു Arb. 2. cause കാണപ്പെട്ടിരിക്കുന്ന പദാൎത്ഥങ്ങൾക്ക മനസ്സ് ഉ. Adw. S. (= കാരണം).

ഉപാധി ubādhi S. (= ഉപധി) 1. Fraud, condition, supposition. ഇങ്ങനെ ഉ. വരാൽ പ്രമാണഫലങ്ങൾ അതതായിട്ടു കല്പിക്കാം Gan. according to the case put. — Acc. to Vēdāntists കാൎയ്യോപാധി ആകുന്ന ജീവൻ, ധന്യ കാരണോപാധി ഈശ്വരൻ KeiN. 2. Māyā, disguise of spirit, body കമ്പിതോപാധി പോയാൽ ജീവൻ ആത്മാവിൽ ചേരും KeiN.

God is നിരുപാധികൻ CC. സൎവ്വോപാധി AR.

denV. മൂന്നു പാത്രത്തിൽ ഉ'ച്ചുവെച്ചു ദ്രവ്യംകൊണ്ടു പൂജിക്ക Bhg.

ഉപാദ്ധ്യായൻ ubādhyāyaǹ S. Teacher വൃദ്ധനാം ഉ. KR. (= പുരോഹിതൻ) (hence വാത്തി (T) barber of Iḻawers. Trav.)

ഉപാന്തം ubāndam S. Margin, near; also ഉപാന്തികേനിന്നു PT. near.

ഉപാന്ത്യം last but one ഉ. അന്ത്യത്തിന്ന് അടുത്ത കീഴേതു Gan.

ഉപായം ubāyam S. By what one reaches his aim, expedient, means, artifice. ഉപായങ്ങൾ കാണാതിരുന്നു AR. found no plan. നിവൃത്തിക്കായി ഒർ ഉ. പ്രവൃത്തിച്ചു MR. tried a shift to remedy his case. വഹകൾ ഉപായത്തുപേണ അപഹരിക്ക, ഉപായേന കൈവശമാക്കി MR. cunningly. ഒർ ഉ. പറഞ്ഞുകേക്കണം TP. Chiefly the 4 arts of dealing with enemies (ശാമദാന ഭേദദണ്ഡം).

ഉപായക്കാരൻ, ഉപായി artful, schemer.

ഉപായനം coming near; gift നാനാവിധോപായനങ്ങൾ കാഴ്ചവെച്ചു AR.

ഉപാസന ubāsana S. Sitting near, waiting on, service; chiefly ദേവോപാസന worship.

ഉപാസനം id. ഇമ്മൂർത്തികളുടെ ഉ. ചെയ്യേണ്ടു DM.

denV. ഉപാസിക്ക = സേവിക്ക f. i. മുനിമുഖ്യം AR. പരമാത്മാനം ഉപാസിച്ചേൻ Bhg. സന്ധ്യയും ഉ'ച്ചു KR. engaged in devotional exercises.

ഉപാസ്യൻ one to be served etc.

ഉപാസിതൻ part. attended upon, served, etc.

ഉപേക്ഷ ubēkša 5. (ഒരംക്ക്) Overlooking, disregard, neglect. ശിക്ഷാരക്ഷണത്തിങ്കൽ ഉപേക്ഷാഭാവം Nal. remissness. സക്കാർ കാൎയ്യത്തിന്ന് ഉ. കാണിക്ക, സക്കാൎക്ക കൊടുക്കേണ്ടതിന്നു ഉ. വരുത്താതത് എന്നു TR. not to delay satisfying Gov's demands. അനുസരിക്കുന്നതിന്ന് ഉ. വരികയില്ല shall not bestow in complying. കാൎയ്യം തെളിവു കൊടുപ്പാൻ ഉ. ചെയ്തു neglected to prove. — ഉപേക്ഷാദോഷമുള്ളേടം KU. a certain source of royal income.

denV. ഉപേക്ഷിക്ക 1. to disregard അത് ഉ'ച്ചു വൎദ്ധിച്ചാൽ Nid. to spread, being neglected. 2. to reject, forsake, renounce അവളെ കെട്ടിയുള്ളതിനെ ഉ. MR. to divorce her.

part. ഉപേക്ഷിതൻ Mud. forsaken.

CV. അമാത്യനെ ശ്ലേഷ്മനെ കൊണ്ട് ഉപേക്ഷിപ്പിച്ചു Mud. made the Ml. to dismiss him.

ഉപേതം ubēδam S. (ഇതം) Come near, furnished with. ധൎമ്മോപേതൻ etc.

ഉപേന്ദ്രൻ ubēndraǹ S. (subordinate of Indra) Vishnu, N. pr of Brahmans. [വാസം.

ഉപോഷണം ubōšaṇam S. Fasting = ഉപ denV. ഉപോഷിക്ക = നോല്ക്ക.

ഉപ്തം uptam S. part. (വപ്) Sown. [(Mpl.)

ഉപ്പാ uppā (Ar. abū?) Father മൂത്തയുപ്പാ uncle,

ഉപ്പു uppu 5. (√ ഉവ to swell) 1. Salt ഉപ്പു പുളിക്കുലും prov. പിടിച്ച മീനിന്ന് മണ്ണുപ്പും കല്ലുപ്പും ഇടുക to treat each in his way. Eight salts GP. etc. 1. കല്ലുപ്പു rocksalt, also ചവരുപ്പു and ഇന്തുപ്പു Sindh salt. 2. വിളയുപ്പു, വളയുപ്പു fel vitri. 3. തുവച്ചില ഉ. 4. കടലുപ്പു. 5. ഉവരുപ്പു. 6. കാരുപ്പു, നാട്ടുപ്പു. 7. മെരുപ്പു. 8. വെടിയുപ്പു or പൊടിയുപ്പു. (in Yōgakūṭṭam a med. കല്ലുപ്പു, മണ്ണുപ്പു, വെടിയുപ്പു, ഇന്തുപ്പു, മരക്കലയുപ്പു.) 2. saltness, one of the 6 tastes രസം. 3. condiment, food അവന്റെ ഉപ്പും വെള്ളവും എത്തീട്ടില്ല (= ആയുസ്സ്, അരിനീർ) vu. കമ്പഞ്ഞിന്റെ ഉപ്പിന്മേൽ നേരായി നടപ്പാൻ TR. be faithful to the C.'s salt.

hence: ഉപ്പൻ So. snakebird (ചകോരം). ഉപ്പന്റെ കണ്ണുപോലെ red.

ഉപ്പളം saltmarsh.

ഉപ്പാട്ടി N. pr. of Nāyer women. തച്ചോളിച്ചി ഉപ്പാട്ടികളും TP. servants? [fem. (prov.)

ഉപ്പാളൻ saltmaker. ഒട്ടും ഇല്ലാത്ത ഉപ്പാട്ടികൾ

ഉപ്പിക്ക to be salty.

ഉപ്പിടുക to salt. അവനെ ഉപ്പിടും (threat) = kill & eat; also ഉപ്പിലിട്ടുതു prov.

ഉപ്പിണിക്കായി C. pickles അച്ചാറ്.

ഉപ്പിറച്ചി saltmeat.

ഉപ്പില്ലാപ്പത്ഥ്യം disusing salt.

ഉപ്പുകത്തി, ഉപ്പില Avicennia tomentosa, the leaves preserve salt from damp.

ഉപ്പുക്കുറവൻ a Tamil thieving caste = കോന്തലമുറിയൻ, കൊഴികള്ളൻ.

ഉപ്പുകുറ്റി a salt measure; the heel, also ഉപ്പൂറ്റി V1. = പിങ്കാൽ മടമ്പു.

ഉപ്പുകൊററൻ living upon salt manufacture, = വേട്ടുവൻ; (So. salt-merchant); also N. pr. of a famous low caste sage.

ഉപ്പുതന്ത B. salt-cat.

ഉപ്പുതെളി (ഉപ്പലിയൻ = ഉ. തെളിയൻ) Ruellia ringens, purifier of salt Rh. ഉപ്പു തെളിയൻ നീരിൽ a med.

ഉപ്പുനാരങ്ങ, — നെല്ലിക്കാ, — മാങ്ങ pickles.

ഉപ്പുപടന്ന saltmarsh, saltpan.

ഉപ്പുമത്തി, — മത്സ്യം, — മീൻ saltfish.

ഉപ്പു വിളയുക salt to crystallize. ഉ. വിളയിക്ക to manufacture salt.

ഉപ്പേരി a curry of fruits fried in salt = ഉപ്പുകറി. ഉപ്പേരിപ്പറങ്കി Capsicum grossum.

ഉപ്പിളി uppiḷi (ഉപ്പുക T. C. ഉബ്ബു to swell, √ ഉ വ) Cuticle of snakes. ഉ. കഴിക്ക to slough it off.

ഉഭയം ubhayam S. (√ ഉഭ് to connect) 1. Both ഉഭയവാദികൾ സമ്മതിക്കുന്നു MR. both parties agree — ഉഭയസമ്മതം B. covenant. 2. So. (as far as Kūttanāḍu towards the No.) ricefields = ഉല്പത്തി, consisting of several കണ്ടം V1. ഉഭയങ്ങളെ നടത്തിക്കേണ്ടതിന്നു ചെറുമക്കൾ TR. ഉഭയത്തിൽ ഒരു കണ്ടം നീക്കി ശേഷമുള്ളതു; ചെലെരി ഉഭയം പ്രാ കണ്ടവും MR. 3. No. the 4 fruit trees തെങ്ങു, കവുങ്ങു, പിലാവു, വള്ളി (കൊടി the 5th) = അനുഭവം f. i. ഉഭയങ്ങൾ വെച്ചു, പറമ്പത്തു ഉ. നിരത്തി, നമ്മുടെ ഉഭയം പറമ്പിലേ റികിതി TR. — മേലുഭയം = മരഫലങ്ങൾ. വീട്ടിലേ മേല്പം അടക്കി, മെല്പം ഒഴിച്ചു മുതൽ നോക്കി ചാർത്തുക TR. fruit trees excepted.

I. **ഉമ uma** S. Pārvati; her representative in śakti worship. — ഉമാപതി Siva.

II. **ഉമ** So. = ചുമ Cough. [നാ) V1.

ഉമയുക to breathe heavily (തൊണ്ട ഉ. = കാറു

ഉമരി umari T. M. Salicornia (prh. = ഉവരി).

ഉമർ Ar. **umar** Lifetime എന്റെ ഉ. ഇനിയും ശേഷിപ്പുണ്ടു Ti.

ഉമി umi 5. (what is spit out?) Husk, chaff, bran. ഉ. കുത്തുക prov. [tooth-powder.

ഉമിക്കരി burnt husks used for പല്ലുതേപ്പാൻ &

ഉമിയുക, ഞ്ഞു T. Te. M. (Tu. ഉമ്പി = ഉഴപ്പു) to spit out, ഉമിഞ്ഞുകളക. വിഴുങ്ങും പിന്നെയും ഉമിഞ്ഞിടും Bhg. [into water (superst.)

ഉമിക്ക id. അപ്പികൾ ഉമിക്കയും VCh. to spit

ഉമി old, ഉമിഴ് spittle; ഉമിനീർ id.

ഉമിഴ്ക, ണ്ണു to spit, emit ഉമിണ്ണുചൊരി RC. പുനൽ ഉമിഴ്ന്ന കണ്ണു weeping eye. എരിയുമിഴ് പകഴികൾ RC. fiery darts.—Of the Syamantaka jewel, which daily produced gold. പൊന്നുമിണ്ണീടുന്ന രത്നമൊന്നു കൊണ്ടു CG.

ഉമിർ umir (loc.) The hair of the body.

ഉമേദവാർ P. **ummēdvār** Expectant (of office), candidate, volunteer MR.

ഉം T. M. a C. (C. Tu. ഊ, Te. നു) √ ഉ Above; also, and (also S. interrog. interj.) അവനും വന്നു he also, he even, അവനും ഞാനും he & I. രണ്ടുകണ്ണും both eyes, മക്കൾ പത്തും all *the* 10 sons. ഇത്രനാളും Nal. all these many days. ഇത്തിരനേരവും TP. വന്നാലേയും, വന്നാലും, വരികിലും though. It marks also the finite Verb of a sentence വന്നുപോകയും ചെയ്തു, തീൎത്തു ചെയ്യേയും വേണം. Rarely with Adj. participles: ഇളകുന്നതും ഇളകാതതും മുതൽ = ചരാചരം. In set phrases the 2nd ഉം is often left out നേരം ഞായം പോലെ, വില്ലും ചരത്തോടെ TR. (from വില്ലും ചരവും).

ഉമ്പർ umbar T. M. (T. place between, height √ ഉ) Gods ഉമ്പർ എല്ലാരും തുണെച്ചാർ Bhr. ഉമ്പരോടു Bhg.

ഉമ്പർകോൻ Indra. ഉ'നാട്ടിലേ പോക CG. to die. ഉ. പൊത്രൻ AR. Angada; also ഉമ്പരിൽ മുമ്പൻ Bhr. ഉമ്പർപുരാൻ etc. ഉമ്പർ വേന്തരു തമ്പി RC.

ഉമ്പർതടിനി AR. Ganga.

ഉമ്പർനാടു പുക്ക Bhr. went to heaven.

ഉമ്പർപുരം id. മറുപ്പോക്കു ഉ. വിരെന്തിടമായും മാത്തി, ഉമ്പർതന്നിലമനം അകറ്റുവു കൊൾ RC.

I. **ഉമ്മ** Ar. **umma** 1. Mother ഒരു ഉമ്മ മകൻ MR. son of the same mother; also Syr. PP. ഉമ്മാന്റെ ഉമ്മ TR. grandmother. 2. a Māppiḷḷačči, generally ഉമ്മച്ചി Mpl. ഉമ്മ പോററിയ കോഴി prov. എന്റുമ്മച്ചികളെ TP. ഉമ്മാച്ചികൾ TR. (voc. ഉമ്മടീ). 3. the Cannanūr Bībi.

II. **ഉമ്മ umma** So. Kiss (=ചുംബം S. ഉമ്മു C.) ഉമ്മക്കം പൂട്ടുക No. to kiss.

ഉമ്മത്ത് Ar. **ummat** People, നബിയിന്റെ ഉമ്മത്തികൾ Mpl. those of the prophet's religion.

ഉമ്മൻ ummaǹ = ഊമൻ (ഉമ്മരിൽ നല്ലതു കൊഞ്ഞൻ CG.)

ഉമ്മം, ഉമ്മത്ത് ummattu (Tdbh. ഉന്മത്തം) 1. Datura metel. ഉമ്മത്തിൻകായി thorn-apple (S. മാതുല whence Metel). Kinds കരി — & നീല ഉമ്മത്തം Dat. fastuosa & പൊന്നുമ്മത്തം Dat. ferox. 2. golden fringe or tassel വീണചിത്തുപ്പട്ടവും ഉമ്മത്തവും Bhr.

ഉമ്മരം, ഉമ്മാരം ummaram M.C. (also S. ഉംബരം from ഉ + മരം threshold or വാരം?) Fore-port; esp. doorway, eastside, verandah in front of the house. ഉമ്മറത്തു കിടക്ക MR. കോവിൽ ഉമ്മാരത്തു നാട്ടി TR.

ഉമ്മരപ്പടി threshold.

ഉമ്മരപ്പല്ലു foretooth (=മുമ്പല്ലു V2.) ഉ. കൊണ്ടു മെല്ലവേ ചിരിക്ക Nal 3. also ഉമ്മറത്തു രണ്ടു പല്ലും (jud.)

ഉമ്മരപ്പൂങ്കാവു garden before the palace. ഉ'ചിൽ ഒർ ആലയം തീർത്തു Bhr. a lodge in park.

ഉമ്മാൾ ummāḷ (loc.) Some days ago, = ഇന്നാൾ (√ ഉ pron.)

ഉമ്മിട്ടം ummiṭṭam (C. Tu. ubbe —) Difficult breathing, ഏക്കം കൊട്ടത്തിട്ട് ഉമ്മട്ടം വാങ്ങുക prov. — ഉ. മുട്ടുക also sobbing of children = ഉ. എടുക്ക, ഉമ്മിട്ടപ്പാടു = വിമ്മുക — see ഉമ 2.

ഉമ്മിണി ummiṇi (√ ഉ, ഇം) 1. No. Much, opp. ഇമ്മിണി. 2. So. little (B. has also അമ്മാണി & ഉമ്മാണി bit) compare കണ്മണി.

ഉയന്തുക uyanδuγa (loc.) To belch (ഉഴ—).

ഉയരുക, ന്ന uyaruγa T.M. (√ ഉ high) 1. To rise, as kite, birds. മന്ദം മന്ദം ഉയന്നീടിനാൻ ചന്ദ്രൻ Bhr.; to raise oneself കന്നം എടുത്തുയന്നാൻ AR. 2. to be high, eminent, ഉയന്ന tall — Inf. ഉയര, ഉയരവേ also aloud. സാമവേദത്തെ ഉയരേ ജപിക്കയും PrC. 3. to be lost = പൊക്കം f. i. പേരോടു ക്രടെ പറിഞ്ഞുയന്ന സന്താനവും Bhg 1.

VN. I. ഉയരം (vu. ഏകരം) height, tallness, pride V1.

II. ഉയച്ച elevation. പറമ്പു കമത്തിങ്കൽനിന്നു ക്രമേണ എകച്ചയാകം MR. level raised through irrigation.

a. v. I. ഉയക്ക rare. ശൂലം ഉയത്തെട്ടത്തവൻ RC. എന്റെ ഉയത്തു പിടിക്കും കട Pay.

II. mod. ഉയത്തുക to raise, lift up, exalt.

CV. തേരിൽ കൊടിമരം ഉയത്തിച്ചാൻ KR.

ഉയന്നിലം (2) elevated ground (opp. താണ).

ഉയിതം vu. = **ഉചിതം** Bravery.

ഉയിക്ക uyikka (T. ഉയ്യ to keep, see foll.) അവനെ ഉയിപ്പാനായി RC 32.

ഉയിർ uyir T. M. (ഉസിർ, സുയിർ C. Tu. Te. from ഉയ്യു T. to live, subsist, escape — vu. ഉശിർ). Life, breath. ഉയിരോടു ചേറിട്ടത്തു RC. killed. ഉയിരററാൻ died. പൂതന തന്നുയിർ ഊമ്പികൊണ്ടു CG. ഉയിർ കൊണ്ടാൻ Anj. killed. ചതിച്ചുയിർ കൊണ്ടിതു നിന്നെയും Bhr. killed thee. — ഉയിക്കട്ടപ്പം a wiry constitution.

ഉയിക്ക to live, revive, survive. ഉയിക്കയിൽ ആശയില്ല RC. അവനിയിൽ മിക്കവേന്തർ ആർ ഉയിത്തോർ, പറന്തനർ ഉയിത്തു കൊൾവാൻ RC. fled for life.

VN. ഉയിപ്പു life, reanimation.

CV. ഉയിപ്പിക്ക to quicken, raise to life.

I. **ഉര ura** T. M. C. (Te. ഉറ) Rubbing, a stroke വെള്ളിയും പൊന്നും ഉര അറിവേൻ Pay. touch of metals. — ഉരകല്ലു, ഉരവുകല്ലു touch-stone. — തമ്മിൽ ഉരനില്ല to resist, fight it out.

v. n. ഉരയുക, ഞ്ഞു T. M. C. Tu. to rub, as cows against a tree, wear by friction. കൈമണ്ണോടു ഉരെഞ്ഞു തോൽ പൊളിഞ്ഞു, വാരിക്ക് അല്പം ഉരഞ്ഞു പൊട്ടികണ്ടു MR.

ഉരവു VN. rubbing; touch (ഉ'കല്ലു).

ഉരെക്ക v. a. — q. v.

II. **ഉര** T. M. C. (prh. from prec. articulation) 1. Expression, word. രാമുനിയുടെ ഉരയിനാലേ RC. by his command. 2. prose explanation V1. 3. fame, ഉരപൊങ്ങുക = ചൊല്ലെഴുക to be celebrated. ഉരയേറും പോർ, ഉരപെററ, ഉരമികം RC.

ഉരചെയ്ക to utter, speak, say; also ഉരെക്ക q. v. — പരമാൎത്ഥം ഒക്കവേ ഉരചെയ്തു Nal.

I. **ഉരം uram** T. M. C. Tu. (= ഉറപ്പു, ഊക്കു) Strength, firmness. കഴുത്തിന്നുരം ഇല്ല MC. പുഴ ഉ. വെക്കുന്നു V1. swells. പിന്നുരം V1. rear-guard. ഉരത്തോടു വിളിച്ചാൽ കേൾക്കും aloud. ഉരം ചെയ്തു to stand firm, fight V1.

denV. ഉരക്ക see below.

II. **ഉരം** Tdbh. ഉരസ്സ് S. Breast. ഉരത്തിന്റെ രണ്ടു പുറത്തു മൎമ്മം MM. ഉരതലം നുറുങ്ങ, ഉരം ഉടയുമാറടിച്ചു RC. ഉരത്തോടു പാഞ്ഞു തങ്ങളിൽ Bhr. ran fiercely breast against breast. ഉരശ്ശൂല — മുലയോടു മുലയിടയിൽ നോം a med.

ഉരക്ക, ത്തു urakka T. M. (ഉരം I.) 1. To be strong. ശരിതങ്ങൾ ഉരത്തു VilvP. prevailed.

adj. ഉരത്തശില coarse, ഉരത്തവില്ലു Bhr. strong. ഉരത്തകള്ളൻ a confirmed rogue. ഉരത്ത പാമ്പിന്നു ഉരത്ത വടി prov.

ഉരത്തൻ (ഉരത്തവൻ) a strong man.

2. = ഉരെക്ക II. to speak നൃപതിയോടുരത്താൻ ഏവം എല്ലാം KR. ഉരത്താൾ Bhr.

ഉരഗം uragam S. (ഉരം II.) Reptile, serpent ഉരഗപെരുമാളെ മെത്ത ആക്കി CC. Ananta.

ഉരങ്കോൽ urangōl = ഇര... Pole of boatmen (ഉരം I.).

ഉരണം uraṇam S. (വർ) Ram, — ഉര sheep.

ഉരപ്പൻ urappaǹ Currycomb (ഉരെക്ക) = ഖരാറാ.

ഉരമാനം uramānam (ഉര I.) Rubbing. ഉരമാനം ചേൎത്തിട്ടുള്ള ഞായം a word that appears harmless, but rubs & tries deeply.

ഉരമ്മുക urammuγa 1. = ഉരമ്പുക (ഉര) To grumble, roar. പുലി ഉരമ്പുന്നു MC. also ഉറുമ്പുക V2. q. v. 2. ഉരുമ്മുക to rub against, graze, also ഉരത്തുക V1.

ഉരയുക see ഉര I.

ഉരൽ ural T. M. C. (Te. രോലു from ഉര) Wooden mortar for beating rice, also ചെമ്പുരൽ — ഉ. കീഴിൽ ഇരുന്നാൽ കുത്തുകൊള്ളും prov. ഉരലിന്മേൽ (കവിഴ്ത്തി) കിടത്തുക MR. a drowned person. ഉരൽക്കുഴി TP. servant's room, ഉരൽപ്പുര. ഉരൽക്കുററി pivot, hinge. വാതിൽ ഉ. തെററിക്കുന്നു TP. to unhinge the closed door.

ഉരസുക urasuγa T. M. C. Tu. (ഉര) 1. To rub, come in contact. ഉരസിപോക = അടന്നു. ചന്ദനം ഉരസി (= തൊട്ടു) TP. 2. to contend. ഉരസി നോക്കി pressed against each other, ഉഡുപതിയോടു ഉരസുമടവു AR.; to vie ധനുസ്സിനോടുരസീടും പുരികം KR. മണികൊടികൾ ഉരസും നഖമാലകൾ CG. 3. v. a. to form into a pill.

VN. ഉരസൽ friction, contest. രാജ്യത്തു ഉരസലായി പോയി TR. disturbances.

ഉരസ്സു urassu S. (ഉരം II. fr. ഉര) Breast ഉരസി ശൈപരവാസി CC. standing on the conquered foe.

ഉരസ്ത്രാണം breastplate.

ഉരി uri T. M. 1. Skin. 2. half a Nāḷi, or 2 ഉഴക്കു f. i. കറുക്കി ഉരിയാമ്പോൾ വാങ്ങി MM. ഉരിയാഴക്കു $\frac{5}{8}$ Nāḷi. 3. (T. belonging to) word = ഉര II.

ഉരിയുക, ഞ്ഞു 1. v. n. to be stripped, skinned, chafed. 2. v. a. to strip off.

ഉരിക്ക v. a. to flay, skin a jackfruit, cocoanut പാമ്പുതോൽ ഉരിച്ചു etc. cast off the slough. VN. ഉരിപ്പു, — ച്ചൽ flaying; stripping.

ഉരിയാടുക to utter, speak = മിണ്ടുക, to give a sound. ഉരിയാടാതെ (Te. ഊരിക) = മിണ്ടാതെ കഴലിണ തൊഴും എന്നോടു ഉരിയാടു RC. എന്തിട്ടു ഉരിയാടാത്തു TP. എന്നോടു ഇത്തരം ഉരിയാടരുതു Bhr. ഉരിയാടെടോ etc. hunting calls to game.

VN. I. ഉരിയാട്ടം talk. ഉരിയാട്ടം ഇല്ല not on speaking terms. എന്നോടു ഒന്നും എനിക്കുരിയാട്ടം അരുതു RC. ഉരിയാട്ടവും മിണ്ടാട്ടവും prov. — തേട്ടവും ഉരിയാട്ടവും (huntg.) hunters slang.

II. ഉരിയാട്ടു id. ബോധക്കേടായിട്ടു ഉ. കൂടാ TR.

ഉരിപ്പു & ഉറുപ്പു urippu Hopea decandra, strong timber (ഉരിക്ക = ഉരക്ക?) = ഇരിമ്പകം Cal.

ഉരിയൻ uriyaǹ a M. T. (ഉരി 3.) = തക്കവൻ. f. i. നടത്തുവാൻ ഉരിയനോ യാൻ RC. am I the proper person?

ഉരീ urī S. = അംഗീ, ഉരരീ Assent.

I. **ഉരു uru** S. (വർ, Gr. 'eyrys) Wide, large; Comp. ഉരുതരം, Superl. ഉരുതമതപോബലം AR. ഉരുപ്രായ മൊഴി കൊണ്ടു പുകണ്ണു CG. ഉരുകരുണയോടെ Mud. (= വലിയ).

II. **ഉരു, ഉരുവു** Tdbh. രൂപം 1. Form ആമയുരുക്കൊണ്ടു RC. Vishṇu. 2. substance, article, piece as of cattle (= എണ്ണം) ആക ഉരു പതിനെട്ടു in all 18 numbers. മന്ത്രത്തിന്റെ ഉരുപ്രകാരം tenor. 3. time പലവുരു repeatedly. അഞ്ചുരുപ്രാർത്ഥിച്ചു ഭർത്താരം ദേഹി Bhr. 4. vessels of any metal, chiefly വെങ്കലപാത്രങ്ങൾ. 5. vessel, ship ഇരുവരും ഒരു ഉരുവിൽ പോയി TR. നമ്മുടെ ഉരുക്കൾ വന്നാൽ TR. hence: ഉരുക്കഴിക്ക (3). B. to repeat

ഉരുക്കാരൻ (5) sailor.

ഉരുക്കൂട്ടുക (2) to collect, amass ഷൾപദം മധു ഉരുക്കൂട്ടി Bhr. the bee gathered honey. സംഭാരങ്ങൾ ഉരുക്കൂട്ടി PT. packed together.

ഉരുത്തരം (2) component parts.

ഉരുത്തിരളുക (1) v. n. to form itself. കന്മഷം വ്യാധിയായി ഉരുത്തിരണ്ടു ഭവിക്കും KR. sin shapes itself into disease.

ഉരുത്തികയുക (4 & 2) v. n. vessels & articles to be complete for sacrifice etc.

ഉരുത്തിരിയുക v. n. to be shaped, as child in womb, become distinguishable. v. a. ഉരുത്തിരിക്ക VN. ഉരുത്തിരിവു. —

ഉരുപ്പടി (2) articles.

ഉരുവഴിഞ്ഞു പോയി disappeared.

ഉരുവാക്കുക (1) v. a. to form.

ഉരുവിടുക (3) v. a. to repeat, rehearse. CV. ഉരുവിടുവിക്ക to impress on the mind.

ഉരുവിലസുക = ഉരുവാക f. i. പുകഴ്പൂണ്ടുരുവിലസീടിന ശിവൻ Anj. assumed a form.

ഉരുവെത്തുക to assume a shape മനസ്സിൽ ഉരുവെത്തിപോയി an impression fixed in the mind.

ഉരുവോട്ടം (5) sailing.

ഉരുകുക, കി uruγuγa T. M. (C. Te. Tu. ഉരി heat) To melt, dissolve, be softened മനസ്സ്, കരൾ ഉ. KR. — impers. മുനി ക്രൂരിനവ എനക്കു മനതണ്ണിൽ ഇന്നും ഉരുകുന്നിതേ RC.

VN. ഉരുക്കം 1. melting എല്ലുരുക്കം = അസ്ഥിസ്രാവം. 2. anguish ഉള്ളുരുക്കം f. i. ഉ. കിട്ടി ചത്തു.

a. v. ഉരുക്കുക, ക്കി to melt ഉൾക്കാമ്പുരുക്കിചമെക്കായ്ക AR. don't unman me.

VN. ഉരുക്കു 1. what is melted. ഉരുക്കുനെയി liquified butter. മഴവെള്ളം പോലത്തുരുക്കുനെയി വിളമ്പി TP. 2. fused metal. ഉരുക്കുപൊന്നു bullion. ഉരുക്കുമടന്നിക്കാതില ear-ring of cast gold. 3. T. M. C. Tu. steel മുരിക്കുരിക്കാം prov. ഉരിക്കുമുട്ടി steel to strike fire.

ഉരുങ്ങുക uruṅṅuγa (ഉര) To rub, graze ഉണ്ട ഉരുങ്ങിപോയി the ball just touched in passing.

ഉരുട്ടു uruṭṭu T. M. C. (ഉരുൾ) 1. What is round. 2. fraud ഉരുട്ടൊഴിഞ്ഞില്ല ഒരുവനു Bhr. ഉരുട്ടും പിരട്ടും prov.

ഉരുട്ടൻ deceiver.

ഉരുട്ടുക v. a. 1. to roll. കണ്ണുനെ ഉരുട്ടി ഉണർത്തി TP. ഉരുട്ടി വിളിക്ക to awaken by tossing. ഉരുട്ടിതിന്നുക to eat rice. മുഷ്ടികൾ ഉരുട്ടിയും മുഷ്ടികൾചുരുട്ടിയും VCh. so: കണ്ണുരുട്ടി, അക്ഷിമണി ഉ. Mud. വെള്ളം ഉരുട്ടുക an art practised by Rishis' wives, നാളികേരത്തെ ഉ. TrP. a ceremony on Vishu. 2. to cheat V1.

ഉരുണി uruṇi Pan of bone (ഉരുൾ). കാൽ ഉരുണിയിൽനിന്നു തെറ്റി dislocated, sprained.

ഉരുതി uruδi (Tdbh. രീതി) വാക്കുരുതി Elegant words V1.

ഉരുമ്മുക urummuγa = ഉരമ്മുക 1. To rub, touch Nid. മെയ്യോടു മെയ്യും ഉരുമ്മും വണ്ണം CG. കൊമ്പു കൊണ്ടെൻപിരൾകഴുത്തിൽ ഉരുമ്മി CG. a playful gazel. മേഘങ്ങൾ തമ്മിൽ ഉരുമ്മീടുമ്പോൾ ഉണ്ടായ്വന്ന ശിഖരാഗ്നി Bhr. 2. = ഉഴിയുക, കടാക്ഷിക്ക f.i. കടക്കൺകൊണ്ടുരുമ്മേണം CG. 3. to vie ചന്ദ്രമണ്ഡലത്തോടുരുമ്മീടുന്ന രത്നമാടങ്ങൾ RS.

ഉരുവം uruvam Tdbh. രൂപം (= ഉരുവു) T. മൈതിലി തിരുവുരുവം RC. Form. ഉരുവം പകർന്നു Pay.

ഉരുസുക urusuγa = ഉരസുക M. C. Tu. 1. To wear off, diminish; സദ്യ ഉരുസിപോയി came off poorly. 2. to glide down, fail ഗർഭം ഉരുസി = അലസി.

ഉരുസൽ 1. tumult, quarrel. 2. failure നല്ല ഉ. തന്നെ ആകുന്നു TR. all in confusion (see ഉരസൽ).

ഉരുൾ urul T. M. C. Tu. (ഉരു?) 1. Circular ഉരുൾ ഉട RC. ഉരുണ്ടുഖം KR. ഉരുൾതടി log. 2. a wheel തേരുരുളിൻ ഘോഷം, ഉരുളൊലികളും ജനങ്ങൾ കേൾക്കാം KR. 3. rolling wave. ഉരുളൻ കല്ലുകൊണ്ട് അഴകത്തി MR. bowlders, pebble.

ഉരുളുക, ണ്ടു n. v. to roll (as തോണി), toss, revolve. പണിക്കർ വീണാലും രണ്ടുരുളും prov. കിടന്നുരുണ്ടാർ CC. playing boys. ഉരുണ്ടു പോയി rolled in the dust. ഉരുണ്ടു പിരണ്ടു പോയി കളക V2. to fly for life, tumble off anyhow. ആനന്ദമഗ്നനായി വീണുരുണ്ടാൻ AR. [Tr P.

adj. part. ഉരുണ്ട round, ഒരുണ്ടനാളികേരം

Inf. ഉരുള 1. so as to revolve. ഉരുളപ്പലിശ interest from interest; also ഉരുൾപലിശ VyM. 2. a ball, morsel ചോറുരുള Mud. സന്ന്യാസികൾക്കു ന. ഉ. ചോറു PT.

VN. ഉരുൾച്ച rolling, roundness ഉ'യാസ്സ്യാണെന്നു looks insecure (as promises).

ഉരുളി caldron to boil 4-5 measures of rice, pan കിണ്ടികൾ ഉരുളികൾ Nal. ഉരുളിയിൽ ഇട്ടു വറുത്തു a med. എണ്ണയുരുളി അട്ടപ്പത്താക്കി TP. (for ordeal) — വാലുരുളി ladle for sacrifice.

a. v. ഉരുട്ടുക q. v.

I. ഉരെക്ക urekka 5. (ഉരം) 1. To rub, grate, polish, grind. 2. to try, assay metal.

II. ഉരെക്ക = ഉരക്ക 2. (ഉര II.) To speak, say. ഉൾകൊണ്ടുരെക്ക say to oneself. വേണ്ടാത്ത വാക്കുകൾ ഓരോന്നുരെക്ക; എന്നുരെപ്പു ജനം Bhr.

ഉൎവ്വര urvara Fertile soil. [സഞ്ചരിച്ചു Nal 4.

ഉൎവ്വി urvi S. (ഉരു f.) Earth ഉൎവ്വീതലങ്ങളിൽ

ഉറ uṟa T. M. C. Tu. (ഉറു that which holds) 1. Sheath, case of pillows, thimble. നായക്കു വാളിന്നുറയില്ല Anach. വാൾ ഉറയൂരി Mud. drew sword. — നെല്ലുറ measure of 20 Para. കൈയ്യുറ gloves. കാലുറ stocking. [maker = കിടാരൻ. ഉറവാൾ Royal sword V1. ഉറവാളൻ scabbard-

2. T. M. C. Te. power, sharpness; curd, what curdles കാച്ചിന പാലിൽ ഉറ വീഴ്ത്തിന കണക്കനേ VCh.

n. v. ഉറകൂട്ടുക, തിരിക, പിടിക്ക milk to curdle. തൈർ ഉറകൂടാതെ കൂട്ടുകിൽ രോഗങ്ങൾ ഉണ്ടാം GP.

a. v. ഉറകൂട്ടുക, ഉറവീഴ്ത്തുക, പകരുക, etc.

v. n. ഉറയുക 1. T. To be firm in, to stay. കാലന്നുറവേടം, അന്തകൻ വീട്ടുറവതിന്നുള്ള കാലം RC. share death's abode. ഗ്രഹങ്ങൾ ഒക്കെയും അലക്ഷ്മീനന്നായിട്ടുറഞ്ഞിരിക്കുന്നു KR. 2. to be possessed വെളിച്ചപ്പെട്ടുറയുക, ഉറഞ്ഞവർ Demoniacs. അവർ ഉറഞ്ഞു they got into a strange spirit, behaved madly.

VN. ഉറച്ചൽ 1. congelation. 2. devil's dance, frantic behaviour, inexplicable obstinacy. എനിക്കും ഉ. തട്ടി I was under the same delusion.

v. n. ഉറെക്ക To be firm, fixed, settled. നെഞ്ചുറച്ചിരുന്നാലും ചിന്ത എന്നിയേ ദേവി KR. be of good cheer! ഓലയിലെ വായന കണ്ടുറച്ചു TP. understood the contents. ശ്ലോകം ഉ. ശാസ്ത്രാദികൾ പാഠം ചെയ്തുറച്ചിതു got by heart Bhr. പ്രതിയുടെമേൽ കററം ഉറെച്ചു charge is proved against. പോവാൻ മനസ്സിൽ ഉറെച്ചു Mud. it is decided. എൻമരണം ഉറെച്ചിതു CCh. എന്നുരെക്ക KR. believe me. എന്നുറെച്ചാർ & എന്നവർക്കുറെച്ചു CCh. മറന്നില്ല മതിയിൽ നന്നായിട്ടുറച്ചിരിക്കുന്നു KR — ഒന്നിലും ഉറയാത്ത ജനങ്ങൾ GP. — ഉറെച്ചുച്ചരിക്ക to aspirate (as ഖ, ഛ etc.)

Inf. ഉറക്കേ (= ഉറച്ച്) strongly, firmly, aloud ഉറക്കേ വിളിച്ചു, ആഴി ഉറക്കേച്ചാടിപ്പോക KR. ഉറക്ക നീന്തുമ്പോൾ swam boldly. അവനെ കെട്ടിനാർ ഉറക്കവേ firmly.

VN. ഉറപ്പു. 1. firmness മരത്തിന്നു ഉ. പോരാ not strong enough. നല്ല ഉറപ്പത്തോടെ കെട്ടി (Mpl.) ബുദ്ധിക്കുറപ്പില്ലാതെ TR. too pliable. നമുക്കു ഉ. പോരാ I don't venture. അതു് അന്യായഭാഗത്തേക്കു് ഉ. MR. it speaks for the plaintiff. 2. stay, support വള്ളിക്കുറപ്പുമരം പിള്ളെക്കുറപ്പു ജനനി Anj. 3. assurance. പിരിച്ചു വരുന്ന ഉറപ്പു കാണാതെ TR. without a sure prospect of realizing the collections. അവർ കൂട ഉണ്ടു എന്നൊരുറപ്പു Bhr. the comforting belief. യജമാനന്മാരെ ഉറപ്പു വേണം, സാമ്പ പറഞ്ഞ ഉറപ്പുകൾ, ചില ഉറപ്പ് എഴുതി തന്നു TR. promises.

CV. ഉറപ്പിക്ക = ഉറപ്പാക്ക 1. to seize, hold firmly, make fast ചാപം കരത്തിൽ ഉ., സ്യന്ദനം ഉ'ച്ചു വാഹങ്ങൾ കൂട്ടികെട്ടി get ready Nal. ഭൂമിയെ ഉ'ച്ചു KU. made firm. വലത്തു, ഇടത്ത് ഉ. KU. army to form on the right. സൂൎയ്യബിംബേ നേത്രം ഉ'ച്ചു Bhg. fixed. വേദശാസ്ത്രാദികളും പാഠം ചെയ്തുറപ്പിച്ചു Bhr. പഠിച്ചുറപ്പിച്ചു Si Pu. നന്നായി ഉറപ്പിച്ചിട്ടുക Ch Vr. to remain firmly seated. 2. to resolve ഇത്ഥം നിരൂപിച്ചുറപ്പിച്ചു Nal. ചിലരോടു പറഞ്ഞുറ. Mud. 3. to assure, convince എന്നുറപ്പിപ്പാൻ, കുററം ഉറ. MR. prove. സാക്ഷികളെ ഉറ., പറഞ്ഞുറപ്പിച്ച സഹായികൾ MR. to persuade, seduce.

ഉറക്ക, ന്നു urakka (Te. ഉറു leak, see ഊറുക) To spring, ooze out (ഉട്ടം) കണ്ണിൽ ഉറന്നവെള്ളമൊടു Mud. with tears. മിഴിയിൽ ഉ. നീർ Mpl. വായിന്നു പുളിച്ചൊരു വെള്ളം ഉറക്കും a med. വെല്ലം എന്നു ചൊല്ലീടിൽ വെള്ളം ഉറന്നെഴും വായിൽ അപ്പോൾ CG. mouth to water. ഭൂമി ഉറന്നില്ല not saturated by the rains.

VN. ഉറവു 1. fountain, spring ഉറവ So. T. 2. superfluous water, ഉ. ചവിട്ടുക to remove it from ricefields. 3. originality അഭ്യാസമല്ല ഉ. തന്നെ.

ഉറവൻ (3) genius.

ഉറങ്ങുക uraṅṅuγa T. M. (Tu. C. Te. to fall, die) To sleep √ ഉറു. — ഉറങ്ങിപ്പോയി fell asleep. Nal.

VN. I. ഉറക്ക sleep ഉറക്കിന്നു പായി വേണ്ടാ prov. കണ്ണുറക്ക പാററിയ നേരം TP. fast asleep ഉ. ഒഴിയുക to awake, watch.

ഉറക്കറ bedroom TP. ഉ. തന്നിലണക്കുക VetC.

II. ഉറക്കം sleep. ഉറക്കത്ത് in sleep. ഉ. ഇളെക്ക, സഹിക്ക to keep awake. ബലഭദ്രർ ഉ. പൂക്ക ശേഷം Bhr. (opp. തെളിക). ഉ. തൂക്കുക to dose.

a. v. ഉറക്കുക, ക്കി 1. to put to sleep എന്നെയും കാട്ടിൽ ഉറക്കി കിടത്തി നീ Nal 4. 2. to rock asleep, turn as the capstan V1.

ഉറക്കുത്തു urakkuttụ Worm eaten, as ഉറക്കുത്തുള്ള മരം V2. from:

ഉറൽ (= ഉറക്ക?) what oozes out, dust of decaying tree, also ഉറപ്പൊടി.

ഉറപ്പുഴ wood-worm (So. moth).

ഉറത്തുക V2. = കുത്തുപിടിക്ക to be worm eaten.

ഉറവു uṟavụ 1. & ഉറവ see ഉറക്ക. 2. T. aM. Nearness, relationship, VN. of ഉറു (ഇളയവനോട് ഉറവിനെ അണെത്തു RC 9.)

ഉറവൻ 1. see under ഉറക്ക. 2. (from ഉറൽ) a weevil B.

ഉറൾ uṟaḷ (= ഉറൽ?) Spark. ഉ. മുട്ടി കളക to snuff a candle, clear a torch (loc.)

ഉറി uṟi 5. (√ ഉറു) 1. Network for suspending pots = തൂക്കുറി; ഉറിയിൽ കലം വെക്ക, ഉറിയും ചിരിക്കും prov. തൂക്കിന നല്ലുറിതങ്കീഴിൽ ചെന്നു CG. 2. a running knot, loop, noose. ഉറിവല a kind of net V1. [= ഇറമ്പുക No.

ഉറിഞ്ചുക uṟiñjuγa So. (T. ഉറിഞ്ചു) To sip, suck

ഉറു uṟu Ar. ruh', Spirit, life (Mpl.)

ഉറുക, റു uṟuγa 5. 1. To be firm (= ഊന്നുക). 2. to be joined. അറിവുറും അരചൻ RC. ഉറുകലി V1. 2. venomous spider (C. ഉമ്പലു).

VN. ഉറുതി firmness; ഉ'കൾ കൂറിനാൻ RC. encouraged, comforted (= ഉറപ്പു). ഉറുതിമികവേറും (Mpl. song), ഉറുതിതങ്കിന Anj.

ഉറുക്ക (what fortifies) 1. amulet = രക്ഷ. 2. hollow gold or silver ornament round the waist, containing amulets. അരയിൽ കെട്ടുന്ന വെള്ളിയുറുക്ക TR. ഏലസ്സുറുക്ക, etc.

ഉറുപ്പ (പൈ bag) 1. large bag chiefly for clothes. വണ്ണാത്താൻ വീട്ടിൽ ഇല്ലെങ്കിൽ തുണിയുറുപ്പയിൽ വേണം prov. ഉറുപ്പയിൽ കള്ളം പുക്ക prov. 2. testicles ഉറുപ്പെക്കവേദന. ഉറുപ്പച്ചൊറി. In VCh. ജര എന്നുള്ളൊരുറുപ്പയിൽ the womb.

ഉറുപ്പു 1. the breast with the shoulders. ഉറു

പ്പിടക്കം seizing round the shoulders. 2. a heavy timber more durable than teak, Hopea decandra, (= ഉരിപ്പ).

ഉറുത്തുക uruttuγa T. M. (C. ഉറുചളി) To chafe, terrify by fierce look B. [പ്ലാം PT.

ഉറുപ്പിക uruppiγa H. rūpī പൊന്നുറുപ്പികയെ

ഉറുമാൽ P. rūmāl, Handkerchief, head-cloth.

ഉറുമാൻ A. rummān, Pomegranate ഉറുമാമ്പഴം. ഉറുമാമ്പുലി MC. tarantula.

ഉറുമി Ar. rūmī 1. Byzantine ഉറുമി രാജാവു് V2. Sultan of Turkey. 2. damascene blade തൻെറ ഉറുമ്മിയും പലിശ എടുത്തു, ഉറുമ്മിയലക TP. അത്തല ഉ. ഇത്തല മട്ടക്കണ (play).

ഉറുമ്പു urumbu = എറുമ്പു Ant. ഉറുമ്പരിക്ക, ഉറുമ്പരിക്കുന്ന തോന്നക Nid. Prickly feeling. Kinds: കട്ട —, കന്നിയൻ; നെയ്യ —, നീറു (നീററു) —, പാമ്പ —, പുളിയു —, പ്രാന്തന —, ശവംതിന്നിയു — MC. also ചോണൻ red ant.
ഉറുമ്പുകണ്ണ MC. eyes as of moles.
ഉറുമ്പുതീനി flycatcher.

ഉറുമ്പുക urumbuγa (= ഉരമ്പുക 1).
ഉറുമ്പൽ roar of tiger V2. (ഉറുമു T. Te.)

ഉറെക്ക 1. see ഉറ. 2. So. to pour gently B.

ഉററൽ utťal (see prec. & ഇറുക) A drop. മൂന്നററൽ a med.
As verb തെളിഞ്ഞ നീർ ഉ റ റി ക്കളഞ്ഞു a med. ഉററിക്ക to dribble = ഇററിക്ക.

ഉററു utťu past of ഉറുക q. v. ഇനിപ്പമായി ഉരെക്കൽ ഉററാൻ RC. Began to speak. അറിവുററു നിർമ്മലമായി ChR. grew.
adv. part. near, closely. ഒച്ച കേട്ടററട്ടത്തിട്ടി Bhr. ഉ. നോക്ക, കേൾക്ക; ഉററുതന്നിക്കൊത്ത ചങ്ങാതി. — in Compds. കീഴററു ചൂഴററു ചെന്നോളം CG. cringe & fawn around them.
adj. part. ഉററ 1. close, dear. ഉററപുത്രൻ PT. ഉ. മാൻ Bhg. favourite. തൻ ഉററവരെ ചാരത്തുകൊണ്ടു CG. assembled his relations. ഉറേറാരും ഉടയോരും അട്ടത്തു SG. ഉററവരും ഉടയവരും ഇല്ലാത്ത V1. orphan. അറിവുററവർ vu. acquaintances. 2. = ഉള്ള in po. അറിവുററ ജനങ്ങൾ, വമ്പുററകാമൻ, മുമ്പുററ etc.

ഉല ula T. M. C. Tu. (√ ഉല്ല T. to agitate) 1. Furnace in forge. ഉലയിൽ ചുട്ടു തീയെരിയും നാരാചം KR. കൊല്ലൻെറ ഉലെക്ക ചവിട്ടി പൊളിച്ചു TR. 2. the bellows ഉലപൊന്തിച്ചൂതുക V1. also ഉലമുഖം. 3. broth, gravy No.; ഉലക്കഞ്ഞു currybroth V1.

ഉലകു ulaγu T. M. = ഉലകം, ലോകം 1. World. (7 മേലു. 7 കീഴു.) — ഒരംരേഴുലകിന്നും ഒരംശൻ. 2. earth ഉലകിഴിയുക KU. = അവതരിക്ക. ഉലകിടേ on the earth.

ഉലക്ക ulakka T. M. C. (Te. റൊക്കലി fr. ഉരൽ, S. ഉലൂഖലം) Pestle for pounding rice, mostly of വീട്ടി, also ഇരിമ്പുലക്ക = മുസലം (ആനകൾ ഇ'യോട്ടം അട്ടത്തു Brhm.). ഉ. കൊണ്ടു ന. ആളെയും തച്ചു TR. ഉലക്കയോളം കാതൽ prov. measure of thickness.
ഉലക്കമീൻ MC. pike.

ഉലക്കുക, ക്കി ulakkuγa (T. ഉലക്ക to become reduced) To shrink up V1.

ഉലയുക, ഞ്ഞു ulayuγa T. M. C. Te. (see ഉല) 1. To be agitated, move, shake = കലയുക f. i. മരങ്ങൾ കാററിനാൽ ഉ. DN. ഉലകം കലഞ്ഞുലയും, പോർതലം ഉലയ RC. ഓലപോലെ ഉലയുന്നൊരു വാളുമായി Mud. flexible. കരണ്ടു ചാടിയാൽ ഉലയാത്തതു KU. a palm old enough not to be shaken by a monkey. ഉള്ളം ഉലയാനിവ്വിക്കല്ലം KeiN. 2. to become loose, slack, tired വില്ലല. CCh. കന്തളം അഴിഞ്ഞുലഞ്ഞു Nal. ഒട്ടഴിഞ്ഞുലഞ്ഞു കിഴിഞ്ഞു നിവിബന്ധം Bhr. her garment gave way. മുടിച്ചുക്രന്തൽ വീണലഞ്ഞുഴിയും KR. വെയിൽ ഏററുലഞ്ഞു, തളർന്നലഞ്ഞു CG. മുണ്ടുലഞ്ഞു പോയി became crumpled നാടു് ഉ., കൈ ഉല. V1. to be impoverished, ruined.
v. a. ഉലെക്കുക, ച്ചു 1. to agitate, bend, soften, crumple paper, clothes, etc. ഞാണി തന്നിട്ടലെക്കാതെ KR. without fail. 2. to destroy ഉലച്ചു കളയല്ലു = മുടിപ്പിക്കൊല്ലാ — ലങ്കയെ ഉലെപ്പതെന്തു RC.
VN. I. ഉലച്ചൽ 1. flexibility ഉ. പെററ കപിവീരൻ RC. agile. 2. agitation, discontent, ruin ഉ. ഇല്ല രാജ്യത്തിൽ DN. [unshaken.
II. also ഉലവു — ഉലവില്ലാത്ത മരവാരണം RC.

III. ഉലപ്പു (So. ഉലെപ്പു agitation) softening. ഉലപ്പെണ്ണ king's bathing oil രാജാവ് ഉ. ചാർത്തി KU. ഉ. വാങ്ങി തേച്ചോ TP. vu. ഒലിപ്പെണ്ണ.

ഉലരുക, ന്നു ularuγa T. M. (? ഉല) n. v. To dry വായും ചിറിയും ഉലരും തൊണ്ട വറളും VyM. ഗുളികയുടെ വെള്ളം ഉലന്നു; കറ ഉലന്നിട്ടു വിഴുക Nid.

VN. ഉലച്ചു dryness.

a. v. ഉലത്തുക (B. also ഉലക്കുക) to dry, air = ചിക്കുക, ഉണക്കുക; കന്തമം ചിക്കി ഉലത്തുന്നു Bhr. to reduce on the fire to proper consistency.

ഉലാവുക ulāvuγa T. M. (T. ഉലാ procession) v. n. 1. To take a walk മുട്ടെക്ക ഉ. a hen to seek where to lay. ചെഞ്ചൊറുലാവുന്ന വീചികൾ CG. majestic wave. പാരുലാവിന നീരമാവലി CG. clouds passing over earth (No. also wrongly ഉലാത്തുക f. i. മീൻ വെള്ളത്തിൽ, ഉ'ത്തൻപോയി vu. has taken a walk). 2. to attain ചിനം കനമുലാവി, ചീരുലാവും മല, കാരുലാവിന ചായൽ RC. (= ഉള്ള). [etc.

v. a. ഉലാത്തുക to take for a walk f. i. children,

ഉലുവ uluva Ar. hulba. Fenugreek, Trigonella foenum græc. ഉലുവത്രിഫല a med. പാലുലുവ = ഗോതക S. [ഉ. പുകെക്ക Mpl.

ഉലുവാൻ uluvān Ar. lubān Frankincense

ഉലൂകം ulūγam S. (L. ulula) Owl PT.

ഉലൂഖലം ulūkhalam S. = ഉരൽ CC.

ഉലെ — see ഉലയു. —

ഉല്ക ulγa S. Meteor, firebrand.

[for the other ഉല്ക — ഉല്പ — ഉല്ല see ഉൽ —]

ഉല്ലംഘനം ullaṅghanam S. (ഉൽ) Overstepping സത്യോല്ലംഘനം ചെയ്യു UR.

ഉല്ലാസം S. Exultation, ഉ'ങ്ങളും കാടി ശമിച്ചു CrArj. his spirits forsook him. ഉല്ലാസം ചേർ മന്നവർ RC. gay; so: [cheerful. —

ഉല്ലാസശാലി SiPu. ഉല്ലാസശാലിനി fem. Nal.

denV. ഉല്ലസിക്ക to be delighted, expand.

part. ഉല്ലസിതം.

ഉല്ലോലം S. Surge, wave.

ഉവക്ക, ന്നു uvakka 5. (√ ഉ.) 1. To jump up, exult കേട്ടു മാമുനിവർ ഉവന്തു RC. 2. to love ഞങ്ങൾ ഉവന്നൊരു കേശവൻ CG. ഞങ്ങൾ ഉവന്നവൻ, തന്നെ ഉവന്നോരുള്ളോർ എല്ലാരും ഖിന്നരായി CG. his friends. അരുതെന്ന് ഇന്തിരൻ ഉവന്താൻ RC. helped; with Acc. & Loc. ഇവങ്കൽ ഉവന്ന കൊങ്ക CG. എന്നെ ഉവപ്പൊന്ന് ഏതു Pay.

VN. ഉവപ്പു gladness, love B.

a. mal. ഉവവി (V1. ഉപവി q. v.): എങ്ങൾക്ക് എന്നിലും ഉ. ചുരുങ്ങും, ഉവവി എന്നുടലിൽ ഇല്ല RC. inclination.

ഉവർ uvar (= ഉപ്പു) vu. ഓർ T. M. (C. Te. Tu. ഓൾ) Salt taste, brackishness.

ഉവരി sea ഉവരിയിലുള്ള തിരമാല RC.

ഉവരുപ്പു GP. = മണ്ണുപ്പു.

ഉവർകാലി buffalo-cows that prefer to lie in salt water — ഓക്കാലിനെയി കടിക്ക.

ഉവർനിലം brackish, barren soil. [etc.

ഉവർമണ്ണ് soil impregnated with salt, urine,

ഉവർവെള്ളം salt water ഓർവെള്ളത്തിന്റെ ജ്വാല തട്ടി MR. in ricefields, also കണ്ടം ഓർപ്പുളിയാൽ നടന്നാൽ MR. when infected by brackish water. [വാവു full moon.

ഉവാ uvā T. Fullness, M. ഉവാവു V1.2. mod.

ഉവ്വ uvva So. (Te. ഊ umph, well √ ഉ.) Yes, yea = No. അതെ f. i. അവിടെ ഉണ്ടോ — ഉവ്വ (opp. ഇല്ല).

ഉശനസ്സ് uśanas S. śukra, planet Venus.

ഉശീരം uśīram S. = രാമച്ചം Cuscus grass ഉശീരാദി ലേപനം VetC.

ഉഷ uša, & **ഉഷസ്സ്** S. (√ ഉഷ്; L. uro) Dawn. ഉഷഃകാലത്തു, ഉഷസി in the morning.

denV. ഉഷെക്ക to dawn ഉഷെക്കുമ്പോൾ, ഉഷെക്കും വിധൌ Bhr. ഉഴെക്ക V1.

ഉഷിതം ušidam S. (വാസ്) Fixed = നിശ്ചയം V1.

ഉഷ്ട്രം uštram S. Camel (Ved. bull).

ഉഷ്ട്രപൊഷ്രസ്സ്വദേശങ്ങൾ KR. N. pr. of a people.

ഉഷ്ണം ušṇam S. (ഉഷ് burn) 1. Heat. 2. hot സൂര്യൻ എത്ര ഉഷ്ണകരനായിരുന്നാലും Arb. heating.

ഉഷ്ണനാഴിക see നവമേഷം.

ഉഷ്ണപ്പുണ്ണു chancre.

denV. ഉഷ്ണിക്ക to be hot. ഉ'ച്ചു ചൊന്നാൻ വിനയം കൂടാതെ Mud. ഉ'ച്ചു നിന്ന ശാസനം Bhr.

ഉഷ്ണീഷം S. turban, diadem. ഉ. മുമ്പായ ഭൂഷ ണം CG. Bhr.

ഉളക uḷayu & **ഉളവു** A chief guard, prime in ആയുധാഭ്യാസം V1. warding off a blow. ഉ ളക വെട്ടിയാറെ കടകം വെട്ടി prov.

ഉളയുക uḷayuγa (T. to suffer a dragging pain — Winsl.) വാഴ എന്നിവ ഉളയപ്പോയൊ RC.

ഉളെക്ക 1. (a T. sounding, writhing) കഴുക ചോരി ഉമിണ്ണുളയിത്തു RC. 2. to play at tennis V1.

ഉളറുക, റി (& ന്റ) uḷaṙuγa T. M. Babble, indistinct noise, as in stomach. [ഉളർ.

ഉളവു uḷavu 1. = ഉളക. 2. VN. of ഉൾ = ഉളൻ,

ഉളി uḷi 5. (√ ഉൾ? entering) Chisel, burin (see ഉടക്കളി) കയ്യുളി broad ch., തിരുകളി scoop, ചി പ്പുളി plane. ഉളികൊണ്ടു വടി ഉഴിഞ്ഞുകൊൾ V1.

ഉളിയുക, ഞ്ഞു നോക്കുക So. to stoop, peep V1. No. ചാമുണ്ഡി etc. കോലം ധരിച്ചവർ ഉ'ഞ്ഞു നോക്കുന്നു (= കൺമിഴിക്ക); പാമ്പിൻ പൊ ത്തിൽ etc.

ഉളിയന്നൂർ (T. ഉളിയം = കരടി) പെരിന്തച്ചൻ N. pr. a famous low caste sage called ഉളി യച്ചൻ KN.

ഉളുക്ക, ത്തു uḷukka (T. to writhe, Te. to start) To start, be unnerved ഉളുത്തുപോക; ഉളുത്തു കയ റുക = ഉട്ടമ്പിക്ക.

ഉളിപ്പു 1. shamefacedness; ഉ. കെട്ടതുക = നാ ണം കെ.; ഉളിപ്പില്ലാത്ത impudent (= ഉചിത മില്ല). 2. feeling; ഉ. കെട്ടുപോയി become callous. — ഉ'കേടു loss of 1 & 2.

ഉളുക്കൽ T. M. C. Tu. a sprain.

ഉളുക്കുക ക്കി (T.) to be dislocated, അവൾക്ക ഏററം ചാപല്യം പൂണ്ടുളുക്കി ശരീരവും VetC. ഉളുക്കിഴെക്ക to set a dislocated joint.

ഉളുക്ക (T.) & ഉളുക്കം No. = ഉളുക്കൽ. [moth.

ഉളുമ്പു uḷumbu (T. ഉളു wood-worm) No. A grain-

ഉൾ uḷ 5. (√ ഉ.) To be within, be there, exist, whence ഉണ്ടു q. v.; ഉള്ളു 2nd fut. f.i. അവൾ പെററുള്ള സോമ്പുത്രോമൻ Bhr. from her was born S.; Often with ഏ. — കേളിയേ ഉള്ളു കണ്ടി ട്ടില്ല Bhr. it is but a report. ചാവതേ ഉള്ളു I shall surely die. കൊടുപ്പൂ ഉള്ളു TP. കർമ്മംകൊണ്ടു ശുദ്ധി വരുത്തുകേ ഉള്ളു KU. must. നോക്കിയതേ ഉള്ളു I only looked. നിൻ മനിയേ ശക്തി ഉള്ളു Nal.

adj. part. ഉള്ള (old ഉള f.i. തലയുളവറുത്തു RC.) 1. existing, true, real. ഉള്ളവണ്ണം according to truth. ഉള്ളതൊന്നും ഉള്ളതല്ല — ഉള്ളതിന്നു നാശമില്ല — ഉള്ളതിന്റെ ഉള്ളിൽ ഉണ്ടൊരു ള്ളതായൊരുള്ളതു phil. ഉള്ളതു പറഞ്ഞാൽ prov. ഉള്ളത് ഇല്ലാതാകും Bhr. ഉള്ളന്നാം, ഉള്ളേ ടത്തോളം thro' life. 2. in which, to which there is. ബുദ്ധിയുള്ള sensible. പരദേശത്തു ള്ള ബ്രാഹ്മണർ, പിതൃക്കൾക്കുള്ള കടം, മന്നവ ക്ക് അവകാശമുള്ള നാട് അയക്ക Bhr. to give it up to those, who have a claim on it. 3. often auxiliary. നൂറായിരം മുത്തുകൾ കോ ത്തുള്ള ഛത്രം KR. സന്തതി ഇല്ലാഞ്ഞുള്ള സ ന്താപം, ചൊല്ലാതുള്ള കഥ Bhr. വരുത്തിട്ടു ള്ള കാരണം, വരുവാനുള്ള സാംഗതി; ജനനി ചത്താൽ ഉള്ളവസ്ഥ പോലെ Mud. as when a mother has died.

ഉളവോൻ fut. part. as: പ്രണയം ഉളവോൻ ChVr. those in whom love arises.

ഉള്ളവൻ 1. relation, കാരണവൻ. 2. rich ഉ' ന്റെ പൊൻകപ്പാൻ ഇല്ലാത്തവന്റെ പാര വേണം prov.

VN. ഉളവു 1. coming into existence. ഉളവാക (also ഉളനാക, ഉളരാക Bhr.) to be born. അവനുളവായില്ല = തോന്നീട്ടില്ല. ഉളവാക്ക = ഉണ്ടാക്ക; വിശപ്പുകൾ എല്ലാം ഉളവാക്കി മുന്നം CC. 2. tier, turn, ആവുളവിൽ then V2. ഉളവും പാവും (= ഊടു woof) stones laid crossway above each other.

ഉള്ളു uḷḷu ഉൾ 5. 1. Inside (Tu. C. ഒൾ Te. ലൊ), whatever is inside. ഉള്ളാലുള്ള വണ്ണമുള്ള മുതൽ കൊടുത്തു TR. as much as they had. അവർക്കു ള്ളായിട്ടുള്ളതു ഗ്രഹിക്കരുതു TR. inmost thought. ഉള്ളൊഴിക്കുന്ന Anj. fascinating. ഉൾമോചരും കാ മുകന്മാർ CG. dear to the heart. ഭഗവാനെ ഉ ള്ളിൽ ആക്കി Bhg. made his heart God's abode, set it on him. 2. it serves as Loc. ശില കൈ യുൾ ഏന്തി RC. കോട്ടെക്കുള്ളിൽ കയറി. അ ഞ്ചു ദിവസത്തിൽ ഉള്ളിൽ within (= അകം) അ തിന്നുള്ളേ.

ഉള്ളം (& ഉള്ളകം) 1. inside ഉ'വും പുറവും തിരിഞ്ഞു നിന്നു TP. turned right & left. 2. mind, esp. തിരുവുള്ളം king's heart. ഉ'ത്തിൽ ഏറുക or പാറുക a thought to rise, think. ഉ'ത്തിൽ ഏററുക to convey a thought, speak.

Cpds. ഉണ്മോഹം CC. deep-seated lust.

ഉള്ളകം see under അകം.

ഉള്ളങ്കാൽ sole, ഉള്ളങ്കൈ palm.

ഉള്ളറ closet, division in a box.

ഉള്ളറിവു inward knowledge.

ഉള്ളാക്ക V1. roar of bear ഉ' കിട്ടുക.

ഉള്ളാടൻ a hunter tribe at the base of the Cochin Ghauts. ഉ. ചേനന്റെ അവസ്ഥ prov. hence ഇറവുള്ളാടൻ a bird Scolopax.

ഉള്ളാളൻ 1. a caste of rice-measurers in Calicut, പള്ളിച്ചാന്മാർ. 2. = ഉള്ളാടൻ.

ഉള്ളുരുക്കം devouring grief. ഉ'ത്തിന്നു ചികിത്സ ഇല്ല prov. (= ഉള്ളുഴൽ, ഉൾച്ചൂടു Bhr.)

ഉള്ളുള്ള ഭാവം Bhg. sincerity.

ഉള്ളൂക്കം = ഉയിർകുട്ടപ്പം.

ഉള്ളൂരി B. soft inner skin.

ഉൾക്കൺ eye of mind ഉൾക്കണ്ണൊണ്ടാമാറു KeiN.

ഉൾക്കനം courage = ഉൾക്കരുത്തു. ഉ. വിട്ടു കരഞ്ഞു Bhr.

ഉൾക്കരൾ Mud. ഉൾക്കാമ്പു, (& ഉൾക്കാമ്പ്) ഉൾക്കമലം, Bhr. mind.

ഉൾക്കാണം V1. ഉൾക്കോഴ B. bribe.

ഉൾക്കരുന്നു, ഉൾത്തളിർ mind.

ഉൾക്കൈ help. ഉ. കൊടുത്തു കള്ളനെ നിറുത്തിയാൽ TR. lent assistance.

ഉൾക്കൊൾക to put on, have, മോദം, ഭയം, ധൈര്യം ഉൾക്കൊണ്ടു.

ഉൾച്ചതി നിനെക്കയും Bhg. trick, feint.

ഉൾച്ചിരി mischievous joy.

ഉൾപക grudge, resentment.

ഉൾപുകക to enter വീട്ടിൽ ഉൾപുക്ക PT.

ഉൾപൂ mind ഉൾപ്പൂവിൽ വിളങ്ങുവൻ Bhr.

ഉൾപ്പെടുക 5. (= അകപ്പെടുക) to get into, meddle with, partake in അതിൽ ഉ'ട്ട ജനങ്ങൾ TR. adherents. കവച്ചയിൽ ഉ. was concerned in, ശിക്ഷയിൽ ഉ. MR. became liable. കളം നിലുവത്തുകൾപെട്ടു MR. ഈ ഭൂമി നമ്മുടെ കല്പനെക്ക ഉൾപെട്ടതു TR. belongs to. നികിതിയിൽ ഉൾപെട്ട പുനം subject to taxation. അവന്റെ കാര്യങ്ങൾ ഒക്കയും ഇവിടെ ഉ'താകുന്നു TR. ഉൾപ്പെട, ഉൾപ്പെടേ inclusively (doc.) മുതൽ ഉൾപ്പെടേ including a sum.

ഉൾപ്പെടുത്തുക to cause to be in ശിക്ഷയിൽ ഉ'ത്താൻ MR. അവരെ ശിക്ഷെക്ക് ഉൾപെടുത്തുതാക്കതെളിവില്ല jud. subject to punishment. അവനെ കൂടി അവകാശി എന്നു സമ്മതിച്ച് ഉൾപ്പെടുത്തിയിരിന്നു TR. managed the property with him.

ഉൾപ്പേടി പൂണ്ടു CG. alarmed.

ഉൾപ്പൊരുൾ hidden meaning.

ഉൾപ്പോർ grudge = ഉൾപക.

ഉൾബോധം consciousness; conviction.

ഉൾവെട്ടു deceit.

ഉള്ളി uḷḷi 5. (√ ഉൾ) 1. Onion, ഒരംതുള്ളി (& ചീരു. V1.) also ചിററുള്ളി, നാട്ടു —; garlic വെള്ളുള്ളി Allium sativum. Other kinds നാറാ ഉ.; മണ്ണപ്പാടന = നീരുള്ളി onion; കാട്ടുള്ളി, കാന്തളെ ഉ. Pancratium ceylanicum. 2. a sandpiper.

ഉഴ uḻa T. 1. Place esp. about a king (√ ഉഴ?) 2. ഉഴവു q. v.

ഉഴകലം V1. insignia & paraphernalia of [royalty.

ഉഴവാതിൽ B. gate.

ഉഴമാൻ porcine deer = വൃഷതം dict.

ഉഴം uḻam So. (ഉഴ) Hill-land, cultivated, or ഉഴുതു.

ഉഴക്ക, ന്നു uḻakka T. M. To be wearied; despair എത്രനാൾ അഴല്പാട്ടിൽ വീണാണ്ടുഴക്കുന്നതെങ്ങൾ CG. കണ്ടാലും എങ്ങൾ ഉ'ന്നതിങ്ങനെ etc. (see ഉഴെക്ക & ഉഴലുക).

VN. ഉഴപ്പുണ്ടാകയില്ല no trouble.

ഉഴക്കു uḻakkụ T. M. $\frac{1}{4}$ Nāḻi, or 2 ആഴക്കു; മൂഴക്കു = 3 ഉ. In boiling ഉഴക്കാഴക്കാക്കി MM.

ഉഴക്കുഴന്നു a med. prh. from:

ഉഴങ്ങു V1. 2. Empty cocoanut, husk of cocoanut; box made from cocoanut shell.

ഉഴക്കൻവള V1. striped bracelet = വിരിയൻ.

ഉഴമ see ഉഴ.

ഉഴമ്പുക, ulambuγa ഉഴമ്പ്പുക (loc.) To hasten, hurry.

ഉഴയുക ulayuγa (ഉഴ=ഉഴവു labor T.?) To labor മറകളിൽ ഉഴയും മുനിഗണങ്ങൾ RC 114.

ഉഴെക്ക T. 1. to work hard, labor. അവരെ വെല്വാൻ അല്ല നീ ഉഴെപ്പതു, കപിമന്നർ ഉഴെത്താർ RC. 2. to roll on the ground (= ഉഴൽ). 3. to be inclined to vomit മനമ്പിരിച്ചൽ.

VN. ഉഴപ്പു 1. labour. 2. nausea.

ഉഴറുക, റി ularuγa (Te. ഉരടി) To be in hurry വാതിൽ ഉഴറി തുറക്ക SiPu. ആരും ഉഴറായ്കിൻ Bhg. all quiet! ഉഴറിച്ചെന്നു Bhr. Ti. ഉഴറി അണവിൻ RC. ഉഴറിപറക to utter rapidly. എൻ ചെവികൾ ഇപ്പോൾ ഒന്നിന്നുഴറുന്നു Bhr. itch for something.

VN. ഉഴറു haste, agitation = ബദ്ധപ്പാടു, ഉഴറോടു കൂടെ അടുത്താൻ AR. ഉദ്ധരിച്ചുഴറോടെ Bhr. ഉഴറ്മ്പെടുക V1. to hurry. ഉഴററുക 1. B. to urge on. 2. T. = ഉഴലിക്ക.

ഉഴലുക, ന്നു ulaluγa T. M. Tu. 1. (= ചുഴൽ) To rove, ramble, err about. പേടിച്ചുഴന്നെങ്ങും ഇങ്ങും വന്നേ Nal. ഭഗ്നമാം തോണി നീന്തീട്ടു ഉഴലുന്നതു KR. മൃഗങ്ങളെ നീളത്തിരഞ്ഞുഴന്നു Bhr. ചിത്തം ഉഴന്നലഞ്ഞു Kei N. ചൊല്ലുകൾ ഉഴന്നു പോം VCh. wandering. 2. to be fatigued, perplexed (= ഉഴക്ക) മുത്തിങ്ങൾ എന്നോടു നീ ഉ'ന്നതു TP. nurse indefatigably. കണ്ണുകാണ്മാൻ വശമല്ലാഞ്ഞുഴന്നു Nal. അവൾ മാനസം ഉഴന്നനിന്നു CG. like a leaf in the breeze. എന്തിതിൻ കാരണം എന്നുഴന്നാൻ CG. asked himself doubtingly. ഗുരുവാക്യം ഉണ്മ എന്നറിയാതെ ഉഴലും മനോഭാവം Kei N. definition of സംശയഭാവന. ഉഴല circular flaw in timber.

VN. ഉഴല്ച f.i. ഉ'ക്കാരൻ B. vagabond.

CV. ഉഴലിക്ക to vex എന്നെ കട്ടുഴലിച്ചാൽ Brhm.

ഉഴവു see ഉഴ.

ഉഴി uli (T. side, C. state) 1. Circumstances, in ഉഴികാണുക to inquire from the astrologer = പ്രശ്നം വെക്ക. 2. thin rafter of bamboos & Kalungu between the larger wood- & Tennu-rafters ഉഴിയും വാടയും ചേൎക്ക. 3. falling roots of fig tree B. — ആലുഴി Palg.

ഉഴിഞ്ഞ uliñña T. M. = ഇന്ദ്രവള്ളി, Used for Sōma sacrifices; Cissus pedata, Cardiospermum halicacabum or Sapindus laurifolius (see വക്കോ) Rh. ഉ'ക്കൊടി, ഉ'വേർ a med.

ഉഴിഞ്ഞൽ uliññal V1. = ഊഞ്ചൽ 1. A swing; also ഉഴിഞ്ഞാൽ. 2. swinging bed = തൊട്ടിൽ; compared with earrings പൊന്നുഴിഞ്ഞാൽ തൊഴും കുണ്ഡലം, പൊന്നുഴിഞ്ഞായലും കണ്ണമാട്ടുന്നതും CC.

I. **ഉഴിയുക uliyuγa** T. M. 1. To rub, stroke, embrocate. വയറുഴിക KU. Tāmūri's shampooing. 2. to scrape; polish round bodies; വടി, വില്ലുഴിക KU. the work of Ambucollan. 3. to pass rice & other articles over the chest & throw it with the sins transferred to it into the കുരുതി (superst.) ഉഴിഞ്ഞാടുക, ഉഴിഞ്ഞു ചാടുമ്പോൾ പെറുക്കേണ്ട prov. ജ്വരം പീലി ഉഴിഞ്ഞു ശമിപ്പിച്ചാൻ Mud. ഗോപുച്ഛം ഉ. CG. as remedy. This ceremony is ഉഴിച്ചൽ met. ഞാൻ കല്ലുഴിഞ്ഞു I have foresworn never to do etc. 4. to touch slightly, as wind, regard. ചെന്താമരപ്പൂവുഴിഞ്ഞാലും ആടീട്ടു കാറ്റേററു Bhr. ഒന്നുഴികെങ്കൽ നിന്നിരുമിഴിതെങ്കൽ കൊണ്ടു, എന്മേൽ ഒന്നുഴിയേണം അൻപോടു CG. കണ്ടുനകൊണ്ടുഴിഞ്ഞു CG. = കടാക്ഷിക്ക.

CV. ഉഴിയിക്ക = ഉളുക്കു പിടിപ്പിക്ക.

II. **ഉഴിയുക** = ഉമിയുക (& ഉവിയുക), കലുക്കുഴിയുക To spit out after rinsing the mouth അച്ചോറുഴിഞ്ഞു TP.

ഉഴുക, തു uluγa T. M. (C. Tu. ഉൾ, ഉളു) To plough, കരിവികൊണ്ടു കഴനിയിൽ ഉഴുതു CG. ഉഴുതുള്ള ജനം ഉഴാതെ KR. ഉണ്ടോരു ഭാഗ്യം ഉഴുതേടം കാണാം prov. നിലം ഉഴുതിടുകയും ചെയ്യു TR. വിള ഉഴുതു കളഞ്ഞു MR. ploughed up the growing rice; metaph. മാതാവാം കണ്ടം പിതാവഞ്ഞുഴതു Anj.

CV. ഉഴവിക്ക (vu. ഉഴിയിക്ക) കണ്ടം ഉഴീക്കയും വാളികയും TP.

VN. I. ഉഴ in ഉഴപ്പൊളി furrow, ഉഴപ്പൊളിയിടുക to plough V1. 2. — No. also ഉഴച്ചാൽ = ഉഴവു ചാൽ.

II. ഉഴത്തു in ഉഴത്തിടം.

III. ഉഴവു 1. tillage, also ഉഴമ V1.

ഉഴമക്കാരൻ V2. farmer. Also ഉഴയവൻ VyM. cultivator (opp. ഉടയവൻ landlord).

ഉഴവാക to be ploughed.

ഉഴവാക്ക, ഒഴാക്ക to prepare land for sowing. വിത്തിട്ടം ചാൽ ഉഴവാക്കി വിതെപ്പിച്ചു MR. 2. a piece of ground assigned for temporary use (പറമ്പു 3 years, കണ്ടം 1 year). The owner reserves to himself the right of planting the 4 ഉഭയം, leaving the ഉഴവുകാരൻ to make the best of it by sowing grains & അനാണ്ണിഫലങ്ങൾ. The owner's share is called ഉഴവാരം & consists in $\frac{1}{8}$ of the rice crop (എട്ടൊന്നു) & some select fruits (തോട്ടക്കല).

ഉഴുന്നു uḻunnu (T. ഉഴുന്തു C. Te. Tu. ഉദ്ദു) Phaseolus radiatus, kidney bean, used for പപ്പടം. ഉഴുന്നു വിളയിട്ടു MR. ഉഴുന്നപയർ GP. — കാട്ടുഴുന്നു Phas. maximus, Rh. med. root GP.

ഉഴെക്ക see ഉഴയുക.

ഊ Ū

ഊകാരം ūγāram S. The sound & letter ഊ (കരുത്തിന്നുകാരം ഗുരുതപം prov. see ഉകാരം) in S. interj. [ൻ. see ഊഴ്.

ഊക്കാരൻ ūkkāraǹ No. കറി വെപ്പിക്കുന്നവ

ഊക്കു ūkkụ T. M. (T. Tu. C. height, fr. $\sqrt{}$ ഉ) = ഉക്ക 1. Strength, exertion ഊക്കറിയാതെ തുള്ളിയാൽ prov. ഊക്കോട്ടമണ്ടുന്നു, ഊക്കേറും രാക്ഷസൻ AR. ഊക്കുള്ള മന്നൻ Bhr. യാദവന്മാരിൽ തന്നൂക്കിനെ കാട്ടി CG. used his force against the Y. ഊക്കു പൊഴിഞ്ഞൊരു വിസ്മയം CG. ഒരുക്കിന്നു, മൂന്നുക്കിന്നു മൃഗക്കു ചന്ദനം ഉരസി TP. 2. iron point of a top V1.

ഊക്കം id. വെടിയുടെ ഊക്കുകൊണ്ടു കോട്ട ഉടഞ്ഞു Ti.

ഊക്കൻ strong ബന്ധുക്കളേക്കാൾ ഊ. CG. Kāma. ഊക്കർ പഴിയാതവാറു RC. so as not to be blamed by the brave.

ഊക്ക, ത്തു ūkka (T. C. ഉകക്ക S. ഉക്ഷ) 1. To spill, shed ഇറങ്ങി കളിച്ചൂത്തു Bhg. an elephant. Chiefly of blood in battle പുനലൂത്തു RC. അവയവങ്ങൾ അററുകന്ന ചോര ഒലിക്കുന്നു Bhr. 2. to perform the morning libation, vu. ഊക്കുഴിക്ക; from Inf. ഊക്കദ ബ്രാഹ്മണന്റെകളിയും ഊക്കയും കഴിപ്പിച്ചു KU. കാലേകളിച്ചൂത്തു KN. സന്ധ്യ എന്നോർത്തവൻ ഊപ്പാൻ ജലം കോരി, ഊപ്പതിന്നായ്ക്കൊണ്ടു കോരി Bhr. — met. of the breeze പൊയ്കയിൽ ആമ്പൽ തൻ പൂമ്പൊടി ഊത്തു CG. 3. to vomit ഓക്കാനിച്ചോടി ഊക്കത്തുടങ്ങിനാർ ഉണ്ട ചോറും CG.

ഊചിവാൻ ūjivāǹ S. (വച്)= ഉക്തവാൻ Having said PT. [നീയും ഒരുച്ചല്ലോ (song).

ഊച്ച് ūččụ No. = ഇണ, ചങ്ങാതി — ഞാനും

ഊഞ്ചൽ ūǹjal T. M. Te. ഊഞ്ഞാൽ V2. (= ഉഴിഞ്ഞാൽ) A swing, ഊഞ്ചൽ കട്ടിൽ swinging cot. ഊഞ്ഞാവള്ളി Acacia digitata Rh.

ഊഞ്ചൽ ആടുക to swing, old ഊയൽ (T. ഊചൽ) ആഴിയും വാനും ഊഴിയും ഊയലാട്ടം വഴി ഇളകുന്നു ചിറക RC. with Acc. അടക്കം ഊട്ടം അകമ്പനൻ RC.

ഊടു ūḍu T. M. (ഉടു = ഉൾ) 1. Inside. ഊടറിഞ്ഞു ഓല വായിക്കാവു V1. the drift. ഊടായി പറക, നോക്ക, കേൾക്ക to communicate a secret, watch, listen curiously. ഊടായി, ഊടിൻ വഴിയായി having a previous understanding. 2. place between, through. അങ്ങൂടു by that way, there; മുച്ചൂടും all over. 3. time, turn. രണ്ടൂടു twice. [യും പാവും.

Hence: ഊട T. M. the woof, cross thread ഊട

ഊടേ adv. 1. inside. ഊടേ ശരം കൊണ്ടു KR. എന്നുടേയും ഹൃദി ഉണ്ടെന്നാൽ പശ്ചാത്താപം ഉണ്ടായി Bhg. in my heart. ഊടേ തിരഞ്ഞു Bhr. to seek closely (or all over). ബോധം എന്നിയേ ധനം ഊടേ പറിക്ക VCh. secretly. 2. through. ആകാശമാർഗ്ഗത്തൂടെ KU. through the air. ഊടേപോക to pass through the house. കാട്ടൂടേ പായാം prov. ഹ. മാർഗ്ഗത്തിൽ ഊടേയും ചോര വന്നു Nid. ഊടേവിയർക്ക AR. all over, thoroughly. അംഗങ്ങളുടെ ഇവ കഴി

ക്കാം നമുക്കെല്ലാം Bhr. we can pass these rings over our bodies, or the bodies through them. 3. time രണ്ടുമൂന്നൂടേ Bhr. പലവുടേ V2. ഊടേ ഊടേ കണ്ടിട്ടും Bhr. again & again.

ഊടറിവു real, thorough knowledge. [insight.

ഊടാടുക to pass through, as wind, waves; be loose, flabby. ആട്ടടാട്ടം കാടാകാ അരചൻ ഊ. നാടാകാ prov. അവന്റെ വീട്ടിൽ ഊടാടാത്തവൻ unacquainted with him.

കാററൂട — a draught; to be airy.

VN. ഊടാട്ടം passing through, frequenting,

ഊടാണി B. loose nail.

ഊടായി (loc.) = ആയുധക്കത്തി.

ഊട്ടുനടക്ക to pierce, ബാണങ്ങൾ RC.

ഊട്ടുപാട്ടു 1. through അസ്ഥ്രം കവിളടെ നട്ടവേ തുളഞ്ഞിരിക്കും. ഊട്ടുപാട്ടു കാണാം a med. 2. all over ആന നീളത്തിമിത്ത്ഊട്ടുപാടോരോമിശി Bhg. സൎവ്വാംഗം ഊ. ഒരുപോലെ uniformly stout. 3. knowledge, practice.

ഊട്ടുപാത So. & Palg. ഊട്ടുവഴി M. (ഊട്ടുപോക്ക) cross path, intricate bypath.

ഊട്ടു ūṭṭu T. M. C. (ഊൺ) 1. Giving rice, esp. to Brahmans ഊ. കേട്ടു പട്ടർ prov. ഊട്ടിന്നു പുറപ്പെട്ട കൂട്ടം Si Pu. ഊട്ടു ശ്രമിച്ചു കഴിക്ക Mud. a high officer's duty. ഇല്ലങ്ങൾ തോറും നടന്ന് ഊട്ടിലും ഉണ്ടു വസിക്ക Bhr. live on charity. 2. welding iron, degree of ignition required for steel; metaph. അവൻ നല്ല ഊട്ടിൽ തീന്നു born most auspiciously.

ഊട്ടുകാർ cooks.

ഊട്ടുപുര place where Brahmans are fed for 3 days etc. പട്ടന്മാർ ഊ. നോക്കി കയറും TP.

ഊട്ടുബ്രഹ്മസ്വം fund set apart for that charity.

ഊട്ടുക, ട്ടി T. M. 1. to feed, feast Gods & Brahmans; with Dat. എറിയൊരാൾക്കും ഊട്ടി TP. 2. to temper iron V1. = മുക്കുക; 3. No. to steel tools ആയുധങ്ങളെ ഊട്ടുവിൻ ChVr. for war.

CV. ഊട്ടിക്കുന്നവൻ the feast giver; ഊട്ടിപ്പാൻ വരിക feast at first menstruation.

VN. ഊൺ (ഉണ്ണുക) food, boiled rice, meal. ഊണും ഉറക്കും ഒഴിക്ക to leave off; met. വാൾക്കൂണാക്കുക Bhr. (= ഇര).

കൂടിയൂൺ a feast of Brahmans when closing investigation into a breach of caste ദോഷം ഒഴിച്ചുകൊൾവാൻ കൂ. KN.

ചോറൂണടിയന്തരം first meal of an infant (jud.)

ഊണ്കാരൻ, ഊണി great eater, ഊണികൾക്കരണം എന്നു കേട്ടാൽ Bhr.

ഊഢം ūḍham S. (part. വഹ്) 1. Carried. In adv. ഊഢമോദം, ഊഢഖേദം AR. joyfully, mournfully. ഊഢാഭം ചേൎന്നൊരങ്ങും CG. ഊഢാപമാനമായ വചനം Bhr. a reproach.
2. married, ഊഢ a wife.

ഊതൽ ūδal (C. Te. ഊത = ഊന്നു) Wooden posts in a hedge for the passage of men ഊതൽ കടക്ക prov.

ഊതി ūδi S. (√ അവ്) Enjoyment, exertion, സപ്തമസ്കന്ധം തന്നിൽ ഊതികൾ ചൊല്ലപ്പെട്ടു Bhg7.

ഊതുക, തി ūδuγa 5. (Te. Tu. also ഊദു) 1. To blow as fire, wind instrument ഊതും കുഴൽ flute, മന്ത്രം ഊ., മന്ത്രിച്ചു., ജപിച്ചൂതുക to blow away diseases, hiss (വിഷത്തിന്നൂതുക etc.) (superst.) — ഊതിക്കഴിക്ക to refine, as തങ്കം Nal. ഊതി കഴിക്കുമ്മുമ്പേയുള്ള മാററു CS. (= ശോധിക്ക); also ഉരുക്കുവെള്ളിയും പണ്ടാക്കും ഊതുന്നതിന്നു ചെലവു TR. to melt bullion. മീൻ ഊതുക (with നച്ചുകുഴൽ by blowing pellets & small arrows). 2. to puff, be puffed up, swell.

ഊതുകട്ടി T. = മാററുള്ള വെള്ളി silver of the purest kind (Rs. 30 are said to contain Rs. 29 ഊ.)

ഊതന്റെ മീനം a swelling of children's bodies.

CV. ഊതിക്ക (മന്ത്രിച്ചൂതിക്ക etc.)

VN. ഊത്തു 1. blowing ഊത്തുകുഴൽ pipe, tube (നച്ചുകുഴൽ), blowpipe. ഊത്തിന്നു വാമി. 2. hissing. ഊത്തിന്നു വാസ്സിടിയൻ hunting name of snakes. 3. swelling greatness ഊ. കെട്ടുപോയി he is dishonored. ഊത്തുവയറൻ potbelly.

ഊത്താമ്പിട്ടുക്ക bladder & = മൂത്രം. [So. 2. filth.

ഊത്ത ūtta T. M. 1. Fishing season (see ഊൻ) ഊത്തൽ a small fish V1.

ഊധസ്സ് ūdhassu S. (G. 'outhar) Udder ഊധസ്സിന്നൽപ്പുതമായി KR.

ഊനം ūnam S. 1. Insufficient ഗുരുഭക്തി ഊനമായി പോയി Anj. 2. want, defect ഊനങ്ങൾ വന്നാൽ ഉപായങ്ങൾ വേണം prov. ഊനം എന്നിയെ വരാം PT. without fail. കാൎയ്യത്തിന്നു ഊ. കൂടാതെ TR. without injury to the cause. നിങ്ങൾക്ക ഒർ ഊ. വരികയില്ല shall not suffer by it. കോട്ടകൾ ഊനമായ്വന്നു AR. defences crumbling under the siege. സേനാബലങ്ങൾ ഊനമായി ഭവിക്ക Sk. destroyed. 3. flaw as in timber, cloth, etc.

ഊനച്ചട്ട B. offensive language.

ഊനത maim, hurt, blemish, also ഊനമാനം. ഊ. തീക്ക No. = കേടുതീക്ക.

ഊനൻ maimed, lame.

ഊനപ്പെടുക to be hurt. ഞാൻ ലീലാപറഞ്ഞതിന്നു ഊനപ്പെട്ടു കേഴാമോ CG. wounded by a joke. [TR. blinded her.

ഊനം വരുത്തുക to hurt, destroy. കണ്ണു ഊ. ത്തി

ഊനവിംശതി (L. undeviginti) 19. (po.)

ഊനിക്ക ūnikka = ഉന്നിക്ക 3. To arise, shoot, appear ചാണക്യനും ചന്ദ്രഗുപ്തനും തങ്ങളിൽ ഊനിച്ചിതു വൈരം Mud.

ഊൻ ūn (T. Te. all kind of flesh) 1. Gums ഊനിന്നു പുറത്തുള്ള പല്ലു prov. ഊൻ കത്തുക toothache. ഊന്മേൽ മുളെച്ച കരു പോലെ CG. like a gumboil. 2. proud flesh B., roots of nails T. M.

ഊന്നുക ūnnuγa Te. M. (T. ഊൻറു Tu. C. ഊരു) √ ഉറു. 1. To be fixed, firm വേരൂന്നിഇരിക്ക well rooted. ഊന്നി നോക്കുക, കേൾക്ക = ഉററു V2. കിഴങ്ങൂന്നിവെക്ക to plant bulbs, രാമനിൽ മനമൂന്നും KR. love him alone. 2. to lean, rest, rely upon ഊന്നികൊൾക; കഴക്കോൽ ഊന്നി കത്തുക (boatmen), വടിയുമായി ഊന്നിപിടിച്ചു, തള്ളവിരൽ ഊന്നി പോക walk on tiptoe. മന്നിൽ ഊന്നിന പാദങ്ങൾ CG. ഊന്നി നടക്ക to walk with a stick, or carefully. — Vishnu's തിരുമാൎവ്വിൽ ഊന്നും നിരാമയെ RC. Sīta. ഊന്നി വായിക്ക, വാക്ക് ഊന്നുക to spell through, read laboriously. ഊന്നി നിരൂപന V1. contemplation. തൻ പാദങ്ങളെ ഉൾക്കാമ്പിൽ ഊന്നിനിന്നു CG. meditated.

Inf. ഊന്ന കത്തുക, വരെക്ക etc. to press hard with a style etc. = ഊന്നി.' [buildings).

VN. ഊന്നൽ prop, stay. ഊ. കൊടുക്ക (to trees,

CV. ഊന്നിക്ക f.i. അതിന്മേൽ കാൽവിരൽ ഊന്നിച്ചു CG. put firmly.

ഊന്നു support, prop. തലെക്കു ഊന്നും കൊടുത്തു Bhr. ഊന്നു കാലെക്കയില്ല prov. ഉലകുക്കൂന്നാം, ഉലകങ്ങൾ മൂന്നിന്നും ഊന്നായിനൊരമലൻ RC. (Rāma) ഇതൊന്നും ഊന്നാക്കരുതു RC.

ഊന്നുകാരൻ B. boatman.

ഊന്നുകാൽ, — കററി a fixed post, stake.

ഊന്നുകോൽ staff, stilts, crutches.

ഊപ്പു ūppụ (T. ഊ = ഊൻ) Flesh, the 18 pieces into which sportsmen divide their game പതിനെട്ടൂപ്പു huntg. കൈയ്യൂപ്പു, കാലൂ., മുന്നൂ., പിന്നൂ. foreleg, hindleg, etc. ഊപ്പടങ്ങേ പിടിച്ചു seized by the chest, disarmed. [children) So.

ഊപ്പിടി കാട്ടുക V1. to frighten, threaten (as

ഊപ്പ B. a very small fish; ഊപ്പത്തിരി B. a trifle.

ഊമൻ ūmaṅ T. M. C. 1. Dumb, stupid = പൊട്ടൻ. ഊമരിൽ കൊഞ്ഞൻ സൎവ്വജ്ഞൻ prov. — also ഊമ, which is likewise fem., as ഊമച്ചി. 2. (= കൂമൻ, മൂകൻ) owl. 3. ഊമൻ മലർ parched rice, ഊ. വിഷ്ടംഭകൃൽ GP.

ഊമരി = ഉമരി.

ഊമ്പുക ūmbuγa = ഈമ്പുക To suck, eat അവളുടെ ഉയിർ ഊമ്പികൊണ്ടു ജീവനം ഉണ്ടു Bhr. — loc. coitus.

ഊമ്പൽ a certain pollen or dust on fading flowers, ഊ. ഉറഞ്ഞിട്ടു ക്രമ്പി മയങ്ങുന്ന ആമ്പൽ CG. ആമ്പലേ നീ എന്തിന്നമ്പലുറഞ്ഞു തുടങ്ങി contract at daybreak?

ഊയൽ ūyal = ഊഞ്ഞൽ RC.

ഊയി ūyi interj. of pain വെടികൊണ്ടു ഊയി എന്നു പറഞ്ഞു MR. ഊയി അറാവൂല TP.

ഊയികാരം, ഊയാരം loud noise, confused voices = ക്രൂററാരം.

ഊര ūra (S. ഊരു?) Hinder part of thigh, buttocks, ham. ഊപ്പും ഊരയും കിട്ടും (huntg.) ഇല്ലത്തെ പക്ഷി ഉണ്ണിയുടെ ഊരകൊണ്ടു അറിയാം prov. ശൌചിക്കാഞ്ഞാൽ ഊരനാറുകേ ഉള്ളൂ.

ഊര കുത്തി വീഴുക V2. animals to fall on their haunches.

ഊരക്കൊളുത്തു V1. joint of thighbone.

ഊരയാടിപക്ഷി = കുളക്കൊക്കി lapwing.

ഊരം, ūram ഊരൻ, ഊരകം (loosening? √ ഊരുക) 1. Several Malvaceae, So. ഉഴിഞ്ഞ, esp. Urena sinuata Rh. ചെറുവൂരം Melochia chorifolia, കാട്ടൂരം Sida cordifolia, വട്ടൂരം Sida rhomboidea; വെള്ളൂരൻ Sida populifolia, കാട്ടു വെ. Hibiscus vitifolius. 2. വെള്ളൂരം V2. a fish, carapaŏ. [(fr. ഊരുക).

ഊരഴി ūraḷi Loose rails, ഊരാണി B. loose nail

ഊരി 1. see നീരൂരി. 2. S. = അംഗീ consent (ഊരീകരിക്ക). [ധാതുപാഠങ്ങളും Nal.

ഊരു ūru S. Thigh, loins ഊരുകാണ്ഡങ്ങളും. ഊരവ്യൻ, ഊരുജൻ the Vaiŝya, born of Brahman's thigh.

ഊരുപ്രയോഗം sodomy.

ഊരുസ്തംഭം lameness, ഊരുസ്തംഭം a med.

I. **ഊരുക, ന്ന ūruγa** T. a M. To creep as snake V1. ride. നാഗങ്ങളിൽ ഊന്നും പരന്നും പോന്നതുRC. Vishnu. ഊരുന്ന ജന്തുക്കൾ Vednt. reptiles. ഊരിപ്പ (T. ഊപ്പന) reptiles V1.

II. **ഊരുക, രി** 1. T. M. To glide down, slip, crawl ഉന്തിക്കയററിയാൽ ഊരിപ്പോരും prov. ഊരി വീഴുന്ന ചിലമ്പു KR. ചെരിപ്പൂരിപ്പോകും drop off. 2. (T. C. ഉരു) to draw off or out, unsheathe വാൾ ഉറയൂരി AR. ശരമൂരി പിടിച്ചു AR. ഗ്രന്ഥം പിടിച്ചൂരി KU. to take the leaves out of the string. മോതിരം വിരല്ലൂരിയിട്ടു TP. slipped on. വേവുന്ന പുരെക്ക ഊരുന്ന കഴക്കോൽ ആദായം prov. 3. (= ഉര, ഉരി) to strip off, flay, polish, വള ഊരി എടുക്ക, വടി ഊരുന്ന ചിപ്പുളി (= ഉഴിയുക). മരം പറിച്ചിലയൂരി ആയുധമാക്കി Bhr.

VN. ഊരൽ — also friction (= ഉര).

ഊൎച്ചമരം B. Palg. a sort of rake drawn by oxen. ഊൎച്ച പിടിക്ക to level the ricefield. ഊൎച്ചപ്പലക a similar implement.

ഊൎച്ചാംവഴി narrow path through jungle.

ഊറ്റൽ ūrūl (prh. fr. ഊരം) A med. leaf ഊറ്റൽ മുറിവു തട്ടീട്ടുള്ളാൎത്തന്മാൎക്കു ഗ്രണം GP 61. (or = ഊരുകിൽ if rubbed?)

ഊർ ūr 5. (√ ഊന്നു or ഊരുക) 1. Village, town, also = ഗ്രാമം (in കണ്ണനൂർ, ചിററൂർ etc.) 2. parish (= തറ) ഊരും ഗ്രാമവും state & church. ഊരതു മുട്ടുകൾ (in title-deeds) of the parish M. ഊർ അറിഞ്ഞവനേ ഓല വായിക്കാവു prov.

ഊരാളർ patrons or founders of temples (തന്ത്രി), proprietors or managers of fanes (4 — 8), representatives of village ദേവസ്വം ഊരാളൻ MR. ഊരാൾ വിട്ട മുക്കാൽ വട്ടത്തു prov. ഊരാളർ ദേവസ്വം a temple belonging to a village (Coch.)

ഊരാണ്മ, ഊരായ്മ their office, മതിലകത്തു ഊ. പറഞ്ഞു കൊൾവാൻ TR. duty of a Brahman Tangal, ദേവസ്വത്തിലേക്ക് ഊരായ്മക്കാരർ വൃ നമ്പൂതിരിമാർ ആകുന്നു TR. പള്ളിയുടെ ഊരായ്മ V1. ownership of a church.

ഊരാളി, f. ഊരാളിച്ചി TP. 1. lower Sūdra caste (എരുമാൻ, കല്ലേരിനായർ No.) their work മണ്ണണി, കല്ലണി. ഊരാളിക്ക വഴിതിരിച്ചതു പോലെ prov. 2. a forest tribe W. 3. = ഊരടി predial slaves W.

ഊരിലേ പരിഷ lower class of Brahmans in രാവണനാട്ടു, who serve Subrahmanya KU. (see മൂസ്സതു).

ഊൎക്കുരികിൽ sparrow.

ഊൎപ്പന്നി tame pig.

ഊൎപ്പള്ളി privileged building for the hunters of a parish (ഊൎയിൽ പന്നിവെട്ടുന്നു MR.) to divide their game. ഈ തറവാട്ടിൽ ഊ. സ്ഥാനാവകാശം ഉണ്ടു hereditary guardianship of the same. നിങ്ങളെ ഊർപള്ളിപ്പന്നി വീണാൽ കൊന്നല്ലേ നായക്കു മയ്യാല എന്നാൻ TP. in your hunting district.

ഊൎജ്ജിതം ūrjiδam S. (ഊൎജ് = G. 'orgaŏ) Vigorous ഊൎജ്ജിതരൂപൻ CG.

ഊൎണ്ണം ūrṇam S. (√ വർ) Wool. ഊൎണ്ണനാഭം also ഊൎണ്ണനാഭി Bhg. spider.

ഊൎദ്ധ്വം ūrdhvam S. (വൃധ്) 1. High, tending upwards, as ഊൎദ്ധ്വഗതി; ഊൎദ്ധ്വസങ്കടം Nal. മനോരഥം ഊ'മാക്കിച്ചമെക്ക Sil. too high (= പൊക്കം). 2. met. beyond reach, successless ഊൎദ്ധ്വമായി മണ്ടിപ്പോരുന്നു PT. ഊൎദ്ധ്വമായിപ്പോയി So.=വെറുതേ. [head BrhmP.

ഊൎദ്ധ്വപുണ്ഡ്രം perpendicular mark on fore-

ഊൎദ്ധ്വവായു, — ശ്വാസം last breath, f. i. ഊൎദ്ധ്വശ്വാ. വീണുടൻ ഊൎദ്ധ്വലോകം ഗമിക്ക KR. also ഊൎദ്ധ്വം വലിക്ക PT. to expire. ഊൎദ്ധനം (sic.) വന്നു വീഴും നേരം Stuti.

ഊൎദ്ധ്വലോകം heaven. ഊ'ക പ്രാപ്തി etc. going to heaven.

ഊൎപ്പു ūrpu (ഊർ or ഊപ്പു, ഉറപ്പു?) Claim, right ഊ. കൊടുക്കേണ്ടുവൻ the chief person at a marriage, hunt.

ഊൎമ്മി ūrmi S. (വൃ to roll) Wave നീർ മേലേ മേവലുള്ളൂൎമ്മികളിൽ പാഞ്ഞു CG. —

ഊൎമ്മിക fingerring.

ഊറുക, റി ūruγa 1. T. M. C. Te. ഉറവു, To spring, ooze വായ് ഊറുക the mouth to water =ഉറക്ക. 2. (C. Te. Tu. ഊറു) to sink into, penetrate മാലേയച്ചാറും മാറു, പാടീരച്ചാറും കൊങ്ക CG. 3. (√ ഉറു) to sink to the bottom, subside, settle ചുവട്ടിൽ ഊറി കിടക്കുന്നു, വെള്ളം ഊറി ഇരിക്കട്ടേ V1. let it settle.

ഊറ tanning matter ഊറെക്കിടുക (No. ക്രൂറെക്കിടുക) & ഊറ ഇ. to tan.

ഊറൽ sediment, lees, dregs, precipitate പത്തുറൽ 10 consecutive starches, as of പാൽമുതക്കു etc. med.

ഊറല്ക്കാടി, ഊറക്കാടി 1. M. അരി കഴുകിയ വെള്ളത്തിലേ ഊറൽ= കാടി 1. q. v. (കാച്ചി കീഴ്ജാതിക്കാർ കുടിക്കും). 2. So. =കോട So., ചുക്ക Palg., ചുക്കാനം No.

ഊറു, ഊററു sediment etc.

ഊറാമ്പുലി tarantula B. [tressed.

ഊറു കെട്ടു പോയി he is unsettled, dis-

ഊററുവെള്ളം=കാടിവെള്ളം.

v. a. ഊററുക to pour out carefully, strain, filter. ചോറു. to take the water from the cooked rice.

ഊററി ഉണ്ടാക്ക to make starch, arrowroot, etc.;

ഊററി എടുക്ക to take butter out of buttermilk, oil from the water in which oilseeds were boiled. മാംസം പുഴുങ്ങി ഊററീട്ട് എടുക്കുന്ന നൈവസ Nid.

ഊററം ūttam T. M. (ഊൻറു=ഊന്നു) 1. Strength, power കാററിൻെറ ഊ. V2. gust of wind ഊ'മായ ഘോഷം KR. loud, — പിണക്കം hard struggle, — നൊമ്പലം SG., — ശീതം KR. ഊററരോഗം Anj. ഊ'മുള്ളൊരു പെരിങ്കാററു KR. ഊററമായി പിശകി VCh. ഊ'ത്തിൽ ശബ്ദിച്ചു; also adv. ഊററം വെയിക്ക Anj. to eat plenty. ഊററം പിടിച്ചും കടിച്ചും Bhr. ഊററത്തിലുള്ളൊരു യുദ്ധകോലാഹലം SiPu. ഊററം പറക to boast, threaten. കറയ അടിയൂററം ഉണ്ടു TR. they feel themselves stronger, firmer. ഊററം പെരുതു, ഊ. പെററ, ഊ'മെഴും RC. mighty. Hence: ഊററനാം ഹനുമാൻ KR5. mighty.

ഊററക്കാരൻ id. ഊററക്കാരാം ഭിക്ഷ്വാദികൾ Cr. Arj. ഊററക്കാർ PT. the noble & wise, ഊററക്കാരത്തി a clever lady.

ഊററത്വം (loc. ഊററാണം) great power, specific attribute of a Paradēvata.

ഊവൽ ūval & **ഊഴൽ** ഇടുക To whistle (loc.)

ഊശൻ ūšan (prh. ഊചി=സൂചി) 1. One who has a sparing beard. 2. simpleton.

ഊശയാക്കിക്കളക So. =നിസ്സാരനാക്ക, നാണിപ്പിക്ക.

ഊശാന്താടി short beard, as കോലാട്ടിന്നു MC. ഊശാന്താടിക്കാർ loc. the French.

ഊഷം ūšam, **ഊഷരം** S. (ഉഷ്) Saline soil ഊഷരസേചനേ വാപിക്ക Anj.=ഉവന്നിലത്തു വിതെക്ക a foolish attempt.

ഊഷരക്ഷേത്രം VilvP. a kind of temples to which higher efficacy is ascribed than to ബീജക്ഷേത്രം.

ഊഷ്മതാപം see **ഊഴൻ**.

ഊഷ്മാവ് ūšmāvu & **ഊഷ്മ** S. (ഉഷ്) 1. Heat ഊഷ്മക്കു നീക്കം വരുത്തൊല്ലാ Bhg. 2. ഊഷ്മാക്കൾ the sibilants (gram.) ശ, ഷ, സ, ഹ.

Hence: ഭീമൻെറ ചിത്തം ഊഷ്മമാസ്സുന്നു CG.

ഊഷ്മതകൊണ്ടു CG.

ഊഷ്മളൻ ardent നളൻ ഊ. Nal.

ഊഹം ūham S. (√ 1. to push. 2. to observe) Guess, conjecture. ഒർ ഊ. പോലെ പറയുന്നു MR. I merely suggest.
ഊഹന തോന്നുക V1. to suspect.
denV. ഊഹിക്ക to guess, infer. [able.
ഊഹിതം part. guessed; ഊഹ്യം Mud. guess-
CV. അതുകൊണ്ടു — എന്നൂഹിപ്പിച്ചാൽ VetC. by that sign she indicated, led to infer.

ഊള ūḷa 1. T. M. C. (ഓളി, ചൂള) To howl ഊള യിടുക. 2. T. So. rottenness, mucus. 3. bristle = ഊശൻ. [wind.
ഊളൻ T. So. jackal, ഊളങ്കാററു cold blowing
?യോനി മേല്പട ഊളെക്കും Nid 43. to bend?
ഊളി എടുക്ക V1. = ഓളി howl of dog, jackal, chatter of monkey. കഴുത്തൂളി എടുത്തു വെച്ചു മൂന്നു വിളിക്ക (huntg.) — പുഴയിൽ ആണ് ഊളിയിട്ടു V1. No. swam under water (= മുങ്ങി; നീക്കോലി പോക, മുക്കുള ഇടുക).

ഊഴ് ūḻ (T. = ഉഴുവൽ destiny, old usage; C. Tu. Te. service) ഊഴ് ക്കാരൻ Undertaker of a lottery. — ഊഴ പറമ്പായി കിടക്കുന്നു MR. (= തരിശു).
ഊഴം 1. experience ഈ പണിക്ക് അവന് ഊഴം ഉണ്ടു V1. 2. turn of duty, ഊഴമിട്ടു വരാം PT. by turns. 3. term. ശശത്തിന്നൂഴം വന്നു PT. his turn came. കറിവെപ്പിക്കുന്ന ഊഴം. ഊഴം മാറുക to change turns. ഈ ഊഴത്തിൽ നാണിഭം പിരിഞ്ഞു വരുന്നില്ല TR. (= ഗഡു). ഒരൂഴത്തിൽ കൊല്ലാം Mud. once. എത്ര ഊഴം how often, രണ്ടൂഴം V1. (= വട്ടം, കറി).
ഊഴം കത്തുക, ഊഴത്തരി No. see ക്രമം.
ഊഴൻ in So. M. chiefly servant of kings (doomed slave? fool?) ഊഴരായി ചെന്നു മാതാവിൻ ഗർഭത്തിൽ വാഴൊല്ലാ നാം CG.
ഊഷത്വം (= ഊഴത്വം) folly, shame. നീവിയെ തന്നെയും ഊ. ആവാതെ താങ്ങി CG.
ഊഴൽ V1. dirt as of a plate (T. filth).
ഊഴലിടുക = ഊവൽ to whistle.
ഊഴി (T. lifetime; ഉഴി place) T. M. 1. earth ആഴിചൂഴും ഊഴിയിങ്കൽ KU. മണ്ണിന്നായ്യൂഴി കഴിച്ച നേരം നിധി ലഭിച്ചു AR. ഊഴികലുങ്ങി ആഴി കലങ്ങി Bhr. ഊഴീശശാങ്ക SiPu 3. O thou moonlike man! = ഭൂമിക്കു ചന്ദ്രപ്രായൻ. 2. world ഊഴി ഏഴിലും നിറെന്തു RC. 3. = ഉഴി2 rafters of മുള & കഴുങ്ങ് placed between the stronger ones (loc.) ഊഴിയും വാരിയും പിടിച്ചു.
ഊഴിയം T. So M. Tu. C. (Te. ഊഡിയം) service.
ഊഴിയക്കാരൻ T. So M. Palg. = വേലക്കാരൻ.

ഋ R̥

ഋ In S. Tdbh. replaced by ഇരു, ഇരി as വിരുത്തി, കിരിയം (വൃത്തി, ഗൃഹം); or dropped ഇടപം, ചങ്ങല (ഋഷഭം, ശൃംഖല). In M. മരുത്തു, നൃത്തി for മധുരിത്തു, നിവൃത്തി; അമറേത്തു = അമൃതു; കളൃത്ര CG. = കളത്രം.

ഋക്കു r̥kku, ഋച് S. Verse (√ അർച്.)
ഋഗ്വേദം the 1st Vēda.

ഋക്ഷം r̥kšam S. (G. árktos) 1. Bear, Ursa minor. 2. constellation in general ജന്മർക്ഷിനം Bhg.

ഋജു r̥ju S. Straight, whence ആർജ്ജവം; ഋജുഭേദം Bhr. ഗുരുശുശ്രൂഷയും ഋജുത്വം എന്നിവ KR. uprightness. [ഋണം ചുടാ prov.

ഋണം r̥ṇam S. (L. reus) Debt പിണം ചുട്ടാലും
ഋണദാതാവ് creditor.
ഋണമോചനം payment of debts.

ഋതം r̥tam S. (L. ratus) Right, truth. ചെയ്യേണം മുറിവാങ്ങി വെച്ചവൻ ഋതം VyM. = സത്യം to swear.
ഋതു S. 1. season, esp. of 2 months ഋതുരാജൻ spring, സർവ്വർത്തു in all seasons AR. 2. menstruation. ഋതുവായ പെണ്ണു a girl of age. അവൾ ഋതുധർമ്മം പ്രാപിച്ചു Bhr.
ഋതുപാകം influence of the different seasons on one's health.
ഋതേ besides, except. ത്വദൃതേ Bhg. without him.
ഋത്വിക് (√ ഇജ) pl. hon. ഋത്വിക്കൾ KR. & ഋത്വിക്കുകൾ Bhg. family-priest.

ഋദ്ധി ṛddhi S. (അധ്) Prosperity, wealth.
ഋഭു ṛbhu S. (clever) 3 deified artists.
ഋഷഭം ṛšabham S. = വൃഷഭം 1. Bull, Taurus. 2. mod. root ജീവകൎഷഭങ്ങൾ GP. (= ഇടവകം).
ഋഷി ṛši S. (ഋഷ്?) Singer, sage. In 4 classes ദേവൎഷി as Nārada, ബ്രഹ്മൎഷി, രാജൎഷി, മഹൎഷി.

Ursa major is സപ്തൎഷികൾ Bhg 7. കാശ്യപൻ അത്രിവസിഷ്ഠൻ വിശ്വാമിത്രൻ ഗൌതമൻ ജമദഗ്നി ഭരദ്വാജനും ഇവർ സപ്തൎഷികളാകുന്നു Bhg 8.
ഋഷിപ്രോക്തം an old saying.
ഋഷ്യാശ്രമം AR. hermitage.

ൠ Ṝ, ഌ Ḷi & ൡ Ḹi

are no Mal. letters. In alphabetical songs:
ൠഭോഷൻ HNK. contemptible fool.

ഌസ്മാദി HNK. mantras such as ḷisma.
ൡകാരം HNK. a mantram.

എ E (YE)

Is found in Tdbh's for യ (എമൻ), changes with initial ഇ & ഉ (എറുമ്പു, ഇറുമ്പു, ഉറുമ്പു), rarely with അ (എന, അമന).

എ ye 5. Interr. pron. എക്കാലം V1. When? എപ്പടി how? എപ്പേരും, എപ്പുണ്ണം etc.

എകരം yeγaram = ഉയരം Height (vu.) C. Te.

എകിറു yeγiṟu T. M. (എയിറു). 1. Tooth, fang കൊട്ടപല്ലെകിറു RC. ക്രൂദ്ധ മൂൎത്തററം വെളുത്തു വളഞ്ഞുള്ളൊരെകിറുകൾ, പട്ടുത്താനയെകിറുനാലു KR. വമ്പിച്ചുനിന്ന വളഞ്ഞെകിറു CG. hence വച്ചിരവെകിറൻ RC. 2. B. wing.

എക്കം ekkam T. Te. (to ascend) 1. Best time for buying, bitting = തക്കം; എണ്ണ വിലനാട്ടിൽ എക്കം പോലെ TR. എക്കപ്രകാരം = അന്നന്നുള്ള വിലപ്രകാരം. എക്കത്തിൽ വാങ്ങുക in the very nick of time. എ. നോക്കി വെടിവെച്ചു; എ. വെച്ചു V1. last stage of disease. 2. turning for fight. എക്കം ഇടുക to turn to charge again, as cocks V1.

എക്കിട്ടു, എക്കിൾ see foll.

എക്കുക, ക്കി ekkuγa 1. T. So. To come up, stand on tiptoe. 2. T. M. to contract the stomach. വയറും എക്കി കാട്ടി TP. showed an empty stomach. പശു എക്കികളഞ്ഞു will not give milk. 3. M. C. Te. T. to card cotton പരുത്തി എക്കുന്ന വില്ലു bow for cleaning cotton, also എക്കവില്ലു MR. 4. (C. Te. എഗ്ഗു) ഇറച്ചി, മീൻ എക്കിപോയി begin to smell.

VN. എക്കൽ (sand cast ashore by rivers W. T.)

എക്ക irregularly globular; sand V1. = എക്കൽ. [doubt.

എക്കച്ചക്കം & — ക്ക T. M. confusion,

എക്കളിക്ക To hiccough.

എക്കിൾ, എക്കിട്ടു 1. hiccough (M. Te. ഹിക്ക S.) എങ്ങുകയും മോഹിക്കയും എക്കിട്ടു എടുക്കയും MM. എക്കിട്ടു ഇട്ടു കരഞ്ഞാലും Anj. sobbing. 2. = എക്കം last breath ചായും മുട്ടും തൃഷ്ണണം എക്കിട്ടയും VCh.

എങ്കിൽ eṅgil Cond. of എൻ.

എങ്ങൾ eṅṅaḷ T. M. = ഞങ്ങൾ, Our, we. Chiefly in obl. cases എന്നെങ്ങൾക്കു തോന്നുന്നു AR. കനിവാണ്ടെങ്ങൾ സങ്കടം തീൎക്ക CG.; also Nom. എങ്ങൾ ഇന്നെങ്ങനെ സങ്കടം തീൎക്കുന്നു CG.

എങ്ങു eṅṅu T. M. (√ എ correl. ഇങ്ങു, അങ്ങു) Where?

എങ്ങും anywhere, everywhere. അന്നാളിൽ എങ്ങും നീ വന്നില്ല TP. on none of those days.

എങ്ങാനും anywhere തറയിൽ എങ്ങാനും ഒരു സ്ഥലം കഴിപ്പിക്ക TR. നാട്ടിൽ എങ്ങാനും ഒരു ദേശം Mud. നാട്ടു കടന്നു് എങ്ങാൻ പോകുന്നു TP. — mod. adj. എങ്ങാണ്ടൊരു വീട്ടു.

എങ്ങനേ (അമന) how? also rel. എങ്ങനെയൊൻ

എഴുതി അയക്കുന്ന അപ്രകാരം നടന്നാൽ TR. if you do as I advise. എങ്ങനെയും however, at all events.

എങ്ങുനിന്നു, എങ്ങുന്നു whence?

എങ്ങുപട്ടു, എങ്ങോട്ടു whither?

എങ്ങേനും മങ്ങിനാൻ CG. = എങ്ങാനും.

എങ്ങോൻ = എങ്ങേയവൻ f. i. അവർ എങ്ങോർ Bhr. where at home?

എച്ചം eččam (T. remainder, √ എഞ്ചു) So. Excrements of lizards, flies. എച്ചത്തിലെപ്പുഴ V2. എച്ചവായ് anus V1.

എച്ചിൽ T. M. (C. എഞ്ജൽ Te. എംഗിൽ) remains & refuse of victuals. എ. എടുത്തു തളിക്ക to restore purity after meals. എ. എടുപ്പിച്ചുടിച്ചു ശുദ്ധി വരുത്തി Bhr. എച്ചിലാക്കുക to pollute by contact with the mouth, as hand etc. എച്ചിൽ ചോറു വാങ്ങുക KU. duty of Pāṇan. തേൻ നകന്നെച്ചിലായുള്ള പുഷ്പം CG. the refuse of bees serves for idol worship. എച്ചിലും കപ്പയും ഇട്ടു TR. gave the meanest food. എന്റെ വീട്ടിൽ എ. കപ്പയുമായി we are reduced to greatest poverty.

എച്ചിലത്തളിക്കുന്ന പശു TP. the cow with whose dung I daub the floor after meals.

എച്ചിൽക്കുരുന്നു a med. plant. എ. ഇരിപിടി MM.

എച്ചിൽനക്കി eater of refuse (abuse).

എച്ചിൽപാട്ടു a song after meals.

എച്ചിൽപാറുക = തളിക്ക.

എച്ചു ečču (C. ഹെച്ചു = പേർത്തു) in എച്ചുക്കുലിച്ചം V1. Increased pay.

എജമാനൻ yejamānaǹ Tdbh. യ — in വീട്ടെജമാനൻ Houselord.

എട, എടം, എടവം, (C. Tu. Te.) — see ഇ.

എടാ eḍā (C. എലാ, T. അടാ & എടാ friend!) Hey! addressing male inferiors (also എടൈ) contr. വാടാ come, fellow! f. എടി, എടീ, vu. വാടി, പോടി. — എടോ hon. for both genders വരികെടൊ po. എന്റെടോ TP. my friend! also for pl. കണ്ടുകൊൾകെടൊ നിങ്ങൾ Nal.

എടുക്ക, ത്തു eḍukka T. M. (C. Te. എത്തു) 1. To raise, lift, take up. വെള്ളം എടുത്തു കവിൾ ിത്തുപ്പി പാലും എടുത്തു കടിച്ചു TP. to take. ആയുധം എടാതെ KU. not taking arms. എടുത്ത പേററിയെ മറക്കൊല്ലാ prov. the midwife. വായിൽനിന്നു വീണാൽ എടുത്തൂടാ cannot be retracted. വായിൽ എ. to mention; vomit. നാവെടുക്ക to speak. Often to raise, build a house. വീടെടുത്തു TR. in pittoresk phrases nearly superfluous എടുത്തിടുക to put down. സപ്തമതെടുത്തിട്ടേൻ Bhr. എടുത്തു വെച്ചകാൽ മടക്കി വാങ്ങാതെ KR. not stopping back an inch. എടുത്തു കൊടുക്ക KU. to hand over arms with a blessing (work of വാൾ കൊല്ലൻ). പത്തു പണം എടുക്കക്കൊടുക്ക prov. കൈയും കാലും എടുത്തു നശിക്ക to work with hands & feet.

2. to assume, undertake, bear. തടെണ്ടടുക്ക, ചുമടു etc. പണി എ. to do work. പാഷണ്ഡിമതം എടുത്തീടിനേൻ VCh. held heretical views. രക്ഷിക്ക നിങ്ങൾ ക്ഷാത്രധർമ്മത്തെ എടുത്തു KR. according to Cshatria fashion.

3. to take out, choose, buy. പറമ്പ് എ. to acquire a garden. പറമ്പു പററി എടുത്തൊള്ളുകയും ചെയ്തു TR. resumed. നികിതി എടുത്തോണ്ടു (=കൊണ്ടു) പോന്നു to collect taxes. മുതൽ സംസ്ഥാനത്തേക്ക് എടുത്തു TR. confiscated.

4. v. n. to become raised, visible, prominent; often impers. ശരീരത്തിന്മേൽ എല്ല് എ. looks bony. നാടിനരമ്പും എടുക്കവേ KR. മേഘം എടുക്കുന്നു (= കാർ വെക്കുന്നു). തല എടുക്കുന്നു to come to a head. വേമ്പൽ എ. it is very hot. ചെകിള്ക്ക് എ. to become like gills, burst, etc. അപസ്മാരം, കുത്തൽ, പുകച്ചൽ, ചുട്ടപ്പാച്ചൽ എ. to suffer from.

VN. I. old. എടു in എടുപെടുക to be taken.

II. എടുപ്പു 1. raising, taking up. എടുപ്പിന്മേൽ നിന്നിറങ്ങി RC. litter. അവന്റെ എ. എടുത്തു പോയി all that is portable of him = he is dead. 2. harvest, produce. സൎക്കാരിലേക്ക് എടുക്കേണ്ടുന്ന മുതലെടുപ്പു TR. revenue. ഉഴുതാരന്റെ എ. gain. 3. time, turn ഇനിയും ഒർ എ. നീ അവനെ ആശമിപ്പിക്കേണം PT. once more.

CV. എടുപ്പിക്ക 1. to get to take up. എടുപ്പിച്ച

യച്ചാൽ MR. if you send me by palankin. എ'ച്ചിട്ടെങ്കിലും വരും TR. even if not able to walk. പതുക്കേ എ'ച്ചു കൊണ്ടു പോകെ ണം let yourself be borne slowly. വാൾ എ. = ഗുരുകൈയിൽനിന്നു ആയുധം മേടിക്ക. 2. to make to finish, get built, set to work. നമ്മളെകൊണ്ടു തച്ചെടുപ്പിക്കയില്ല. തോര ണം എ'ച്ചു Mud. got up decorations. 3. to collect revenue, as Govt. പണം എ. TR. ദ്രവ്യ ങ്ങൾ കെട്ടി എ'ക്കയും ചിലർ VCh. princes.

എടുത്തുമ്പടി vu. Nāyer-house, see ഇടം, എടം.

എട്ടിയാൻ eṭṭiyāṅ = ചെട്ടിയാൻ; മൂത്തെട്ടിയാ ൻ TR.

എട്ടു eṭṭu T. M. (C. എണ്ടു from എൺ = 5) Eight. എട്ടാലൊന്നു $\frac{1}{8}$. തട്ടാൻ തൊട്ടാൽ എ. prov.

എട്ടടിമാൻ a fabulous animal of the Himālaya (എട്ടടിമൃഗങ്ങൾ Nal.) എ. എല്ലാം വട്ടത്തിൽ നിന്നുഴന്നു CG.

എട്ടാം, എട്ടാമൻ eighth. എട്ടാം എഴുത്തെ ജപി ക്ക Anj. (ഓം നമോ നാരായണായ).

എട്ടിൽപെററ പൊട്ടൻ born in the 7th month, supposed to be perfect in body (എട്ടിലേ തികഞ്ഞീടും VCh.), but deficient in mind.

എട്ടുകാലൻ spider. എ'ൻെറ മട, വല V2. also എട്ടുകാലി.

എട്ടുകൊന്നുമുപ്പറ rate of tax levied in Travancore (3 in 10 out of riceland & 1 in 8 upon produce of gardenland) W.

എട്ടുമിക്ക = അഷ്ടമിക്ക. [കൊടുത്തു KU.

എട്ടുപതിനാലും offerings to Gods ദേവക്കു എ.

എൺകയിൽ 8 spoonsful, a med.

എണ്കോൺ octangular.

എണ്ദിശ (ദിശ) the 8 points. Bhg. എണ്ദിച യും നോക്കി RC. looked everywhere for help.

എണ്ണാങ്കു 8 × 4. എണ്മൂന്നു 8 × 3.

എണ്ണായിരം 8000.

എണ്ണാഴി 8 Nāḷi. എണ്ണൂറു 800.

എണ്ണിരണ്ടായിരം 16000 (Anj.)

എണ്ണുളു eighty എണ്ണത്തിരിക്കോൽ പുര prov.

എണ്ണലം 8 palam (a med.)

എണ്മർ 8 persons. എണ്മർയോഗം the Royal council in Cōlanāḍu, 7 persons with the Rāja.

എൺ eṉ M. T. Number; thought. എണ്ണുറ വൊരു പരമാനന്ദം RS. very high.

എണ്ണ eṇṇa T. M. C. Tu. (എൾ, നെയി) 1. Sesam oil, gen. നല്ലെണ്ണ; എള്ളിലുള്ള എണ്ണ ക ണക്കെ ദേഹങ്ങടെ ഉള്ളിലുള്ളീശപരൻ Anj. 2. oil. എ. കാച്ചുക, തേക്കുക.

എണ്ണക്കുരു N. pr. a tree. (No.)

എണ്ണക്കുടി a cake V1.

എണ്ണച്ചട്ടി frying pan.

എണ്ണപ്പാത്തി vessel for anointing the sick.

എണ്ണപ്പായിൽ (പാശി) Rotala verticillaris. Rh.

എണ്ണം eṇṇam VN. of foll. 1. Number, counting. എ. നോക്കുക to count, എ. ഒപ്പിക്ക to settle an account. എ. ഇല്ലാതോളം, എ. അററ CG. innumerable. പിടി എ. പോകയില്ല stunted fruits are not counted. 2. number, piece, article, even of persons. ഇരിപത്തുരണ്ടെണ്ണം നായന്മാർ TP. ദുററായിട്ടുള്ള എ. പറഞ്ഞുണ്ടാക്കി TR. proffered calumnies. നീരസം ഉണ്ടാവാൻ തക്കവണ്ണം ഒർ എണ്ണങ്ങൾ ഞാൻ നടന്നു പോ യെന്നു TR. as if I had committed any thing to displease you. ചെയ്യേണ്ടു എണ്ണങ്ങൾ duty. എണ്ണവണ്ണം particular account.

എണ്ണുക eṇṇuγa 5. (Te. എന്നു √ എൺ) 1. To count, number എണ്ണിഎണ്ണി കരുകന്നിതായ്വന്നും GnP. 2. to esteem. എണ്ണപ്പെട്ടവർ influential persons. എണ്ണപ്പെട്ട ആളുകൾ TR. (opp. സാധു ക്കൾ). എണ്ണലർ enemies (po.) 3. to recount, relate എണ്ണിപറക to speak diffusely. എണ്ണന്നി തു ചപലം ഇന്നു കേട്ടാൽ CCh. this sad tale.

എണ്ണിക്ക 1. CV. to get counted. 2. VN. എ ണ്ണിക്കകൊടുക്ക to account for, എ. നോക്കു ക to take a list V1. (T. C.)

എണ്മണി eṇmaṇi = എൾമണി.

എണ്മർ, എണ്മൂന്നു see എട്ടു.

എത eda (C. Te. എദു to lie over against, ready for) 1. Boundary, limit എതെക്കെ ത്തു, നടുഎത, വടക്ക് എതയോളവും MR. 2. end, crisis എ തെക്കു ചേക്കു = കത; വെയിലത്തെ എതയും Ti.

എതം eďam No. & So. = എൽ 2. 3, ആക്കം 2. 3. എതക്കേട = എല്പക്കേട.

എതിർ eďir (√ എട്ടു see എത) 1. Opposite, adverse. 2. match, comparable എനിക്കാർ എതിർ എന്നു ചോദിച്ചു KR. ഉടൽ മേരുവിന്നെതിർ മുഴുത്തു RC. like Mēru. കായാവിൻ മലർ നിരയോടെതിർ പേശും കായം Bhg. to vie with. Hence: എതിരാളി opponent, rival; also എതിരി.

എതിരിട equivalent, copy.

എതിരിടുക to oppose, resist.

എതിരേറുക id. കരുതലരോട് എതിരേറും RC.

എതിരേല്ക്ക to advance to meet, oppose.

എതിൎക്കോൽ spike B.

എതിൎക്കൊൾക to come against അമ്പു തനിക്കെതിർ കൊണ്ടൊരു നേരം RS.

എതിൎത്തല enemy.

എതിർ തരിക to meet in battle എതിർ തര വേണ്ടും, എതുതാവെൻ മുഷ്ടിക്കു, എതിർ താ പോകേണ്ടതാവെന്നു RC. [V1.

എതിർപെടുക to meet, oppose; to be opposed

എതിർപൊരുക to fight അചനോട് എതിർ പൊരുതു Bhr.

എതിർമുഖം = എതിൎത്തപുറം V1.

എതിർമുള്ളു breastbone.

എതിർമൊഴി = എതിർപറക V1.

എതിർവാക്കു പറകൊല്ല, എതിർ പേശൊല്ല Anj.

എതിരുക, ൎന്നു (old) പോരാനിണങ്ങി എതിരുന്നിവൻ എന്നറി KR. — Inf. എതിരവേ, എതിരേ 1. Against. അതിന്നെതിരേ വരുവാൻ അടുത്ത ദിനം Bhr. (= നേരേ) 2. early എതിരേയും അന്തിക്കും എഴുതുക, എതിരവേ സേവിക്ക a med. every morning (= പുലർകാലേ V1.)

എതിൎക്ക, ൎത്തു 1. to attack എതിൎത്തു ഞാനും ചെന്നു KR. എതിരിയെതിൎത്തുടൻ Mud. 2. to face, resist എതിൎത്തുനോക്കിക്കൂടാ. — adv. എതിൎത്ത straight, entirely. എതിൎത്ത പച്ച നിറം Ti. quite green.

VN. എതിൎപ്പു opposition; what crosses one's way, phantom, bad omen V1.

എതു eďu (see എത) Limit? or end? ആ വഴിക്കെ വാങ്ങി എതു തീരാഞ്ഞുകൊണ്ടു വീണു (jud.) being too exhausted to reach home.

എത്തുക ettuγa (T. അത്തു, C. T. എട്ടു, Te. എതു, √ എതു) 1. To stretch as far as, reach, arrive പീടികെക്ക് എത്തി, with Dat. അടിയിലേക്കു or അടിക്ക് എത്തി MR. dived to the bottom. മതിലിന്മേൽനിന്ന് എത്തിനോക്കി TR. peeped over. എത്താത്ത മരുന്നു prov. not to be found. ഇവരെ വിചാരം മുഴുവൻ എത്തുകയില്ല TR. will not be accomplished. അതിന്ന് എത്താഞ്ഞിൽ Bhr. if I fail to fulfil the vow. ഭരിപ്പാൻ എത്തുമോ സുകൃതികളല്ലാതെ KR. only a virtuous man can rule such a land (= കൂടുക). എത്തുക ഇല്ലെന്നുറച്ചാർ Bhg. we shall not conquer. എനിക്ക് അവനെ കൊണ്ട് എത്തുകയില്ല no profit. ഇങ്ങനെയുള്ള പുത്രർ ആൎക്കുമേ എത്തികൂടാ CG. (= കിട്ടുക). എത്തീടാ ബാലമരണം SG. (= വരിക). 2. v. a. to reach, obtain. അവളെ എത്തിയില്ല യയാതിക്കും Bhr 1. could not come up with her. നിന്നെ ഞങ്ങളെത്തിയതീശപരാനുഗ്രഹം Bhg. providentially I met thee. സ്ത്രീകളെ എത്തി പിടിപെട്ടു Mud. (generally with Soc.) എന്നോട് എത്തുകയില്ല Bhr. shall not overtake me.

VN. I. എത്തം reach, length.

II. എത്തൽ, എത്തു 1. reaching. എത്തുപെടുമ്പോൾ Sah. when within reach. എത്തുതീരാഞ്ഞു കൊണ്ടു വീണു jud. fell before I could reach. ഒരു എത്തുപാടും ഇല്ല So. there is no getting at him. 2. halting.

CV. I. എത്തിക്ക 1. to make to reach. ആളെ കിട്ടിയാൽ സന്നിധാനത്തിങ്കൽ എത്തിക്കും TR. shall send up. അറിഞ്ഞു വന്നാൽ എത്തിക്കാം report. പട എ. to gather a host. നമസ്കാരം നേൎച്ച എ. to perform, പണം എ. to spend. 2. freq. കാൽ എത്തിക്ക to walk with difficulty, halt, എത്തിച്ചു നടക്ക, എത്തിക്കൽ (= ഏന്തൽ).

II. എത്തിപ്പിക്ക id. എ'ക്കേണ്ടേടത്ത് എ'ക്കാം TR. ചരക്കു നഗരങ്ങളിൽ എ. to transport to.

എത്ര etra, old **എത്തിര** (എ + തിര) What quantity? how much, how many? എത്രച്ച, എത്തെത്ര (distributive) how much to each? എത്രപ്പൊരുതും what measure? എത്രേക്ക for how much? എത്രോടം, എത്രത്തോളം how far? എത്രോട്ടു വരുന്നു MR. how far do you venture! (=stop!)

എത്രയും how muchsoever, very much എത്രയും ഏററം കൊതിച്ചൊരു പുത്രൻ CG. long desired. എത്രയൊ സങ്കടത്തോടെ കരഞ്ഞാലും (pathetically).

എന see II. എന്നു.

എന്നി often = ഇന്നി.

എൻ **eǹ** T. M. Tu. aC. (= യൻ) Obl. case of യാൻ, ഞാൻ T. എന്നാണ I swear by myself (Dat. എനിക്കു & എനക്കു).

എൻപുരാൻ 1. my Lord. 2. എമ്പ്രാൻ a class of sacrificing Brahmans at Nīlêśwaram etc. എമ്പ്രാന്റെ വിളക്കത്തു വാരിയന്റെ അത്താഴം prov. മങ്ങലത്ത് എമ്പ്രാന്തിരി TR.

എൻ പെരുമാൻ B. a low Brahman class.

എന്തു **enδu** T. M. Te. C. (എം + തു) What? also = എന്തിന്നു why? എന്തെടോ താൻ ഇങ്ങനേ പാൎക്കുന്നു PT. എന്തെന്നു, എന്തിട്ടു why? ചെയ്യാഞ്ഞാൻ എന്തേ Bhr. why not do? എന്തായി വന്നു TP. why did you come? അതെന്തെ what for? V1. നിന്ദിച്ചാൽ എന്തേ ഫലം Bhr. അപ്പോൾ എന്തിന്നു പറയുന്നു better leave it undescribed. —

എന്തുവാൻ ഇതങ്ങൊരു ജന്തു PT.

എന്തിരം, എന്തറം, എന്തനം, എന്നണം; എന്തിരം & എന്തറം മാച്ചി vu. No. എന്തപ്പനാഞ്ഞി Cott. — used for the name of something unknown, unremembered etc. ആ എന്തിരം കൊണ്ടു വാ that "thing" there — എന്തിരത്താണ് loc. = what have you come for?

എന്നി **enni**, **എന്നിയേ**, **എന്ന്യേ** (fr. അന്യേ, or ഇന്നി) 1. Without. ചിന്തയെന്ന്യേ KR. (= ഇല്ലാതെ). ഉജ്ജിപ്പതിന്നാം സക്തി എന്നി Bhg. ദുഃഖമെന്നിയേ Bhr. 2. except (= അല്ലാതെ) ഒരുവർ നാവെന്നി വേണ്ടാ HNK. nothing required but one's tongue. ക്ഷത്രിയരിൽ എന്നി മററുള്ളവരിൽ ഇല്ല Bhr. — As conjunction with Inf. ഞങ്ങൾ എന്തറിഞ്ഞു നിങ്ങൾ ചൊന്നതു കേൾക്കയെന്നി Bhr. or with finite Verb. ഒന്നിച്ചിരിക്കുന്നെന്നിയേ ഇരിക്കയില്ല ഞാൻ KR. അവരെ വധിച്ചെന്നിയേ എനിക്കു സുഖമില്ല KR. Absolute: എന്നിയേ ബൌദ്ധന്മാർ തോററാൽ KU. on the other hand, if — അവിടത്തേ അച്ഛന്മാരോടും എന്നിയേ ഉള്ള രാജാക്കന്മാരോടും TR. (= ശേഷമുള്ള).

എന്നിയോ എന്നു ചോദിച്ചു any thing besides?

I. **എന്നു** **eǹǹu** (C. T. എൻറു √ എ) What day? when? ഞാൻ ഒളിച്ചവാറ് എന്നു കണ്ടു AR. എന്നിനി കാണുന്നു Bhr. എന്നു പോൽ യൌവനം ആളുന്നതു CG.

എന്നും, എന്നെക്കും always. എന്നെന്നും വരികയില്ല, വിശ്വാസമായി നില്ക്കുന്നത എന്നെന്നേക്കും നന്നു TR. for ever and ever.

II. **എന്നു** T. M. C. (C. Te. Tu. അനു, see അനോ) past tense of def.V. എന 1. To sound, say, think. ചതി എന്നാർ they called it a cheat. പോ എന്നാൾ etc. the present obsolete; fut. എന്മു. 2. auxV. = ആക, to sound thus, appear thus, be such.

adv. part. എന്നു 1. = ഇതി, ഇത്ഥം, ഏവം S. — പേൎത്തും നീ നീ നീ എന്നു നിന്ദിച്ചു Bhr. abused him, saying: thou!; so: എന്നു പറഞ്ഞു, കേട്ടു, ഓൎത്തു, തോന്നുന്നു & other Verbs of speaking, showing (താ എന്നു ചൂണ്ടി Mud.) or perception & resolution. — also before Nouns: ശിരിക എന്നു തന്നേ പേർ അവൾക്കു Bhr. സീത എന്നെന്നുടെ നാമം KR. നല്ലതു വരും എന്നു നിൎണ്ണയം, എന്നു സിദ്ധം, സമ്മതം, എ. എന്റെ മതം, പക്ഷം etc. ചത്തു പോം എന്നു സങ്കടം SG. ഇരിക്ക എന്നു രാമന്റെ ചൊല്ലിനാൽ ഇരുന്നു KR.

Often with ഇങ്ങനെ, etc. എന്നിങ്ങനേ, എന്നേവം, എന്നിത്ഥം. Also യുദ്ധത്തിൽ മരിക്ക എന്നു താൻ ശത്രുക്കളെ ഒടുക്ക എന്നു താൻ പക്ഷം ഈ രണ്ടും ഒഴിഞ്ഞൊരു ധൎമ്മം ഇല്ല Bhr.

2. = എന്നാൽ or f.i. വിളിച്ചാൽ എന്നു സംസാരിച്ചാൽ കേൾക്കുന്നേത്ര ദൂരം jud.

Comp. with Verbs അല്ല f.i. എന്നു തന്നെ അല്ല moreover; ആക f.i. ഇല്ല പൊറുതി എന്നാക

യാൽ there being no hope of pardon. നിലം അവൻെറ കൈവശമെന്നാക്കി MR. declared it to be his. എന്നെ ശത്രുവെന്നാക്കി PT. അച്ചണ്ണമല്ലെന്നാക്കുവാൻ ആളാർ AR. who can alter it? ലോകങ്ങൾ ഉണ്ടെന്നും ഇല്ലെന്നും ആക്കുന്നതും ഭവാൻ SiPu. thou makest worlds & destroyest them.

— ഇടുക f.i. എന്നിട്ടു considering that, in consequence thereof കാൎയ്യമല്ലെന്നിട്ടുപേക്ഷിച്ചു Nal. seeing its uselessness, he dropped it. എന്നിട്ടും nevertheless.

— ഇരിക്ക f.i. എത്ര എന്നിരിക്കിലും in whatever measure. എന്നിരിക്കുമ്പോൾ when it happens, that —; also: എന്നിരിക്കുന്നൊരു മികിൽ, എന്നിരിക്കേ under such circumstances.

— ഇല്ല, ഉണ്ടു f.i. അരുതെന്നില്ല Bhr. I cannot say: no. വരുന്നെന്നുണ്ടോ, വേണം എന്നില്ല. ഇന്ന ജാതി എന്നില്ല ശംഭുസേവനം ചെയ്യാൽ SiPu. it matters not of what caste you are. ഇന്നതു ചെയ്തീടാവു എന്നില്ലാത്തവൻ SiPu. unconcerned about any law.

— വരിക f.i. കരങ്ങിനെ അയക്കകൊണ്ടു അവർ അല്പന്മാർ എന്നു വന്നു KR. their sending a monkey proves that — സുബുദ്ധി ഇല്ല എന്നു വരും, എൻെറ പ്രയത്നം നിഷ്ഫലം എന്നു വരരുതു it must not turn out vain labour. ധൈൎയ്യവാൻ എന്നു വരുത്തീട്ടുവാൻ ഇതോ നല്ലു Nal. is this the way to prove your courage? വെറുന്നിലത്തു കിടക്കെന്നു വരുത്തി ദൈവം Bhr. God brought it about, that we must.

— വെക്ക f.i. ദുഷ്ടൻ എന്നു വെച്ചു കൊന്നു (= എന്നിട്ടു). നമ്പ്യാർ എന്നു ഞാനോ വെക്കയില്ല TP. I shall no more dub you N. നമ്പ്യാർ എന്നു വെച്ചാൽ നമ്മുടെ ഒരു പ്രവൃത്തിക്കാരനാകുന്നു TR. as for the N. he is but my servant (= എന്നാൽ). സാഷ്ടവൎക്കു കല്പന എന്നു വെച്ചാൽ നാം വരികയും ചെയ്യാം TR. Often with relatives കല്പന ഏതു പ്രകാരം വരുന്നു എന്നു വെച്ചാൽ അതിൻവണ്ണം കേട്ടു നടക്കാം TR.

— വേണം f.i. ഹേതുവെന്തെന്നു വേണമല്ലൊ KU. you wish to hear, why.

— വേണ്ടു f.i. മരിച്ചാൻ എന്നേ വേണ്ടു Bhr. it must be said at last: he died. ദുഷ്ടൻ എന്നെ വേണ്ടു truly a bad man! എന്നു വേണ്ടാ "in short".

With Nouns: എന്നേ വിശേഷമേ നന്നിതെടോ സഖേ Bhr. indeed well done! എന്ന സുഖമേ, എന്ന കഷ്ടമേ etc. that's a joy! what a grief! എന്നേ ഗുണം വരൂ Mud. thus only can you be saved. എന്നേ തൃപ്തി ഉള്ളൂ PT.

Cond. എങ്കിൽ, എന്നാൽ 1. if so, then = ആയാൽ, ആകിൽ f.i. നില്പനില്ലെങ്കിൽ ഞാൻ കൊല്ലുന്നുണ്ടു KR. if you are for fighting. ദേശം ഇല്ല എങ്കിൽ ഗൃഹമേ പോരും Bhr. എങ്കിൽ വരിക well then come! എന്നാൽ അവനെ വരുത്തുക VetC. — ചോദിച്ചു എങ്കിലോ what if you did ask? perhaps you should ask. — Amplified തിരുവുള്ളം ഇല്ലെന്നാകിൽ, എന്നു വരുന്നാകിൽ Bhr. ഭക്തി ഉണ്ടെന്നായിട്ടിൽ AR. എന്നു വന്നു പോയാൽ Mud. if unfortunately. — 2. എന്നാൽ & എങ്കിൽ stand often in the beginning of treatises എങ്കിൽ കേട്ടുകൊള്ളുക, എങ്കിലോ കേട്ടാലും Bhr. hear then! രാജാവവൎകൾക്കു സലാം എന്നാൽ TR. what I have to say is as follows (heading of letters). Also at the close before the date എന്നാൽ കൊല്ലം ൯൭൦ etc. "so done in the year etc." 3. എന്നാൽ is often connected with Interrog. pronouns ആയ്തു എന്തുകൊണ്ടെന്നാൽ MR. the reason for this is as follows. എത്ര മണിക്കുവരാൻ കല്പന എന്നാൽ വരാം TR. at the hour you wish. 4. in that case, but. സൃഷ്ടിസ്ഥിതിസംഹാരാദികൾ ചൊല്ലി സ്തുതിക്കാം എന്നാൽ അതു സ്തുതിയാവുന്നു കൂടാ VilvP. I might attempt to praise, but it could hardly be called praising. 5. viz. that is to say or തിട്ടു എന്നാൽ തിണ്ണമേൽ, നാം അവൎക്കു എ. പട്ടൎക്കു കൊടുക്കാം, കത്തുമെയ്യു തട്ടിയതു എ. കൊള്ളുന്നതു ഞാൻ കണ്ടു, വരുത്തി എന്നാൽ വിളിച്ചു jud. No.

Concessionals: എന്നാലും, എങ്കിലും even if so, although. കണ്ടു എന്നാലും കട്ടുകൊണ്ടു പോകയില്ല PT. though I should find something. എവിടെ എങ്കിലും wheresoever. ഇന്നെങ്കിലും

this time at least. അസ്സിൽ എന്നാലും കിട്ടും KeiN. even at night. വേണം എങ്കിലും വരാവു however much wanted. Amplified എന്നാകിലും, എന്നു വന്നാലും etc. double: ആണുങ്ങൾ എങ്കിലും പെണ്ണുങ്ങൾ എങ്കിലും ആരെയും സമ്മതിച്ചീടൊല്ലാ കാണ്മാവാൻ KR. permit neither men nor women. എന്നെ എന്നാകിലും എന്നുടെ സോദരൻ തന്നെ എന്നാകിലും ഒരുത്തു ഭുജിക്ക നീ DN. eat either me or my brother.

adj. part. എന്നു, എന്നുള്ള (fut. എന്മു) such, that ഞാൻ എന്ന ഭാവം the thought of I, of self. വെല്ലാം എന്നൊരു ചമയത്തോടെത്തു RC. പുത്രൻ ഉണ്ടായെന്നുള്ള സന്തോഷത്താൽ KR. the joy of having a son. എന്നപോലെ in like manner as, എന്ന നേരം, എന്നപ്പോൾ എന്നവാറെ whereupon. എന്നേടം, എന്നളവിൽ RC. when he said. എന്നോളം ധീരൻ CG. so bold as to say.

part. Nouns a., രുരു എന്നവൻ Bhr. = രുരുനാമാവ് the person called Ruru. അതു എന്നതു പരൻ Tatw. the word "it" signifies God. വന്നിരക്കുന്നവർ എന്നവരെയും കൊല്ലുമോ KR. does one also kill suppliants? കൊല്ലുന്ന ജന്തുക്കളെ കൊല്ലുകെന്നതേ വരൂ Bhr. dangerous beasts are of course killed. b., എന്നതു = ആയതു. എന്നതുകൊണ്ടു കുടിച്ചു ഞാൻ Nal. consequently I drank. എന്നതു പോരാ VCh. and what is more. എന്നതിന്റെ ശേഷം after that etc.

adv. part. fut. എന്മാൻ (rare) അരുത്, എന്മാനരുൾ ചെയ്തു Bhr. (= എന്നു). കൊല്ലും എന്മാനും ഇല്ല KR. nor does it follow that. ആചാരമല്ലെന്മാൻ എന്തുമൂലം CG. രണ്ടു ക്ഷേത്രങ്ങളും തുല്യാകാരങ്ങൾ എന്മാൻ ഹേതുവാകുന്നതു Gan. the reason why both figures are equal.

Inf. എന = അനേ 1. forms many Adverbs ചിക്കെന, വട്ടന, ചെറുങ്ങെന etc. 2. it serves for hypothetical affirmation, അവൻ ഇപ്പോൾ ഉണ്ടെങ്കിൽ തലപോയെനേ it would have cost him his head. (vu. പറഞ്ഞിനായിരുന്നു = പറഞ്ഞേനേ — ആ.) 3. with past part. a kind of Imper. വാതിൽ തുറന്നെന TP. open!

എപ്പുറം eppuṟam What side? (എ) V1.

എപ്പേരും eppērum (എ) Every one, എപ്പേരപ്പെട്ടതും, എപ്പേരിൽ പെട്ടതും of whatever description, all included (doc.) ചന്ദനാദിസനങ്ങളെത്താമെപ്പേരുമേ Mud.

എപ്പോൾ eppōḷ (പോഴ്) What time, when? also എപ്പോഴേക്കു, എപ്പോഴുതു; with ഉം always.

എമൻ emaǹ Tdbh. യമൻ f. i. ഭയങ്കരനായൊരെമനെപ്പോലെ KR.

എമ്പ്രാൻ embrāǹ see എൻപുരാൻ. [po.

എമ്പ്രാദോർ Port. Emperador, emperor. Nazr.

എമ്മൻകിടാവു (എമ്മൾ = നമ്മൾ) N. pr. Minister of Côlattiri.

എയ്തുക, യ്തി eyδuγa T. a M. To get, obtain (= എത്തുക 2.) എയ്തലാം ഇലങ്കമാനഗരം, എയ്തിനാർ അമരർ ആലയങ്ങൾ, അഴകാന്തപൂജകളും എയ്തി (performed) RC.

എയ്യുക, യ്തു eyyuγa T. M. (C. Te. ഏ, എച്ചു, എഋച്ചു) To shoot an arrow, ബാണംകൊണ്ട് അമ്പനെ എയ്തു, കഴുത്തിൽ എയ്യാൻ Brhm.; also with double Acc. ഒരായിരം ശരം എയ്യാൻ കൃതാന്തനെ UR. fig. കണ്മുനയെത്തല്ലകൊണ്ട് എയ്തുനിന്നാൾ SiPu. —

CV. എയ്യിക്ക. [to practise archery V1.

VN. എയ്ത്തു shooting, also എയ്തു പയറുക

എയ്യൻ (C. Te. ഏട്ടു) porcupine, hedgehog MC.

എയ്യമ്പന്നി — its quills എയ്യമ്പുള്ള.

എയ്യമ്പുല്ലു see ഏരകം.

എരിക്കു erikku T. M. (Tdbh. അൎക്കം, or എരി foll.) Calotropis gigantea. വെള്ളെരിക്കു white flowered swallow wort, Siva's flower, Anj. എരിക്കില a med. എരിക്കിൻപൂ GP. എരിക്കുമാല wreath of Siva.

എരി eri & ഞെരി T. M. Te. (C. Tu. ഉരി) Heat, burning, pungency. പുരം എരിചെയ്യതിനു Bhr. എരിചിതറിനമിഴി RC.

എരിക്കിഴങ്ങു green ginger ഇഞ്ചി.

എരിക്കൊള്ളി firebrand.

എരിതീ burning flame.

എരിപുളി hot curry with buttermilk.

എരിപൊരി extreme heat of body എ. കൂട്ടുന്നു Nid. എ. സഞ്ചാരം പിടിക്ക med.

എരിമരം = എരിപൊള്ളി, also wood which ignites easily.

എരിമീൻ a fish V1.

എരിയുക v. n. To burn എരിയുമഗ്നി KR. ഊതിയാൽ എരിയുമോ PT. എരിഞ്ഞുപോയി it is consumed; too pungent. fig. സുതവിരഹ ത്താൽ എരിയുന്ന മനം KR.

VN. I. എരിവു (എരുവു vu.) 1. pungency. മുളകി ന്ന് എ. വെച്ചു ripe for pickles. 2. zeal. എ രിവുകാരൻ vehement, zealous V1.

II. എരിച്ചൽ id. of eyes, mouth burning from pepper. എരിച്ചകറി (vu. എരിശ്ശേരി) a very hot curry.

എരിക്ക v. a. 1. To kindle fire, as smith; ignite iron. 2. to burn മുപ്പുരം എരിച്ചവൻ Siva. നാഥം കണ്ടിച്ചു തീയിൽ എരിച്ച മതി യാവു PT. 3. to hiss as rocket, snake. എരിച്ചു കത്തുക to go off like wet gunpowder.

VN. എരിപ്പു V1. flame; torch.

CV. എരിപ്പിക്ക V1.

എരുമണം (എരിവു) smell as of pepper, observed in some soils, unfavourable to cocoanut planting.

എരുളി (എരിവു, പുളി) = എരിപുളി.

എരിമ erima എരുമ T. M. C. Te. (Tu. എരു m., എമ്മ fem.) Buffalo, chiefly the cow = കാലി (m. പോത്തു). എരുമപ്പാൽ അതിശ്ശൈത്യശീതളം താനും ഏററവും GP.

മലയെരിമ 1. jungle buffalo. 2. med. moonplant on Himālaya (പട്ടവതി S.)

എരുമക്കള്ളി a milkplant Ericyne V1. also എ രുമനാക്കി Rh.

എരുമക്കാരൻ buffalo driver or keeper.

എരുമാൻ (prh. എരു bullock?) N. pr. a caste of masons (2988 in the Taliparamba Tāluk മൺചുമർ വെക്കുന്നവർ) = കോലയാൻ.

എരുതു erudụ T. M. C. Te. (Tu. എരു like prec.) 1. Bullock, ox = നല്ലകാള, മൂരി, chiefly as beast of burden സാമാനം എരുതിന്റെ പുറ ത്തു കയററി TR. വെള്ളെരുതിൻ മുതുകേറി AR. fig. എരുതു ഭാരങ്ങൾ ചുമന്നിട്ടും പിന്നെ കരുണ കൂടാതെ അടിക്കുന്നെന്തിന്നു KR. എരുതാക്ക to geld; to unman. So. 2. red? (aT. Te. എരു = എരി) എരുതേ So. early in the morning.

എരുതുക്കാരൻ bullock driver.

എരുത്തിൽ bullock house (from obl. or compos. case എരുത്തു).

എരുന്തു erundụ T. M. & എരിന്തു Shellfish in rivers എ. തപ്പുമ്പോൾ നില തെററി MR.

എരോപ്പ Port. **Europe** in N. pr. of plants എ' കൈത, എ' ത്തുമ്പ, എ' പ്പൂള; also എ. പുരൽ weaver's reed TR.

എറ see ഇറ.

എറി eṟi T. M. A throw = ഏറു f. i. എറിയിടുക; എറിക്കണ്ണൻ frowning, coquetting.

എറിയുക to throw, fling ഓരി എറിഞ്ഞാൽ ഫാാ കാക്ക prov. വാൾ കൊണ്ട് ഒന്നെറി ഞ്ഞു Bhr. with Acc. of the person hit പാറ കൊണ്ട് എ. നിരിഭല തിങ്കൾ താന്നേ CG. ന മ്മെ എറിഞ്ഞുകളഞ്ഞു, കാട്ടിൽ എറിഞ്ഞേച്ചു CG. abandon. എറിഞ്ഞുപറക V1. to talk as if throwing stones at once. ഒട്ടുക്കല്ലെറിഞ്ഞു നോക്കി Bhg. an angry Rāxasa. —

VN. ഏറു q. v.

എറിയൽ, V2. എറിവെള്ളാടൻ = ഇറവുള്ളാളൻ [hawk.

CV. എറിയിക്ക, as ചീന്തിച്ചെറിയിച്ചാൻ Mud.

എറിക്ക eṟikka T. M. 1. (No.) To protrude. 2. B. to shine as sun (= എരി?). 3. to remove the bark from timber, rough hew for sawing V1. മുറിക്കുന്ന മരം എറിക്കുന്ന ചിലർ KR.

എറുമ്പു eṟumbụ T. M. (C. ഇരുമ്പു, see ഇ — & ഉ —) Ant.

എറുമ്പൊഴുക്കൽ line of hair on the belly (loc.)

എററു eṯṯụ T. M. (from എറി, ഏറു; C. Te. ഏട്ടു) 1. A blow, chiefly beating clothes = അലക്ക. 2. sprinkling of water (വെള്ളം തളിക്ക) a ceremony performed by വണ്ണാൻ 3rd day after birth, 7th day after death; & followed by change of raiment എററും മാററും KU. 3. trap, snare എററുവെക്ക V2. (see ഏററു 4).

എററുക 1. To throw, as with sling, fillip, propel, spirt (= കടയുക) ശര കൈകൊണ്ടു എറിനാൻ Bhr. കല്ലെടുത്തെററിയും തല്ലിയും Anj. (രാമൻ) എയ്യുന്നതും വലി തോളിൽ എററുന്നതും കണ്ടുകൂടാ KR. 2. to beat hard B.

എലാഞ്ചുക elāṉǰuγa To be agitated as water in a halffilled vessel (ആഞ്ചുക), also ഓലാഞ്ചുക.

എലി eli 5. (C. ഇലി) Rat, mouse; കാട്ടെലി = പെരിച്ചാഴി, ചുണ്ടെലി small mouse.

എലിക്കത്തിരി, എലിക്കണി rat-trap (of iron).

എലികരൾച്ച gnawing of mouse.

എലിക്കാട്ടം (കാഷ്ഠം) used med. MM.

എലിച്ചുവട a perfume, വ്യാഘ്രനഖം.

എലിച്ചെവി (= മൂഷികപർണ്ണി) Evolvulus emarginatus or Salvinia cucullaris Rh.

എലിത്തടി Pothos pertusa Rh. [roof.

എലിനടകൾ, എലിക്കോൽ, എലിവാട parts of

എലിപ്പച്ച Tantr. a plant. [arsenic.

എലിപ്പാഷാണം, — മരുന്നു, — വിഷം ratsbane,

എലിമഞ്ച, എലിപ്പത്തായം rat-trap (of wood).

എലിമട rat-hole, also എലിപ്പൊത്തു.

എലിമുള്ള Spinifex squamosus Rh.

എലിവിൻപശ see ഇലവിൻപശ med.

എലുമിച്ച elumiččа T. Palg. Lemon tree, med.

എലുമ്പു elumbu T. M. C. (C. Te. എമുക) Bone. എല്ലും എലുമ്പും പുറപ്പെട്ടിരിക്കുന്നു very lean, നട്ടെലിമ്പു spine.

എലുമ്പൽ small bone. [ഭേദം Bhr.

എല്ലു Tu. M. bone നിന്റെ എല്ലെല്ലാം നുറുക്കുക

എല്ലുകാമ്പു, — കഴമ്പു marrow = അസ്ഥിസാരം.

എല്ലുകൂട്ടം skeleton V2. [whites.

എല്ലുരുക്കം, എല്ലുരുകിവാച്ച gonorrhœa, the

എല്ല ella (So. എല്ലു) T. M. C. Te. Limit = എതർ.

എല്ലെക്കുൾപ്പെടുത്തുക to circumscribe (dict.)

എല്ലാം, എല്ലാവും (neg. of എല്ല) unbounded, all. adj. noun, adv. എല്ലാററു obl. also എല്ലായിലും ഇളയ TP. youngest = എല്ലാററിലും. — ആർ എല്ലാം who all? എന്തെല്ലാം കാച്ചവെച്ചു KU. എല്ലാംകൊണ്ടും anyhow.

pers. n. എല്ലാവരും, — രും.

എല്ലാ (വി)ടവും everywhere. [daily.

എല്ലാപ്പൊഴും (old എല്ലാപ്പോഴും V1.) always,

എല്ലീരും T. a M. you all (Pay.) [എഴുതി TR.

എല്ലോ ellō = അല്ലോ Is it not? എന്നും എല്ലോ

എവംഗലിയോൻ Syr. Gospel V1.

എവിടത്തു, എവിടെ eviḍe (എ) Where? Dat. എവിടേക്കു, — ടെത്തെക്കു whither?

എവിടേയും anywhere. [Bhr.

എവിടെത്താൻ (vu. എവിട്ടെത്താൻ) = എങ്ങൊൻ

എപ്പിടം what place, passage? രാമായണത്തിൽ എപ്പിടം കഥ നല്ലു KU.

എപ്പണ്ണം how?

എപ്പുഴി CG. whither? [ശോദയും CG.

എശോദ eśōda Tdbh. യശോദ f.i. താനുമെ

എളന്ത eḷanda, എളുന്ത A plank V1.

I. **എളി** eḷi So. Loins = ഒടി; ഉടുപ്പു എളിയിൽ തിരുകുക So. = ഉടുക്കു; എളി ഒടിക break the back V1. (= thin part).

II. **എളു** T. M. (comp. ഇള) To be light, slight. adj. എളിയവൻ in prov. opp. to വലിയവൻ; നാട്ടിൽ എളിയോരും വലിയോരും വന്നെന്നെ TP. high & low came to woo me. വേണ്ടുകിൽ എളിയതും ചെയ്യാം prov. what is mean; എളിയ മോഹമല്ലെനിക്കു KR. not a small desire.

Neuter എളുതു 1. mean, slight താൻ ഓട്ടെളുതായാൽ prov. അവന്റെ സുകൃതം എളുതല്ല Nal. no small luck. അത്തൽ, മോഹം എ. KR. 2. easy പാലിപ്പതിന്നു, നന്നാക്കുവാൻ ഒട്ടുമേ എളുതല്ല, അതിന്നു എളുതു നിരൂപിച്ചാൽ Mud. So often with Dat. ഭക്തികൊണ്ടൊഴിഞ്ഞു എളുതല്ല മോക്ഷത്തിന്നു.

VN. എളിമ lowliness. [കാന്ത്യം RC.

എ'പ്പെടുക to humble oneself V1. എളുമപ്പെടുഴ

എളിമക്കാരൻ humble.

VN. എളുപ്പം (also എളിവു V1.) 1. facility, brevity; easy. എളുപ്പത്തിൽ തരാം easily. എന്നു അറിവാനുണ്ടു ചില എളുപ്പം Gan. കീഴെട്ടു പതിപ്പാനും എത്രയും എളുപ്പമാം PT. 2. also = എളിമ f.i. കുട്ടികൾ കേളവിന്നു എളുപ്പം വിളിച്ചു TP. joked at K.

എൾ eḷ 5. (what is slight) Sesam. എള്ളും പയറും എറിക to sow, വെട്ടുക to reap. പറമ്പിൽ എള്ളുണ്ടാക്കി MR. എൾപൂവിന്നഴൽ ഉണ്ടു നാസികെക്കു ഒപ്പം വരായുകയാൽ Prahl.

എള്ളോളം ഇല്ല not a bit. എൾ is prov. for every thing slight എള്ളു ചോരുന്നതു, എള്ളോളം തിന്നാൽ, എള്ളും ഉള്ളും prov.

എണ്മണിപ്രായം (=$\frac{1}{8}$ of നെന്മണി) smallest measure ശരങ്ങളാൽ അവററെ എ'മാക്കി AR. = നുറുക്കി (also എൾപ്രമാണം).

എള്ളിടുക offering of Sesam to the dead.

എള്ളെണ്ണ = നല്ലെണ്ണ Sesam oil.

Kinds: ചിററെൾ, the oil used for the body.
കാരെൾ for common oil.
ബൊമ്പായെള്ളു white variety.
കാട്ടെള്ളു wild Sesam.
മയിലെൾ a tree yielding no oil.

I. എഴ eḷu (VN. of foll.) T. M. 1. Height ആഴിയിൽ എഴുതിര പോൽ RC. rising wave. 2. prominence മൂക്കിനു നല്ല എഴവുണ്ടു V1. right size. എഴവുകാരൻ well made. 3. by-gains V1. produce B. 4. = എഴുക club വൃത്രൻ ഇരിപ്പെഴമങ്ങെടുത്തു Bhg. കന്തം ഇരിപ്പെഴുകി വററാൽ പട RC.

II. എഴു = എഴ് Seven. എഴുവർ 7 persons. എഴുരണ്ടു 7×2 see അവനി. എഴു മൂന്നു 7×3. എഴുപതു 70. ഇല്ലത്തെക്കു് എഴുപത്തഞ്ചും കെട്ടും prov. എഴുനിലമാടം house of 7 stories. എഴുനൂററന്മാർ Rom. Catholics from Nāyer castes, Coch.

എഴുക, ന്നു eḷuγa T. M. C. (Tu. എര, ലക്ക Te. എക്കു, ലെ) 1. To rise താണ കണ്ടത്തിൽ എഴുന്ന വിള, എഴുന്ന ഊക്കിന്നു തുള്ളിയാൽ prov. ആനന്ദവാരിയിൽനിന്നു മെല്ലെന്നെഴുന്നു നികന്നു CG. മന്നവർ പോരിൽ എഴുന്നു വരികിൽ Bhr. പൊടി എഴുന്നിരിക്കും a med. (in leprosy). Inf. പൂമേനിതാനെ എഴത്തുടങ്ങി CG. തെളിവെഴവിനവി RC. asked clearly. 2. to come. എഴുന്തീ forest fire, spontaneous. വാതത്താൽ എഴുന്ന നോവു a med. (=ഉളിച്ചു). പള്ളികൂപണം എഴുവാൻ ഉണ്ടു V1. (hon.) 3. to be high എഴുമെഴും പാവ പോലെ RC. tall big bird. As hon. auxil. in ചൊല്ലെഴും celebrated വാണെഴും, ഏറാം എഴുന്ന പീഡ CG. ദേവമപ്പൊരുമായി എഴുന്നള്ളുവൻ Vil. മിനത ഒഴിഞ്ഞെഴും നാരായണൻ (Matsj.) = ഉള്ള.

എഴുമ്പുൽ (3) large grass B. എഴുമ്പുല്ലിൽ ഒളിച്ചു So.

VN. (T. എഴുച്ചി) പതിപ്പോളം നേരം എഴിച്ചമെപ്പെട്ടു KR. = rising. also എഴുമ RC.

എഴുകു eḷuγu = എഴു 4. q. v.

എഴുതുക eḷuδuγa T. M. (fr. prec. = ചായം കയറുക) 1. To paint ചിത്രങ്ങൾ എഴുതിയ ഭിത്തി VCh. മുളകെഴുതുക a torture. കഴമ്പാക്കി കണ്ണിൽ എ. MM. കളികയാക്കി മുലപ്പാലിൽ എ. a med. (into the eyes).

2. to write; a native book is to be written according to the rule എള്ളിട, നെല്ലിട, വെല്ലം, നെല്ലി leaving a sesam width between the letters, a rice grain's distance between the lines, making the left hole of the leaves square, the right round. With Dat. പോയ വർത്തമാനത്തിന്നു് എഴുതി wrote to me about his having gone. Double Dat. ആ അവസ്ഥെക്കു നോംക്കു എഴുതി TR. wrote to me about it. നൊമ്മെകൊണ്ടു് ഇല്ലാത്ത അവസ്ഥകൾ സംസ്ഥാനത്തിലേക്കു് എഴുതി അയച്ചു reported falsely about me. ആ കാൎയ്യം തൊട്ടു് എ.

എഴുതി അയക്ക, വിടുക to write to one. ശേഷം അവസ്ഥ എഴുതിയ്യുട്ടതിൽ ആകുന്നു TR. in the letter sent.

എഴുതിക്കുത്തിയതു = തലയെഴുത്തു.

എഴുതിക്കൊടുക്ക to give on lower tenures TR. ദ്രവ്യത്തിന്നു എ'ത്തു TR. obtained money by mortgaging, so നടപ്പിന്നു് എ.

എഴുതിവാങ്ങുക (=എഴുതിക്ക) to take land on lower tenures കഴിക്കാണത്തിന്നു് എ'ങ്ങി MR. but also എന്നോടു എഴുതി വാങ്ങി jud. took down my deposition.

എഴുതിവരിക to be written. എന്നിങ്ങോട്ടു് എ'ന്നു TR. they wrote to me that. അവിടുന്നു് എ'ന്ന പ്രകാരം as I hear from thence.

എഴുതിവെക്ക to write deliberately, sign അതിന്നു നമ്മുടെ കയ്യൊപ്പു താഴെ എ'ച്ചു TR.

3. to learn. എഴുതിക്കയറി വന്നാൽ coming home from school.

CV. എഴുതിക്ക 1. to cause to paint or write, teach അരിയിൽ എ. first lesson. 2. to obtain a document. ഒറ്റിയാക എ'ച്ചു കൊണ്ടാൻ TR. purchased the house on Otti tenure. വലെച്ചു നിലം എ. tortured him till he gave up the field. അമ്മാവനെ കൊണ്ടു ഉഭയങ്ങളും പറമ്പുകളും എന്റെ സ്ഥാനങ്ങളും ചെമ്പോലയിൽ എ'ച്ചു TR. made him to sign away my property etc. എഴുതിക്കൊടുത്ത മെയ്യും എഴുതിച്ചു കൊണ്ട മെയ്യും അറിയും സാക്ഷി (doc.)

എഴുത്തു 1. picture, painting. കണ്ണെഴുത്തു po. 2. writ, letter. (= അക്ഷരം, ലേഖനം) എഴുത്തും കുത്തും കൊടുത്തയക്ക prov. പുറത്തെഴുത്തു the address. 3. learning, കുഞ്ഞനെ എഴുത്തിന്നു കൂട്ടുക to take as pupil. എഴുത്തും ശാസ്ത്രവും പഠിക്ക (prov.)

Hence: എഴുത്തച്ഛൻ schoolmaster, teacher = എഴുതിക്കുന്നവൻ.

എഴുത്തൻ 1. writer = എഴുത്തുകാരൻ, ഓല കളഞ്ഞോൻ എഴുത്തൻ prov. 2. adj. painted, പൊന്നെഴുത്തൻ ചേല, കൈയെ. etc. CG.

എഴുത്താണി style, iron pen. എ. കൊടുക്ക to raise to the dignity of Mēnōn.

എ'മൂർഖൻ poisonous snake in houses, with white rings (= വെള്ളിക്കെട്ടി).

എ'വാലൻ the ചേര snake (huntg.)

തേഴ. an ornamental style.

എഴുത്തുകുറി, എ. ക്കുറി letter = ചീട്ടു.

എഴുത്തുപള്ളി, vu. എഴുതപ്പള്ളി school.

എഴുത്തുപിഴ, എ' വീഴ്ച writing fault.

എഴുനീല്ക്ക, eḷunīlka (old) എഴുന്നീല്ക്ക prob. = എഴുന്നാറില്ക്ക, past എഴുനീറ്റു (RC. എഴുനിന്നു) എഴുന്നേറ്റു Mud. & So.; vu. എണീട്ടു, എണീച്ചുസമയം MR. To stand up, rise. ഉണന്നെഴുനീറ്റു Bhr. return to life. — ഉയിർത്തെഴുനീല്ക്ക to rise from the dead — Christ.

VN. എഴുനില്പു. rising. ഉയിർത്തെഴുനില്പു resurrection — Christ.

CV. എഴുനില്പിക്ക to raise; also with short ഇ; പിടിച്ചെഴുനില്പിച്ചിരുത്തിനാൻ KR. മരിച്ചവരിൽനിന്നു എ. to raise up from the dead — Christ.

എഴുന്നരുളുക eḷunnaruḷuγa T. M. (എഴുക) gen. എഴുന്നെള്ളുക (already RC.) To go or come, proceed (hon. of Gods & kings). എഴുന്നള്ളിനാൻ CG. in Bhr. പള്ളിവേട്ടെക്ക് എഴുന്നെള്ളിനാൻ & എഴുന്നരുളി (എഴുന്നെൾവാൻ KR.) എഴുന്നെള്ളിയ മുമ്പാകെ ചെന്നു TP. came before the king.

എഴുന്നെള്ളിയേടം the presence of the king, the king, His Majesty = തിരുമുമ്പു. എ'ത്തെ വക TR. property of your Majesty. എ'ത്ത് ഉണർത്തിക്കേണ്ടും അവസ്ഥ letter to HM. എ'ത്തേക്കു കൊടുത്തു. The Abl. is hon. used as Nom. എ'ത്തുന്നിന്നു കല്പിച്ചു (doc.) the king commanded. എ'ത്തുന്നുമായുള്ള കാര്യങ്ങൾ our concerns with the Rāja. തീപ്പെട്ടു പോയ എ'ത്തിന്നു വരിക്കുമ്പോൾ TR. in the time of the late Rāja! Other forms എഴുന്നരുളീട്ടന്നേടത്തുന്നിന്നു, എഴുന്നെള്ളിയിരുന്നരുളീട്ടന്നേടത്തുന്നിന്നു TR. (hon. amplified).

എഴുന്നെള്ളിയേടത്താന്മാർ, vu. എള്ളിയേടത്താന്മാർ Brahman class at Taḷiparambu.

എഴുന്നരുളത്തു, എഴുന്നെള്ളത്തു 1. procession. പുരവാസിജനം എ. കേട്ടു Bhr. എങ്ങെഴുന്നെള്ളത്തു UR. whither do you go? 2. king. കിഴക്കേടത്തെഴുന്നെള്ളത്തും നാട്ടുകാരും കൂടി TR. എഴുന്നെള്ളത്ത് ഒപ്പരം കിഴിഞ്ഞാലിൻ TP. come with me. എ'ത്തോടു കൂടെ TR. with the king. എ. പുറപ്പെടുന്നില്ല TR. the Rāja will not set out.

CV. എഴുന്നള്ളിക്ക, — ന്നെള്ളിക്ക to carry in procession, as an idol തിടമ്പു. അമ്പെയ്, a sword. ഉറുമി എ'ച്ചുംകൊണ്ടു പോരുന്നു TP. ആനപ്പുറത്ത് എ. also on car or Brahman's shoulder. [ണ്ടിൽ എ'യും ഉടയവർ RC.

എഴുമ eḷuma T. M. (VN. of എഴുക.) Height വീ

എഴുമ്പുക eḷumbuγa T. SoM. = എഴുക. only in KR. പരിമളം പാടേ അങ്ങെഴുമ്പവേ.

ഏ Ē

I. ഏ ē5. A particle, which 1. forms local adverbs മേലേ, പിന്നേ; അന്യഭാഗാമേച്ചെന്ന Nal. — temporal adv. മുമ്പേ etc. others കൂട്ടമേ, നന്നേ, നേരേ truly, സുഖമേ. 2. serves for composition മുമ്പിലേ പട്ടം first chapter, മേലിലേ വിശേഷങ്ങൾ Bhr.; hence the Gen. എൻേറ etc. 3. emphatic. ആരാലുമേ വരാ Bhg. by none whatever. എപ്പേരുമേ Mud. ബാലന്മാർ ഒക്കയുമേ SG. and ഒക്കവേയും KR. കൊല്ലുമേ ഇവൻ Bhr. Interj. പുടവകൾ നല്ലവതാരേ നാഥ Bhr. കട്ടിക്ക എന്തായേ MR. 4. restrictive പാപമേ കാരണം CG. sin is the only cause, ഇത്രവേ ചൊല്ലാം KR. but so much. ചെറുപ്പത്തിലേ already in infancy. കല്പന ഉണ്ടെങ്കിലേ വരും TR. Esp. with 2nd futures രണ്ടെ ഉള്ളു, ചെയ്യേ കഴിയു, പുറപ്പെട്ടൂപ്പിച്ചേ ഇരിക്കാവു KU. മുടിക്കിലേ കോപം തീരു CG. 5. commanding ചെയ്യേണമേ (also prayer) ചെയ്യരുതേ, ചെയ്യല്ലേ, ആരിച്ചീടൊല്ലായേ Nal. 6. interrogative after Neg. അല്ലേ is it not? വന്നുകൂടേ cannot? നിണക്കു നാണം ഇല്ലേ Bhr.

II. ഏ ē5. interrog. pron. (= എ) What? ഏവണ്ണം TP. how? (= എവ്വണ്ണം) ഏതു q. v.

ഏകം ēγam S. One; single, unic, united. ഏകമാരി എല്ലാർക്കുപ്പെട്ടതും (doc) all & each property, ഏകമായി jointly; singly. — fem. ഏക f.i. ഏകൈകപെരികാലും, (also ഏകിക്ക പെരുന്നാൾ) KR. [animous.

ഏകചിത്തൻ thinking only one thing; un-

ഏകഛത്രം etc. see ഛത്രം. etc.

ഏകത, ഏകത്വം oneness = ഐക്യം.

ഏകതാനൻ, ഏകനിഷ്ഠൻ having the mind fixed on one object.

ഏകത്ര in one place, ഏകദാ once.

ഏകദേശം one side of a thing; about, almost. കൂറ് ഏ'മായി കേട്ടു indistinctly. ഏ'സൂക്ഷ്മമായിട്ടു TR. sufficiently accurate. ഏ'വും കൊടുത്തു nearly all. സേനൈകദേശം കൊന്നു KR. നീ ചെയ്തു ബന്ധുത്വത്തിന്നു ഏ'മാതാ ചെയ്യാൻ Mud. do something corresponding to the friendship shown. [in bazar (med.)

ഏകനായകൻ monarch. ഏ'ം medic. root sold

ഏകപത്നി only one wife; faithful wife. എന്നുടെ ധൎമ്മം ഏകപത്നിത്വം, ഏകപത്നീവ്രതം എനിക്കുള്ളതഴിപ്പാൻ തുടങ്ങമോ KR.

ഏകഭാവം one-mindedness ഏ. ഭവിച്ചീടുക എന്നോടു AR. ഏ. പൂണ്ടു SiPu.

ഏകമനസ്സ് = ഏകചിത്തൻ, ഏകഭാവം. ഏകമാനസരായി Bhr. [ഭവൻ Nal.

ഏകരാത്രം one day ഏ. കൊണ്ടു കൊണ്ടുപോ

ഏകവചനം the singular (gram.)

ഏകവൎണ്ണം of one colour or caste — ഏ'ൎണ്ണിച്ചിരിക്ക denV.

ഏകവസ്ത്രം having only one cloth. ഏകവസ്ത്രൻ said of Naḷa, his wife ഏകവസ്ത്രയായി Nal 3. [കാധിപതി.

ഏകശാസന sole rule, monarchy as of a ഏ

ഏകാം a certain confectionary from foreign materials ഏ. വിരഞ്ഞുക V1.

ഏകാകി alone, hermit എല്ലാം വെടിഞ്ഞു സന്ന്യസിച്ചേകാകിയായല്ലാതെ മുക്തിവന്നീടുക യില്ല എന്നു ചിലർ KeiN. — fem. ഏകാകിയും വൃദ്ധയുമായ MR. in po. ഏകാകിനി UR.

ഏകാഗ്രം aiming at one point, exclusively devoted; simplicity, singleness of heart ചിത്തം ഏ'മാക്കി Bhg. — ഏകാഗ്രഭക്തി etc.

ഏകാങ്ക satin, silk V1. (S. ഏകാംഗം one member?) [esp. by women.

ഏകാദശി 11th lunar day, ഏ'നോമ്പു observed

ഏകാന്തം 1. solitude. 2. exclusiveness ഏകാന്തഭക്തി (= ഏകാഗ്ര-). നീ ഏകാൻേറ വാഴിന്ന് ഏകാന്തഭോജനമായ്വരും AR. sole aim. 3. independent position ഏകാന്തപാട് V1.

ഏകായനം direction towards one.

ഏകായനാഗതൻ = ഏകചിത്തൻ.

ഏകാൎത്ഥം see സമശോഷം.

ഏകീകരിക്ക to unite. തമ്മിൽ ഏ'ച്ചു became reunited.

ഏകീഭവിക്ക to become one. ഏ'ച്ചു സമൂഹം to be absorbed നാരായണനിൽ ഏ'ച്ച ആത്മാ Bhr. — CV. ദേവദേവൻ തന്നെയും വന്ദിച്ച് ഏകീഭവിപ്പിച്ചു Bhr.

ഏകൈകം (ഏക, ഏകം) each singly = ഓരോരോ f.i. ഏകൈകതുറായിരം AR. a 100000 in each direction. വേദങ്ങളെ ഏ'മാക്കി പകുത്തു Bhr. (= വകവകതിരിച്ചു).

ഏകോഭവിച്ചു Trav. = ഏകീഭവിച്ചു, ഒന്നിച്ചു.

ഏകോദകം (see ഉദകം) 1. giving the water only once, not thrice (a form of tenure below ജന്മനീർ). 2. freehold granted to a company. കേരളം is ഏ. of the 64 Gramams KU. indivisible property.

ഏകോപിക്ക T. M. to be united, agree.

ഏകോപം a compromise.

ഏകണി ēγaṇi Pleasing but deceitful words. ഏ. പറക, ഏകണിപ്പു V1. (fr. ഏകുക, ഏഷണി).

ഏകുക, കി ēγuγa (T.C.Te. to go, accomplish) 1. To give, bestow ഭക്ഷണം ഏകീടുന്നു PT. yields food. അൻപേണം ഏൻ മനസി HNK. (= ഏകേണം?) 2. (T. ഏവു command) to say, command വമ്പടനടക്കമോരു മുതുന്നേകി RC. രണ്ടു വാക്കേകവാൻ ബന്ധം പറ Vil. അമാത്യനോടേകി Mud. തിക്ക് ഏകിവിളിക്ക to call out, so as to show the position of each hunter (huntg.) — to reprove V1. 3. (C.) to get ഒരവനോട് ഒരുവൻ ജന്മം ഏകം ഒരായ്മ VyM. when one buys a freehold.

VN. ഏകൽ 1. command അതു വാരുവാൻ ഏ. ഇല്ലേല്ലും ഇകൈകൾക്കു CG. no permission. 2. blessing. അള്ളൻെറയും നെയ്തിൻെറയും മുതലിൻെറയും (മുതലി) ഏ. കൊണ്ടു TR. — hence destiny, luck. എന്നുടെ കയ്യാരേല ചാക എന്നിങ്ങനെ മുന്നമേ ഉണ്ടിവന്നേകൽ CG. ഏ. ഇല്ലായ്കയാൽ ഏശിയിപ്പു prov. (= ഭാഗ്യം, വിധി).

ഏക്കം ēkkam T. M. (compare ഏക്കിൾ) Hard breathing, asthma, dyspnoe; ഏ. കൊട്ടുത്തിട്ട് ഉമ്മട്ടം വാങ്ങുക prov.

Also ഏക്കൽ f.i. ഏക്കലേശപാസത്തിന്നു നന്നു. a med. ഏക്കററം in ഏക്കററത്തിന്നു നാക്കണ്ടെതു prov. — VN. of:

ഏങ്ങുക to breathe with difficulty, breathe audibly (as tiger); sigh, growl മൃഗങ്ങൾ ഘൂരമേങ്ങി കരെച്ചനപാഹം Anj. എന്നാൽ ഏങ്ങുന്നതും ചുമെക്കുന്നതും ഇളെക്കും a med. ഏങ്ങുന്ന അമ്മ prov.

VN. ഏങ്ങൽ — ഏ'ലും ചുമയും Nid. a med. ഏങ്ങൻ asthmatic V2.

ഏക്കു ēkku 1. (ഏകുക 2.) Sharp words V1. — 2. (ഏക്കുക 3.) carding cotton ഏക്കുവില്ലു MR.

ഏക്കുക, ച്ചു ēkkuγa (T. ഏയ്ക്കുക, see ഏശ്രു) 1. To join so as to fit, to patch. 2. B. to deceive T.

VN. ഏച്ചു a joint, juncture, patch. കൈ ഏച്ചു joined hands എല്ലിനെ ഏച്ചിലാക്കി V2. set a bone.

CV. ഏച്ചിക്ക to get fitted together. —

ഏങ്കോണിക്ക ēṅgōṇikka (എൺ, കോൺ) M. ഏ'ച്ചുവെക്ക To place different articles so as to offer many angles. ഏ'ച്ചുകിടക്ക to lie with hands and feet drawn in. മൂരികൾ ഏ'ച്ചിരിക്ക V1. not to pull together. വീട്ടു etc. ഏ'ച്ചുപ്പോയി = മട്ടം തെററിച്ചു angles, walls being bevel.

ഏങ്ങുക see ഏക്കം.

ഏചുക ējuγa aM. = ഏശുക.

VN. ഏച്ചു 1. Tie, connection. ഏച്ചു കുട്ടുക to entangle. ഏച്ചുംപേച്ചും ഇല്ലാത്തവൻ V1. nonsensical. 2. bail. ഏ. കഴിക, വിടുക, തീക്ക to terminate the bail.

ഏച്ചിൽ (ഏക്കുക) a med. leaf rubbed on the cut spatha of palms to prevent the wound from closing (also കരുന്നു).

ഏട ēḍa Stunted or maimed (ഏഡവൻ?) ഏടെക്കും മോഴെക്കും ചുങ്കം ഇല്ല prov.

ഏടം ēḍam = ഇടം 1. Place ഒരേടത്തും anywhere. ഓരേടം Bhr. some part. കടച്ചിയെ കെട്ടിയേടം പശു ചെല്ലും prov. wherever. രണ്ടേടവും ചെന്നു CC. 2. time ഇരിക്കുന്നേടത്തു whilst. നിൻെറടം അവിടെ കഴിക്ക KU. thy lifetime; also measure ഹൃദയേടം ചൊല്ലിനാൻ

RC. he said so much. 3. breadth ഏടത്താർ മാനിനി Laxmi CG. 4. mansion, palace ന മ്പ്യാരെ ഏ. ഉള്ള പാമ്പു, ഏടത്തു ചെലവു നി യമം TR. fixed palace-expenditure. ഏഴാം ഏ. തന്നേ പൂരിപ്പാൻ 16000 കന്യകമാരെ കരേറി CG. 7th story, Harem (=ഏഴുനിലമാടം) or rather astrologically 7th sign (see ഏഴാം). 5. king എഴുന്നെള്ളിയേടം, also പഴച്ചിയിന്നു പെരിയയിൽ വന്ന പാദത്തടത്തേക്ക് ഒന്ന് എ ഴുതി TR. wrote to the Rāja of Pychi, then at Peria. മൂത്തേടം ഒഴിച്ചു ഇളയേടത്തെ അരിയിട്ടു വാഴിച്ചു KU. (=Rāja).

ഏടാച്ചൂടം ēḍāyūḍam M. T. (C. Te. ഏടാദകാ ട) Opposition, perverseness അറുപതിൽ അത്തും വിത്തും എഴുപതിൽ ഏടാദകാടം prov. ഏ. കൂ ട്ടുക to raise a mutiny. ഏ. കാട്ടുവാൻ ഭാവിച്ചു showed a rebellious spirit. രാജ്യത്തു ചില ഏ' ങ്ങൾ നടത്തുവാൻ TR. to organize resistance to Government.

ഏടാച്ചൂടക്കാരൻ promoter of strife, rebel.

ഏടു ēḍu T. M. (C. ഏട plantain leaf) 1. Palm-leaf എഴുതാത്ത ഏടു. 2. leaf of books, book ഏട്ടിൽ കണ്ടാൽ പോരാ കാട്ടി കാണേണം prov. add practice to theory. ഏടു മറിച്ചു നോക്ക turn the leaves. 3. flowerleaf ഏടലർശരൻ Bhg-Kāma. [to strengthen (=ഏക്കുക?).

ഏടുക, ടി ēḍuγa V1. To join by sewing in order

ഏട്ട ēṭṭa 1. Tdbh. ജ്യേഷ്ഠ Goddess of distress, ഏട്ടൻ=ജ്യേഷ്ഠൻ. 2. (ഏന്ന) a kind of sheat fish, with dangerous spines. ചുള്ളിയേട്ട.

ഏഡകം ēḍaγam S. (Tu. ഏട്ട=ആട്ട) Ram.

ഏഡൻ ēḍan S. (see prec. & C. Te. ഏഡ്ഡ block-head) Deaf.

ഏണം ēṇam S. 1. Deer, fawn. ഏണി f. hind. ഏണാദനർമിഴിയാൾ VCh. ഏണാക്ഷി, ഏണ ലോചന, ഏണീട്ടക്=മാൻകണ്ണി. —

ഏണാങ്കൻ moon. Anj. ഏണാങ്കബിംബമുഖി മാർ CC.

2. aM. T. steadfastness ഏണം ഇന്നി വരുന്നതെ നിക്കില്ല RC. 3. beauty, Palg. So. see ഏനം.

ഏണി ēṇi 5. (Tdbh. ശ്രേണി?) 1. Ladder, bamboo used as ladder. ഏ. വെച്ചു കയറി, ഏ. ചാരി കടന്നു MR. കരങ്ങിന്ന് ഏ. ചാരെരൊല്ല prov. 2. (T. boundary) പഴിക്കലേക്ക് ഒർ ഏ. ഇരിക്കട്ടേ may he meet with opposition.

ഏണു ēṇu (T. firmness) C. M. Edge, chiefly the 3 edges of the cocoanut (T. മുചണി). ചി രട്ടയുടെ ഏണും ചെകിരിയും ചുവന്നു കണ്ടാൽ ഏന്നു പഴുത്ത തേങ്ങ a cocoanut of 8 months' growth.

ഏതൽ ēδal S. (neuter of ഏഷ)This. ഏതൽകാലേ now, ഏതന്മദ്ധ്യേ meanwhile, ഏതർഹി now (po.)

ഏതിൽ ēδil a T. Neighbourhood (ഏത); hence ഏതലർ (T. ഏതിലാർ) enemies ഏതലരെ വാക് കിരയാക്കി RC.

I. **ഏതു** Tdbh.=ഹേതു.

II. **ഏതു** ēδu T. M. C. (II ഏ.) What, which? ഏതുവരേ ഇരുന്നു how long? ഏതേതു നല്ലതു Bhr. ഏതേതുവാൻ എന്നു ശങ്കിച്ചു Si Pu. ഏതെ ന്തൊടോ ആഗ്രഹം CC. — adj. ഏതു പട്ടണം what town? ഏതേതു തറെക്ക് ആകുന്നു ബോ ധിയാതതു TR. name the several parishes that are discontented. — also for ഏവൻ f. i. ജന്മി യോട്ടു യോജിച്ചു വരുന്ന കുടിയാൻ ഏതാകുന്നു MR. which of the parties. — ഏതിററാൽ in what proportion.

ഏതാനും some, any ഏതാനും ഉണ്ടെങ്കിൽ ആ രാനും ഉണ്ടു prov. ഏതാനും ചിലർ some few. കുടിയാന്മാർ ഏതാനും, ഏതാൻ പാളയം TR. some troops. അരസനും ഏതാർ ആയു ധക്കാരും etc. — mod. adj. ഏതാണ്ടു; അന്യാ യക്കാരൻ ഏതാവണ്ടൻ (loc.) what sort of person?

ഏതും any. ഏതിലേയും പായും prov. anywhere.

ഏതാനും some, any ഏ. ഉണ്ടിന്നു ചൊല്ലുവാൻ ഭാവിക്കുന്നു CG.

ഏത്തം ēttam M. Te. (=ഏററം) 1. A machine to draw water ഏ. തള്ളുക, — വലിച്ചുകളക MR. in order to prevent irrigation. ഏത്തക്കൊട്ട wooden bucket of the same. =തുലാക്കൊട്ട 2. painful mode of getting up & down, a school-punishment ഒരു ഒരേത്തം ഇടിയിപ്പോൾ എ ന്നെ Anj.

ഏത്തവാഴ B. =നേന്ത്രവാഴ.

ഏത്താക്കൾ ēttākkaḷ (from T. ഏത്തു V N. of ഏത്ത to praise, worship & T. plur. of ആൾ= ആട്കൾ, vu. M. ആക്കൾ) Praisers, singers B.

ഏത്താപ്പു ēttāppu (So.) Breast-cloth of women.

ഏധിതം ēdhiđam S. (ഏധ്) Grown, thriving.

ഏനം ēnam SoM. Readiness, fitness (ഏൽ) ഏ. ആക to be neat, fit; ഏ. ആക്ക to prepare B.

ഏനസ്സ് ēnas S. (ഇൻ √) Sin (po)

I. ഏൻ ēn = യാൻ, ഞാൻ T. M. C. in അടിയേൻ, കൊട്ടക്കുന്നേൻ. etc.

II. ഏൻ = എനിൻ a Cond. of എൻ f. i. ഏതേനം, എങ്ങേനം (= ആൻ). [ഞ്ഞൻ ഇനി Pay.

III. ഏൻ T. a M. C. What? (= എന്തു) ഏൻ ചെ

ഏന്തുക ēnδuγa T. M. (C. ആന്തു) 1. To take up, wield. കലം ഏന്തിക്കൊണ്ടു took from fire. ചമ്മട്ടി കൈയിൽ ഏ. KR. കന്തങ്ങൾ ഏന്തിപ്പിടിച്ചു Mud. വെണ്മഴുവേന്തിയ രാമൻ Parašu Rāma, also called തുയ്യമഴുവേന്തുമുനി RC. കരം ഏന്തിന വീണ RC. 2. to rise തൂവിയർപ്പേന്തിനൊരാനനം CG. sweetly perspiring. ഏന്തിയെഴുന്നൊരാമോദം, ഏന്തിന വീചികൾ CG. കോപാഗ്നി ഏന്തി ജ്വലിക്ക ChVr. = ഏറുന്ന. 3. (എത്തുക) to reach, stretch arms or legs ഏന്തി എടുത്തു took with difficulty, ഏന്തി ഏന്തിക്കൊണ്ടു നടക്ക with evident pain.

VN. ഏന്തൽ, കാല്ക്കൂർ ഏന്തു lameness.

ഏന്ത്രം ēntram Tdbh. യന്ത്രം 1. Machine വരമായൊരേന്ത്രനിചയം KR. ഏന്ത്രപ്പാലം draw-bridge. 2. ഏന്ത്രങ്ങൾ bulwarks KR. 3. deceit. ഏന്ത്രപ്പണിക്കാരൻ cunning.

ഏന്താളം, ഏന്താരക്കുഴൽ M. necklace, amulet.

ഏപ്പു ēppu, see ഏക്കുക.

ഏമാളി ēmāḷi coll. T., So. Palg. (prh. of T. ഏമാറ to be puzzled, bewildered) Beggar, silly man.

ഏമ്പൽ ēmbal (T. ഏപ്പം) Belch. ഏ. ഇടുക also ഏമ്പലം ഇടുക a med. (symptom in നാഡിശൂല) SoM. ഏമ്പക്കം ഇടുക V1. 2. Nid. eructation.

ഏരകം ērayam S. A grass of the seashore used for arrows (എഴുത്തുപുല്ലു), said to be grown out of iron dust. ഏരകതൃണം Bhr. ഏരകപ്പുല്ലു CC. CG.

ഏരണ്ഡം ēraṇḍam S. Ricinus c. ആവണക്ക.

ഏരി ēri (T. tank. C. bank of tank) 1. Stakes to support banking work; bank. 2. gums B. 3. No. a kind of fish. 4. No. = ഐരി in പൂമല്ലരി.

ഏർ ēr T. M. C. Te. (Tu. ഏരു = എരുതു, എരുമ) 1. A yoke of oxen. 2. plough with draught oxen. ഏരിൽ പൂട്ടുക (So. ഏർ പ്പൂ.) to yoke to the plough. വണ്ടിയുടെ ഏർക്കാൽ pole of cart. നാഫ ഏർകാലി കെട്ടി പൂട്ടി TP. ploughed with. ഒർ ഏറ് മൂരിയും കെട്ടി TR. പൂട്ടേർ വെട്ടി അറുത്തു, ഏറ് കാലി കൊത്തി അറുത്തു MR. TP. cut off the team to prevent ploughing. ഏർക്കോ ploughing apparatus.

I. ഏറു ēru = ഏർ T. Tu. Bullock; hence:

ഏറാട്ടു, ഏറനാട്ടു the province of Calicut, with the original chief place നെടിയിരിപ്പു (Jew. Syr. doc.) ഏറാട്ടുകര, ഏറനാട്ടുകരക്കാർ, ഏറനാട്ടുകരേയുള്ള മാപ്പിള്ളമാർ TR. ഏറനാട്ടും പെരിമ്പടപ്പും പണ്ടു തമ്മിൽ പടയുണ്ടല്ലോ KU.

ഏറാടിമാർ (in S. Ker. Mah. called ഗോപാലർ cowherds) the family of the Calicut rulers, their palace called ആയമ്പാടി KU. the 5th & 6th prince of the dynasty are called മൂന്നു, ഇളമ ഏറാടിതിരുമുൽപാട്ടു.

ഏറാട്ടുമേനോൻ Sāmūri's secretary with 5000 Nāyers KU.

ഏറാളൻ (T. hero) in ഏ. കത്തി a war knife, also ഏറാടൻ കത്തി & ഏറാട്ടരക്കത്തി (see ആയുധം) inhabitant of the ഏറാളനാട്ടു; ഏറാൾപ്പാട്ടു രാജാവ് TR. one of Sāmūri's family (ഏറാൾപ്പാടു the junior Rāja V2.)

II. ഏറു T. M. (VN. എറിയുക) A throw, cast. തൊണ്ടുകൊണ്ട് ഏറുകൊടുത്തു (mark of contempt). ഏറും മുഖവും ഒന്നൊത്തു വന്നു prov. hit most inopportunely. കണ്ണേറു തട്ടിപ്പോയി superst. (= ദൃഷ്ടിദോഷം). തേങ്ങേറു cocoanut-day. തോലേറു rustling of leaves (huntg.) തോലേറു കേൾക്ക, കാണ്ക.

ഏറിടുക B. to cast up.

ഏറുക, റി ēruya T. M. C. (C. also ഏളു from ഏഴു) 1. To rise, increase, be much. നികിതി ഏറിവന്നു, ചാർത്തു ഏറിപ്പോയതു TR. too high.

കുടിയാന്മാരിൽ മാപ്പിള്ളമാർ ഏറിവന്നു TR. — ദുഷ്ടരെ സൃഷ്ടിച്ചത് ഒട്ടേറി പോകുന്നു CG. മദം ഏറും മൂഢൻ PT. ആശയേറും ദോഷകൾ VetC. ഊക്കേറും കാള etc. തേരാളികൾ ഏതുകൂട്ടത്തിൽ ഏറും Bhr. which party has more charioteers? 2. to arise=ഉളിക്ക chiefly in the hon. expressions തിരുവുള്ളത്തിൽ, കരുപ്പിൽ ഏറുന്നു to know, learn. 3. to ascend (mod. കരേറുക, കയറുക) യാനം ഏറി CG. സിംഹാസനം Bhr. തോണി KR.; chiefly to mount cocoanut trees. ഏറുന്ന വള്ളി = തെങ്ങ് ഏറുന്ന പറമ്പു, ഏറുന്ന സാമാനം (=കൊണ്ടയും കത്തിയും).

Inf. ഏറ, ഏരാ 1. much, more, too much. ഏറേക്കാലമായി for a long time. ഒന്നേറ ചെയ്തു CG. to do it once more. ര ദിവസം ഏറ വേണ്ടി വന്നു പോയി TR. 2 days more. ഏറ വലിച്ചാൽ, ഏറ കിഴക്കോട്ടു പോയാൽ prov. too far. 2. beyond ബാണം കാതേറ വലിത്തു RC.

ഏറക്കുറ 1. difference, more or less. ഒന്നിനും ഏറയും കുറയും വരാതെ നടത്തിച്ചു TR. so that all got their due. ഏറക്കുറയ കണ്ട ആളുകൾ many people. ഏറക്കുറ കണ്ട മുതൽകൊണ്ടു പോയി took nearly all the property. തന്നു വാക്കിന്ന് ഏറക്കുറ വരുത്തുക ഇല്ല TR. (=വ്യത്യാസം). ഢീപ്പുവിന്റെ ആളുമായിട്ടു ഏറക്കുറയുദ്ധം ചെയ്തു fought several times with T's. troops. 2. assault. ആളോട് ഏ'ച്ചെയ്തു TR. (=അതിക്രമിച്ചു) പട്ടാളം വന്നു തമ്പുരാന് ഏ. ചെയ്യും will attack the Rāja; also with Acc. പെൺപിള്ളമാരെ ഏ. ചെയ്തു ill-treated.

ഏറക്കുറവു id. 1. ഇതിന്നൊരു ഏ. വന്നാൽ in failure thereof. ചെയ്യുന്നതിന്ന് ഒരു ഏ. കാണകയും ഇല്ല nothing shall be wanting. ഇതിൽ ഏ'വില്ല ഇതത്രേ പരമാൎത്ഥം TR. no exaggerations or evasions. 2. വല്ല ഏറക്കുറവു ചെയ്യാൽ TR. assault. പട്ടാളക്കാരോട് ഒരു ഏ. കാണിക്ക to offer resistance.

ഏറക്കുറേ So., ഏറക്കുറയ No. id. ഏ. ൧൦ ആൾ about 10 men. [യി etc.

ഏറിയ adj. part. much, many. ഏ. ദിവസമായി

VN. ഏററം 1. rise, increase; adv. much. ഏററവും അടിച്ചു (opp. കുറവു). 2. rising, ascent. വേലിയേററം high water (opp. ഇറക്കം). ഏ. കെട്ടുക to fasten a string to creepers. 3.=ഏററു climbing palm trees. There are 2 ways of drawing the toddy: നനെച്ചേററം (& — ററു) from Kūḍakkaḍavu northwards & from Chāvakkāḍu southwards — the കല being washed, വടിച്ചേററം (& — ററു) between Kūḍakkaḍavu & Chāvakkāḍu, the കല being scraped. 4. pulling up=ഏത്തം f. i. ഏററക്കൊട്ട. അമ്പിനെ തൊട്ടപ്പാൻ ആവോളം ഏ. ചെയ്തു KR. 5. കരുപ്പിൽ ഏ'മുള്ളവൻ, ഏററം ഉണ്ടാക to be intimate with a prince (ഏറുക 2). 6. what is too much. ഏററമായി you did too much. വാക്കേററം excess in words. വാക്കിലേററം VyM. abusive language. — 7. assault ഏ'ങ്ങൾ കാണിച്ചാൽ TR. ആളോട്, നാട്ടിൽ ഏ. ചെയ്തു devastated the country. ഏററകററം MR. കൈയേററം VyM.=അതിക്രമം: ഏ. ചെയ്യുന്ന ആയുധം offensive weapon V1. ടിപ്പുവോട് ഏ'ങ്ങൾ പ്രവൃത്തിക്ക TR. to act on the offensive against T. ഏ. കൊള്ളുക to be offended, attacked. 8. embarkation=കരേററം f. i. ഏററമതി V1. dues for embarking (So. ഏററുമതി).

ഏററു 1.=ഏററം 3. mounting palm trees. ഏററുകാർ those who climb up. ഏററുകത്തി (So. ചെററുകത്തി; also കലക്കത്തി, തരക്കത്തി) toddy drawer's knife. ഏററുതെങ്ങു palm tree tapped several times. 2. (=ഏററം 2.) ഏററിറക്കം ebb & flow of tide; up & down spot. 3. (=ഏററം 8) ഏററിറക്ക് ചുങ്കം വാങ്ങി TR. 4.=ഏററു 4. snare ഏററുവാതിൽ V2. trap-door. 5. adv. part. of ഏല്ക്കുക.

ഏററുക a. v. T. M. 1. to raise പാട്ടം ഏററിയും കുറെച്ചും to increase & lower. 2. to put on, കുന്തം ഏ. to fix the blade into the spear. അചനെ രഥത്തിന്മേൽ ഏററിക്കൊണ്ടു KR. 3. ഉണൎവു ഏ. തിരുവുള്ളത്തിൽ, കരുപ്പിൽ ഏ. a. to inform, suggest. b. to talk, speak (hon.) 4. to embark മുളക് ഏററുവാൻ മഞ്ചി, ചരക്ക് ഏററുകയും ഇറക്കയും TR.

5. to multiply പെരുവാമെ പിള്ളയിൽ ഏററി തള്ളയാൽ കിഴിക്ക CS. rule of three. കാലവും മുതലും തമ്മിൽ ഏററിയാൽ മുതൽ പത്തിൽ കരേററിയാൽ VyM.

I. ഏലം ēlam 5. S. Cardamoms ആ മലയിൽ വിളയുന്ന ഏ. തുലാം ഒന്നു (rev.) ചുരത്തിലിത്തൽ ഏലമലെക്കു പോയി കന്നിയും മകരവും ഉള്ള ഏ. താഴ്ക്കു TP. ചിറേറലം a med.
ഏലച്ചരക്കു the produce മലകളിൽനിന്നു കിട്ടുന്ന ഏ. TR.
ഏലച്ചുരം കിഴിച്ച TR. = ഏലമല.
ഏലത്തരി Card. seed (hence the name Elettaria).
ഏലപ്പിട്ടൽ, — പ്പട്ടിൽ Card. pods.
ഏലവാലു S. bark of Feronia, med.
ഏലാപത്രം a Nāga ഏ. തൊഴുതു Bhr.

II. ഏലം = ലേലം Port. Leilam; auction.

ഏലസ്സു ēlas, ഏലത്തു (= താഴ്) A waist ornament, containing silver coins (ഉറുക്കു) also ലേലസ്സു f. i. വെള്ളിത്തുറപ്പൻ ഏ.— ഏലസ്സുകൾ, കഴുത്തിൽ കെട്ടുന്ന ഏ. (Mpl.) വെള്ളിത്തുടരിന്മേൽ ഒ ഏ. MR. Kinds: തുടരേലസ്സു, ചെങ്ങേലസ്സു.

ഏലാ ēlā 5. (= എടാ?) Cry to encourage one another in hard work.

ഏൽ ēl T. M. 1. Possibility, reach ഏലുമെങ്കിൽ വെടി വെക്ക = പാങ്ങ്. 2. preparation, responsibility. ഏലായി nicely done, ഏലും പാടും വളരെ പെട്ടു അവനെ വളൎത്തി vu. 3. comfort എനിക്കു നല്ല ഏലില്ല, ഏലോടെ അല്ലാതെ.
ഏലു കെട്ടിരിക്ക to be uncomfortable.
ഏല്പെടുക (T. C. Te. Tu. So M. ഏപ്പെടുക) engage in, be responsible for. VN. ഏല്പാടു.
ഏല്പെടുക്ക, ഏല്പെടുത്തുക = ഏല്പിക്ക.

ഏലുക, ന്നു T. M. 1. To suit, fit ക്രിരിട്ടേലും ഇല്ലാതാമോ CG. ലോകൎക്കു ഏലുന്ന ആപത്തു, ലോകൎക്കു ഏലും മാൽ CG. (= പററുക). 2. po. = ഉണ്ടാക to have അനന്തബലം ഏലും ശൂരൻ RC. മാനേലും കണ്ണി, — മിഴിമാർ; ചാന്തേലും മു., ചെപ്പേലും മു., കച്ചേലും & കച്ചേൽ മുലയാൾ Bhr. etc.
ഏലും old Concess. (= ഏലിലും) കൈപ്പിടിപ്പാനായാളേലും ചെല്ലുമ്പോൾ CG. any one = ആരാനും.

ഏല്ക്കു, ററു 1. To hit, take effect. മരുന്നു ഏററു has worked. Neg. ഏലാ'പലൎക്കും ഇതു Bhr. (= ഫലിക്കാതു); പേൎത്ത ജിഷ്ണുവിന്നു ഏലാതെ Mud. — മുറികൾ, കണ്ണു, ശാപം ഏററു എനിക്കു Bhr. അടിവെട്ടുകൾ ഏല്ക്കലും Nid. ദീപം കാറേററു പോയി CG. മഴയും മഞ്ഞും കാററും വെയിലും ഏററു Bhr. നമ്മോവാതങ്ങൾ ഏ. Brhm. 2. to meet in battle. തമ്മിൽ ഏററു fell out. മുമ്പിൽ പോയി ഏല്ക്കല്ല പിന്നേ പാഴിൽ തോല്ക്കല്ല to engage, attack. ഉപരോടു ഏററു തോററു KR. രായരോടു പട ഏററു, അവങ്കൽ ഏല്ക്കും മാററാനില്ല KU. ഏററു മരിക്ക, ഏലാതെ നിന്നു കൊല്ക Mud. 3. to receive, take in charge സൂമോയം ഏററു വാങ്ങുക, esp. കൈ ഏല്ക്ക q. v. എൻസല്ക്കാരം ഏല്പാൻ accept my services. ആനികിതി വൎത്തകൻ ഏററു TR. undertook to advance it, ഏററുവാണിഭം selling for another, petty merchandise. ഏററുപാടുക to sing with or after. 4. to admit, confess. ദോഷം ഏററു പറക to acknowledge the fault. ഏററ ഉത്തരം saying yes, സാക്ഷി ഏ. to attest. 5. to multiply പെരുവാളാൽ പിള്ളയെ ഏററു CS. multiplying the second term with the first (= പെരുക്ക).

VN. ഏല്പു f. i. ചികിത്സെക്കു ഏ. ഉണ്ടു effect (= ഫലം) — ഏല്പുവെടി a volley Vl. 2.

CV. ഏല്പിക്ക in all significations 1. മുറി ഏ. to wound. ബാണം വായുപുത്രനെ ഏ'ച്ച AR. 2. നായിനെ ഏല്പിച്ചു വിളിക്ക to make a dog to attack or seize. 3. മലനാടു ദേവേന്ദ്രനെ ഏ'ച്ച KU. committed to Indra. സ്ഥലം വേറെ ആളെ ഏ'ച്ച നടത്തിപ്പാൻ MR. So esp. ഭരമേല്പിക്ക, കൈ ഏ. to make over to, entrust with. 4. കഥ ഏ. to tell a story, deliver a speech. 5. എറിഞ്ഞേല്പിക്ക a. = കന്തം കൊട്ടുത്തു കത്തിക്ക prov. to come to grief thro' one's own fault, carelessness, etc. b. = താൻ കഴിച്ചതിൽ താൻതാൻ prov.

ഏവ ēva S. Thus; indeed.
ഏവം thus (po.) = എന്നു.

ഏവൻ ēvaǹ T. M. (ഏ II.) f. ഏവൾ, pl. ഏവർ, ഏവ Who? സത്യമായുള്ളൊരു ഞാ

നായത് ഏവൻ CG. which of these two is my real self? പട്ടാങ്ങായുള്ളവർ ഏവർ CG. — ഏവനും every one, ഏവരും all.

ഏവു ēvu̥ better എയ്ത്തു Shooting.

ഏശ ēša (Ar. āšā) First nightwatch, prayer after twilight.

ഏശുക ēšuγa (old ഏച്ചുക q. v. T. ഏയ്ത്തു) To unite, fit, meet, take effect (=പററുക, ഏല്ക്കുക) പാശങ്ങൾ ഈ മേനിയോട് ഏശുമ്പോൾ CG. come in contact. അവൻ മേനിയോടേശിനാൻ പാവകൻ മാരുവോടെന്ന പോലെ fight. തങ്ങളിൽ ഏശൊല്ല no intercourse, ക്ലേശങ്ങൾ ഏശുന്ന പാശങ്ങൾ ഏശാസ്സാൻ CG. ഏശിയില്ല prov. അതിന്നോട്ടും ഏശാ helps nothing. ബുദ്ധിയിൽ ഏശാത്ത inconceivable. ഏശാജയം നിണക്കിതിൽ KR. (=വരാ).

VN. ഏച്ചു q. v. also ഏശു in രാജാക്കന്മാരോട് ഏശുപെട്ടു കൊള്ളുക KU. to meet in war, attack. തിരുനാവായിൽ വൈലാൽ ഏശു വരുത്തി KU. (=വയലിൽ — എതിർത്തു or ഫലം വരുത്തി?)

ഏഷ ēša S. (m. of ഏതൽ) This one ഏഷ ഞാൻ po.

ഏഷണം ēšaṇam S. (√ ഇഷ്) Seeking, wishing. ഏഷണ പാശങ്ങൾ ഒക്കവേ ഖണ്ഡിച്ചു Bhr. മുമുക്ഷുണാ KeiN. ഏഷണാത്രയങ്ങളും Bhg. അവിദ്യാവശത്തിൽ വർത്തിക്കും ജീവൻ ചെയ്യും പ്രവൃത്തി മൂന്നു വിധം (ഏഷണം, മമത, പ്രവൃദ്ധാഹങ്കാരം) KeiN.

ഏഷണി ēšaṇi (V1. ഏഴണി, ഏകണി; T. ഏച്ചു rail, Te. ഏക defame, C. Tu. ഏസിക disgust) Backbiting, talebearing ഏ. കൂട്ടുക, പ്രയോഗിക്ക PT. ഏ. കേട്ടു Nal. heard his exaggerating tale. ഏ'ക്ക് ഒരുമ്പെട്ടു ദുർമ്മുഖന്മാർ Nal. — [as Nārada.

ഏഷണിക്കാരൻ calumniator; set on mischief, den V. ഏ'ഷണിക്ക V2. to breed discord.

ഏഹി ēhi S. (ആ+ഇ imp.) Come. ഏഹിമേ Bhg. come to me.

ഏളിതം ēḷiδam T. SoM. (Tdbh. ഹേല, ഖേല) Contempt, mockery; also ഏളനം പറക to sneer. (Calic.)

ഏളുക. ളി ēḷuγa C. M. (എഴുക) To rise, used hon. of Rāja's moving=എഴുന്നെള്ളുക, but applied to lower dignities. എതിരേല്ക്ക to meet V1. 2.

ഏളിയേടത്തമ്മാർ a class of Brahmans at Taliparambu̥; ഏളേടത്തു കോയിലകം, ആലഞ്ഞാട്ടുന്ന തീപ്പെട്ട ഏളോ തമ്പുരാൻ TR. (ഏളോ=ഏളിവ) N. pr. of Cōṭṭēaγattu rulers. തിരുമുമ്പിന് ഏളിയത്തോളം & ഏളിയേടത്തോളവും KU.

ഏള in കാരേള q. v.

ഏളിക്ക V2. to walk with arms akimbo.

ഏഴ ēḻa (ഏഴ) Fine, penalty, exacting presents, ഏഴയും കോഴയും KU. V1.

ഏഴി ēḻi (ഏഴു) N. pr. Mount ēḻi (Heili of Marco polo, d'Eli) സപ്തശൈലം in KM. rather "the high."

ഏഴിപ്പെരുമാൾ N. pr. a Cōlattiri king KU.

ഏഴു ēḻu T. M. (C. Tu. ഏളു Te. ഏഡു; VN. of എഴുക height, growth) Seven; the 7th day after death (ഏഴിന്നു പോക a ceremony) ഏഴു വയസ്സുവൾക്ക TP. entering her teens.

ഏഴാം 7th, ഏ. മാളിക V1.=എഴുനിലമാളിക a tower, fort. ഏ. ഏടം the 7th sign of the Zodiac from that of one's nativity; one's wife (astrol.)

ഏഴിലമ്പാല the 7 leaved milkplant Echites scholaris, & Jatropha manihot KR. ഏ' ത്തോൽ MM.

ഐ EI (AI)

ഐ changes often with അയി f. i. ഇത്രയിലോക്യം KR. = ഐത്രെ. ഐർ CG. & തയിർ, കൈ & കയ്യി; passes into എ as തലയ്ക്കു, തലെക്ക (from T. termination in ഐ, in M. palatinal അ), or into അ as, ഐമ്പതു — അമ്പതു; ആയമ്പാടി, ഐമ്പാടി — അമ്പാടി.

I. **ഐ ei, ai** S. etc. interj. Aye, hey!

II. **ഐ** 5. = അഞ്ചു (T. ഐന്തു Tu. ഐനു C. Te. ഐദു) in ഐവർ, also ഐം in അഞ്ഞൂറു 500 etc. ആയിരത്തൈയാം 1005th (loc.)

ഐങ്കാതം district of 5 Cos. & ഐക്കാതം മുക്കാതം എന്നു ഖണ്ഡിച്ചു KU.

ഐങ്കുടി the 5 tribes of Cammāḷar, also called ഐങ്കൊല്ലന്മാർ loc.

ഐങ്കോൺ 5 cornered.

ഐനാങ്കു 5×4.

ഐന്തല നാഗം VCh. 5 headed serpent ആരിഹ ഐ'ത്തോട്ടു കളിക്കുന്നു prov. KR.

ഐമ്പതു 50 (= അമ്പതു) ഐമ്പതും ഒന്നും പഠിക്ക Anj. learn the letters.

ഐമ്പൊന്നു 5 chief metals. [as also മുമ്മുല).

ഐമ്മുല cow with 5 teats (claimed by Rājas,

ഐയടി 5 feet. ഉച്ച തിരിഞ്ഞ് ഐ. സമയം about 3 P.M.

ഐയാണ്ടു, അയ്യാണ്ടു 5 years.

ഐയായിരം, അയ്യായിരം 5000.

ഐയിരണ്ടാനനൻ = ദശമുഖൻ Ram.

ഐവിരൽ Ricinus c. = പഞ്ചാംഗുലം.

?**ഐകാൽ eiyāl** An ant that makes a nest V1. (ഐങ്കാൽ?)

ഐകമത്യം eiyamatyam S. (ഏകമതി) Unanimity, (vu. ഐമോസ്യം V1.) ഐ. മറന്നീടൊല്ല Nal. our friendship.

ഐകമത്യപ്പെട്ടു KU. of one accord.

ഐകാഗ്ര്യം S. = ഏകാഗ്രത.

ഐക്കല eikkala or **അയിക്കല** (Syr.?) Nave of church V1.

ഐക്യം eikyam S. (ഏകം) Unity, union. ഇരണ്ടു പേർ അന്യോന്യം ഐ. കൊണ്ടാർ KR. felt particularly drawn together. ഐക്യം ഒന്നിലും ഇല്ലാതിരിക്കും ആത്മാവ് ChR. the disengaged spirit.

ഐക്യത id. തമ്മിൽ ഐ. ഇല്ല no harmony. ആത്മാവിന്ന് ഒന്നിനോടും ഐ. ഇല്ല ചെറ്റും ChR. remains perfectly uninfluenced.

ഐതിഹ്യം eiδihyam S. (ഇതിഹ) Traditional or Purāṇa lore.

ഐന്താമ്പാന്മാർ Sk. Siva. see താർ.

ഐന്തോളം einδōḷam Tdbh. അന്തോളം Marriage litter ഐ. ഏറിനാൾ Nal.

ഐന്ദ്രം aind'ram S. Belonging to Indra ഐന്ദ്രമായുള്ള നല്ല ഹവിസ്സു KR. ഐന്ദ്രപദവി Indra's place & dignity. [അത്ഭുതങ്ങൾ KeiN.

ഐന്ദ്രജാലികൻ juggler. ഐ.' ന്നടെ വിദ്യകൾ

ഐമ്പാടി = ആയമ്പാടി CC. CG.

ഐമ്പെരുമാൾ eim-perumāḷ (ഐ. T. C. Tu. = അജ lord) in old dict. = മേലൻ Husband's brother.

ഐയം eyyam (ഐ. I. crying out) = അയ്യം 1. Alms ഐ. ഇരന്നവർ Anj. 2. doubt, grief ഐയമററവൻ God (Anj.) ഐ. അകററി അനുഗ്രഹം നല്കും Anj.

ഐയൻ eiyaǹ = അയ്യൻ God. ഐ. ഒരുത്തൻ Brahma (Sid D.) ഐ. എന്നുള്ള പദത്തിന്റെ അർത്ഥങ്ങൾ പൈയകത്താരും തിരിപ്പോരില്ലേ Anj.

ഐയപ്പൻ = അയ്യപ്പൻ, നായാട്ടു പരദേവത KU.

ഐയർ T. M. Gods, Brahmans.

ഐരം eiram = വൈരം (loc.) Noise.

ഐരാണി eirāṇi (T. C. Tu. from S. ഐരാവണി = ഇന്ദ്രാണി) A plant, കതളി; also = കാട്ടുകരുന്നു Trichilia spinosa; also = കാട്ടുപിണ്ണാക്ക.

ഐരാണിക്കുട, — കുട, — ക്കോടു N. pr. a grāmam once representing one of the 4 Brahmanical divisions (see കഴകം) KU.

ഐരാവതം eirāvaδam S. (ഇരാവൽ refreshing) Indra's elephant.

ഐരാവതി N. pr. of river, lightning (po.)

ഐരി eiri Hayrick, പുല്ലൈരി No. (തുറു So.) straw stack.

ഐർ eir = അയിർ Iron ore.

ഐല eila = അയില A fish.

ഐവർ eivar T. M. C. Tu. (II. ഐ) Five persons ഐവർ പരദേവത KU. എന്റെ അകത്തുള്ളിത് ഐവർ Anj. (5 sins).

ഐശം eišam S. (ഈശ) Lordly, belonging to Siva. ഐശമാം തേജസ്സ് Bhg.

ഐശാനം (ഈശാനം) adj. N. eastern.

ഐശ്വര്യം 1. = ഈശ്വരത്വം. 2. glory, supernatural power. എട്ടൈശ്വര്യവും (അണിമ, മഹിമ, ഗരിമ, ലഘിമ, ഈശിത്വം, വശിത്വം പ്രാപ്തി, പ്രാകാമ്യം or പ്രാകാശ്യം KR. അണിമാദ്യഷ്ടൈശ്വര്യസിദ്ധി KeiN. 3. grandeur, wealth.

ഐശ്വര്യവാൻ chiefly wealthy.

ഐശീകം eišīγam S. (ഇഷീക) ഐ. അസ്ത്രം Reed-arrow AR. Bhr.

ഐഹികം eihiγam S. (ഇഹ) Of this world, of this life (opp. പാരത്രികം) ഐ. മോഹിച്ചു VCh. ഐ. തന്നിൽ സുഖിച്ചു Anj.

ഐളവിളി eiḷaviḷi S. (ഇള) Cubēra ഐളാത്മം നിർമ്മിതമായപുരം ഐളിവിളൃത്മം (sic.) Bhr 1.

ഒ

O

ഒ is sometimes changed into ഉ (as തൊട്ടു, തുടങ്ങു, തുടരുക) and vice versa; now & then = ◌വ, as ഒല്ലാ, വല്ലാ.

ഓ o interj. Oh!

ഒക്കു okkụ B. Palg. Hip, loins; = ഉക്കം.

ഒക്കുക, ത്തു okkuγa 5. (whence ഒന്നു, ഒരു) 1. To be the same, one; be like, tally. ജന്തുക്കൾ എല്ലാം ഒക്കും ഒന്നും കൊല്ലരുതു Bhr. സംഗതിക്കൊത്തതു പോലെ പറക Nal. in keeping with the circumstances. 2. to be together. അവർ ഒന്നൊത്തു കൂടി CG. നാം ഒത്തു നില്ക്കേണം ready for help. ഒത്തു സന്തോഷിച്ചു Mud. 3. to please നിണക്കൊത്തേടത്തു Bhg. where you like. പറഞ്ഞത് എനിക്ക് ഒത്തില്ല did not seem acceptable. 4. to agree. തങ്ങളിൽ പറഞ്ഞൊത്തു came to an agreement, covenanted. മന്ത്രിയും പതിയുമായി ഉള്ളൊത്തു Mud. 5. to be fulfilled. ശാപം ഒട്ടൊത്തു വന്നു Bhr. ചൊന്നത് ഒക്കയും എനിക്ക് ഒത്തു KR. came to pass. 6. v. a. to compare, promise വെണ്ണയെന്നൊത്തിട്ടു കന്നിനെ വായിലാക്കൊല്ല CG. mistaking it for butter.—തരുവാൻമുടിച്ചതും ഒത്തേൻ Pay. I grant it at last. ഒത്തുകൊള്ളുക to admit. പണം ഒത്തു promised money. പെൺ ഒക്ക to dispose of a daughter in marriage V1.

VN. ഒക്കൽ espousals V2.

Inf. ഒക്ക (Te. one) 1. together; എന്റെ ഒക്കെ ഉള്ളവർ, എന്റെ ഒക്കയുള്ളതിററാൽ often ഒക്കക്കൂടേ, ഒക്കപ്പാടേ, ഒക്കത്തക്ക ഒരുത്തൻ TR. one of my people. മടിശ്ശീലയുടെ ഒക്ക കൊട്ടത്തു വിട്ടുകളത്തു. 2. all, ഒക്കയും, ഒക്കവേ, ഒക്കവേയും the whole. ആർ ഒക്ക ഉണ്ടായിരുന്നു MR. ഓരോന്നൊക്കയും ചെയ്തു applied every imaginable means. — Often adv. ഒക്കയും ഗുണമായിട്ടു ശ്രമിക്കാം he would do all for me. ഇനി ഒക്കയും TR. moreover in every thing etc. — Sometimes rather meaningless. ചില വസ്തുക്കൾ ഒക്ക TR. certain property. ചിലത് ഒക്കയും (= അല്പം ഒരു).

ഒക്കറായ്മ, — യ്മ No. = ഒപ്പായ്മ discord.

ഒക്കാണം V1. promised gift, also ഒക്കാളം, ഒക്കാളിക്ക (old). [right.

ഒത്ത adj. part. equal, consistent, agreeable,

ഒത്തകണക്കു a closed, correct account.

ഒത്തകൈ a practised hand for measuring correctly.

ഒത്തപകുതി equal share.

ഒത്തപാറ common measure (doc.)

ഒത്തപ്പോലെ, ഒത്തവണ്ണം according to. എല്ലാം നിണക്ക് ഒത്തവണ്ണം വരാ Mud. according to your wish.

ഒത്തശീട്ടു a corresponding paper, receipt, writ of compliance.

ഒത്താശ C. T. help V1.

ഒത്തിരിക്ക to be in one line, consistent, correct.

ഒത്തുനോക്കുക to compare, examine, contrast, correct.

ഒത്തൊരുമ union.

fut. part. ഒപ്പവർ, ഒപ്പർ equals V1. ഒപ്പൊരു കൈകൊണ്ടു ചാലമുളം വെച്ചു മുപ്പതു വേണം CG. (see ഒത്തകൈ).

ഒപ്പം VN. 1. Equality, harmony ഒപ്പം വരാസ്സു Prahl. to remain behind, unlike ഒ. ഇടുക, ആക്കുക to equalize, smooth. മണിസ്വർണ്ണങ്ങളിൽ പിച്ചളക്കോപ്പു കൊണ്ടു ഒ. വരുത്തുന്നോ Nal. — adv. alike ഉണ്ണുന്നവനോടു ഒപ്പം ഗ്രഹിക്ക, അവരോടു ഒപ്പം ഇരിക്കുന്നതു യോഗ്യമല്ല Bhr. ഒന്നിന്നൊന്നു ഒ. എയ്യാൻ AR. met each arrow with one. ഒ. പറഞ്ഞാൽ പിടിച്ചു ബന്ധിച്ചു പോം SiPu. if you speak again thus. — double ഒപ്പം ഒപ്പം കൊടുത്തു സുമിത്രെക്കു AR. ഒപ്പൊപ്പം distributing alike എല്ലാവൎക്കും ഒപ്പപ്പം (sic.) ശരിയിട്ടു MR. 2. being together ഒപ്പം എത്തുന്നു MC. to overtake, keep up with — ഭൎത്താവോടു ഒപ്പം ഞാൻ കൂടി പോരും Bhr. തമ്പിമാൎക്കും തനിക്കും തറവാടു ഒപ്പം (doc.) — adv. അവന്റെ ഒപ്പം ഉള്ള ആളുകൾ, കത്തോടു ഒ. വെച്ചു TR.

ഒപ്പരം Id. 1. മനസ്സൊപ്പരം ഇല്ലാത്ത ജാതി disunited. 2. എന്റെ ഒപ്പരം അയച്ചു TR. with me. — Even with Instr. ഞങ്ങളാൽ ഒ. കാട്ടിൽ എഴുന്നെള്ളി TR.

ഒപ്പാരി comparison. ഒ. പറക to flatter, defend, praise and lament the dead V1.

VN. ഒപ്പു (5.) 1. conformity, ഒപ്പാചാരം confederacy V1. ഒപ്പില്ലാത്ത incomparable, ഒപ്പിഴക്കം inadvertance (= പ്രമാദം). 2. signature, agreement. ഒ. കുത്തുക, ഇടുക to sign. ഓലയിൽ തന്നെ കൊണ്ടു ഒപ്പിടുവിച്ചു MR. made to sign.

ഒപ്പുകാണം fee given to Janmi on signature of documents (4 fanam).

ഒപ്പുമുറി agreement, ഒപ്പെട്ടു grant V1. നമ്മുടെ കൈയൊപ്പിടാത്തതു പുലസംബന്ധമുള്ളതു കാരണം TR. the Rāja does not sign in mourning time.

CV. ഒപ്പിക്ക 1. to equalize. എല്ലാടിക്കിലും ഒരുപോലെ ഒപ്പിച്ചു ചാൎത്തുക TR. to assess equally. കണ്ടതു് ഒ. V2. to mimick — also to compare. 2. to adjust കല്ലു മൂലിനൊപ്പിക്ക (in building). കമ്പു ചെത്തി കോടാലിക്കു് ഒപ്പിച്ചിട്ടു Arb. fitted the handle to the axe. കാലും കരങ്ങളും ഒപ്പിച്ചു കെട്ടി Bhr. 3. to please, persuade മനസ്സു ഒ. to satisfy V1. മൂഢാത്മാക്കളെ ഒപ്പിപ്പാനായി AR. to deceive simpletons. 4. to prove എന്ന ലക്ഷണം കാട്ടി ഒ., കാമശാസ്ത്രങ്ങളെ കാട്ടി ഒപ്പിപ്പവൻ Nal. to prove by praxis. ശാസ്ത്രം കാട്ടി ഒ. to demonstrate from the Shāstras. 5. to settle ഒപ്പിച്ചു തീൎപ്പാൻ കഴിഞ്ഞില്ല MR. come to a settled agreement. ഒപ്പിച്ചാൻ അഖിലം അഹോ കഴിഞ്ഞ സൌഖ്യം CC. closed the sum of past joys. കണക്കൊപ്പിച്ചുതരും KU. deliver over. ഭണ്ഡാരം എണ്ണി ഒപ്പിച്ചുകൊടുത്തു Mud. gave over the treasure exactly. ൧൨൦൦൦ പണം ഒ. KU. to pay a tribute of. കരം, കപ്പം, നേൎച്ച ഒ. to pay in full, fulfill ഒപ്പിച്ചുവരേണ്ടുന്ന നികിതി TR.

Neg. V. ഒവ്വാ 1. is not like. ആ പോർ ബാലിസുഗ്രീവയുദ്ധത്തിന്നു ഒവ്വാ AR. മന്നങ്ങൾ പന്തിയിൽ ഒവ്വാതെ വന്ന കൂട്ടം CG. 2. cannot. ഒവ്വാത്ത = ചേരാത്ത.

ഒവ്വായ്മ discord.

II. **ഒക്കുക, ക്കി okkuγa** (Tu. to dig, C. to tread out) To indent നായി കടിച്ചു ഒക്കിക്കളഞ്ഞു, ഒരംയം കടിച്ചൊക്കി.

ഒച്ച očča = ഓശ 1. Sound, noise, voice എന്നുടെ ഒച്ചയെ പോലെ വിളിച്ചവൻ KR. ഒച്ചപ്പെടുക to be loud, audible ഒച്ചപ്പെടാതെ പറഞ്ഞു നിന്നു CG. മുറിവു് ഒച്ചപ്പെടുകയും MM. a breast-wound. ഉച്ചത്തിൽ എല്ലാരും ഒച്ചക്കൊള്ളുംവണ്ണം കേണു, കാലിക്കഴുത്തിലെ നന്മണിയൊച്ചയും കേൾക്കായി CG. ഒച്ച കെട്ടുക (huntg.) to tie a bell (ചിലമ്പു) to dog's neck. ഒച്ചയടെപ്പു hoarseness, ഒച്ചയടക്കം MM. from wound in throat, ഒച്ചയിടുക to make noise. പേടിവരുമാറു ഒച്ചകാട്ടി Genov. (in huntg.) ഒച്ചപൊങ്ങിച്ചു RS. made a fine noise. 2. name, fame പശ്ചിമാനൂപകൻ എന്നൊച്ച പൂണ്ടൊരു നൃപൻ Bhr. ഒച്ചപ്പെട്ടവൻ famous V1. ഒച്ചപ്പെടുത്തി published.

ഒടി oḍi (= ഉട II. C. Te.) 1. Groin വയററിന്റൊടി = വലി the 3 lines or folds on the abdomen. തടമുലകൾ ഒടിനടുവും അടിമലരും Nal. 2. side എന്റെ ഒടി, അയലൊടി q. v., തമ്പുരാന്റൊടിത്തന്നെ വാഴ്ക TP. to be favourite. Chiefly piece of ground, = ഉഴവു; കണ്ടങ്ങളും പറമ്പുകളും കാട്ടൊടികളും TR. division or range of ricefields. പടിഞ്ഞാറേ ഒടിയിൽ മേലേ കണ്ടം MR. (= പാടം) — what is ഒടിക്കുറഞ്ഞന്തരിച്ചു KU. (lifetime?). 3. sorcery, to break the enemy (in Madagascar "odi" witchcraft) ഒടിവെക്ക to use & ഒടിതീൎക്ക to counteract enchantment. 4. a hunter's hut (also ഒളി) ഒ. കെട്ടുക, ചമെക്ക.

ഒടിക്കാരൻ (2) the comrade അയലൊടിക്കാരൻ & വില്ലൊടിക്കാരൻ (huntg.).

ഒടിക്കുരു, — ക്ലേശം (1) bubo, rupture.

ഒടിക്കുഴി B. (4) draught of privy.

ഒടിപ്പുര (4) privy; (3) charms buried to maim him that passes over them V1.

ഒടിമാടം (4) hut.

ഒടിയൻ (3) sorcerer, esp. of low castes as Nāyāḍi, Parayan. — കാലൊടിയൻ lame (loc.)

ഒടിവിദ്യ (3) witchcraft.

ഒടിയുക T. M. C. (= ഉടയുക) To break. ആലിൻകൊമ്പ് ഒടിഞ്ഞുഴിയിൽ വീണു KR. ഒടിഞ്ഞനടു broken back. തുള്ളുകിൽ കാലൊടിഞ്ഞുപോം MM. കാലു രണ്ടും ഒടിഞ്ഞു കണക്കേ ആം a med.

ഒടിയാത്തളു a bracelet of one piece.

VN. ഒടിവ്. a breach, brake.

ഒടിക്ക v. a. 1. To break, as oar, shaft വില്ലിനെ കാൽകൊണ്ടു ഒടിച്ചാൻ KR. ഒരംകിൽ നള്ളി ഒ., നടു ഒ. V1. വയറ് ഒ. beggars to exhibit an empty stomach. വിതെച്ച് ഒ. to plough after sowing. 2. to use witchcraft KU. —

CV. ഒടിപ്പിക്ക to cause 1. & 2. v. a.

ഒടു oḍu T. C. Tu. po. M. (= ഒടി 2. side) 1. With വിരവിനൊടു, short o = ഉടൻ, ഓടു. 2. place അങ്ങൊടിങ്ങൊടുഴന്നു Bhr. AR.

ഒടുക oḍuɣa (obs. √ of ഒടി, ഒടുങ്ങു) To come to an end. VN. ഒടുവു end. ഒടുക V1. = ഒടി 1. groin. 2. a timber tree; ഒടുകിന്തുപ്പു.

ഒടുങ്ങുക oḍuṅṅuɣa T. M. Te. Tu. (see prec.) 1. To come to an end ബാണം ഒടുങ്ങാത്ത പൂണി UR. അമ്പ് ഒ'ാത്ത ആവനാഴിക KR. പറഞ്ഞാൽ ഒടുങ്ങുമോ Bhr. too long to relate. ചോറ് ഒടുങ്ങുമ്പെ Mud. എറ സംവത്സരം കൊണ്ടു ഒടുങ്ങുന്ന യാഗം Bhr. ഭാരതം ഒടുങ്ങാതൊന്നാകിയ കഥ interminable. 2. to die, esp. of smallpox.

VN. ഒടുക്കം 1. end = ഒടുവു; അല്ലൽ അകന്നുവാണീടാം ഒ'ത്തു Prahl. at last. 2. adv. finally മൽപാദത്തോടു ചേരാം ഒടുക്കം നിണക്കെടോ Prahl.

a. v. ഒടുക്കുക, ക്കി 1. To finish, destroy. അൎത്ഥം ഒ. Anj. to spend. കൊന്നൊടുക്കി, അസുരമമതെ അടക്കി ഒടുക്കി CG. ഒക്കയും കൊത്തി ഒ. TP. 2. B. to pay taxes.

ഒട്ടകം oṭṭaɣam T. M. (C. Te. Tu. ഒണ്ടെ) Camel മുള്ളുള്ള വൃക്ഷങ്ങൾ ഒ'ത്തിന്നിഷ്ടം Nal.

ഒട്ടകപ്പക്ഷി ostrich.

ഒട്ടകപ്പുള്ളിമാൻ giraffe MC.

ഒട്ടർ oṭṭar, ഒട്ടിയർ 5. Orissa people, ഉഡിയം, ഒഡിയം, chiefly of the tank-digger's caste.

ഒട്ടം oṭṭam T. M. 1. What holds together (as picture-frame V1.), stops a leak. 2. wager, stake at play. ഒ. കെട്ടുക, വെക്ക, പറക to bet. ഒട്ടത്തോളം എത്തുകയില്ല he will not reach the lists, the natural term of life.

ഒട്ടുക T. M. Tu. C. 1. to adhere, stick.

ഒട്ടൽ adhesion.

ഒട്ടലാർ (T. ഒട്ടാർ) enemies RC. —

CV. ഒട്ടിക്ക to paste, glue പശപിരട്ടി ഒ.

2. to give in, be lean (ഒട്ടി opp. സ്ഥൂലിച്ചു MC.) ഒട്ടിയ വിഗ്രഹം പൃഷ്ഠിയും കൈകൊണ്ടു PT. ഗാത്രങ്ങൾ ഒട്ടിക്കൂടി VetC. my cheeks have become hollow; so കവിൾമുഖം, ചെമ്പു (see

ഒക്കുക II.); to be wrinkled (like ഒട്ടി) കാ യി, മുല ഒട്ടി തൂങ്ങുക.

ഒട്ടൽ flaw in wood V1.

ഒട്ടലാമ്പൽ Ottalia or Damasonium Ind. Rh.

ഒട്ടി a kind of cake.

ഒട്ടു 1. glue V1. 2. bruise, impress അതിൽ ഒർ ഒ. കട്ടുങ്ങി പററി. 3. C. T. Te. union, the whole (=ഒററ) ഒട്ടാക, ഒട്ടുക്കാക, ഒട്ടി ട്ടുക to sum up. ഒട്ടുക്ക in all ഞങ്ങളും ആയ വരും കൂടി ഒട്ടുക്ക ൨൭ ആളുകളും (jud.), also ഒട്ടുക്കും. — ഒട്ടാകെ, ഒട്ടുത്തുക sum total. 4. Neg. ഒട്ടും ഇല്ല not at all, not the least, not for a moment; hence pos. ഒട്ടു a little, some ഒട്ടു ദൂരേ — ഒട്ടു നേരം, ഒട്ടുനാൾ കഴിഞ്ഞ പ്പോൾ CG. ഒട്ടേടം a little way. ഒട്ടൊട്ടു നടക്കാറായാൽ TR. as soon as I can walk a little. ശരം ഒട്ടു സൂക്ഷ്മമാം Gan. the versed sine will be pretty accurate (math.) ഒട്ടട്ടുകും V2. about so much. ഒട്ടുമടങ്ങി, ഒട്ടേറപ്പോ ന്നു പിറക്കയാൽ CG. ഒട്ടുചിലർ പോയാർ ഒട്ടുചിലർ ഒളിച്ചീട്ടിനാർ Mud. 4. No. clamp of a door etc. വാതിലിന്നു ഒട്ടു് തറെക്ക.

ഒട്ടിഞ്ഞാൺ, ഒട്ടിയാൺ oṭṭiyāṇ (Tu. C. Te. from ഉടഞ്ഞാൺ) Cutaneous eruption on the loins. ഒ. ഒഴിയും med.

ഒണ്ട onḍa No.=ചുരക്കുടുക്ക Filled with water for നനെച്ചോറം — ഒണ്ടയും കററിയും എടുത്തു അരിയുവാൻ പോകുന്നു (loc.). see കൊണ്ട.

ഒണ്മ oṇma T. aM. (VN. of ഒൾ) Beauty, splendour ഒൺകടൽ, ഒൺചരം, ഒഞ്ഞിരണ ങ്ങൾ, ഒണ്മാമരം, ഒൺപുനൽ ചൊരിന്താർ RC.

ഒതി oḍi = ഉതി Odina.

ഒതുങ്ങുക oḍuṅṅuγa T. M. (Te. C. ഒത്തു=ഒ റവുക) 1. To give way, step aside, shrink, yield. അരികിൽ ഒതുങ്ങി നിന്നു KR. stood humbly before his father. ഒരു കോണിൽ ഒ. കൊണ്ടു PT. hid himself. ഉലെന്ത മെയ്യോടു ഒ. RC. 2. to be contained, adjusted. അവന്റെ വസ്തു വക തനിക്കു് ഒതുങ്ങേണ്ടതു he ought to succeed to the deceased's property (jud.)

VN. ഒതുക്കം 1. Being settled & compressed. എല്ലാററിന്നും കറയ ഒ. കണ്ടുതുടങ്ങി matters are somewhat smoothed down. കല്ലിന്നു ഒ. ഇല്ല no elasticity, yielding quality, soft touch (=മിരുസം, പതം). 2. subjection, contents (V1.=അടക്കം).

ഒതുക്കു shelter; stairs V1.

a. v. ഒതുക്കുക, ക്കി To compress, restrain (ആനയെ), subdue (=അടക്കുക V2.). മനസ്സു ഒ. to humble V1. കയ്യിൽ ഒ. to enclose. വാക തേ ച്ചുമെയ്യി ഒതുക്കി TP. to soften by bathing. രാജ്യം ഒതുക്കി കപ്പം തരാം TR. give up the land to Tippu. കാര്യം എല്ലാം ഒ. Arb. to settle.

ഒത്ത adj. part. of ഒക്ക I. q. v.

ഒത്തുക ottuγa To jump, skip, dance ഒത്തുന്ന മണ്ഡൂരം HNK. frog, ഒത്തിനടക്ക MC. snakes. ഭൂമി കലുങ്ങുമാറു ഒത്തി വീഴുകയും Bhr. fencers. തുണിന്നു മെല്ലേ ഒത്തി ഒന്നു ചവിട്ടി Bhr. താള ത്തിൽ ഒ., ചില്ലികളെ കൊണ്ടു മെല്ലവേ താള മായൊത്തി ഒത്തി CG. whilst playing on the flute indicate the tact by moving the eyebrows. ഒത്തായം, ഒത്തായ്മ a play with cudgels, wrestling. ഒ. പഠിക്ക, പിടിക്ക, പയററുക V1.

ഒത്താൻ ottāṇ, ഒസ്സാൻ (Ar. hăjjām?) A Mappiḷḷa barber (& circumcisor) കാളി — താടി യും തലനാരും കളയേണ്ടതിന്നു ഒ'ന്നൊട്ടു വില ക്കി TR.

ഒന്നു onnu (T. ഒൻറു C. Te. Tu. √ ഒ) 1. One, neutr. of ഒരു, also for masc. കടിയാന്മാരെ ഒ ന്നും കാണുന്നില്ല, ഞങ്ങൾ ഒന്നുള്ളന്നും TR. as long as one of us is alive. 2. adv. ഒന്നുഴന്നു, ഒന്നടിച്ചു, എന്നെ ഒന്നു നോക്കേണമേ etc. once. 3. something (emph.) അച്ഛനെ പിടിച്ചു കൊണ്ടു വരാം അല്ലെങ്കിൽ ഒ. അനുഭവിച്ചു വരാം TR. tho' it may cost us something (our lives). ഇന്നു നീയും താതനും ലങ്കയും ഒന്നുമില്ലാതെ വരും KR. will be destroyed. Emphatically repeated. ഒന്നു ഒരു നായരെ കണ്ടു, ഒന്നു ഒരു വാക്കു പറഞ്ഞേ ക്കണം TP. 4. a part. നാലൊന്നു a quarter. ഒന്നു forms also participial nouns f. i. നടപ്പൊ ന്നു=നടപ്പതു, as എന്തൊന്നു=എന്തൊരു കാര്യം. ഒന്നരാടൻ, ഒന്നരാടം every other day. ഒ'ൻ പനി tertian fever.

ഒന്നാക to be united, joined, ഒന്നാകെ altogether, ഒന്നാം first, ഒന്നാമൻ m. — മാളിക

ഒന്നായി ഇളമ്പുന്നു TP. jumped down at once. ഒന്നായി വിഴുങ്ങുന്നു MC. ഒന്നും ഒന്നായിട്ട് അരുളിച്ചെയ്യു കേൾക്കായ്കകൊണ്ടു TR. as they got no decisive answer from the king.

ഒന്നിടയിട്ടു സുന്ദരിമാരോടു കളിച്ചു Anj. quite one with them.

ഒന്നിന്ന് ഒന്നായി പറക to leave no point unanswered. ഒന്നിന്നൊന്നില്ല തമ്മിൽ Anj. ഒന്നിന്ന് ഒന്നില്ലാത്ത ദേശം discordant. ഒന്നിന്ന് ഒന്നാക്കുക to make more weight (by taking from one & adding to the other.)

ഒന്നിന്നു പൊക to make water (opp. രണ്ടിന്നു.)

ഒന്നിൽ in one case. ഒ. — അല്ലയായ്കിൽ RC. ഒന്നിലോ — അതല്ല എങ്കിൽ TR. — also ഒന്നിരിക്കിൽ പണം കൊടുക്കാം അതല്ല എന്നു വരികിൽ പറമ്പു സമ്മതിച്ചു കൊടുക്കാം TR. mod. cond. ഒന്നുകിൽ യുദ്ധം തുടങ്ങുക പോക്കരുതെങ്കിലോ നന്നായ്പുണങ്ങുക UR. also: ഒന്നിക്കിൽ — അല്ലെങ്കിൽ TP.

ഒന്നു കൊണ്ടും (പോകയില്ല) on no account.

ഒന്നേകാൽ $1\frac{1}{4}$. [വ്യാധിയും) VCh.

ഒന്നൊത്തുവരിക to come together (as ആധിയും

denV. ഒന്നിക്ക to join, unite, agree ഒന്നിപ്പാൻ അനുഗ്രഹാൽ Bhg. എന്നുടെ കണ്ണാവും അങ്ങുള്ള വാളുമായി ഒന്നിച്ചു വന്നാൽ Mud. come in contact. —

adv. part. ഒന്നിച്ചു together (= ഒരുമിച്ചു) f. i. ഒന്നിച്ചിട്ട് ഒപ്പരം പോരിക TP. with Soc. & Gen. അതിന്റെ ഒ. ഒരു കത്ത് അയക്ക, തമ്പാന്റെ ഒ. പോയി TR. ഉണ്ണികൾ ഈ കല്പന ഒ. അയച്ചു MR. along with.

CV. ഒന്നിപ്പിക്ക = ഒരുമിപ്പിക്ക V1.

ഒമ്പതു oṁbadu T. M. C. Tu. (Te. തൊം fr. തൊൾ) Nine, one before ten. ഒന്നിന്ന് ഒ. പറഞ്ഞു, ഒന്നല്ല ഒ. ചെയ്തു TP. not one offence only but many.

ഒപ്പന oppana Mpl. (T. ഒപ്പനൈ adorning) ഒപ്പന മുട്ടുക, പാടുക in ഒപ്പനപ്പാട്ടു, sung by Maplichis at തിരട്ടുകല്യാണം etc.

ഒപ്പം, ഒപ്പു see ഒക്ക.

ഒപ്പുക oppuγa To touch softly V1., sponge, wipe (a wound); clean rice by taking up the grains with a കിഴി etc.; ഒപ്പുംകടലാസ്സ് & ഒപ്പുക. blotting-paper (mod.)

VN. ഒപ്പൽ. sponging.

ഒപ്രുശുമ oprušuma, ഒപ്പുറുശുമ V1. (Syr.) Blessing. മുമ്പിലത്തെ ഒ. confirmation; ഒടുക്കത്തെ ഒ. extreme unction. Nasr. Rom. Cat.

ഒരു oru 5. (√ ഒ) 1. One, the same ഒരു അമ്മ പെറ്റവർ. 2. No. Indef. Num. = കെറെ some ഒരു മുളക പറിക്കാനുണ്ടു vu. 3. Indef. Article. പണ്ട് ഒർ ആൾ പറഞ്ഞപോലെ prov. 4. (in po.) Def. Art. അങ്ങനെ ഇരിപ്പൊരു ശങ്കരാചാര്യൻ KU. ബോധമില്ലാത്തൊരെന്നേ Vil.—Even with pl. മറ്റൊരു പരീക്ഷകൾ Bhr. [n. ഒന്നു. m. ഒരുവൻ. ഒരുത്തൻ, f. ഒരുത്തി, ഒരുവൾ, ഒരുക്കാൽ, vu. ഒരിക്കൽ once. [rim).

ഒരുച്ചെന്നിക്കുത്തു headache on one side (meg-

ഒരുച്ചെവിയൻ a med. plant.

ഒരുത്തി 1. f. one woman. 2. one & the same place ഞാനും അവനും ഒ'യിൽ അല്ല പാൎക്കുന്നു MR. 3. any place കല്പന ഒ'യിൽ തറെച്ചു, മറ്റൊരുത്തിയിൽ സങ്കടം പറവാനും ഇല്ല TR. കള്ളന്മാൎക്ക് ഒരുത്തിന്നും (abl.) കഞ്ഞി വെള്ളം വെച്ചു കൊടുത്തു — also ഒരുത്തയിലും കാണുന്നില്ല TP. അകത്തൊരുത്തയിൽ നിന്നു പോയി KU.

ഒരു നാളും ഇല്ല never.

ഒരു നില, ഒരു കൈ.

ഒരുപോലെ 1. alike (po. ഒന്നുപോലെ) സന്നിധാനത്തിങ്കലേക്കു പ്രജകൾ എല്ലാം ഒരുപോലെ ആകുന്നു MR. 2. as sure as possible ഒമ്പതു കൊള്ളും എനിക്ക് ഒ. Anj.

ഒരുമനമായിരിക്ക 1. to be of one mind. 2. to be determined, fully resolved.

VN. ഒരുമ 1. union അവനോട് ഒ'യോടു വാഴുന്നു Mud. 2. harmony ഒരുമ ഉണ്ടെങ്കിൽ prov. അതിൽ ഒ'യോടു കണ്ടു Mud. saw it tally with. ഒ. കലൎന്ന ഉടൽ Anj. well proportioned.

ഒരുമ്പാടു 1. = ഒരുമ്പാടു f. i. പോവാൻ ഒരുമ്പാട് ഒ. TP. got ready for starting. 2. agreeing.

denV. ഒരുമിക്ക T. M. Te. 1. to join ഒക്ക വന്ന് ഒരുമിച്ചാർ AR. ശ്രുതിയിങ്കൽ ഒരുമിക്കുന്നപോലെ HNK.

— adv. part. ഒരുമിച്ചു = ഒന്നിച്ചു together ചിതറി പോയതങ്ങൊരുമിച്ചു കൂട്ടി KR. with

Gen. തമ്പുരാൻെറ ഒ. പോയി TR.
2. to be reconciled അസുരകളോട് ഒരുമിക്ക Bhg. = നിരക്ക; മന്ത്രി രാജാവോട് ഒരുമിച്ചീട്ടു വാൻ അവസരം പാൎക്കുന്നു Mud. 3. to be resolved, prepared ഒരു കാൎയ്യത്തിന്നായി ഒ'ച്ചവൻ KR. പോക്ക് ഒ. Bhr.

CV. ഉൎവ്വിയും ആകാശവും ഒരുമിപ്പിച്ചു Bhr. mixed earth and sky. അവരെ പോക്ക് ഒ'പ്പിച്ചതും Bhr. persuaded to join. പന്തിയിൽ ഒ'പ്പിച്ചുന്തിയങ്ങയത്തിയാൻ Bhg. Vishnu as tortoise lifted it altogether.

ഒരുമ്പെടുക 1. to join, agree, be confederate. 2. to resolve, prepare. പെൺ ഒ'ട്ടാൽ ബ്രഹ്മനും തടുത്തു കൂട prov. ഉത്സവത്തിന്ന് ഒ. Mud. വേട്ടേക്കു Vilv. to go hunting.

CV. ഒരുമ്പെടുക്ക V1. — ടുത്തുക to get ready.

VN. ഒരുമ്പാട് 1. concord. ഒ'ടാക്ക to appease. 2. preparation, starting സേന ഒ. കൂട്ടി പുറപ്പെട്ടു KR. (= സന്നാഹം). തളൎന്ന സേനയെ പറഞ്ഞനുസരിച്ച് ഒ'ട്ടുണ്ടാക്കി കൊടുത്തു ധൈൎയ്യവും KR. gave a fresh impulse.

ഒരു വകയായിരിക്ക to be something indescribable.

ഒരുവൻ, — ൾ, — ർ (hon.) one person.

ഒരേടവും, — ത്തും anywhere.

ഒരുങ്ങുക orunnuγa T. M. (Te. C. ഒഗ്ഗു) 1. To be ready. പണം ഒരുങ്ങിയില്ല etc. 2. to yield, be settled (= ഒടുങ്ങുക) കാൎയ്യം ഒരുങ്ങും will right itself, get ordered.

a. v. **ഒരുക്കുക** 1. To prepare, get ready. ഭോജനം വെപ്പാൻ ഒ'വിൻ Nal. കോപ്പുകൾ ഒ. KR. യുദ്ധത്തിന്നു, തീൻ ഒ. 2. to settle. ഒക്കയും കൊത്തി ഒരുക്കി TP. finished them off (= ഒടുക്കി).

VN. ഒരുക്കം 1. preparation; നീരാട്ടുപള്ളിക്ക് ഒ. കൂട്ടി TP. prepared the bath. പണം ഒ'മില്ലായ്കയാൽ MR. cash not being ready. 2. order. അതും ഒരിക്കമല്ല അററവുമല്ല RC. it is not right. ആ നിനവുനിനെന്തിരിപ്പത് ഒരുക്കമോ RC. പടിഞ്ഞാററയിൽ ഒ. ഒരുക്കി TP. arrange the room.

ഒരുക്കു id. ഒരിക്കു കേട്ടു മുഴുത്തു RC. dissension?

ഒരുക്കുമാനം B. articles.

ഒരുപ്പു (= ഒരുമ, ഒരുക്കം) 1. സാമ്പ്രവൎക്കളാൽ വേണ്ടുന്ന ഒ. ഒക്കയും വരേണം TR. ordering. 2. ഒ. വരുത്തി reconciled (= നിരപ്പു).

ഒല്രോജിക Port. relogio. Watch, clock.

ഒററ ot'ťa T. M. (ഒന്നു, ഒൻറു) 1. One, single. ഒ'പ്പണം a single fanam. രണ്ട് ഒററയെ കണ്ടാൽ (huntg.) two boars. 2. Tu. M. a certain cake ഒററെക്ക് ഉലക്ക കാക്കാൻ പോരയാൻ prov. 3. odd. ഒററയിരട്ടയും കളിക്ക with dice. ഒററപ്പെട്ടുള്ളദിനം പുരുഷപ്രജയാകും VCh. (= ഓജരാശി opp. യുഗ്മരാശി). 4. fencing posture പതിനെട്ടും ഒററയും പയററിയവൻ prov. ഒററക്കും കരു മനെക്കും നടന്നോട്ടം KU. see കരുമന.

ഒററക്കണ്ണൻ one-eyed.

ഒററക്കാലിൽ നില്ക്ക a tapas. [year.

ഒററക്കായ്ക്കു a cocoa-palm in its 8th — 10th

ഒററക്കൈയിൽ ഇടുമ്പോൾ മറേറതൊക്ക കണ്ടിട്ടു കേഴും CG. [of boar, cattle.

ഒററക്കൊമ്പൻ (ആന) MR. single tusked; also

ഒററപ്പടവൻ one-hooded snake.

ഒററപ്പോക്കൻ last scion of a family.

ഒററമരത്തിൽ കുരങ്ങു prov.

ഒററമുണ്ടും ഉടുത്തു KR. for battle.

ഒററമുലച്ചി (song) said of a Paradēvata.

ഒററൽ ot'ťal 1. Net of pack-thread, basket for holding pots; weel. 2. fishing with weels (T. ഒല്ലുക braid net).

ഒററൻ V1. spy; PP. traitor. From:

ഒററു Private intelligence; treachery, secret information, ചാളയിൽ പുകയില ഉണ്ടെന്ന് ഒ. ഉണ്ടായി (jud.) ഒ. അറിക to spy out, ഒ. കേൾക്ക to overhear. അവർ മേൽ ഒ. new proofs against them.

(ഒററാൾ) ഒററുകാരൻ spy, secret emissary. കള്ളചന്ദനം പിടിപ്പാൻ ഒ. MR.

ഒററുക (to be single?) 1. to step aside, retire, cringe.

ഒററിക്കുറു a hide-&-seek play.

ഒററിപ്പുകളിക്ക No. to act the spy.

ഒററി വഴങ്ങുക V1. to conspire.

ഒററിവഴങ്ങിക്ക V1. to draw into conspiracy.

— as v. a. എന്നെ ഒററിയ ശത്രു PP. my

betrayer. 2. to make room for another. ഒററിവെക്ക to mortgage T. M. (C. Tu. ഒത്തെ, Te. ഒട്ടു).

ഒററി T. M. a pawn.

ഒററിക്കാണം a tenure in which the Janmi yields to the tenant all the produce of the field in lieu of interest for his advances (ഒററിക്ഷയാലക്കരണം, ഒററിയാക എഴുതി ക്കൊടുത്താൻ doc.)

ഒററികൊണ്ടവൻ a mortgagee.

കൈവിട്ടം ഒററി a higher tenure which leaves to the Janmi merely nominal rights.

ഒററിക്കും പുറമെയുള്ള കാണം a still higher tenure by which the കുടിയാൻ acquires even $\frac{2}{3}$ of the Janmi rights, also ഒററിക്കമ്പരം.

ഒററിക്കുഴിക്കാണം a mortgage in which either the occupant has to relinquish or the owner to retain the estate W. [mortgage W.

ഒററി ദ്രവ്യം money advanced on usufructuary

CV. ഒററിക്ക to cause to spy V1. [So.

ഒററിയാൻ single elephant, leader of the herd

ഒലന്ത olanda, ലന്ത Holland, Dutch. KU. V1.

ഒലമാരി olamāri (Port. almadia) A kind of ship ഒ. കപ്പൽ വെപ്പിച്ചണയും KU.

ഒലവിൽ = ഒല്ലിയൽ q. v. — f.i. തമ്പുരാന്റ ഒ. അലക്കുന്ന വണ്ണാത്താൻ TP.

ഒലി oli T. M. (C. Tu. ഉലി) Sound. ഒലിയെഴ അലറി RC. കാൽചിലമ്പൊലിപൊങ്ങവെ CCh. ഉരുളൊലികൾ KR. noise of wheels, ഞാണൊലി, മാറെറാലി etc.

denV. ഒലിക്ക 1. to sound, as running water. — ring bell V1. 2. (Te. ഒലുക = ഒഴുക) to flow, run as water, blood of wounds കണ്ണുനീർ ഒലിക്കവെ or ഒഴുകവെ KR. മെഴുക ഒ'ച്ചു പുറത്തു പോയി Mud. പൊട്ടി ഒലിച്ച മധു Bhg. വായിൽ കൂടി നീർ ഒ. 3. to float. അശ്വങ്ങൾ ചത്തു രക്തനദികളിൽ ഒക്ക ഒലിക്കുന്നു AR. [looseness of bowels.

ഒലിപ്പു flowing ഒലിപ്പിൽ കത്തിയ തറി prov.;

ഒലിയുക id. അവൻ ചോര ഒലിഞ്ഞുകൊണ്ടു പായുന്നു, മേൽ ഒക്കയും ചോര ഒലിയുന്നു (jud.) —

VN. ഒലിവുള്ള വെള്ളം running water; fountain V1. ഒലിവുള്ള നീററിന്ന് അശുദ്ധി ഇല്ല Anach.

CV. ഒലിപ്പിക്ക as രക്തം ഒ. B. to bleed. പെണ്ണുങ്ങൾ കണ്ണുനീർ ഒലിപ്പിച്ച പാരം SG. PT. KR. shed tears.

ഒലുമ്പു olumbu (Port. plumbo) Plummet.

ഒലുമ്പുക olumbuγa (T. ഒല്ലു, C. olyādu, see ഉലയുക) To move from side to side. വസ്ത്രങ്ങളെ ഒ. to wash clothes by shaking them in the water. ഒലുമ്പിക്കളക to rub, shake off, as rice sticking to the hand. താളി തേച്ചു തല ഒലുമ്പി TP. cleansed the head.

ഒല്ലുക olluγa T. M. C. Te. To consent, love — to be fit, possible. — Only in Neg. ഒല്ലാ = വല്ലാ must not, ought not (in prayers, rules, prov.) ചെയ്യൊല്ലാ & ഇച്ചെയ്യുന്നതൊല്ലാ, CG. സാഹസം ചെയ്യൊല്ല, പോകൊല്ല പട്ടിയേ Bhr. — past ചേറിട്ടു പോകൊല്ലാഞ്ഞു CG. ought not to have separated. — adj. part. ഒല്ലാത്ത unbecoming. തനിക്ക ഒ'തിന്ന് ഏറ ശ്രമിക്കൊല്ല Anj. indecent, bad. ഒല്ലാത കർമ്മങ്ങൾ UR. ഒല്ലാതതിങ്ങനെ ചൊല്ലാതെ നില്ല CG. — [(mantr.)

VN. ഒല്ലായ്മ = അരുതായ്മ, also ഒല്ലായ്മ കിട്ടും

ഒല്ലി Te. C. Tu. M. sheet, cover 5 yds. by 3, = പുതപ്പു f.i. ഒല്ലിയിൽ തോററു കോണിയിൽ എടുക്ക prov. ഞാൻ പുതെച്ചിട്ടുള്ള ഒ. കൊണ്ടു എന്നെ കെട്ടി TR. ഒല്ലി എന്ന പൂവല്ലി വസ്ത്രം (vu.) നായി ഒല്ലുന്നു (ഒല്ലിയിൽനിന്നു) മാല കടിച്ചെടുത്തു TP.

ഒല്ലിയൽ Royal cloth, = ഉടയാട V1. പട്ടൊല്ലിയൽ silk gown. ഒ. വെക്ക Rājas to marry Sūdra women, take concubines; കോഴിക്കോട്ടു കൂലകത്ത് ഒ. വെക്കേണം KU. (vu. ഒലവിൽ).

ഒവാത്ത് Ar. awat. Sorrow, = ഉപദ്രവം (Mpl.)

ഒവ്വാ ovvā 1. Neg. of ഒപ്പുക, q. v. 2. = ഉവ്വ V1.

ഒശീനം ośīnam Tdbh. ഉപജീവനം q. v.

ഒശീനക്കോൽ iron crow-bar, പാര, in thieves' slang.

denV. ഒശീനിക്ക to live on, eat.

ഒശീർ Ar. vazīr, Vizier.

ഒസ്യത്ത് Ar. vasīyat. Testament, മൃതപത്രിക.

ഒസ്സാന്മാർ ossān see ഒസ്സാൻ (Mpl.)

ഒളുക്കു V1. see ഉളുക്ക Back stroke (fencing).

I. ഒളി oḷi T. M. (C. Tu. Te. ഒൾ=ഉൾ) 1. Concealment; secret dealings. 2. ambush, hunter's hut. ഒ. കെട്ടുക, also ഒളിപ്പുള്ളി, — മറ, — കൂട്ടിൽ; ഒളിപ്പുള്ളി രാവുനായാട്ടുകാക്കു (huntg.)

Hence: ഒളിക്കൂട്ടിൽ എന്നപോലെ വെച്ചു പോററി KU. (Col.) like a bird in a cage.

ഒളിപെടുക to hide itself. മരതകക്കല്ലിൻ ഒളിവ് ഒളിപെടും തിരുമെയ്ശോഭ Bhr.=concede superiority.

ഒളിപുരുഷൻ No. (ഒളിപ്പയൻ vu.) a paramour.

ഒളിബന്ധം amour. ഒളിബാന്ധവക്കാരൻ a paramour.

ഒളിയമ്പു arrow-shot from ambush. ഒ'മ്പെയ്തു കൊന്നത് ഒരാണ്മയോ KR.

ഒളിയമ്പൻ N.pr. a Paradēvata.

ഒളിശയനം forbidden coitus, also ഒളിസേവ adultery etc.

ഒളിക T. M. to be hidden V1. മരുന്നുകൊണ്ടു ഒളിഞ്ഞു പോരും TP. come off unscathed from ordeal (= ഒഴിഞ്ഞു?).

VN. ഒളിവു 1. ambush V1. 2. hiding. ഒളിപാർത്തു വിദ്യയിൽ SiPu.

ഒളിക്ക (C. ഒയ്യു Te. ഒലം) 1. v. n. to hide oneself. പായിന്നു ഒളിത്തിതു ദിശപന്തിലും RC. fugitives. ഞാൻ ഒളിച്ചു പോകുന്നവനല്ല TR. abscond. ഒളിച്ചു ചാടിപോയി escaped. ഒ'ച്ചിരിക്ക, കൊള്ളുക. ഒളിച്ചു വയററിൽ ഉണ്ടാകും വെളിച്ചത്തു പെറും prov. ഒളിച്ചു ശിശുതാം SiPu. disappeared. അംഗങ്ങൾ അംഗങ്ങളിൽ ഒളിക്കുന്നതു പോലെ ദുഃഖിച്ചു പ്രലാപിച്ചാൽ KR. 2. v. a. ഒളിച്ചുവെക്ക to conceal, suppress.

CV. ഒളിപ്പിക്ക to conceal. തലമുടിയിൽ ഒ'ച്ചു TP. covered him with her hair.

II. ഒളി (ഒൾ = ഒൺ T. C. beautiful, good. Te. ഒലിവു =വെൾ) Splendid, bright; the light. വിളക്കിന്നൊളി പോലെ സാത്വികം KeiN.

ഒളിമങ്കമാർ beauties (Mpl.)

ഒളിമരം (loc.)= എരിമരം.

ഒളിമിന്നൽ and മിന്നലൊളി KR.

VN. ഒളിവു 1. brightness, also ഒളിമ. — ഒളിവേറിന കന്നികൾ (Mpl.) കിളരൊളിവെഴ shining brightly. കതിരവനൊളിവു ചേരും അകമ്പനൻ RC. ഒളിവോടു കൂടെ നടന്നു Bhr. 2. ambush (ഒളി I.)

ഒഴക്കു oḻakkụ = ഉഴക്കു (ഒ. ചോർകൊണ്ടു ഒരു വാസരാന്തം കഴിക്കും അഞ്ചാറു ജനങ്ങൾ CC.)

ഒഴിയുക oḻiyuγa 1. (= ഒഴുക) To run off as water. പകരാതെ നിറെച്ചാൽ കോരാതെ ഒഴിയും prov. 2. T. M. (C. Te. ഉളി, Tu. ഒരി) to be off, leave off, be free from, empty. സ്ഥാനം ഒഴിഞ്ഞിരിക്കുന്ന vacant, unoccupied. അതുകൊണ്ടു പുണ്ണ് ഒഴിയും MM. will heal. കൺവ്യാധി ഒഴിയും a med.

Inf. ഒഴികെ except. ഞാൻ ഒഴിക (po.) ഊരായ്മക്കാരിൽ മരിച്ചവർ ഒഴിക ശേഷിച്ചുള്ളവർ വസ്തുവക അടക്കും TR. as they die off, the others. — With Acc. മർത്ത്യരെ ഒഴിയവേ മററുള്ള ഭൂതങ്ങൾ KR. —

adv. part. besides, except. നീ ഒഴിഞ്ഞാശ്രയം ഇല്ല Nal. നേർ ഒഴിഞ്ഞൊന്നും ഇല്ല Mud. nothing but truth. മർത്ത്യന്മാൎക്ക് ഒഴിഞ്ഞരുതു VCh. to none but men. — With Acc. മോക്ഷത്തെ ഒഴിഞ്ഞുള്ളത് എല്ലാം HV. all gifts short of. — With Inf. പട്ടം കെട്ടുക ഒ. ശിരസി വേദന ശമിക്കയില്ല Mud. adv. part. ഭോജനം കഴിഞ്ഞ് ഒ. പോകരുതു Bhr. 3. v. a. to give up. താന്താൻ ഒട്ടൊഴിഞ്ഞിട്ടും ബന്ധുക്കളെ സന്തോഷിപ്പിക്ക കാൎയ്യം ആകുന്നു Mud. with some sacrifices; hence ഒട്ടൊഴിയാതെ without any exception, altogether. മയ്യഴി ഒഴിഞ്ഞു കൊടുക്കും TR. evacuate & cede M. to the French. ഞങ്ങൾക്ക് ഒട്ടും ഒഴിഞ്ഞു തരാതെ TR. making no allowance or deduction. നിലം ജന്മിക്ക് ഒഴിഞ്ഞു ഒഴിമുറി കൊടുത്തു MR.

VN. I. ഒഴിച്ചൽ vacancy, freedom, means, excuse. തനിക്ക ഒ. ഉള്ളപ്പോൾ Arb. when disengaged, in leisure hours.

II. ഒഴിവു 1. water-course പാലം മുറിഞ്ഞാൽ ഒഴിവിലേ prov. 2.= ഒഴിച്ചൽ. ദുഃഖത്തിന്ന് ഒഴിവുകൾ ചെറുമേ കാണാഞ്ഞു KR. no escapes. ഒ. പറക subterfuge. 3. (from ഒഴി 3.) giving up. കടിയാൻ ജന്മാരിക്കു ഒഴിവു എത്ര TR.

ഒഴിവുമറി = ഒഴിമുറി MR.

ഒഴിക്ക 1. To pour. കണ്ണിൽ മരുന്നു ഒ.; to void, as മൂത്രം ഒ. 2. to give up. വഴി ഞാൻ ഒഴിച്ചു നല്കി KR. let him pass. അവളെ ഒ. dismissed, forsook. ഒഴിച്ചുപോക, കിട്ടുക, കൊടുക്ക to return grounds held under കാണം; ക്രമലോം ഒഴിച്ചു തരാം TR. to vacate. 3. to quit. രാജ്യം ഒ. to emigrate. എല്ലാവരും രാജ്യം ഒഴിച്ചുപോയി, പുരയും കുടിയും ഒ. പോയി, ഒ. വാങ്ങിപ്പാൎത്തു TR. in war. 4. to escape. അവരെ ഒ'ച്ചുപോന്നു TR. got away from them. ഫിരിഞ്ഞും മറിഞ്ഞും ഒഴിച്ചാൻ KR. avoided arrows. വരേണ്ടതു ഒഴിക്കാമോ Bhr. വെട്ടു ഒ to parry a blow. എന്നെ ഒഴിച്ചുകൊൾAR. defend thyself. 5. to evade ദൈവകല്പിതം ഒ. Bhr. നഷ്ടമായി പോവതു ഒ. Bhr. to prevent ruin. 6. to make to cease, drive away. വാക്കാൽ രോഗം ഒ. PP. വെളിയും മുന്നേ മുഴ ഒ. a med. കടം ഒ. CS. to pay debts. 7. to free അവനെ അഗ്നിപ്രവേശത്തിങ്കന്നു ഒ. Mud. prevented his suicide. ശപിപ്പതൊഴിച്ചരുളുക Bhr. to prevent. 8. v. n. to give way (from 3.) അവർ ഒഴിച്ചു വാങ്ങി, അരിവാഹിനി ഒ. Bhr. to retreat. ശത്രുക്കൾ ഭേടിച്ചു ഒഴിച്ചു SiPu. പട ഒഴിച്ചു പോന്നു KU. തട്ടുകേടുകളാകവെ കൊണ്ടു ഒട്ടൊഴികയും Mud.

CV. ഒഴിപ്പിക്ക 1. chiefly to dispossess പൊറളാതിരിയെ ഒഴിപ്പിപ്പാൻ KU. ഉതൊഴിപ്പിക്കേണ്ട TR. must not be vacated. 2. to make to retire. പാളയം ഒഴിപ്പിച്ചു KU. drove back. സൎവ്വാധികാരം ഒഴിപ്പിച്ചു & അവനെ അധികാരത്തിങ്കന്നു ഒ. Mud. (even merely ഒഴിച്ചു) dismissed the minister. 3. to get back ഭൂമിയെ ഒ'ച്ചു കിട്ടുവാൻ MR.

VN. ഒഴിപ്പു discharge etc. [remedy.

Hence: ഒഴികഴിവു expedient, escape, excuse, ഒഴിമുറി deed of giving back നിലങ്ങൾ കുടിയാന്മാരെകൊണ്ടു ഒ'ച്ചു മൎയ്യാദപ്രകാരം ഒ. വാങ്ങി MR. [ഉണ്ടാക്ക TR.

ഒഴിസ്ഥലം unoccupied land ഒ'ത്തു ഉഭയങ്ങൾ

ഒഴുകുക, കി oḻuγuγa T. M. C. (Te. ഒലു to flow, C. Te ഉറിയു to leak) To flow, run down or off (= ഒലിക്ക) of blood, water തേൻ ഒ'ന്ന വാക്കു; of ships ഒഴുകുന്ന തോണിക്കു ഒർ ഉറ്റു prov. വങ്കാറ്റു ഒഴുകിക്കൊണ്ടു വരുന്നു TR. drives by stress of weather. കീഴ്പ്പെട്ടൊഴുകി ചെല്ലും.

ഒഴുകൽ VN. flowing, being adrift.

ഒഴുക So. side of wall, boundary.

ഒഴുവാരം So. side-room.

ഒഴുക്കു 1. current, stream. കടലോളം ആറിന്റെ ഒ. ഉള്ളു; ഒ'വെള്ളം running water, to be drunk by all castes. 2. (T. ഒഴുങ്ങു order) natural, smooth, plain ഒഴുക്കൻ പണി, ഒഴുക്കൻ വള etc. ഒ'നാഴ്ചിക.

ഒഴുക്കം 1. running, floating. ഓട്ടവും ഒഴുക്കവും കല്പിച്ചു KU. regulated all about shipping & timber floating. 2. plainness (ഒഴുക്കു 2).

ഒഴുങ്ങുക T. to keep within bounds. ഒഴുങ്ങാത്ത ദ്രവ്യം unbounded wealth (or ഒടുങ്ങാത്ത?).

a. v. ഒഴുക്കുക 1. to pour കണ്ണീർ പെരുവട്ടം ഒ. MM. 2. to inundate. 3. to set afloat, float പെട്ടിയെ പുഴയിൽ ഒഴുക്കിയിടുന്നു TP. ഒരു തോണിയിൽ വെച്ചൊഴുക്കിനാൻ Bhg.

ഓ Ō

ഓ ō T. M. C. Te. Chiefly interrogative particle 1. in simple question, ഞാൻ അവനോ am I he? Often with negative power അതങ്ങനെ വരുന്നതോ PT. that is impossible. Imperative എടുത്തുവോ take it at once. 2. in disjunctive question ഭക്തികൊണ്ടോ കൎമ്മംകൊണ്ടോ സക്തി വരും HNK. അതോ നല്ലൂ, ഇതോ നല്ലൂ, കറുത്തോ വെളുത്തോ സപത്നപനോ Nal. 3. in disj. affirmation ഒന്നോ രണ്ടോ one or two. കളത്തിലോ കിണററിലോ വീണു ചാകും; with Condit. യുദ്ധം തുടങ്ങുകിലോ മൃത്യു നിശ്ചയം യുദ്ധം ത്യജിക്കിലോ മൃത്യുസംശയം PT. 4. with adversative power മഹാമേരു — അതിന്റെ ഉയരമോ യോജന നൂറായിരം Bhg. as for its height.

കേൾക്കാം എന്നിരിക്കിലോ ചൊല്ലാം KR. but if. എന്നാലോ ഞാനോ കൊല്ലാം Bhr. ഹേതുവോ ഞാൻ പറയേണം എന്നില്ലല്ലോ AR. 5. emphatical മാറുന്നതില്ല കണ്ണുനീരോCG.; often with interrog. പുണ്യം എന്തൊന്നോ ഭാഗ്യം ഏതോ KeiN. what a wonderful luck! Quite interj. in അന്തോ, അച്ചോ, എത്രയോ etc.

ഓം ōm S. (= ആം) 1. ഓം എന്നാർ അവർകളും KR. Yes! hence ഓങ്കാരം the syllable ōm, greeting & concluding Amen! 2. = ഓ f.i. എന്തുവോം എന്നിട്ടു (po) whatever it be, yet.

ഓക ōγa, ഓക്ക (C. ഒശഡ്യ, ശൂഗ്ഗ) Awn, beard of some grains = ശൂകം.

ഓകസ്സ് ōγas S. (√ ഉച) Home, house (po.)

ഓകു ōγu, ഓവു (T. ഓ, prh. from ഒഴു) 1. Flood-gate, sluice, drain PT. 2. = ഓക f.i. ഓകില്ലാത്ത നെല്ല്, ഓകുള്ള നെല്ല CS.

ഓക്കാനം ōkkānam T. M. C. Te. Beng. (ഓക്കുക) Retching, nausea, qualm. ഓ'ഷ്വം ഛർദ്ദിയും med. ഓ. പാമ്പൻ തന്നെ a med. — fig. ഓക്കാനം ഉണ്ടെങ്കിൽ പാൎക്കവേണം CG. if indifferent or squeamish about it.

denV. ഓക്കാനിക്ക 1. to retch, feel nausea ഓ'ച്ചു ഛർദ്ദു; ഓക്കാനിച്ച് എല്ലാരും ഓടിത്തുടങ്ങിനാർ CG. 2. to vomit ഓ'ക്കുമ്പോലെ Sil.

ഓഘം ōgham S. (വഹ്) Flood; mass സപ്തസമുദ്രൌഘം etc. CG.

ഓങ്കാരം ōṅgāram S. (ഓം q. v.) The syllable ഓം — V1. ഓങ്ങാരം songs or cries to drive out demons (prh. from foll.)

ഓങ്ങുക ōṅṅuγa T. M. (√ ഉവ high) 1. To lift up, as hand, വടി, ഖണ്ഡിപ്പതിന്നു വാൾ Bhg. കൊള്ളി ധരിത്തോങ്ങി RC. വാക്കിൽ കയർത്തു കൈ ഓങ്ങി പോകിൽ Anj. 2. to threaten with finger, prepare to strike, aim at. എന്നെ ഓങ്ങി തല്ലീട്ടില്ല; കൊല്ലുവാൻ ഓങ്ങുന്നേരം Bhr. to attack. ശൂലവും കൈയിലായി കാല്വുന്നനെ ഓങ്ങി CG. — to appear resolved to അവനെ വിളിപ്പാൻ ഓ., കേഴവാൻ ഓങ്ങുമ്പോൾ CG. being about to weep. മസ്തകേ ഓങ്ങി പാദത്തിൽ അടിക്കയും Sk. aimed at.

VN. ഓങ്ങൽ threat etc.

ഓച ōja mod. ഓശ V2. RC.

ഓച്ചർ ōččar (T. a Kali worshipper C. Tu. = ഓത്തൻ Beng. ഓഝ snake-catcher) A class of Mārān Sūdras, who beat the drum in temples (മേളം കൊട്ടുൽ, കുഴൽവിളിക്ക) fr. ഓച? T. ഓച്ചൽ to drive away.

ഓച്ഛാനം ōččānam (No.) Reverence; the humble answer ഓ given to Guru with the proper gestures.

denV. ഓച്ഛാനിച്ചു നില്ക്ക. Palg. to stand or rise before seniors & superiors.

ഓജം ōjam S. Unequal, odd അതുല്യസ്ഥാനങ്ങൾ or ഓജസ്ഥാനം Gan. ഒറ്റപ്പെട്ടതിന്ന് ഓ. എന്നു പേർ (opp. യുഗ്മം), മൂന്നു തുടങ്ങിയുള്ള ഓജസംഖ്യകൾ Gan.

ഓജസ്സ് ōjas S. (വജ) Vigour, vitality തേജസ്സും ഓജസ്സുമായി Nal. [V1.

ഓജീവിക്ക, even ഓയീക്ക = ഉപജീവിക്ക

ഓട ōḍa 1. T. aM. Water-course (ഓട്ടുക) V1. 2. a large reed അതു കണ്ടാൽ ഓടമുള പൊട്ടി വെള്ളം വരും TP. even a bamboo would be touched to tears. 3. see ഓടക്കുഴൽ 2.

ഓടക്കുഴൽ 1. flute of cowherds ഓ. വിളിക്ക CC. 2. pipe of goldsmiths ഓടക്കുവെക്ക to fuse. എന്തിനാൽ ഇരുന്നലെ ഓടക്കുവെച്ചീടുന്നു, ഓ. വെക്കുന്തോറും മാററുകൾ ഏറിക്കാണും Nasr. po. [ഴുന്നെള്ളി KU.

ഓടനാടു = ഓട്ടനാടു f.i. ഓടനാട്ടുകരെക്ക് എ

ഓടം ōḍam 5. (ഓട്ടുക) 1. Boat, ferryboat ഓടത്തിൽ എങ്കിലും കപ്പലിൽ എങ്കിലും TR. ഓ-മാടായ്മ പോകുമ്പോൾ prov. പള്ളിയോടം V1. — weaver's shuttle ചാലിയന്റെ ഓ. പോലെ prov. ഓ. ചാട്ടുക to weave. 2. = ഓളം term, ഇത്രോടം, ഇത്രത്തോടം so far. 3. (Port. horto? garden ഓടത്തിൽ TR. also വയലുകളും ഓട്ടുകളും TR. vegetable gardens.

ഓടൽ ōḍal (So. ഓട) Med. root (= ഇംഗ്ഗുദി Terminalia cat.) ഓടലെണ്ണ കറഞ്ഞൊന്നു കച്ചുള്ള GP.

ഓടാമ്പൽ ōḍāmbal (ഓട്ടുക) Bolt, bar V1. No.

ഓടായി ōḍāyi (T. a M. — വി) A kind of carpenters, ship builders (ഓടം) ഓടായിനെ കൂട്ടി പണി തുടങ്ങി TP.

ഓടി ōḍi 1. (ഓടുക) A large seaboat, long & narrow chiefly from the Laccadives ദ്വീപിന്ന് ഒർ ഓടിയിൽ, ചരക്കുകൾ ഓടിയിൽ കയററി TR. ഓടിയും തോണിയും Si Pu.

ആനയോടി the largest kind, brig (Cann.) 2. = ഓടു, ക്രൂടി f. i. ഞാളോടി കൂപ്പരം, തമ്പുരാൻറോടിപാത്തു, പോന്നു TP.

ഓടു ōḍu 1. (ഒടിയുക) Potsherd, tile, കൊക്കോടു small flat tile. ചീപ്പോടു id. without a point; മാടോടു, പാത്തിയോടു hollow tile. തലയോടു skull. ഓട് ഇടുക, മെയുക to tile. ഓടു കഴിക്ക No. = തേങ്ങ ചിരട്ടയിൽനിന്നു അടൎത്തുക. 2. shell ആമയോടു; rind of fruits പുഴുങ്ങി ഓടു കഴിച്ചു കളക a med. 3. M. bellmetal (2½ parts zinc, 10 copper) ഓട്ടുവാക്ക etc. വെള്ളോടു, കാരോടു. ഓട്ടുരുക്കിയമൂശാരിയെപോലെ prov. 4. T. M. (ഒടു) being alongside, with തുണോടു കെട്ടി TP.; = ഊടെ f. i. ഉഭയ മാൎഗ്ഗത്തോടെ അയച്ചു TR. through the ricefields. കടലോടു പോയി; in fixing boundaries: X ഓടു Y ഓടു Z ഓട് ഇടയിലുള്ള നാടു KU.; in comp. എന്തവരോടു നിങ്ങൾ? കടലോട് ഒരു ക്രൂപം po. — a Loc. നായരോടത്ത് ആളെ അയച്ചു to the N. ആളോടത്തും അന്യായ സങ്കടം എഴുതിവെച്ചു TR. — adv. ഓടേ as സുഖമോടേ, — ത്തോടേ happily. Hence: ഓട്ടുനാടു, ഓടനാടു N. pr. the 9th or 16th നാടു, No. of വേണാടു, with the capital കായങ്കുളം, allotted to the ചേറായി സ്വരൂപം Syr. doc. KU.

ഓട്ടട, ഓട്ടപ്പം (1) pancake.

ഓട്ടുകലം, — പാത്രം (3) vessel of bellmetal.

ഓട്ടുപണിക്കാരൻ (3) = മൂശാരി.

ഓട്ടുപുര (1) tiled roof (opp. ഓലപ്പുര).

ഓടുക, ടി ōḍuγa 5. (Beng. to fly) 1. To run as men, animals, roots, etc.; ships to sail. 2. to flow easily, meet with no impediment എന്റെ വാക്ക് അവന്ന് ഓടുന്നില്ല.

CV. ഓടിക്ക 1. to drive, chase ഓടിയതാർ എന്നും ഓടിച്ചതാർ എന്നും Bhr. who fled, who pursued. — കതിരപ്പുറത്തു കേറി ഓടിക്കിൽ Nid. പിന്നോക്കം വലിച്ചുകൊണ്ടു ഓടിപ്പാൻ Nal. 2. to steer, navigate കപ്പൽ ഓ.

2d CV. ഓടിപ്പിക്ക id. ശോക്കളെ നേരേകൊണ്ട് ഒടിപ്പിച്ചു Anj. against us. ഢിപ്പുവിനെ ഓടിപ്പിക്കയും ചെയ്യും TR. we shall beat Tippu.

CV. ഓട്ടുക rare. ശത്രുക്കളെ ഓട്ടിക്കളഞ്ഞു, രാജാളിപക്ഷി പ്രാവിനെ ഓട്ടിക്കൊണ്ടു Arb. chased. നാട്ടുന്ന ഓട്ടിക്കളഞ്ഞു KR.

VN. ഓട്ടം T. M. C. Tu. 1. a course, run, കതിരയോട്ടം race, കപ്പലോട്ടം navigation; പണിക്ക് ഓ. വേണം V1. haste. 2. quick apprehension ബുദ്ധിക്ക് ഓ. ഉണ്ടു Anj.

ഓട്ടക്കാരൻ shipowner ഓ'ന്ന് പാട്ടം ചേരായ്കയില്ല prov.

ഓട്ടന്തുള്ളക്കളി a kind of ballet.

ഓട്ടാളൻ runner, messenger, spy; certain huntsmen ഓട്ടാളൎക്കേ കത്തിക്കൂട്ട (huntg.)

ഓട്ട, ഓറ ōṭṭa T. M. C. Tu. (Te. to split, ഒടിയുക) 1. Crack, leak, hole. 2. B. dullness.

ഓട്ടക്കലം leaky vessels, prov.

ഒട്ടക്കഴായൻ (2.) half witted.

ഓട്ടക്കൈ empty handed, squandering.

ഓട്ടത്തോണിയിൽ ഒഴക്കുക to try & get rid of one.

ഓട്ടപ്പെടുക to be perforated എല്ലെല്ലാം ഓട്ടപ്പെടുക a med. ഏറചിത്രം ഓ'ട്ടം prov. — കത്തി ഓട്ടപ്പെടുത്തി a. v.

ഓട്ടഭൂമി porous soil; Malayalam country.

ഓട്ടി ōṭṭi (ഓട്ടം, ഓട്ടുക) Ship's captain V1.

ഓട്ടിക്ക ōṭṭikka (ഓടു. 2.) Shell.

ഓട്ടിച്ചുപോക to feel empty, nauseous, conceive aversion.

ഓട്ടെരിമ ōṭṭerima (എരമ) A kind of bug.

ഓണം ōṇam T. M. (Tdbh. ശ്രാവണം) 1. The 22nd constellation, Aquila, see ആവണി. 2. the national feast on new moon of Sept. lasting 10 days, when Paraśurāma is still said to visit Kērala. ഓണമുട്ടത്ത ചാലിയൻ, കാണം വിററും ഓ. ഉണ്ണേണം prov.

ഓണക്കാഴ്ച V1. some old fees and taxes ജന്മക്കാരോട് ഓണം വിഷുകാഴ്ച ചോദിക്കയില്ല; ഓണത്തിന്നും വിഷുവിന്നും നന്നാലു പണം കണ്ട് എടുപ്പിച്ചു; ഓണത്തിന്നും വിഷുവിന്നും അരി തരേണം എന്നു ജന്മാരികൾ മുട്ടിച്ചു TR.

ഓണത്തല്ലു = കയ്യാങ്കളി. a rustic game of Toddy-drawers.

ഓണപ്പാട്ടു a song.

ഓണപ്പുടവ feast-cloth, given to inferiors, to bridegrooms.

ഓണപ്പൂ Impatiens വലിയ — I. latifolia, ചെറിയ — I. Rheedii, തില — I. Balsamina.

ഓണവില്ലു f.i. ഓത്തും പിള്ളെക്കു ഒർ ഓ. (Pay.)

ഓണൊട്ട ōṇāḍu T. M. & ഓണനാട്ട = ഓട്ടനാട്ട q. v.

ഓണാത്തുപെരുമാൾ a Sāmanta = കായങ്കളത്തു തമ്പുരാൻ.

ഓതം ōδam T. M. Beng. 1. Dampness in rainy season ഓതമുള്ള സ്ഥലം MC. 2. B. hernia (T.)

ഓതി ōδi Share, part (loc.) = വകതി?

ഓതിരം ōδiram (Tdbh. of ഉപദേശം) 1. Prime (pass in fencing — S. ലീഹ; see ആയുധാഭ്യാസം 18) plain cut, ഓ. വെട്ടിയാറെ ഉളകവെട്ടി prov. V1. ഓ. വെട്ടിമറിക TP. (in കളരി). 2. B. play at summerset. 3. ഓത്രം = ഉപദേശം in ക്രുടോത്രം.

ഓതു ōδu S. (ഓതു?) Cat. (po.)

ഓതുക ōδuγa T. M. C. Tu. 1. To recite, read as വേദം, മവ്ലൂദ് ഓതിക്കൊണ്ടു Mpl., whisper as Mantrams. ശവം ഓതി മഹിപ്പിച്ച TP. പോത്തോട വേദം ഓതിയാൽ prov. ഓതിപ്പഠിച്ചു കൊൾക Anj. to learn. ഓതിഇറക്ക to expel poison by formulas, ഓതിത്തളിക്ക etc. നതിവചനങ്ങൾ ഓതിനിന്നാർ CCh. 2. to say (po.) sound കാഹളം ഓതിനാർ CG.

CV. ഓതിക്ക to teach, = അദ്ധ്യാപനം നമ്പൂനിമാരെയും ഓതിച്ചുപോരുന്ന നാന്മുഖൻ CG. ആശ്ലായം ഓ.

— part. fut. ഓതിക്കോൻ teacher, chiefly of Nambūtiris ഓട്ടും തുടങ്ങുന്നോൻ ഓതിക്കോനല്ലല്ലീ CG.

VN. ഓത്തു 1. reading, chiefly of Scriptures. ഓത്തു മുടിഞ്ഞു CG. മുല്ലയുടെ കടിയിൽ ഓത്തു പഠിപ്പാൻ MR. (Mpl.) 2. using formulas ഓത്തുനീർ consecrated water (ജപിച്ചു കൊട്ടതു). See also ചിറോത്തു ഗുരിക്കൾ.

ഓത്തന്മാർ 1. Vēda Brahmans, the instructors of their caste. 2. students at Tirunāvāi, Tṛśivapērūr, etc.

ഓത്തി ōtti (see ഓക) Open gutter, dram ഓത്തിയിൽ വീണു (jud.) ഓത്തിവെച്ച PT.

ഓദനം ōd'anam S. (ഉദ) Pap, food ഓ. വിളമ്പിനാൾ CG.

ഓനായി ōnāy T. SoM. Wolf V1. MC.

ഓന്തു ōnδu (T. C. ഓന്തി) 1. Chameleon. 2. the bloodsucker, lacerta cristata MC. ഓന്തുരുത്തും ചോര വീഴതു TP. (during ആറാട്ടു). ഓ. കണ്ടാൽ ചോര കടിക്കും superst. — പാരോന്തു = കിരാങ്കിരി (dict.) — ഓന്തൊററി, ഓന്തുകൊത്തി = പ്രാപ്പിടിയൻ a hawk.

ഓപി ōbi, ഓവി = ഉപവി (see ഉവക്ക) Love V1.

ഓപ്പം ōppam, ഓപ്പു M. C. Tu. (ഓമ്പുക) Smoothing. ഓപ്പുകല്ലു = ഉരകല്ലു fig. പുഞ്ചിരിത്തുമത്തൻ ഓപ്പുകല്ലായൊരു ചോരിവാ CG.

ഓപ്പിടുക to polish. —

ഓമ ōma B. Base of pillar.

ഓമം ōmam 5. (= ഹോമം) Sison അയമോതകം. ഓമത്തണ്ണി vu. Omum-water.

ഓമന ōmana (ഉവക്ക or ഓമ്പുക) 1. Fondness, tenderness with children; darling. ഓ'യായൊരിളമൈതൽ Stuti; often ഓമന്ന CG. 2. nicety, beauty ഓമനയായ കരങ്ങൾ DN. Hence:

ഓമനക്കാരൻ playful with children.

ഓമനക്കൊടിയൻ hunting name of civet cat (nice-tailed).

ഓമനത്തുമുഖം, ഓമനപ്പൈതൽ, ഓമനപ്പൂമൈ, ഓമനവാത്തകൾ ഓതി CG.

ഓമന പുതിയകോയിലകം N. pr. Travancore palace KU.

ഓമനപ്പെണ്ണു (പണിക്കാക) prov.

denV. ഓമനിക്ക (V2. ഉപമനിക്ക = ലാളിക്ക) to fondle, caress കോമളനെ കാണുമ്പോൾ ഓമനിച്ചീട്ടവാൻ തോന്നുമത്രേ CG.

ഓമൽ 1. Fondness = ഓമന, darling ഓമലാളേവും അപ്പൈതൽ CG. 2. neatness. 3. adv. nicely, gently (whence ആദരാമൽ) ഓമലേ വരിക, കഥയ ഓമലേ Bhr.

ഓമൽ കടിയൻ hunting name of കേഴ (huntg.)

ഓമല്ലുഴി a dimple in the loins ഓ'ക്കു മീതെ ശ്രോണിതങ്ങളിടെ അട്ടുത്തു MM.

ഓമിക്ക ōmikka V1. = ഉപമിക്ക.

ഓമായം Fine speeches അകത്തു വളരെ ഓമായം ചേർത്തു കന്നം കെട്ടി പറഞ്ഞു Ti. tried to explain most plausibly.

ഓമ്പുക ōmbuγa T. M. (Te. ഒപ്പു, C. ōvu, ōpu) 1. To stroke, as in embracing, blessing കഞ്ഞനെ ഓമ്പിത്തടവി, ചൊക്കനെ ഓമ്പിപിടിച്ചു TP. താടി ഓ. to caress. തലമുടി ഓമ്പികെട്ടുക to smoothen. 2. to cherish, take care of.

ഓര ōra B. A tree in marshes (I. ഓർ).

ഓരം ōram T. M. C. Te. Beng. Margin, brim, side = വക്ക f. i. വൃറോരമായുള്ളൊരതുൺ CG. നിലത്തിൽ ഓരമിട്ടുഴുതു VyM. ഓരം തമ്മിൽ കൊൾക, ഓ. പാച്ചു to run against each other as men, boats. ഓരം കൊത്തുക = ഓരായം 2.

ഓരായം. 1. = ഓരം (loc.) 2. imperceptible joining of 2 boards, stones, etc. ഓരായച്ചെത്ത്, — കെട്ടു, — പ്പണി. (commissure, rabbet.)

ഓരി ōri (Te. = ഓശ) 1. T. Howler, jackal. നാരി ചത്തുടൻ ഓരിയാമ്പോകുന്നു GnP. (in V2. ഓരി, V1. ഒലി ക്രുക്കുന്നു, കരയുന്നു) 2. howl, yell (ഓരി ഇടുക). ഓരിയിട്ടാൽ മരണം superst.

ഓരിക്ക a small bivalve shell.

I. **ഓർ ōr** Saltness (= ഉവർ q.v.) ഓരുള്ള നിലങ്ങളിൽ മാരി പെയ്യുന്ന പോലെ PT.

ഓർ കാലി = ഉവർ കാലി.

ഓർകുട്ടാടൻ, ഓരത്തടിയൻ etc. loc. kinds of paddy grown in brackish soil. [രായിരം.

II. **ഓർ** T. M. C. = ഒരു, bef. Vowels ഓരാണ്ടു, ഓരാണ്ടിക the first anniversary of a death, Nasr. V1.

ഓരില (S. പൃഥക്പൎണ്ണി) Hemionites cordifolia.

ഓരിലത്താമര Viola suffruticosa, med. root GP.

ഓരില മുതക്ക Convolvulus palmata Rh.

ഓരോ, ഓരോരോ each one, ഓരൊന്നു, ഓരോരുത്തൻ etc. ഓരോരിക്കൽ ഓരോരോ വിധം എഴുതി TR. അവരെ കയ്യിൽ ഓരോ വടി ഉണ്ടു MR. (= ഓരോ).

III. **ഓർ** T. M. = അവർ; also a title, Lord (loc.)

ഓൎക്ക, ൎത്തു ōrka (C. T. ഓരുക) To think, remember, expect ഏതും ഓൎത്തല്ല കളിയത്രേ Bhr. not intentionally. വെന്തുപോം എന്നോൎത്തൊരു ഭീതി Bhr. ഓരാസ്സതിന്നു നീ don't hope. ഉറക്കം ഓൎത്തൊൎത്തോരാതരം ഇല്ലിനിക്കൊട്ടുമേ Mud. പങ്ങില്ലയാത വേലയെ ചെയ്യുമ്പോൾ അവനും ഓൎക്കവേണം CG. let him ponder. ഓൎത്താൽ (po. explet.) well considered! ഓരാതെതാനും അതിന്നൎത്ഥം Anj. will explain itself.

VN. I. ഓൎച്ച rare; ഒർ ഓൎച്ച ഉഴത്തൂറച്ചു Bhg. one thought. ഇനി ഒർ ഓൎച്ച ഉണ്ടു hope. നിങ്ങൾ എന്നുള്ളതും എന്നുള്ളത്തിൽ ഉണ്ടോൎച്ച CG. regard for you.

II. ഓൎമ്മ 1. thought. 2. recollection, memory എനിക്ക് ഓൎമ്മ തോന്നുന്നില്ല MR. I don't remember. കേട്ടത് ഓൎമ്മയില്ലയോ? ആ സംഗതി എനിക്ക് ഓൎമ്മ ഉണ്ടു. 3. interj. attention, take care!

ഓൎമ്മക്കേടു inattention, forgetfulness. എന്നു പറഞ്ഞത് ഓ'ടാകുന്നു MR. slip of the tongue.

ഓൎമ്മപ്പെടുത്തുക to put in mind.

ഓൎമ്മ വിട്ടുപോയി forgot.

denV. ഓൎമ്മിക്ക to remember ആയതു ഞാൻ പിന്നെ ഓൎമ്മിച്ചു TR.

ഓററുക ōttuγa The act of the civet cat in yielding civet മെരു ഓററുന്നു.

I. **ഓല ōla** = ഒല്ലം, തുടങ്ങോല CC. etc.

II. **ഓല** T. M. C. Tu. (Port. olla) 1. A leaf of palms or grasses ഓലത്തുച്ചവും കടമ്പും. നെല്ലിന്റെ ഓ. V1. ഓലവെട്ടി MR. from trees. Stages of growth: കിളിയോല, കരുത്തോല, പച്ചോല, പഴുത്തോല. — പുത്തൻഓല വരുത്തികെട്ടിച്ചു TR. for thatching. 2. writing leaf (വെള്ളോല unwritten), writ. ഓർ ഓല എടുത്താൽ, ഓലകളയാത്തോൻ നാട്ടു കളയും prov. നമ്പിയാരെ കയ്യാൽ ഓല TR. heading of letters. ചെമ്പോല, പട്ടോല etc. 3. steel spring, പൊന്നോല gold leaf as earornament etc.

Hence: ഓലക്കണ്ണി single palm leaf.

ഓലക്കണ്ണിപ്പാമ്പു (കൊണ്ടു പേടിപ്പിക്ക) prov.

ഓലക്കരണം a document.

ഓലക്കെട്ടു thatch to cover boats (prov.)

ഓലക്കേടു തീൎക്ക partial reparation of thatch (= ഇടയോല വലിക്കുക).

ഓലച്ചെവിയൻ huntg. name of hare.

ഓലപ്പുര thatched house. ഓ'ക്കും ഓട്ടുപുരെക്കും സ്ഥാനം ഒന്നു prov. [sideways B.

ഓലപ്പുറം മറിയുക to tumble heels over head

ഓലപ്പെട്ടി box to keep documents ഓ. പാത്രങ്ങളും Mud.

ഓലമടൽ palm branch.

ഓലമത്സ്യം swordfish MC. — ഓലമീൻ V1.

ഓലമാട്ടി = കാരേള weaver-bird. (Coch.)

ഓലമുറിയൻ a bird, kind of ചാത്തൻ.

ഓലയെഴുത്തൻ V1. secretary.

ഓലം ōlam 1. aT. aM. (ഒലി) Cry for help. തെളുതെള ഓലമിടുന്നതു കേട്ടു RC. 2. (ഓല്യക) a kind of seasoning broth; ഓലൻ ഉപ്പേരി (ഓലോലൻ B. No.) curry strongly salted. 3. = ലോലം, അല്പം (loc.)

ഓലക്കം ōlakkam (T.C.Te.Tu. durbar, assembly of kings & states, ഓൽ C. to meet. comp. ഒൾ) Splendour, majesty. ഓ. കാണ്മാട്ടേ നാരായണ Stuti. ഓ. ആണ്ടുള്ള പിള്ളരുമായി, — ബാലന്മാർ; ചാലവിളങ്ങിന ഓ. ആണ്ടുള്ള കാവേ്ണിമാർ CG. Anj.

ഓലങ്കം ōlaṅgam (ഓല്യക) Oilmeasure in shape of a spoon made of തേങ്ങാത്തൊണ്ടു, holding from $\frac{1}{4}$ — $\frac{3}{4}$ കറി.

ഓലമാരി see olamāri.

ഓല്യക,ലി ōluγa (= ഒലിക്ക) To flow, ooze. ചലം ഓ. Nid. നീരോല്യം കുന്തൽ CG. (after bathing). ഓല്യന്ന കണ്ണുനീർ Bhr. Esp. തേൻഓല്യം, പാരോല്യം, മട്ടോല്യം മൊഴിയാൾ Bhr. വമ്പോല്യം വാണിമാർ CG. —

Inf. ഓല in drops ഓലോല വീഴുന്ന കണ്ണുനീർ.

ഓലി 1. collection of oozing water, temporary well. 2. see ഓരി.

ഓലേരി ōlēri Place for flying a kite? KU. ഓലേരിപ്പാച്ചൽ races of Nāyers KU.

ഓലോക്കം ōlōkkam (ഉല) Blacksmith's forge ഓ. മറയും ചാവിട്ടി പൊളിച്ചു TR.

ഓൽ ōl = അവർ, ഓർ, in വാഴുന്നോൽ, മൂത്തോൽ.

ഓവാ ōvā (= ഓം?) Sire! ഓവാ പിറവു എന്റെ തമ്പുരാനേ TP.

ഓശ ōs̀a T. M. (T. also ഓത, ഓൽ; Te. ഒരി) Sound, noise, = ഒച്ച, hence ആരോശ (ആർ III.) കിണ്ണംവീണ ഓശയും കേട്ടു prov. ഓശയില്ലാത്ത നാണിയം counterfeit coin.

ഓശക്കാരൻ, — പ്പെട്ടവൻ famous V1.

ഓശക്കുഴൽ large pipe V1. [coronation.

ഓശവെടിയും വെപ്പിച്ചു KU. guns fired at a

ഓശാരം ōs̀āram Tdbh. ഉപചാരം Mark of attention, complimentary gift. ആനാകെട്ടി ഓ. (opp. കാര്യം or കണക്കു). ഉണ്ണുമ്പോൾ ഓ. ഇല്ല (ഉറക്കത്തു ആചാരം ഇല്ല), ഇല്ലാഞ്ഞാൽ ഓ. ഇല്ല prov. ആചാരവും ഓശാരവും KU. [Matsy.

ഓഷധി ōs̀adhi S. Annual plant, med. herb. ഓഷധീശൻ moon.

ഓഷ്ഠം ōsṭham S. Lip (upper — അവസ്ഥം opp. അധരം) ഓഷ്ഠങ്ങൾ മറച്ചു നിന്നീടും ദന്തങ്ങൾ CG. ഓ'വും കരങ്ങളും മുറിഞ്ഞു വീണു SiPu. (from leprosy). ഓഷ്ഠസ്പുടനിസ്സൃതം, ഓഷ്ഠസംസ്പുടത്തോടു Bhr. lips opening.

ഓഷ്ഠ്യം labial. (gram.)

ഓഹരി ōhari (P. bahri, V2. has ഉപകരി, V1. ഓകരി) Share, part, portion. മുതലിന്റെ ഓഹരികൾ വെച്ചു (robbers dividing the spoil). പറമ്പിൽ കിഴക്കേ ഓ. MR. എന്നുടെ ഓ., നാൽ ഓ'യായി വിളമ്പി Bhr. —

ഓഹരിക്കാരൻ partner.

ഓഹോ ōhō interj. Oh!

ഓളം ōḷam (aC. ഒൾ = ഒഴുക) 1. Wave, surf, ഓളങ്ങൾ തള്ളിപ്പുലിനത്തിൽ CC. നല്ലോളമാളും കാളിന്ദി CG. — ഓ. പൊങ്ങുന്നു, എടുക്കുന്നു, ഓ. അടച്ചു പോയി rough, boisterous sea. മഴക്കാറുകൊണ്ടു് ഓളങ്ങൾ പൊങ്ങി Si Pu. ഓളം ഏറീടും പ്രളയാംബുധി Matsy. — fig. അതു കാണുമ്പോൾ ഓ. എടുക്കുന്നതു് എന്നുള്ളിൽ, ഓ. തുള്ളുന്നു മാനസത്തിൽ CG.

2. = ഓടം the term until (also ഓളത്തിനു, ഓളത്തേക്കു) a., with Nouns പട്ടണത്തോളം as far as. ബ്രാഹ്മണരോളം മഹത്വം ഇല്ലാക്ക്മേ Bhr. as great as they. എന്നോളം ധന്യരില്ല CG. പശുരോമങ്ങളോളം വർഷസഹസ്രങ്ങൾ; നൂറു ഉറുപ്പികയോളം വേണ്ടിവരും TR. as much as. എണ്ണയോളം പാലും കൊൾക a med. രണ്ടു മാസത്തോളമായി MR. — with Loc. എഴുപത്തൊന്നാമതിലോളം ബോധിപ്പിച്ചു TR. paid up to the 971st year. വയനാട്ടിൽ ഓളം പോയി. — b., with adj. part. കണ്ടോളം as far as visible; the more one looks. അവൻ ഓർത്തോളം എത്രയും മൂഢൻ, സേവിച്ചോളം വർദ്ധിച്ചു വരും കാമം Bhr. കേട്ടോളം കേൾപ്പാൻ തോന്നും Bhg. ഉപജീവിപ്പോളം നോം a med. at every meal.

ആവോളം, വരുവോളം etc. (ഭണ്ഡിച്ചതിനോ ളം കൂലി കിട്ടും V1.) — with the addition of നേ രം f.i. ഫലിപ്പോളം നേരം പ്രയത്നം ചെയ്യും KR. ൧൦൦൦ വത്സരം തികവോളം കാലം Bhr.

3. ഓളം കളിക്ക, ഓളം ഇടുക to live in pleasure or grand style (see ഓലക്കം, ഓളാങ്കം).

ഓളാങ്കം ōḷāṅgam B. (ഓളം 3., ഓലക്കം) Voluptuousness, haughtiness. So.

ഓളി ōḷi 1. = ഓരി, ഓലി, ഊള Howl. ഓളിയി ടുക V2. 2. No. of Payyanāḍu term of respect, at the end of conversation with princes, as ഓവാ at the beginning. ഓളി തമ്പുരാനേ TP. അല്ലോളി ഞാൻ പോകുന്നു. 3. So., vu. T. = സ്ത്രീഭോഗി salacious man.

ഓൾ, ഓള ōḷ = അവൾ She, wife. അവന്റെ ഓള, ഒരുത്തന്റെ കെട്ടിയ ഓള TR. ഇവൻ ഓ ളെ എടുത്തിട്ടില്ല vu. he is still unmarried.

ഓഴുക ōḻuγa (ഓലു, ഒഴുകുക) To flow. നീരോഴും തറ പുക്കടൻ Anj. ഓഴും ചോരി RC.

ഓഴ്വാൻ V2. foot of a mountain.

ഔ AU

ഔക്ഷകം aukšaγam S. (ഉക്ഷൻ) Herd of oxen.

ഔചിത്യം aučityam S. (ഉചിത) Propriety, fitness. ഔ'മാണ്ടുള്ള വേലകൾ CG. ഔ'മായതേ ചെയ്യു കൂട Mud. [ഐശ്വൎയ്യം ഔ. KR.

ഔജ്വല്യം aujvalyam S. (ഉജ്ജ്വല) Splendour

ഔത്സുക്യം autsukyam S. (ഉത്സുക) Zeal, anxiety. ജീവിപ്പതിന്ന് Nal. ജ്ഞാനത്തിൽ ഔത്സു ക്യഭാവം വന്നു KeiN.

ഔദകം aud'aγam S. (ഉദകം) ഔ'മായൊരു പി ണ്ഡവും കൎമ്മവും CG. [liberality.

ഔദാൎയ്യം aud'āryam S. (ഉദാര) Munificence, ഔദാരൻ liberal.

ഔദുംബരം HNK. = ഉദുംബരം.

ഔദ്ധത്യം auddhatyam S. (ഉദ്ധത) Arrogance.

ഔന്നത്യം aunnatyam S. (ഉന്നത) Height.

ഔന്യം aunyam S. (ഊനം) Disaster V1.

ഔപമ്യം aubamyam S. (ഉപമ) Equality. അ വൎക്കുണ്ടോ ജഗത്തിങ്കൽ ഔ. KR.

ഔപായികം aubāyiγam S. (ഉപായ) Fit, just.

ഔരസൻ aurasaǹ S. (ഉരസ്സ്) Legitimate child, lawfully begotten ഔ'ന്മാരാം പുത്രന്മാ രെ എന്നതു പോലെ DM.

ഔലോത്തു aulōŏṭu (അവിൽ) A kind of riceflour.

ഔലോത്തുണ്ട a cake V1.

ഔവു auvu a M. Swelling? സൂൎയ്യൻ അധിക തരം കറുത്തനൻ ആഴിയൌവ്വിളകി RC.

ഔവു swelling of the stomach, disease of jungle-dwellers (loc.) = വയററിലേ നീർകെട്ടി.

ഔവണ്ണം auvaṇṇam, ഔവനം, ഔവഴി etc. = അവ്വ — in alphabetical songs.

ഔവനിക്കട auvanikkaḍa N. pr. Brahman family KR.

ഔശനസം auśanasam S. (ഉശനസ്) Belonging to Sukra. ഔ'മായുള്ള ധനം KR.

ഔശീരം auśīram S. (ഉശീര) = രാമച്ചം etc.

ഔഷണം aušaṇam S. (ഉഷണ pepper) Pungency.

ഔഷധം aušadham S. (ഓഷധി) vu. അവി ഷതം, അവിഴതം Medicine, drug ഓഷധമ ന്ത്രങ്ങളാൽ രക്ഷകൾ ചെയ്യു Bhr.

ഔഷധി id. ഈ ചൊന്ന അവിഴതി സേവിച്ച ചികിത്സിക്ക a med.

ഔഷ്ണ്യം aušṇyam S. (ഉഷ്ണ) Heat.

അം AM

follows in alph. songs on Sanscrit models, f. i. അംഭോജ — HNK.

അഃ (T. ஃ) AH

In alph. songs after Sanscrit fashion as well as in those, which follow Tamil precedents; the 13th vowel, an aspiration represented by double consonants, f. i. അക്കതിരവൻ, അക്കഴൽ; ഇപ്പാർ etc.

ക K

ക ka represents in Tdbh. the other gutturals (ചങ്കു fr. ശംഖം, കിരിയം fr. ഗ്രഹം, കനം fr. ഘനം; കേമം, പക്കം fr. ക്ഷേമം, പക്ഷം; വരാകൻ a M. fr. വരാഹൻ). ക in the middle of words slides into യ (അരികത്തു, അരിയത്തു), വ (അക, അവ), ഹ (ആഹ, വഹ TR.) or disappears (പുരുഷകാരം — പുരുഷാരം, ആകം — ആം, എട്ടുത്തുകൊള്ളു — എട്ടുത്തോളു, ഏറനാട്ടുകര — ട്ടര, ചെരിപ്പുകത്തി — പ്പുത്തി.).

കം kam S. Well, wonderfully. — water (po.)

കംസം kamsam S. (C. Te. Tu. കഞ്ചു) Bellmetal, ഓട്ടു. — കംസൻ N. pr. Cṛshṇa's uncle & mortal enemy; prov. tyrant, Herod. also കഞ്ചൻ CG.

കഃ kaḥ S. (quis) Who? in കശ്ചിൽ etc.

കകുൽ, കകുദം kaγudam S. (L. culmen) Bull's hump, പൂഞ്ഞ്. [Terminalia.

കകുഭം cacumen, top; = ദിക്കു. കകുഭദ്രുമം CCh.

കക്ക kakka (കല്ലുവായ്? Tu. കചക്ക) Shell, cockle = ഇത്തിൾ. കക്ക വാരി വിററു Anj. — കക്കാവള്ളി (see കാക്ക).

കക്കം kakkam = കല്ക്കം T. M. Sediment of oil ഇവനെയ്യു തക്കവണ്ണം കക്കമായിക്കൊൾക MM.

കക്കട kakkaḍa (loc.) A dagger കക്കട കന്തങ്ങളും po.

കക്കാട്ടു കാരണപ്പാട്ടു (കൽ-ക്കാട്ടു) N. pr. The Punatūr Rāja, of Nambiḍi caste, by whom Chāvakāḍu was ceded to the Tāmūri.

കക്കു kakkụ 1. Gizzard, കക്കും കാമ്പുളും vu. 2. = കരിക്കു what is young. 3. the fruit of കക്കാവള്ളി, seed used in med. and for play. 4. see കക്കുക I. vomit; stammer. No.

കക്കരി T. So M. കക്കിരി No. (S. കർക്കടി) Cucumis sativa = മുള്ളൻവെള്ളരി Rh.; the fruit കക്കരിക്കാ GP.

I. കക്കുക, ക്കി kakkuγa 5. 1. To vomit, esp. animals ഫണി കക്കിന വിഷം KR. also of men രക്തവും കക്കിനാൻ KR. ഉറിമ്പു കടിച്ച വെള്ളം കക്കുമോ prov. 2. No. to stammer കക്കി പറക = അഞ്ചിപറക.

കക്കൻ stammerer.

കക്കുവായി cackling mouth.

കക്കിക്ക 1. v. n. to vomit. 2. = കൊഞ്ചിക്ക V. freq. 3. CV. to make to regorge.

II. കക്കുക, കൾക്കുക, ട്ടു T. C. Tu. To steal (fr. കൾ) fut. കപ്പാൻ & കക്കുവാൻ. കട്ടവനോട്ടു കട്ടാൽ, കക്കുവാൻ പഠിച്ചാൽ prov. എരുതു കട്ടുപോയി was stolen. അന്നു കട്ട കളവിന്റെ അവസ്ഥ TR. theft committed. കക്കായ്ക Bhg. refraining from theft. കക്കാത്ത തീയൻ prov. കട്ടുനോക്കും CG. look stealthily, wistfully. — fig. എന്നുടെ കാന്തിയെ കക്കും CG. deprive of = surpass. [KR.

CV. കപ്പിക്ക; മർക്കടന്തിനെ കൊണ്ടു കപ്പിച്ചാൻ

കക്കൂസ് Dutch kakhuis. A privy.

കക്കോലകം kakkōlaγam S. A perfume = തക്കോലം. [flank.

കക്ഷം kakšam S. Hiding place, armpit; side,

കക്ഷി M. 1. opposite side or party. 2. peril ക. പിണഞ്ഞു was endangered ക. ആയ്പോയി = അപകടം.

കക്ഷിക്കാരൻ 1. party — ഉടമ്പടി ചെയ്യു കക്ഷിക്കാർ (jud.). ഇരുകക്ഷിക്കാരും MR. എതിർ ക. the opponent. 2. a cunning, dangerous man.

കക്ഷ്യ 1. girdle, enclosure. 2. = കക്ഷ്യം — പ്രഥമ കക്ഷ്യയിൽ കടന്നു KR.

കക്ഷ്യം S. wall & the court enclosed നൃപഗൃഹത്തിന്റെ മതിലിന്റെ ക'ത്തിൽ KR. മദ്ധ്യ ക. പ്രവേശിച്ചു AR. [ത്രുവൽ, arrow.

കങ്കം kaṅgam S. Heron, കങ്കപത്രം = കഴുകിൻ

കങ്കണം kaṅgaṇam S. Ring, bracelet കങ്കണാദ്യാഭരണങ്ങൾ Mud. കരസീമനി കങ്കണങ്ങൾ ചേൎത്തു അരയിൽ കിങ്കിണിയും ചാൎത്തു CCh.

കങ്കതം kaṅgaδam S. Comb ചികുരം റന്നാക്കം ചിതമാം ക. KR. [ത്രപി Pay. കങ്കാളൻ Siva.

കങ്കാളം kaṅgāḷam S. Skeleton കങ്കാളവേഷം, —

കങ്ങൊട്ടു = കൈക്കോട്ടു Hoe.

കങ്ങൊത്തി = കൽകൊത്തി Stonecutter.

കംഗു kaṅgu S. Panicum, തിന.

കണ്ണാണി kaṅṅāṇi (കൺ, കാണി) A present, first fruits of the harvest given to fanes കൊല്ലം തോറും ക. എന്ന പണം കൃഷിക്കാർ വെപ്പാൻ doc. [quarrel B.

കണ്ണാണിക്ക 1. to entrust = കങ്ങ. V1. 2. to

കങ്ങുക kaṅṅuγa To be singed, burn in cooking; to be overdone ഇരു ക്രൂട്ടുവാൻ കങ്ങിപ്പോയി.

VN. I. കങ്ങൽ 1. being burned. 2. darkness V1. 3. casting net V1. [vessel V1.

II. കങ്ങം പിടിക്ക rice to adhere to the cooking

കങ്ങാനം V1. cooking pan. [നം CG.

കചം kajam S. Hair of the head തവകചകാന

കച്ച kačča Tdbh. കക്ഷ്യ (C. Te. Tu. കച്ചുക to bind) 1. Hem of the garment tucked into the waist-band കോന്തലകെട്ടേണം ക. prov. — കോന്തു വലിച്ച ക. unwillingness to give — കച്ചവാൽ പിടിച്ചു RS. 2. girdle, waist-belt. കച്ചയും തലയിൽ കെട്ടും കെട്ടി KU. got ready for fighting — പടക്കച്ചകൾ Nal. ക. ചുററുക V2. 3. long cloth, coarse cloth — വെള്ള ക. the finer sort — കവിണി ക. also മഞ്ഞക്കച്ച of Māpḷichis, തെക്കൻ ക. (from മണപ്പാട്ടു). 4. = കോണം loc. ശവത്തിന്നു ക. ഉടുപ്പിക്കും jud.

Hence: കച്ചക്കണക്ക bill of sale of cloth (3).

കച്ചക്കയറു girth of elephant (2) = കക്ഷ്യ.

കച്ചകെട്ടു കഴിക്ക to begin the art of fencing in കളരി. നാലാര കച്ച കെട്ടിക്കുന്നു V1. (the king) orders 4 Nāyers to devote themselves to death (old); to teach the use of weapons (mod.)

കച്ചപ്പുറം (2) royal girdle or zone.

കച്ചവടം (3) commerce in clothes T., trade in general കച്ചോടം ചെയ്യു; കച്ചവടക്കാരൻ merchant; കച്ചവടപ്പാട്ടു commercial concern.

കച്ചില war-girdle തമ്മിൽ വെട്ടിക്കൊല്ലിപ്പാൻ ക. കെട്ടി KU. കളരിക്കുന്നു ക. ചുററി പൊയ്യു, പാലൊയം ക. TP. (see കച്ചു).

കച്ചരം kaččaram S. (കശ് - ചരം) Dirty. ചണ്ടിയും കച്ചറയും prov. No. sweepings, offal.

കച്ചരട്ടു = കൈച്ചരട്ടു KR.

കച്ചറായിൽ MR. 52. A row of shops (f. i. ഇടത്തേ, കിഴക്കേ ക.; ഇത്ര കച്ചറ പീടിക).

കച്ചാൻ kaččāǹ ക. കാററു (T. the SW. wind) The long-shore wind blowing in Jan. & Febr. from NNW. (V1. കാച്ചാൻ the hot N. wind).

കച്ചി kačči (C. Te. കസ, ഗപ്പി.) 1. Straw, stubble, rubbish. കച്ചിയും തുണങ്ങളും PT. for kindling fire (also കച്ചിലിൽ കൊള്ളി വെച്ചു PT.) 2. preserved mango-juice (better of കച്ചു bitter q. v.)

കച്ചിക്കഴൽ a neck-ornament.

I. കച്ചിൽ kaččil S. (കശ് - ചിൽ) Interrogative particle (L. num).

II. കച്ചിലോക്കിഴങ്ങു a med. = കച്ചോലം.

കച്ചിൽപട്ടണം N. pr. former emporium to the N. of ഏഴിമല; കീൎത്തിമികെച്ചെഴും കച്ചിൽപട്ടിൽ Pay. (Cavāy?)

കച്ചീട്ടു = കൈച്ചീട്ടു

കച്ചു kaččụ po. M. 1. Tape, bodice to confine the breast. കച്ചണികൊങ്ക, മുലക്കച്ചുകാചൽ താഴിക്ക CG. — കച്ചേലും മുലയാൾ Bhr. കച്ചേൽമുലതൈത്തയൽ Bhg. woman with well girded breast.

2. a., past tense of കൈക്ക to be bitter.; b., in മാങ്ങക്കച്ച് sun-dried mango-juice; കച്ച് കെട്ടിയവൻ a sloven = ചേറുകെട്ടിയവൻ.

കച്ചേരി kačahri H. A public office — ക. നമ്പി a class of palace-officers in Calicut, the lowest dignity in Curumbanāḍu TR.

ക. നായർ oil-merchants, വാണിയർ.

കച്ചോ kaččō (or കച്ചു?) The figs of Arayāl? കച്ചോ നഞ്ഞെന്നാകിലും ഭുജിക്കും ഒരു പക്ഷി KeiN.

കച്ചോരം kaččōram GP. (S. കച്ചൂരം) and കച്ചോലം Curcuma zerumbet or Kœmpferia galanga. കച്ചൂരക്കിഴങ്ങു കഴഞ്ചു a med.—various kinds: കാട്ടുക., ചെറുക., പച്ചക്ക., വെങ്ക.

കഠം kaṭham S. Shore, — കഠരഖം turtle PT.

കച്ഛൂ kachū S. Itch, scab.

കജ്ജളം kajjaḷam S. Lamp-black, used as collyrium. ക. ആണ്ടൊരു കണ്ണുനീർ. CG.

കഞ്ചൻ kańjaǹ = കംസൻ, also കഞ്ചത്താൻ CG. — [rambu.

കഞ്ചാരൻ A class of silversmiths, at Taḷipa-

കഞ്ചാവു kańjāvụ T. M. (S. ഗഞ്ജിക) Hemp Cannabis sativa; the bang prepared from it—ക. ബുദ്ധിക്കു നന്നു GP. ക. വലിക്ക to smoke hemp.

കഞ്ചാക്കോര a med. Ocimum, Rh.

കഞ്ചുകം kańjuγam S. Armour, tight garment, slough. കഞ്ചുകങ്ങളും കന്തവും, fig. രോമാഞ്ചമായൊരു ക. CG.

കഞ്ചുകി attendant on women, eunuch. po.

കഞ്ജം kańjam S. Lotus (waterborn).

കഞ്ജലോചനി, കഞ്ജനേർ മുഖി AR.

കഞ്ജകം, കഞ്ഞകം an Ocimum (തുത്താവ്); വെൺ ക. and മണി ക. kinds.

കഞ്ഞൽ kańńal (loc.) Badly cooked rice, from foll. (or കഞ്ഞൽ?)

കഞ്ഞി kańńi (C. Te. Tu. Dakh. ganji) 1. Canji, rice-gruel ക. കട്ടമയിൽ ആകം TP. — ക. വെക്ക to prepare it, ക. കുടിക്ക to breakfast, ക'യും ചോറും പറമ്പത്തുന്നു TP. his meals, ക. കഴിഞ്ഞു having eaten, കഞ്ഞിക്ക് ഇല്ലാതെ പട്ടിണി കിടക്കുന്നു TR. are starving. — വാർത്ത കഞ്ഞി, കായക്ക., കഷായക്ക. GP. പഴങ്ക., തവിട്ട് ക. etc. V1. കാടിക്കഞ്ഞി or പീരക്ക. half fermented rice-water, food in scarcity.

2. starch. ക. ഇട്ടവസ്ത്രം, ക. പിഴിയുക etc.

Hence: കഞ്ഞാററി a sort of brass dish on which Māppiḷḷas put their plates.

കഞ്ഞിക്കലം 1. pot to keep canji. 2. a girl at her first menstruation (കന്യ?); ക. ഇരിക്ക to serve her during that time.

കഞ്ഞിക്കൂർക്കിൽ sage, Salvia.

കഞ്ഞിപ്പശ glue from starch.

കഞ്ഞിപ്പോത്തു polype (of gelatine consistency) or കാഞ്ഞു. q. v. [of മലയിഞ്ചി.

കഞ്ഞിമുട്ടു (and കന്നിമുട്ടു) a Scitamineum, sort

കഞ്ഞിവെള്ളം കൊടുക്ക TR. to give food.

കഞ്ഞുണ്ണി, കഞ്ഞെണ്ണ, better കഞ്ഞുന്നി, കയ്യുന്നി (T. കരച്ചലകന്നി) Eclipta prostrata (a med. കൈകൻറി, കൈയെന്നി).

കട kaḍa 5. (√ കട്ടു) 1. What is ultimate. കരിമ്പിൻ കടയും തലയും കൂടെ ആട്ടുമ്പോൾ GP. (= മുരട്ടു foot of tree f. i. തെങ്ങിന്റെ ക. തുറക്ക). ഇടക്കട പറക, കടിക്ക alternately, continually. 2. way അച്ചിയുള്ളിയ കട കട്ടിയും തുള്ളും prov. — മേല്ക്കട, കീഴ്ക്കട transactions of this year and the last. 3. T. market, കടലപരവിന്നും മലവരവിന്നും കടകൾ വെപ്പിക്ക KR. — SoM. shop, arrack shop. ചന്തകൾ കടകളും KR. 4. see കടയുക.

Hence: കടക്കണ്ണു 5. a., outer corner of the eye. കടക്കണ്ണിണകോണിലോ മൂക്കിന്നരികത്തുള്ള കോണിലോ Nid. കടക്കണ്ണു ചുഴററി KR. തൃക്കടക്കണ്ണു ചെറുച്ചുവന്നു Bhr. (in anger). b., friendly glance = കടാക്ഷം.

കടക്കണ്ണി (കണ്ണി 3) last fruit-stalk of clusters.

കടക്കണ്ണം = ഇളന്തല thinner end.

കടക്കാരൻ So. shop-man.

കടക്കാൽ, കടങ്കാൽ വുഴക (obsc.) = കണങ്കാൽ 2.

കടക്കുട്ടി (opp. മുൻ-) the chicken which last chips the shell.

കടകെട്ടവൻ B. (2) worthless (or കിട).

കടച്ചീപ്പു, കടച്ചീൽ last comb of a plantain bunch (opp. മുൻചീപ്പു). [Tantr.

കടതല beginning and end. ക. മാറിപ്പിടിച്ചു

കടപ്പാര T. (Palg. to Cal.) crowbar = ഇരിമ്പുപാര No.

കടവയറു lower stomach (opp. മേൽ വ. V2.)

കടവഴി = കടായി q. v.

കടവള്ളം a boat's partition at the stern.

കടവായി corner of the mouth നാക്കകൊണ്ടു കടവായിൽ തൊടുക VyM. mark of perplexity.

I. **കടം kaḍam** S. Elephant's temples.

II. **കടം** 5. (കടക്ക) 1. Debt, obligation; also കടൻ TR. ക. ചെയ്യു, to make debts, ക. കൊൾ്ക to borrow, കൊടുക്ക to lend, ഇളെക്ക, പൊറുക്ക

to remit, ഒഴിക്ക, വീട്ടുക to pay debt CS. ക. വീട്ടിയാൽ ധനം prov. 2. കടം പറക to tell riddles, വീട്ടുക to solve them.

Hence: കടക്കാരൻ 1. debtor ൧൦ പണത്തിന്റെ കടക്കാരനായി. 2. creditor, also കടക്കാരി; കടക്കാർ വന്നുപദ്രവിക്ക to dun.

കടതല capital ക. ഇരട്ടിക്കം VyM.

കടം ഏല്ക്ക V2. to bind oneself.

കടപ്പെടുക to fall into debt. ക'പ്പെട്ടിരിക്ക (നി ങ്ങൾക്ക ഇത്രെക്ക) to owe.

കടംമേടിക്ക to borrow, അവനോട്ടു ഏറിയ പ ണം ക. മേടിച്ചു TR. so കടം വാങ്ങി ഇടം ചെയ്യല്ല prov.

കടംവായ്പ borrowing. ക. ആധാരം bond for loan given beyond the amount advanced for obtaining a lease ക. വാങ്ങിയ പണം MR.

കടകം kaḍaγam S. 1. Bracelet, ring ക. വള vu.; brow of hill, encampment ക. അതിൽനിന്നു ഗ മിപ്പാൻ Mud. to leave the army, ക. കാത്തു കൊ ൾ്ക to defend it. 2. a feint in fencing (striking below the waist?) ഓതിരം കടകവും അങ്ങോട്ടും ഇ ങ്ങോട്ടും ഏററു വെട്ടിനാർ SiPu. പൂഴിക്കടകം മ റിഞ്ഞു പന്നിയെ വെട്ടിക്കൊന്നു TP. ഉണ്ടോ ശ ങ്കെക്ക ക. Bhr.; also കടകൻ അടിക്ക TP. a feint or pass. 3. = കക്ഷം astr. കടക രാശിയിൽ KR.

കടക്ക, ന്നു kaḍakka 5. (Te. ഗഡ) 1. To pass over തോട്ടും പുഴകളും ചാടി ക. Nal. മതിൽ കടന്നു ചെന്നാർ RC. മറുകന്നിന്നു കടന്നാൻ (huntg.) of game. തലക്കടന്നിരന്നു RC. begged with outstretched head. 2. to enter രാക്ഷ്ററിൽ കടികളിൽ കടന്നു കവന്നു TR. broke into — ബാലത്വം കടന്നപ്പോൾ KR. 3. to pass out നാ ട്ടു കടന്നു പോയി, also simply കടികൾ ഏറക്കട ന്നു പോയി TR. deserted the country. കട ക്കൊല്ല എന്റെ വചനം Bhr. പിതൃവാക്യത്തെ കടക്കയില്ല KR. transgress — fig. ഞാനായിട്ടു കടക്കയും നിരൂപിക്കയും ചെയ്യുന്നു TR. act or devise anything by myself. 4. to surpass കാററിനെ വേഗംകൊണ്ടു കടപ്പവൻ RC. എല്ലാ മധുരത്തെയും കടക്കും etc.

CV. കടത്തുക T. M. 1. to make to pass തോണി കടത്തുന്ന കൈവത്തൻ Bhr. സംസാരാബ്ധി ഭ്രമതോയക്കരത്തെ ക. Bhg. സ്ത്രീകളെ രാ ജ്യത്തിങ്കന്നു, വസ്തുവകകൾ ഓരോ ദിക്കിൽ കടത്തി TR. transported, removed; നാട്ടു ക. to banish; കടത്തിപ്പറക to insult. 2. to insert, introduce.

2nd CV. കടത്തിക്ക f. i. അരിമൂട കടത്തിച്ചു വ രുന്നു TR. to get transported — പീടികക്കൽ കടത്തിച്ചു തന്നേക്ക MR.

VN. I. കടത്തു transporting, conveying. കടത്തു കാരൻ boatman, കടത്തുകൂലി freight (= ക ടവു).

II. കടപ്പു 1. passage. അണ്ടമിങ്ങും കടപ്പില്ലാഞ്ഞു Sk. no passage or opening in the opposed army. 2. passing the bounds of propriety, transgression ചാണക്യന്റെ കടപ്പുകൾ ഒ ട്ടും പൊറുക്കുമോ Mud. — കടപ്പു കാട്ടൊല്ല ക ഴിവുണ്ടാക്കുവൻ Bhr. don't despair. ക. വാ ക്ക harsh, insulting words. 3. കടപ്പുകാരൻ V1. debtor (കടം).

III. കടത്തൽ = അതിക്രമം f. i. വിഷ്ണുമായയെ ക. നീക്കി Bhg. encroachment.

കടക്കോടി kaḍakkōḍi B. Fishermen (T. കട യൻ lowest class, or കടല്ക്ക് ഓടി).

കടക്കോടി മര്യാദ No. custom of fishers (Law).

കടങ്ങാണി kaḍaṅṅāṇi (കട2.+ കാണി) M. A large-meshed rope-net set between 2 boats to drive fish into a twine-net attached to it.

കടച്ചൽ kaḍaččal VN. of കടയുക.

കടച്ചി kaḍačči (f. of കടാ) Heifer, young cow, calf. ക. മൂരിയെ ഒക്കയും അറുത്തു TR. കടച്ചി യെ കെട്ടിയേടം പശു ചെല്ലും, ക. ച്ചാണകം prov. — ക. നാർ B. = കൈത ഓലയുടെ നാർ.

കടത്തനാട്ടു, കടത്താട്ടു old. കടത്തുവ, കടത്തു വഴി നാട്ടു TP. The district of the വാഴുന്നോർ from Mahe to Waḍagara, given by Cōlattiri to the പൊറളാതിരി of the Aḍiyōḍi caste, or taken from him by the latter A. D. 1564 (3 Cādam, 3000 Nāyer, capital കററിപ്പുറം) KU. ക'ട്ടിൽ ൩൦൦൦ നായരും ൩ കോയിലകത്തുള്ള നായന്മാരും ൩ നഗരത്തുള്ള കച്ചോടക്കാരരും ത റവാട്ടുകാരരും കടിയാന്മാർ എല്ലാവരും TR.

കടൻ kaḍaǹ = കടം q. v. ക. പുല്ല് B. Scleria lithospermia.

കടന്ത kaḍanda (കട) Thorny branch as of Strychnus.

കടന്നൽ kaḍannal C. M. So. കട്ടന്നൽ Wasp, hornet. ക. കൂടിനു കല്ലെടുത്ത് എറികെ. prov. a wasp's nest. [loom.

കടപ്പണ kaḍappaṇa (കടപ്പു) Post of weaver's

കടമാൻ kaḍamāṅ M. C. Te. T. (കട-മാൻ) Elk, fallow deer MC. Sambre, Rusa aristotelis?

കടമ്പ kaḍamba (കടമ്പായി So.=കടവഴി) Stile, gate bar തമ്പാൻ കടമ്പെ എത്തിയിരിക്കുന്നു TR. കടമ്പെക്കു നാശം prov.

കടമ്പൻ kaḍambaṅ (കടപ്പു) Unruly T. V1.

കടമ്പു kaḍambu 1.=S. കദംബം, Nauclea Cadamba, നീർക്കടമ്പു CG. അധിരമ്യ കടമ്പു തന്മേൽ CCh. 2. Eugenia racemosa ആറ്റുകടമ്പു ഇടിച്ചു പിഴിഞ്ഞ നീർ a med. ആറ്റുകടമ്പു കടമ്പുകൾ KR. നീലക്ക. Phyllanthus Maderasp. വെ ഞ്ഞ. a variety. 3. (=കട) ends and bits of ōlas cut for writing, of pounded rice etc. (see ഓല 1.)

കടയുക kaḍayuγa T. M. Tu. C. 1. To churn നെയ്യി, തയിർ ക.; വഹ്നികടഞ്ഞെടുത്തു Sk. produced fire for sacrifice. 2. to turn, lathe, polish. ആയുധം കടഞ്ഞു വെളുപ്പിക്ക KU. ഉറു മ്മിക. TP. to whet; കടച്ചു ചാണ MR. (taxed) — to masturbate V2. 3. acute pain. കട്ടി ക. to smart. കഴുത്തു കടഞ്ഞു വീങ്ങി MM. കടഞ്ഞു വീ ങ്ങുന്നതു a disease; കാൽ കടഞ്ഞു from walking. CV. കട്ടാരം കടയിച്ചു TP.

VN. I. കട churning in കടക്കോൽ churning stick CCh. and കടകയർ KR. [ച്ചൽ 2.

II. കടച്ച (f. i. മേൽ കടച്ചെക്കു a med.)=കട

III. കടച്ചൽ 1. turning. കടച്ചുളി turning chisel; കടച്ചല്ക്കാരൻ TR. കടച്ചല്ക്കുപ്പൻ V2. കടച്ചക്കരിക്കൽ, കടച്ചക്കൊല്ലൻ KU. furbisher, who has to give the arms with his blessing (ആയുധം എടുത്തുകൊടുക്ക). — കടച്ചൽപ്പണി turner's work. 2. pains, as ശീതവാതക്ക. rheumatism, കാല്ക്ക etc.

കടൽ kaḍal 5. (കടക്ക) 1. Sea — മേല്ക്ക. outer sea. നല്ക്കടലോടു പോയാർ Pay. by sea. 2. in comp. what comes from foreign parts. 3. what is spread out, reaches far. കടൽതൈ, കടൽവെച്ചതു stage in the growth of jack trees and palms. [ഒരു പിടി കടല Arb.

Hence: കടല M. T. Bengal gram, Cicer arietinum.

കടലാട്ടുക to bathe in the sea (prov.)

കടലാടി Achyranthes aspera, med. root. GP. വലിയ ക. യും ചെറിയ ക. യും a med. MM. (the latter Ach. prostrata Rh.) കട്ടക. ഹോമിക്ക a ceremony to counteract charms (in ബലികളയൽ).

കടലാമ, കടലാവണക്കു see ആ —

കടലിവേഗം B. Aristolochia Indica.

കടലുപ്പു sea salt GP.

കടലെടുപ്പു boisterous sea=പെരിങ്കടൽ.

കടലേടി Mapl.=കടല്പന്നി.

കടലോട്ടം navigation.

കടല്ക്കന്നി CG. Laxmi, ആഴിമാതു.

കടല്ക്കര seashore,=കടല്പുറം, കടലോരം.

കടല്ക്കാക്ക sea-gull.

കടല്ക്കാറു, കടക്കാറു sea breeze.

കടല്ക്കൂരി sturgeon, MC. Silurus.

കടൽക്കോടി=കടക്കോടി q. v.

കടല്ചരക്കു goods imported by sea.

കട(ൽ)ത്തവള polype (loc.) [ക്കിൽ) Lodoicea.

കട(ൽ)ത്തേങ്ങാ the Seychelles cocoanut (അ

കടൽനാക്കു GP. കടൽനാവു a med. കടൽനുര cuttle fishbone, os sepiae (S. അബ്ധികഫം).

കടൽനായി seal MC.

കടല്പന്നി porpoise, Platanista gangetica (കടലാന, കടല്ക്കുതിര etc. whales, etc.)

കട(ൽ)പ്പാമ്പു a sea-snake, — serpent.

കടല്പാശി, — പായൽ sea weed.

കടല്പുറം coast കടപ്പുറംവീതി താലൂക്കുകൾ MR. along the coast.

കട(ൽ)പ്പൂച്ച No. a small fish.

കടല്പ്പുട്ടി MC. cod.

കടൽമകൾ sea-maid or Laxmi ക. പുല്കും മണിവണ്ണനാഥ Bhr 16.

കടൽവണ്ണൻ Crshṇa CG.

കടലുഴി by sea.

കടലാസ്സ് kaḍalās (V2. കട്ടതാചി T. Ar. kartās, L. charta) Paper, letter.

കടവാതിൽ kaḍavādil (കടൽ?) A bat.